# ಬರಿದ ನೈದಿಲೆ

ಸಾಮಾಜಿಕ ಕಾದಂಬರಿ

ಸಾಯಿಸುತೆ

ಸುಧಾ ಎಂಟರ್‌ಪ್ರೈಸಸ್
ನಂ. 761, 8ನೇ ಮೈನ್, 3ನೇ ಬ್ಲಾಕ್,
ಕೋರಮಂಗಲ, ಬೆಂಗಳೂರು– 560 034

*Birida Naidile*-A social novel by Smt. Saisuthe; published by Sudha Enterprises, # 761, 8th Main, 3rd Block, Koramangala, Bangalore-560 034

| | | |
|---|---|---|
| ಮೊದಲನೆಯ ಮುದ್ರಣ | : | 1982 |
| ಎರಡನೆಯ ಮುದ್ರಣ | : | 1986 |
| ಮೂರನೆಯ ಮುದ್ರಣ | : | 1987 |
| ನಾಲ್ಕನೆಯ ಮುದ್ರಣ | : | 1992 |
| ಐದನೆಯ ಮುದ್ರಣ | : | 2012 |
| ಪುಟಗಳು | : | 132 |
| ಬೆಲೆ | : | ರೂ. 85 |
| ಉಪಯೋಗಿಸಿದ ಕಾಗದ | : | 70 ಜಿ.ಎಸ್.ಎಂ. ಮ್ಯಾಪ್‌ಲಿಥೋ |
| ಮುಖಪುಟ ವಿನ್ಯಾಸ | : | ಪ.ಸ.ಕುಮಾರ್ |
| ಹಕ್ಕುಗಳು | : | ಲೇಖಕಿಯವರದು |

ಸಗಟು ವ್ಯಾಪಾರಿಗಳು
**ವಸಂತ ಪ್ರಕಾಶನ**
ನಂ.360, 10ನೇ ಬಿ ಮುಖ್ಯರಸ್ತೆ
3ನೇ ಬ್ಲಾಕ್, ಜಯನಗರ,
ಬೆಂಗಳೂರು–560 011.
ದೂರವಾಣಿ : 080–22443996

ಅಕ್ಷರ ಜೋಡಣೆ
**ನಾಗರತ್ನ**

ಮುದ್ರಣ
**ಶ್ರೀನಿವಾಸ ಬೈಂಡಿಂಗ್ ವರ್ಕ್ಸ್**

# ಮುನ್ನುಡಿ

ಈ ಕಾದಂಬರಿಗೆ ಓದುಗರು ತೋರಿದ ಒಲುಮೆ ಅಪಾರ. ಕೆಲವರಂತೂ ತಾವೇ ಕಾದಂಬರಿಯ ಪಾತ್ರಧಾರಿ ಎನ್ನುವ ಅಭಿಪ್ರಾಯ ವ್ಯಕ್ತಪಡಿಸಿದಾಗ ನನ್ನಲ್ಲಿ ಧನ್ಯತೆಯ ಭಾವ ಮೂಡಿದ್ದುಂಟು.

ನಾಲ್ಕು ಮುದ್ರಣಗಳನ್ನು ಕಂಡ ಕಾದಂಬರಿ ಐದನೆಯ ಬಾರಿ ಸುಧಾ ಎಂಟರ್‌ಪ್ರೈಸಸ್ ಪ್ರಕಾಶನದ ಸಂಸ್ಥೆಯಿಂದ ಮತ್ತೆ ಅಚ್ಚಾಗಿದೆ. ನಾಲ್ಕು ಮುದ್ರಣದ ಕಾದಂಬರಿ ಪ್ರತಿಗಳನ್ನು ಕೊಂಡ ಓದುಗರಿಗೆ ಕೃತಜ್ಞತೆಗಳು.

ಪ್ರಕಾಶಕರು, ಮುಖಚಿತ್ರ ಕಲಾವಿದರು ಮತ್ತು ಮುದ್ರಕರಿಗೆ ಧನ್ಯವಾದಗಳು.

**– ಸಾಯಿಸುತೆ**
'ಸಾಯಿಸದನ'
# 12, 2ನೇ ಮುಖ್ಯರಸ್ತೆ, 2ನೇ ಅಡ್ಡರಸ್ತೆ,
ಮಾರುತಿನಗರ, ಕೋಗಿಲೆ ಕ್ರಾಸ್,
ಯಲಹಂಕ ಓಲ್ಡ್ ಟೌನ್,
ಬೆಂಗಳೂರು – 560064.
ದೂ.: 080–28571361

## ನಮ್ಮಲ್ಲಿ ದೊರೆಯುವ ಸಾಯಿಸುತೆಯವರ
## ಇತರ ಕಾದಂಬರಿಗಳು

1. ರಜತಾದ್ರಿಯ ಕನಸು
2. ಅಭಿಲಾಷ
3. ನೀಲಾಂಜನ
4. ಶಿಲ್ಪ ತರಂಗಿಣಿ
5. ಭಾವಸರೋವರ
6. ಪುಷ್ಕರಿಣಿ
7. ನೀಲ ಆಕಾಶ
8. ಮಧುರ ಗಾನ
9. ಮಧುರಿಮ
10. ಸಮ್ಮಿಲನ
11. ನನ್ನೆದೆಯ ಹಾಡು
12. ಮಧುರ ಆರಾಧನ
13. ಜೀವನ ಸಂಧ್ಯ
14. ಶ್ವೇತ ಗುಲಾಬಿ
15. ಮಿಡಿದ ಶ್ರುತಿ
16. ಮೇಘವರ್ಷಿಣಿ
17. ನವಚೈತ್ರ
18. ಪೂರ್ಣೋದಯ
19. ಅಪೂರ್ವ ಮೈತ್ರಿ
20. ನಿಶೆಯಿಂದ ಉಷೆಗೆ
21. ಸಪ್ತರಂಜನಿ
22. ವಸುದೈವ ಕುಟುಂಬ
23. ಪ್ರೇಮಸಾಫಲ್ಯ
24. ಸದ್ಗೃಹಸ್ಥೆ
25. ನಾ ನಿನ್ನ ಧ್ಯಾನದೊಳಿರಲು
26. ಕಾರ್ತೀಕದ ಸಂಜೆ
27. ಸುಪ್ರಭಾತದ ಹೊಂಗನಸು
28. ಕರಗಿದ ಕಾರ್ಮೋಡ
29. ಹೃದಯ ರಾಗ
30. ಅಮೃತಸಿಂಧು
31. ಬಣ್ಣದ ಚುಂಬಕ
32. ಸ್ವರ್ಣ ಮಂದಿರ
33. ಗಿರಿಧರ
34. ಶ್ರೀರಸ್ತು ಶುಭಮಸ್ತು
35. ಗಂಧರ್ವಗಿರಿ
36. ಶುಭಮಿಲನ
37. ಸಪ್ತಪದಿ
38. ಚೈತ್ರದ ಕೋಗಿಲೆ
39. ಬೆಳ್ಳಿದೋಣಿ
40. ವಿವಾಹ ಬಂಧನ
41. ಮಂಗಳ ದೀಪ
42. ಡಾ॥ ವಸುಧಾ
43. ಮುಂಜಾನೆಯ ಮುಂಬೆಳಕು
44. ಸೊಬಗಿನ ಪ್ರಿಯದರ್ಶಿನಿ
45. ರಾಗಬೃಂದಾವನ
46. ಬಿಳಿ ಮೋಡಗಳು
47. ಅನುಬಂಧದ ಕಾರಂಜಿ
48. ಮಿಂಚು
49. ನಾಟ್ಯಸುಧಾ
50. ಪಸರಿಸಿದ ಶ್ರೀಗಂಧ

51. ಬೆಳದಿಂಗಳ ಚೆಲುವೆ
52. ಸಪ್ನ ಸಂಭ್ರಮ
53. ವರ್ಷಬಿಂದು
54. ನನ್ನ ಭಾವ ನಿನ್ನ ರಾಗ
55. ಸುಮಧುರ ಭಾರತಿ
56. ಮೌನ ಆಲಾಪನ
57. ಮತ್ತೊಂದು ಬಾಡದ ಹೂ
58. ಶಿಶಿರದ ಇಂಚರ
59. ಸಮನ್ವಿತ
60. ಸ್ವಯಂ ವಧು
61. ಮೊಗ್ಗೊಡೆದ ಮೌನ
62. ಆರಾಧಿತೆ
63. ಹಿಮಗಿರಿಯ ನವಿಲು
64. ಹೊಂಬೆಳಕು
65. ವಸುಂಧರ
66. ಇಂದ್ರಧನಸ್ಸು
67. ದೀಪಾಂಕುರ
68. ಹಂಸ ಪಲ್ಲಕ್ಕಿ
69. ಮಾಗಿಯ ಮಂಜು
70. ಸಾಗರಣ ತರಂಗಿಣಿ
71. ಸ್ವರ್ಗದ ಹೂ
72. ಸಾಫಲ್ಯ
73. ಕೋಗಿಲೆ ಹಾಡಿತು
74. ಬಾಡದ ಹೂ
75. ಅವನೀತ
76. ಅನುಪಲ್ಲವಿ

ಸಾಯಿಸುತೆಯವರ ಮುಂದಿನ ಕಾದಂಬರಿ

## ಅಗ್ನಿದಿವ್ಯ

ಕೈಯಲ್ಲಿದ್ದ ಪುಸ್ತಕವನ್ನು ಬೇಸರದಿಂದ ಟೀಪಾಯಿ ಮೇಲಿಟ್ಟು ವಿಜಯ ಪಕ್ಕಕ್ಕೆ ತಿರುಗಿದಳು. ಪುಟ್ಟ ಮಧು ಹೋಂವರ್ಕ್ ಮಾಡುವುದರಲ್ಲಿ ತಲ್ಲೀನನಾಗಿದ್ದ. ನೆಟ್ಟ ನೋಟದಿಂದ ಅವನನ್ನೇ ನೋಡಿದಳು. ಎಲ್ಲಾ ರಾಜೀವನ ಹೋಲಿಕೆ–ಮನ ಅಭಿಮಾನದಿಂದ ತುಂಬಿಹೋಯಿತು.

"ಮಧು, ನಿನ್ನ ಹೋಂವರ್ಕ್ ಮುಗೀಲಿಲ್ವಾ?" ಮಧು ತಲೆಯೆತ್ತಿ ತಾಯಿಯ ಕಡೆ ನೋಡಿ ಪಟಪಟನೆ ರೆಪ್ಪೆಗಳನ್ನು ಬಡಿದ. ಗಲ್ಲಕ್ಕೆ ಕೈಯಾನಿಸಿ ಮುಖ ಉಮ್ಮಿಸಿ ಕೂತ. ಎದ್ದು ಮಗನ ಬಳಿ ಬಂದಳು.

"ಮಮ್ಮಿ, ಡ್ಯಾಡಿ ಯಾಕೆ ಇನ್ನು ಬರಲಿಲ್ವಾ?" ವಿಜಯಳ ಮುಖ ಕ್ಷಣ ಮಾತ್ರ ಮುದುಡಿತು. ಎದೆ ಹಾರಿತು. "ಇನ್ನೇನು ಬಂದ್ಬಿಡ್ತಾರೆ!" ಅವಳ ಕೈ ಮಗನ ಮುದ್ದು ಗಲ್ಲವನ್ನ ಸವರಿತು. ನಿದ್ದೆಗಾಗಿ ಹಂಬಲಿಸುವ ಮಗನ ಕಣ್ಣುಗಳತ್ತ ನೋಡಿದಳು. "ಮಿಕ್ಕದ್ದು ಬೆಳಿಗ್ಗೆ ಬರ್ದುಕೊಳ್ಳಬಹುದ್ದು, ಹೋಗಿ ಮಲಗು." ಅವನ ಮುಂದಿದ್ದ ಪುಸ್ತಕಗಳನ್ನು ಎತ್ತಿಟ್ಟು ಕರೆದೊಯ್ದು ಮಲಗಿಸಿದಳು.

ಹೆಜ್ಜೆಗಳು ಭಾರವಾದವು. ವರಾಂಡಾಕ್ಕೆ ಬಂದಾಗ ಆಳು ಗುಂಡ ಇನ್ನೂ ತೂಕಡಿಸುತ್ತಿದ್ದ. ಮಲಗುವಂತೆ ಸನ್ನೆ ಮಾಡಿ ಎಲ್ಲಾ ದೀಪಗಳನ್ನು ನಂದಿಸಿ ಕೋಣೆಯಲ್ಲಿ ಬಂದು ಕೂತಳು.

ವಾರದಿಂದ ಒಂದೇ ಧಗೆ, ಈ ಹೊತ್ತೇ ಸ್ವಲ್ಪ ಕಮ್ಮಿ ಎನ್ನುವ ಹಾಗಿತ್ತು. ಮನೆಯ ವಾತಾವರಣವೆಲ್ಲ ಕಾರ್ಖಾನೆಗಳಲ್ಲಿ ಕಷ್ಟಪಟ್ಟು ದುಡಿಯುವ ಕಾರ್ಮಿಕರ ಬೆವರಿನಿಂದ ತೊಯ್ದುಹೋದ ಶರೀರದಂತಾಗಿತ್ತು. ಅಂತಹ ಬೇಗೆಯೇನು ಈ ಮನೆಯನ್ನು ಅಪ್ಪಿರಲಿಲ್ಲ.

ಸೋಫಾಗೆ ಒರಗಿ ಕಣ್ಮುಚ್ಚಿದ್ದ ವಿಜಯ ಕಾರಿನ ಸದ್ದಿಗೆ ಎಚ್ಚೆತ್ತು ಕತ್ತಲಿನಲ್ಲಿಯೇ ವಾಚ್‌ನತ್ತ ನೋಡಿದಳು. ರೇಡಿಯಂ ಡಯಲ್ಲಿನಲ್ಲಿ ಸ್ಪಷ್ಟವಾಗಿ ಕಂಡಿತು; ಗಂಟೆ ಒಂದಾಗಿತ್ತು.

"ಇನ್ನು ನಿದ್ದೆ ಮಾಡ್ಲಿಲ್ವಾ?" ಷೂ ಬಿಚ್ಚಿ ಪಕ್ಕಕ್ಕೆ ತಳ್ಳಿ ಟೈ ಗಂಟು ಸಡಿಲಿಸುತ್ತ ಕೇಳಿದ. ಕಂಡೂ ಕಾಣದಂಥ ಮುಗುಳುನಗು ಪ್ರಸರಿಸಿತು ವಿಜಯಳ ಮುಖದ ಮೇಲೆ.

ಮಡದಿಯ ಕಣ್ಣುಗಳನ್ನು ನೇರವಾಗಿ ದೃಷ್ಟಿಸಲು ಬೆದರಿದ. ಗಂಟಲಲ್ಲಿ ದ್ರವ ಆರಿಹೋಯಿತು. ಅವಳ ಕಣ್ಣೋಟ ಅವನ ಅಂತರಂಗವನ್ನು ಬಗೆದು ಸತ್ಯವನ್ನು ಹುಡುಕುವಂತಿತ್ತು. ಪೆಚ್ಚಾಗಿ ನಕ್ಕ.

ಬಟ್ಟೆ ಬದಲಾಯಿಸಿ ವಿಜಯಳನ್ನು ಬಳಸಿ ಹತ್ತಿರಕ್ಕೆಳೆದುಕೊಂಡ. ಅವನ ಮೈ ಮೃದುವಾಗಿ ಕಂಪಿಸಿತು. ಗಂಟಲಿನಲ್ಲಿನ ಪಸೆ ಆರಿ ಹೋಯಿತು, ತಾನು ವಿಜಯಳಿಗೆ ಬಹಳವಾಗಿ ಹೆದರುವೆನೆಂದುಕೊಂಡ.

"ತುಂಬ ಹೊತ್ತಾಗಿದೆ. ಊಟ ಮಾಡ್ತೀರಾ?" ಅನುಮಾನಿಸುತ್ತಲೇ ಕೇಳಿದಳು. ಅಪರೂಪವಾಗಿ ಎಂದಾದರೂ ಪಾರ್ಟಿಗಳಿಗೆ ಹೋದರೆ ಅಲ್ಲೇ ಊಟ ಮುಗಿದಿರುತ್ತಿತ್ತು. ಅದೇನು ವಿಜಯಳಿಗೆ ಹೊಸದಲ್ಲ.

"ಬೇಡ, ಮಲಗಿದ್ರೆ ಸಾಕನ್ನಿಸ್ಬಿಟ್ಟಿದೆ!" ಸ್ವರ ಸೀಳಾಗಿತ್ತು. ವಿಜಯ ಹುಬ್ಬೇರಿಸಿದಳು.

ಮಂಚದ ಮೇಲೆ ಹೋಗಿ ಉರುಳಿದ. ಇಂದು ರಾಜೀವ್ ಎಂದಿನಂತಿಲ್ಲ ಎನ್ನುವ ಸಂದೇಹ ಅವಳನ್ನು ಕಾಡಿತು. ಅದು ಹೊಸದಲ್ಲ. ಇತ್ತೀಚೆಗೆ ಅವಳನ್ನು ಕಾಡುತ್ತಿತ್ತು. ಅದನ್ನು ತಲೆಯಿಂದ ವಾಷ್ ಔಟ್ ಮಾಡುವ ಪ್ರಯತ್ನ ಮಾಡಿದಂತೆಲ್ಲ ಹೆಚ್ಚಾಗಿ ಕಾಡುತ್ತಿತ್ತು.

"ಹಾಲು ಕುಡ್ದು ಮಲಗಿ." ಭುಜ ಹಿಡಿದು ಅಲುಗಾಡಿಸಿದಳು. ಅವನಿಗೆ ಆಗಲೇ ಮಂಪರು ಕವಿದಿತ್ತು. ಬೇಸರದಿಂದಲೇ ಎದ್ದು ಹಾಲು ಕುಡಿದು ಮಲಗಿದ.

ಲೈಟು ಆರಿಸಿ ಬಂದ ವಿಜಯ ರಾಜೀವ್‌ನ ಪಕ್ಕ ಉರುಳಿಕೊಂಡಳು. ವಿಜಯ ಎಷ್ಟು ಮಾತು ಕಡಿಮೆಯೋ ರಾಜೀವ್ ಅಷ್ಟೇ ಮಾತುಗಾರ. ಎಷ್ಟೇ ಲೇಟಾಗಿ ಮನೆಗೆ ಬಂದರೂ ಎಲ್ಲವನ್ನು ಮಡದಿಯ ಮುಂದೆ ಹೇಳಿ ಮುಗಿಸಿದರೇನೇ ಅವನಿಗೆ ಸಮಾಧಾನ. ಎಲ್ಲಕ್ಕಿಂತ ಹೆಚ್ಚಾಗಿ ಅಂತಹ ದಿನಗಳಲ್ಲಿ ವಿಜಯಳ ತೊಡೆಯ ಮೇಲೆ ತಲೆಯಿಟ್ಟು ಮಲಗಿಬಿಡುತ್ತಿದ್ದ. ಮುದ್ದು ಮಾಡಿ ಮಗುವಿನಂತೆ ಮಲಗಿಸಬೇಕಾಗಿತ್ತು ವಿಜಯ.

ಪಕ್ಕಕ್ಕೆ ಹೊರಳಿದಳು. ರಾಜೀವ್ ಕಣ್ಮುಚ್ಚಿ ಮಲಗಿದ್ದ. ಅವನೆದೆ ಉಸಿರಾಟದ ಗತಿಗನುಸಾರವಾಗಿ ಏರಿಳಿಯುತ್ತಿತ್ತು. ಮದುವೆಯಾಗಿ ಹತ್ತು ವರ್ಷಗಳು ಸಂದಿದ್ದವು. ಆ ಮುಖದ ಚೆಲುವಿನ ಆಕರ್ಷಣೆ ಇಂದಿಗೂ ಕಮ್ಮಿಯಾಗಿರಲಿಲ್ಲ. ಅಗಲವಾದ ಹಣೆಯ ಮೇಲೆ ಮಲಗಿದ್ದ ಕೂದಲನ್ನು ಮೃದುವಾಗಿ ಹಿಂದಕ್ಕೆ ಸರಿಸಿದಳು. ಕೆನ್ನೆಯ ಮೇಲೆ ಕೈಯಾಡಿಸಿ ಮೃದುವಾಗಿ ತಟ್ಟಿದಳು.

ಬಹಳ ಹೊತ್ತಿನ ಮೇಲೆ ನಿದ್ರಿಸಿದ. ವಿಜಯಳಿಗೆ ಬೇಗ ಎಚ್ಚರವಾಗಲಿಲ್ಲ. "ಮಮ್ಮಿ, ಮಮ್ಮಿ" ಮಗನ ಸ್ವರಕ್ಕೆ ಎಚ್ಚರಗೊಂಡ ರಾಜೀವ್ ಎದ್ದು ಮಂಚದಿಂದ ಇಳಿದ. ನೋಟ ವಿಜಯಳತ್ತ ಹರಿಯಿತು. ಎದೆ ಹಾರಿತು. ಅವಳ ಮುಗ್ಧ ಗಂಭೀರ ಮುಖಕ್ಕೆ ತತ್ತರಿಸಿದ. ಹುಬ್ಬು ಗಂಟಾಯಿತು. ಹಲ್ಲಿನಡಿಯಲ್ಲಿ ತುಟಿಯನ್ನು ಬಲವಾಗಿ ಕಚ್ಚಿದ.

ಕಾಲೆಳೆದುಕೊಂಡು ಹೋದ. "ಮಧು" ಮಗನನ್ನು ಬಾಚಿ ತಬ್ಬಿದ. ಅವನು ತಂದೆಯ ಕೈಗಳನ್ನು ಕಿತ್ತೆಸೆದು ಕೋಪ ಮಾಡಿಕೊಂಡವನಂತೆ ಮುಖ ಮಾಡಿ ಸೆಟೆದು ಅತ್ತ ತಿರುಗಿ ನಿಂತ. ಮಗನ ಕೋಪದ ನಟನೆ ಕಂಡು ರಾಜೀವ್‌ಗೆ ನಗು ಬಂತು.

"ಯಾಕಮ್ಮ ಮರಿ, ನನ್ಮೇಲೆ ಕೋಪ!" ಮಧುನ ಗಲ್ಲವಿಡಿದು ತನ್ನತ್ತ ತಿರುಗಿಸಿಕೊಂಡ. ಅವನಿನ್ನು ಮುಖ ದುಮ್ಮಿಸಿಕೊಂಡೇ ಇದ್ದ. ಒಮ್ಮೆ ರೆಪ್ಪೆಯೆತ್ತಿ ರಾಜೀವ್‌ನತ್ತ ನೋಡಿ ತಗ್ಗಿಸಿದ. ಕಣ್ಣಿನ ಹೊಳಪು ರಾಜೀವ್‌ನ ಸೆಳೆಯಿತು. ಎತ್ತಿಕೊಂಡು ಪಟಪಟನೇ ಮುತ್ತಿಟ್ಟ. ಸ್ವಲ್ಪ ಪ್ರಸನ್ನನಾದ. "ಡ್ಯಾಡಿ, ರಾತ್ರಿ ಯಾಕೆ ಲೇಟಾಗಿ ಬಂದಿದ್ದು?" ಈಗ ರಾಜೀವ್ ತಲೆ ಕೆರೆದುಕೊಳ್ಳುವ ನಟನೆ ಮಾಡುತ್ತ, "ಪಾರ್ಟಿ ಇತ್ತು, ಮರಿ!" ಎಂದ.

ತಟಕ್ಕನೇ ತಂದೆಯ ಕೈಗಳಿಂದ ನುಣುಚಿಕೊಂಡು ಮಂಚದ ಮೇಲೆ ಹೋಗಿ ಕೂತ. ಆ ತುಂಟನ ಮುದ್ದಾದ ಮುಖದ ಕೋಪ ನೋಡಲು ಚೆನ್ನಿತ್ತು. ರಾಜೀವ್ ಕಣ್ಣುಗಳು ಮಿನುಗಿದವು. 'ಒಳ್ಳೆ ಹುಡುಗನ ಸಹವಾಸ ಬಂತಲ್ಲಪ್ಪ' ಎಂದುಕೊಂಡು "ಎಕ್ಸ್‌ಕ್ಯೂಜ್ ಮಿ. ಸರ್! ಮೊದ್ಲೇ ಗೊತ್ತಿರ್ಲಿಲ್ಲ! ಮುಂದೆ ಇಂಥ ತಪ್ಪಾಗೋಕೆ ಅವಕಾಶ ಕೊಡೋಲ್ಲ!" ಸೆಲ್ಯೂಟ್ ಹೊಡೆದು ಕೇಳಿಕೊಳ್ಳುವಂತೆ ವಿನಯದ ನಟನೆ ಮಾಡಿದ. ಮಧು ಕೋಪ ಕರಗಿಹೋಯಿತು. ಓಡಿ ಬಂದು ಅವನ ತೋಳಿನಲ್ಲಿ ಸೇರಿಹೋದ.

ಅಪ್ಪ ಮಗನ ಮಾತು–ನಗು ವಿಜಯಳನ್ನು ಎಚ್ಚರಿಸಿ ಬರಮಾಡಿಕೊಂಡಿತು. ಹಿಂದೆಯೇ ಕಾಫಿ ಹಾಲು ತಂದಿರಿಸಿ ಹೋದ ಅಡಿಗೆಯವನು. ಹಾಲಿನ ಲೋಟ ಮಗನ ಕೈಗೆ ಕೊಟ್ಟು, ಕಾಫಿಯ ಕಪ್‌ನ ಮಡದಿಯ ಮುಂದಿಡಿದ. ಇದಕ್ಕೆ ಸ್ವಲ್ಪ ಚ್ಯುತಿ ಬಂದರು ಅವನು ಸಹಿಸಲಾರ.

"ತಗೊಳ್ಳಿ ಮೇಡಮ್" ನಕ್ಕ. ನಗು ಪೂರ್ತಿ ಹೊರ ಬರದೇ ಗಂಟಲಿನಲ್ಲಿಯೇ ಸಿಕ್ಕಿಹಾಕಿಕೊಂಡು ಒದ್ದಾಡಿತು.

"ಹಾಗಲ್ಲ ಡ್ಯಾಡಿ" ಎಂದು ತಂದೆಯ ಕೈಯಲ್ಲಿದ್ದ ಕಪ್‌ನ ತೊಗೊಂಡು ಪಕ್ಕದಲ್ಲಿ ನಿಂತು ಸ್ವಲ್ಪ ಸೊಂಟ ಬಗ್ಗಿಸಿ, ನೋಟವನ್ನು ನೆಲದತ್ತ ಹರಿಸಿ "ಮೇಡಮ್... ತೊಗೊಳ್ಳಿ ಕಾಫೀ" ಎಂದಾಗ ರಾಜೀವ್ ಜೋರಾಗಿ ನಕ್ಕು ಬಿಟ್ಟ. ವಿಜಯಳ ನಗು ಸೇರಿತು. ಮಧುವಿನ ನಗು ಇವರಿಬ್ಬರ ನಗುವಿಗೆ ಅಮೃತ ಲೇಪನವನ್ನು ಮಾಡಿತು.

ಮಲಗಿದ್ದ ಮಾನಸ ಕಣ್ಣು ಹೊಸಕುತ್ತ ಎದ್ದು ಕೂತಳು. ರಾಜೀವ್ ಎರಡು ಕೈ ಚಾಚಿ ಅವಳನ್ನೆತ್ತಿಕೊಂಡು ಅವಳ ಮೃದು ಕೆನ್ನೆಗೆ ತನ್ನ ಕೆನ್ನೆಯುಜ್ಜಿದ. "ಡ್ಯಾಡಿ ಚುಚ್ಚುತ್ತೆ" ಮುಖ ದೂರ ಸರಿಸಿದಾಗ ನಕ್ಕು ಕೆಳಗಿಳಿಸಿದ.

ವಿಜಯ ಮಕ್ಕಳನ್ನು ಕೋಣೆಯಿಂದ ಹೊರಗೆ ಕರೆದುಕೊಂಡು ಹೋದ ಮೇಲೆ ಅವನಿಗೆ ಎಲ್ಲಾ ಬರಿದಾದಂತೆ ಕಂಡಿತು. ಎದೆಯ ಮೂಲೆಯಲ್ಲಿ ನೋವೊಂದು ಮಿಡಿಯಿತು. ಕಣ್ಣುಗಳು ಕಿರಿದಾದವು. ಹಣೆ ಒತ್ತಿಕೊಂಡು ಕೂತುಬಿಟ್ಟ. ನೆನಪಿನಿಂದ ಅವನ ಮೈಯೆಲ್ಲ ಬೆವರಿನಿಂದ ತೊಯ್ದುಹೋಯಿತು. ತಾನು ಮುಗ್ಗರಿಸಿದೆ.... ಮುಗ್ಗರಿಸಿದೆ... ಮಾಡಿದ ತಪ್ಪು ಈಟಿಯಂತೆ ಇರಿಯಿತು.

ಎದ್ದು ಕಿಟಕಿಯ ಬಳಿ ಬಂದು ನಿಂತ. ಹೊರಗಿನ ಪರಿಸರವೇ ಕಾಣದಂತೆ ಮುಸುಕಿತ್ತು ಮಂಜಿನ ರಾಶಿ. ರಾತ್ರಿಯ ಸುಖವನ್ನು ಮೆಲಕು ಹಾಕುವಂತಾಯಿತು. ಅವಳ

ಮೈನ ಏರು ತಗ್ಗುಗಳು ನೆನಪಾದ ಕೂಡಲೇ ಮೈ ಬಿಸಿಯಾಯಿತು. ಎದೆಯ ಬಡಿತ ಇಮ್ಮಡಿಯಾಯಿತು. ಮಂದವಾದ ಬೆಳಕಿನಲ್ಲಿ ತುಟಿಗೆ ತುಟಿ ತಂದು ಮಾದಕವಾಗಿ "ಐ ವಾಂಟ್ ಯು, ಐ ವಾಂಟ್ ಯು" ಎಂದು ಉಸುರಿದ್ದಳು.

"ಸ್ನಾನ ಮಾಡ್ತೀರಾ?" ವಿಜಯಳ ತಣ್ಣನೆಯ ಸ್ವರ ಎರಚಿತು. ನೋಟ ಅವಳತ್ತ ಸರಿಸಿದ. ಎದೆಯಲ್ಲಿ 'ಚಳ್' ಎಂದಿತು. ಆ ನಿಶ್ಚಲ ಪ್ರಾಮಾಣಿಕ ಕಣ್ಣುಗಳನ್ನು ಎದುರಿಸಲಾರೆನೆಂದು ಕಣ್ಣುಗಳು ಮುಷ್ಕರ ಹೂಡಿದಂತಿತ್ತು. ನಿರ್ಮಲವಾಗಿ ನಿಶ್ಚಿಂತಳಾಗಿ ನಿಂತ ವಿಜಯ ದೇವತೆಯಂತೆ ಕಂಡಳು. ನೋಟ ನೆಲದತ್ತ ಹರಿಯಿತು.

ವಿಜಯ ನಾಲ್ಕು ಹೆಜ್ಜೆ ಮುಂದಕ್ಕೆ ಬಂದಳು. ರಾಜೀವ್ ಹುಬ್ಬೆತ್ತಿ "ವಿಜ್ಜು, ಯಾಕೆ ಒಂಥರ ಇದ್ದೀಯಲ್ಲಾ! ಮೈ ಸರಿಯಿಲ್ವಾ?" ತುದಿ ಬೆರಳಿನಿಂದ ಗಲ್ಲ ಎತ್ತಿ ಪ್ರಶ್ನಿಸಿದ. ವಿಜಯಳ ತುಟಿಗಳ ಮೇಲೆ ಕಂಡೂ ಕಾಣದಂತೆ ನಗೆಯರಳಿತು. ಈ ಸುಂದರ ನಗೆಯೇ ಅವನನ್ನು ಸೆಳೆದು ಅವಳಿಗೆ ಒಪ್ಪಿಸಿತ್ತು.

"ಏನಿಲ್ಲ, ನಿಮ್ಮ ಕಣ್ಣುಗಳಲ್ಲೇ ದೋಷ ಇರ್ಬೇಕೂ...!" ಅವಳ ಕಣ್ಣ ಹೊಳಪಿನಲ್ಲಿ ಕರಗಿಹೋದ. ಬಳಸಿ ಅವಳ ಹಣೆಗೆ ಹೂಮುತ್ತನಿತ್ತ. ತುಟಿಗಳು ಕಂಪಿಸಿದವು. ಅರ್ಹತೆ ಕಳೆದುಕೊಂಡವನಂತೆ ಚಡಪಡಿಸಿದ.

"ಆಫೀಸ್‌ಗೆ ಹೊತ್ತಾಯ್ತು." ನೇರವಾಗಿ ನೋಡಿ ಅವನ ಕೂದಲಲ್ಲಿ ಕೈಯಾಡಿಸಿದಳು. ಎಂಥಹುದೋ ಆಂದೋಳನ ಮನದಲ್ಲಿ ಯಾಕೆ?

"ಮಮ್ಮಿ, ಮಮ್ಮಿ... ನಂದು....." ಮಾನಸ ಬಂದು ವಿಜಯಳ ಕಾಲುಗಳನ್ನು ಅಪ್ಪಿದಳು.

"ನಂದೂ ಡ್ಯಾಡಿ" ರಾಜೀವನ ಬಾಹುಗಳಲ್ಲಿ ಸೇರಿಹೋದ. ಮುಖದ ಮೇಲೆ ವಿಜಯದ ಗರ್ವವಿತ್ತು.

"ನನ್ನ ಮಮ್ಮಿ ಚೆನ್ನಾಗಿದೆ" ಮುಖ ಉಮ್ಮಿಸಿದಳು ಮಾನಸ. ಮಧು ಕೂಡ ಹಿಂದೆ ಬೀಳಲಿಲ್ಲ. "ನನ್ನ ಡ್ಯಾಡಿನೂ ಚೆನ್ನಾಗಿದೆ" ರೋಷದಿಂದ ಹೇಳಿದ.

"ನನ್ಗೆ ಮಾತ್ರ ಮಮ್ಮಿನೇ ಚೆನ್ನಾಗಿರೋದು!" ರಾಜೀವನ ನೋಟ ವಿಜಯಳತ್ತ ಹರಿಯಿತು. ಮುಖದ ಮೇಲಿನ ಗೆಲವು ಮಾಸಿಹೋಯಿತು. ಮಗನನ್ನು ಆತುರದಿಂದ ಇಳಿಸಿ "ನಂಗೆ ಆಫೀಸ್‌ಗೆ ಹೊತ್ತಾಯ್ತು!" ಆತುರವಾಗಿ ಟವಲನ್ನು ಭುಜದ ಮೇಲೆ ಹಾಕ್ಕೊಂಡು ಬಾತ್ ರೂಮು ಹೊಕ್ಕ. ವಿಜಯಳ ನೋಟ ಅವನನ್ನೇ ಅನುಸರಿಸಿತು. ಹುಬ್ಬುಗಳು ಸಂಕುಚಿಸಿದವು. ಬಿಸಿಯುಸಿರನ್ನು ಹೊರಗೆ ದಬ್ಬಿ ತುಟಿ ಕಚ್ಚಿ ಚಿಂತಿತಳಾದಳು.

"ಮಮ್ಮಿ, ಶಾಲೆಗೆ ಹೊತ್ತಾಯ್ತು" ಮಧು ತಾಯಿಯನ್ನು ಎಚ್ಚರಿಸಿದ. ಅವಳ ಅನ್ಯಮನಸ್ಕತೆಯೇನೂ ಕಡಿಮೆಯಾಗಲಿಲ್ಲ.

ಅವರಿಬ್ಬರನ್ನು ರೆಡಿ ಮಾಡಿ ವರಾಂಡಕ್ಕೆ ಬಂದಾಗ ರಾಜೀವ್ ಉಡುಪು ಧರಿಸಿ

ರೆಡಿಯಾಗಿದ್ದ. ಉತ್ಸಾಹದಿಂದ ಹಿಂದಿ ಹಾಡನ್ನು ಗುನುಗುತ್ತಿದ್ದವನು ಮುಖ ನೋಡಿದ ಕೂಡಲೇ ತಟ್ಟನೆ ನಿಲ್ಲಿಸಿದ. ಮುಖದ ಮೇಲೆ ಕಂಡೂ ಕಾಣದಂಥ ನೋವು ಇಣುಕಿತ್ತು. ತೊಡಕಿದೆಯೆನಿಸಿತ್ತು ಅವಳಿಗೆ.

ಮಧು ರಾಜೀವನ ಕೊರಳು ತಬ್ಬಿ ಮುತ್ತಿಟ್ಟ. ಮಾನಸ ಕೂಡ ಹಿಂದಾಗಲಿಲ್ಲ. ಅವರಿಬ್ಬರಲ್ಲಿ ನಿತ್ಯವೂ ಇದಕ್ಕಾಗಿ ಪೈಪೋಟಿ. ಇಂದು ಮಾತ್ರ ಹಿಂಸೆಯಾಗಿ ಕಂಡಿತು. ಮುಖ ಸಿಂಡರಿಸಿದ "ಸಾಕು ಇಳೀರಿ" ಗದರಿಸಿದ. ಅಪರೂಪದ ಸ್ವರಕ್ಕೆ ವಿಜಯ ಬೆಚ್ಚಿಬಿದ್ದಳು. ಅಳುಮೋರೆ ಮಾಡಿಕೊಂಡು ತಾಯಿ ಬಳಿ ಬಂದರು. ನಗಿಸಿ, ಸಮಾಧಾನಿಸಿ ಸ್ಕೂಲಿಗೆ ಕಳುಹಿಸಿಕೊಟ್ಟಳು.

ತಿಂಡಿ ತಿಂದ ಶಾಸ್ತ್ರ ಮಾಡಿ ರಾಜೀವ್ ಹೊರಟು ನಿಂತ. ಬೇಸಿಗೆಯ ಧಗೆಯಲ್ಲಿ ಬೇಯುವಂತೆ ಚಡಪಡಿಸುತ್ತಿದ್ದ. ಹೊರಟ ರಾಜೀವ್ ಮಡದಿಯ ಕಡೆ ನೋಟವರಿಸಿದ. ಸುಂದರ ಪ್ರತಿಮೆಯಂತೆ ಕಂಡಳು. ಕಣ್ಣುಗಳಲ್ಲಿ ಪ್ರೀತಿ ಸೆಲೆಯೊಡೆಯಿತು. ಹೃದಯಕ್ಕೆ ತೀರಾ ಆತ್ಮೀಯವಾದ ಮುಖವನ್ನು ಬೊಗಸೆಯಲ್ಲಿಡಿದು ತುಟಿಗೆ ತುಟಿ ಬೆಸೆದ. ಅಮೃತವನ್ನು ಸವಿದಂತೆ ತೃಪ್ತಿಗೊಂಡ.

"ಬರ್ಲಾ..." ಕಾರಲ್ಲಿ ಕೂತು ಕೈಯಾಡಿಸಿದ. ಕಣ್ಣಲ್ಲಿ ಮಿಂಚಿತ್ತು. ಅವಳ ಕೈಯಾಡಿತು. ಕಣ್ಣುಗಳು ಕಿರಿದಾದವು. ಗಂಭೀರವಾದ ಮುಖ ಮತ್ತಷ್ಟು ಗಂಭೀರ ವಾಯಿತು.

"ಆಫೀಸ್‌ಗೆ ಹೊರಟ್ರಾ!" ಅವಳು ಸ್ವರ ಬಂದತ್ತ ನೋಟವರಿಸಿದಳು. ಹುಬ್ಬೇರಿಸಿದಳು. ಮುಖದ ಮೇಲೆ ಆತ್ಮೀಯತೆಯ ನಗು ಮಿನುಗಿತು. ತಮಾಷೆ ಮಾಡುವುದು ಅವಳ ಸ್ವಭಾವಕ್ಕೆ ಹೊರತು.

ಸೀತಮ್ಮ ಸೆರಗನ್ನು ಎಳೆದೆಳೆದು ಹೊದ್ದು ಕಾಂಪೌಂಡಿನೊಳಕ್ಕೆ ಬಂದರು. ಆಕೆಯ ಪರಿಚಯ ವಿಜಯಳಿಗೆ ಇಲ್ಲವೆಂದಲ್ಲ. ಆತ್ಮೀಯತೆ ಬೆಳಯುವಷ್ಟು ಮುಂದೆ ಹೋಗಿರಲಿಲ್ಲ. ಔಪಚಾರಿಕವಾಗಿ ಆತ್ಮೀಯತೆ ತೋರುತ್ತಿದ್ದಳು.

ಆಕೆಯದು ಒಂದು ರೀತಿಯ ಸ್ವಭಾವ. ಎಷ್ಟು ಬೇಗ ಆತ್ಮೀಯತೆ ಬೆಳೆಸುತ್ತಿದ್ದರೋ ಅಷ್ಟೇ ಬೇಗ ಕಳೆದುಕೊಂಡು ಹಿಂದೆ ಸರಿದುಬಿಡುತ್ತಿದ್ದರು. ಅದೆಲ್ಲ ಇಷ್ಟಪಡದ ವಿಜಯ ಅವರನ್ನು ದೂರವೇ ಇಟ್ಟಿದ್ದಳು.

"ಎಲ್ಲಾ ಆಯ್ತು?" ಎಂದಾಗ ಆಯಿತೆನ್ನುವಂತೆ ತಲೆಯಾಡಿಸಿದಳು. ಹೆಚ್ಚಿಗೆ ಮಾತಿಗೆ ನಿಲ್ಲುವುದು ಅವಳಿಗೆ ಬೇಕಿರಲಿಲ್ಲ. ಸ್ವಲ್ಪ ನಿಂತರೂ ಬೀದಿಯ ಎಲ್ಲಾ ವಿಷಯವನ್ನು ಹೇಳಿ ಮುಗಿಸಿಬಿಡುತ್ತಿದ್ದರು. ಅಪ್ಪಿತಪ್ಪಿ ಒಂದು ಮಾತಾಡಿದರೆ, ಮನೆ ಮನೆಗೂ ಹೋಗಿ ಒಂದಕ್ಕೆ ನಾಲ್ಕು ಸೇರಿಸಿ ಮುಟ್ಟಿಸಿ ಬಿಡುತ್ತಿದ್ದರು. ಇವರುಗಳಂಥ ನಾಲ್ಕಾರು ಹೆಣ್ಣುಗಳಿದ್ದರು. ಅವರುಗಳಿಗೆ ಈಕೆ ಪರಮ ಮಿತ್ರಳು. ಬೇಕಾದ್ದು ಮಾಡಿಟ್ಟು ಮಾತಾಡಿಸುತ್ತ ಕೂಡಿಸಿಕೊಂಡುಬಿಡುತ್ತಿದ್ದರು.

"ನಿಮ್ದು ಊಟ ಆಯ್ತಾ?" ಮುಂದಿನ ಮಾತುಗಳನ್ನು ನಿರೀಕ್ಷಣೆಯನ್ನಿಟ್ಟು ಕೊಂಡೇ ಕೇಳಿದಳು.

"ನನ್ನ ಊಟನ, ಇನ್ನು ಆಗಿಲ್ಲ ಬಿಡಿ. ನಾನು ತಿನ್ನೋದು ಒಂದು ತುತ್ತು. ರಮಾಬಾಯಿ ಊಟ ಮಾಡೀಂತ ಬಲವಂತ ಮಾಡಿದ್ರು. ಅಲ್ಲಿಂದ ತಪ್ಪಿಸ್ಕೊಂಡು ಬರೋ ವೇಳೆಗೆ ಸಾಕಾಯ್ತು. ನಂಗೆ ಅದೆಲ್ಲ ಸರಿಹೋಗೋಲ್ಲ!" ಇದು ತಳಕಿನ ಮಾತೆಂದು ವಿಜಯಳಿಗೆ ಗೊತ್ತು. ಬೇರೆಯವರ ಮನೆ ತಿಂಡಿ, ಊಟವೆಂದರೆ ಬಾಯಲ್ಲಿ ನೀರು ಸುರಿಸೋ ಆಕೆ–ಎಲ್ಲೆಂದರೆ–ಅಲ್ಲಿ ರೆಡಿ.

"ಹೇಗಿತ್ತು ಪಿಕ್ಚರ್? ನಮ್ಗೇ ಟಿಕೆಟ್ ಸಿಗ್ಲಿಲ್ಲ" ಎಂದಾಗ ವಿಜಯಳ ಹುಬ್ಬೇರಿತು. ಕಣ್ಣುಗಳಲ್ಲಿ ಅಚ್ಚರಿ ಮಿನುಗಿತು. "ಮಕ್ಕಳ್ನ ಬಿಟ್ಟು ನೀವಿಬ್ರೇ ಹೊರಟ್ಹಾಗಿತ್ತು. ನೀವು ಉಟ್ಟ ಆಕಾಶದ ಕಲರ್ ಸೀರೆ ತುಂಬ ಚೆನ್ನಾಗಿತ್ತು!" ವಿಜಯಳಿಗೆ ತಲೆ ಸುತ್ತಿಬಂದಂತಾಯಿತು. ತೀರಾ ದೌರ್ಬಲ್ಯಕ್ಕೆ ತುತ್ತಾಗುವುದು ಅವಳಿಗಿಷ್ಟವಿಲ್ಲ.

"ಪರ್ವಾಗಿಲ್ಲ..." ಸ್ವರದಲ್ಲಿ ಬೇಸರ ಇಣುಕಿತು. ಹೆಚ್ಚು ಮಾತಾಡುವುದು ಅವಳಿಗೆ ಬೇಕಿರಲಿಲ್ಲ. ತಾನೇನು ಆಡಿದ್ದು? ತನ್ನನ್ನೇ ಪ್ರಶ್ನಿಸಿಕೊಂಡಳು.

ಆಕೆಯ ಸೀರೆಯ ಹುಚ್ಚೇ ಕಣ್ಣುಗಳಿಗೆ ತೆರೆಯೆಳೆದಿರಬಹುದು. ನೆಂಟರು, ಅಕ್ಕ–ತಂಗಿಯರು, ಹೆಣ್ಣು ಮಕ್ಕಳು ಯಾರು ಬಂದರೂ ಮೊದಲು ಅವರ ಸೀರೆಗಳನ್ನುಟ್ಟು ಮೆರೆದಾಡುವ ಚಪಲ ಆಕೆಯದು. ಅಳಿಯ ಮಗಳಿಗಾಗಿ ತಂದಿರುವ ಜಾರ್ಜೆಟ್ ಸೀರೆಯುಟ್ಟು ಸಡಗರದಿಂದ ಓಡಾಡುವ ಉತ್ಸಾಹದ ಹೆಣ್ಣು.

"ನೀವೆಲ್ಲೋ ಹೊರಟಿದ್ರಿ!" ಬಲವಂತದಿಂದ ಉಗುಳು ನುಂಗಿ, ಜ್ಞಾಪಿಸಿ ಕಳಿಸಿ ಒಳಗೆ ಬಂದಳು.

ಮಿದುಳು ಸಿಡಿಯತೊಡಗಿತು. ಮುಂದುವರಿದ ಸಮಾಜದಲ್ಲಿ ಎಲ್ಲಾ ಕ್ಷೇತ್ರಗಳಲ್ಲೂ ಹೆಣ್ಣು–ಗಂಡು ಕೂಡಿಯೇ ಕೆಲಸ ಮಾಡಬೇಕಾಗುತ್ತೆ–ಅನುಮಾನ ಬೆಳೆಸಿಕೊಳ್ಳುವುದು ಒಳ್ಳೆಯ ಲಕ್ಷಣವಲ್ಲ. ಅರ್ಥಹೀನವೆನಿಸಿತು. ತಲೆಕೊಡವಿಕೊಂಡು ಮೇಲೆದ್ದಳು.

ವಾರ್ಡ್‌ರೋಬ್ ತೆಗೆದ ಕೂಡಲೆ ಬೇರೆ ಸೆಂಟಿನ ಪರಿಮಳ! ಅದನ್ನೆಂದೂ ಅವರುಗಳು ಉಪಯೋಗಿಸುತ್ತಿರಲಿಲ್ಲ. ಸುವಾಸನೆಯೊಂದಿಗೆ ಬೆರೆತ ಘಾಟು ಘಾಟಾದ ವಾಸನೆಗೆ ಮುಖ ಸಿಂಡರಿಸಿದಳು. ಹಣೆಯ ನರಗಳು ಬಿಗಿದುಕೊಂಡವು. ಬಟ್ಟೆಗಳನ್ನೆಲ್ಲ ತೆಗೆದು ಹೊರಹಾಕಿದಳು. ಮುನ್ನಿನ ದಿನ ರಾಜೀವ್ ಧರಿಸಿದ್ದ ಕೋಟನ್ನು ಮೂಗಿನ ಮುಂದೆ ಹಿಡಿದಳು. ಘಾಟಾದವಾಸನೆಗೆ ತಬ್ಬಿಬ್ಬಾದಳು. ತಲೆ 'ಧಿಂ' ಎಂದಿತು.

ನಿಧಾನವಾಗಿ ಎಲ್ಲಾ ಜೋಡಿಸಿ ಕೂತು ಯೋಚಿಸಿದಳು. ವಿಜಯ ಎಂ.ಎ. ಕಲಿತ ಹೆಣ್ಣು. ವಿಚಾರಪ್ರಜ್ಞೆ ಅವಳಲ್ಲಿತ್ತು. ಗಂಡು ಎಂದರೆ ನಾಚಿ ಕೂಡಬೇಕೆನ್ನುವ ಜಾಯಮಾನದವಳಲ್ಲ. ಪರಿಧಿಯಲ್ಲಿಯೇ ಉಳಿದು ಸ್ನೇಹ ಬೆಳೆಸಿಕೊಳ್ಳುವುದು ತಪ್ಪಾಗಿ ಕಾಣಲಾರದು. ಆದರೂ ಸಂಶಯ ಬಹಳ ಕೆಟ್ಟದ್ದು. ಎದ್ದು ಕೋಟಿನ ಜೇಬನ್ನು ತಡಕಿದಳು. ಬಾಲ್ಕನಿಯ ಎರಡು ಟಿಕೆಟ್–ಬೆಪ್ಪಾಗಿ ನಿಂತಳು.

ಮಿದುಳಿಗೆ ಗೆದ್ದಲು ಹತ್ತಿದಂತಾಯಿತು. ರಾಜೀವ್ ಅವಳಿಂದ ಯಾವ ವಿಷಯವೂ ಮುಚ್ಚಿಟ್ಟಿರಲಿಲ್ಲ. ಗೆಳೆಯರ ಬಲವಂತಕ್ಕೋ ಇಲ್ಲ ಪಾರ್ಟಿಯಲ್ಲೋ ಒಂದು ಸಿಪ್ ಕುಡಿದಿದ್ದರೆ ನಿಜಸಂಗತಿ ತಿಳಿಸಿ ಡ್ರಾಯಿಂಗ್ ರೂಮಿನಲ್ಲಿ ಮಲಗುತ್ತಿದ್ದ. "ಪನಿಷ್‌ಮೆಂಟ್ ಚೆನ್ನ! ಗುಡ್ ನೈಟ್" ಮಗ್ಗುಲಾಗುತ್ತಿದ್ದ.

ಯಾವ ಬಲವಂತಕ್ಕೂ ಜಗ್ಗುತ್ತಿರಲಿಲ್ಲ. ಅವರ ದಾಂಪತ್ಯ ಸೌಧ ಬರೀ ಪ್ರೀತಿ ಆಕರ್ಷಣೆಗಳಿಂದ ಮಾತ್ರ ನಿರ್ಮಿತವಾಗಿರಲಿಲ್ಲ. ಗೌರವ-ಅಭಿಮಾನಗಳ ನಂದನ ವನದಂತಿತ್ತು. ವಿಜಯಳ ಕಣ್ಣಲ್ಲಿ ನೀರಾಡಿತು. ಧಾರೆಯಾಗಿ ಕೆನ್ನೆಯ ಮೇಲುರುಳಿತು. 'ಛೀ ಛೀ'... ಕಣ್ಣೊರೆಸಿಕೊಂಡು ಮೇಲಕ್ಕೆದ್ದಳು. ಹೆಣ್ಣು ತನ್ನ ದೌರ್ಬಲ್ಯ, ಅನುಮಾನ ಪ್ರವೃತ್ತಿಯಿಂದ ತೀರಾ ಕುಬ್ಜಳಾಗಬಾರದು. ಎಷ್ಟೇ ಸಮಾಧಾನ ಮಾಡಿಕೊಂಡರೂ ಮೊಂಡು ಮನ ಶಾಂತಗೊಳ್ಳದು.

ರಾಜೀವನ ಸಿಡಿಯುವ ಮನ ಆಫೀಸ್‌ಗೆ ಬಂದ ಕೂಡಲೇ ತಟಸ್ಥವಾಯಿತು. ಮುಖ ನೋಡಿದ ಕೂಡಲೇ ಪ್ರೇಮ ಹಲ್ಲು ಕಿಸಿದು ಹುಬ್ಬು ಕುಣಿಸಿ ನಕ್ಕಳು. ಮಾದಕ ಮೋಡಿಯಲ್ಲಿ ತೇಲಿಹೋದ. ಹಿಂದಿನಿಂದಲೇ ಹಿಂಬಾಲಿಸಿ ಬಂದ ಪ್ರೇಮ ಕೊರಳಿಗೆ ಜೋತುಬಿದ್ದಳು.

"ರಾತ್ರಿಯೆಲ್ಲ ನಿದ್ದೆ ಇಲ್ಲ!" ಕೆನ್ನೆಗೆ ಕೆನ್ನೆ ಉಜ್ಜಿದಳು. ಅವನ ಮೈ ಬಿಸಿಯಾಯಿತು. ಭ್ರಾಮಕ ಮನ ಮರೆತು ಮೋಹದಲ್ಲಿ ತೇಲಿಹೋಯಿತು.

"ಒಂದೆರಡು ದಿನ ಎಲ್ಲಾದ್ರೂ.... ಹೋಗ್ಬರೋಣ" ಕಣ್ಣಲ್ಲಿ ಕಣ್ಣು ನೆಟ್ಟಳು. ತನ್ನ ಜವಾಬ್ದಾರಿಯನ್ನೇ ಮರೆತು "ಓ.ಕೆ." ಎಂದ.

"ಸ್ವಲ್ಪ ವಿಜಯಾಗೆ ಫೋನ್ ಮಾಡ್ತೀನಿ" ಅವನೆದೆ ಹಾರಿತು. ಫೋನ್ ಎತ್ತಿಕೊಂಡ. ಕೈ ನಡುಗಿತು. ಪ್ರೇಮಾ ಅವಹೇಳನಕರವಾಗಿ ಫಕಫಕನೇ ನಕ್ಕಳು. ಮಡದಿಗೆ ರಾಜೀವ್ ಬಹಳವಾಗಿ ಹೆದರುತ್ತಾನೆಂದು ಅವಳಿಗೆ ಗೊತ್ತು. ಇವನನ್ನು ಬಗ್ಗಿಸಿಕೊಳ್ಳಬೇಕಾದರೆ ಅವಳು ಮಾಡಿದ ಪ್ರಯತ್ನ ಅಷ್ಟಿಷ್ಟಲ್ಲ. ಕಡೆಗೆ ಸಫಲವಾದಾಗ ಸ್ವರ್ಗ ಕಂಡವಳಂತೆ ಕುಣದಾಡಿಬಿಟ್ಟಳು.

"ವಿಜಯಾ, ಮರ್ತೇಬಿಟ್ಟೆ-ಟೂರ್ ಪ್ರೋಗ್ರಾಂ ಇದೆ. ಬರೋದು ಮೂರು-ನಾಲ್ಕು ದಿನಗಳಾಗ್ಬಹ್ದು!" ಅವನ ಹಣೆಯ ಮೇಲಿನ ಗೆರೆಗಳು ಆಳವಾದವು. ವಿಜಯಳಿಂದ ಯಾವ ಪ್ರತಿಕ್ರಿಯೆ ಬಂತೋ ಪ್ರೇಮಾಳಿಗೆ ಗೊತ್ತಾಗಲಿಲ್ಲ. ಅದು ಅವಳಿಗೆ ಬೇಕಾಗೂ ಇರಲಿಲ್ಲ. ಅವಳದನ್ನೆಲ್ಲ ಹೀರಿ ಬಿಡುವ ಆತುರ. ಬಲಿಷ್ಠ ಬಾಹುಗಳಲ್ಲಿ ಕರಗಿಬಿಡುವ ಹಾತೊರಿಕೆ.

ಅವನನ್ನು ಬಿಗಿದೇ ಕೂತಳು. ಬಯಕೆ ಹುಚ್ಚು ಹೊಳೆಯಾಗಿ ಪ್ರವಹಿಸುತ್ತಿತ್ತು. ಮುಂದೆ ಕೊಚ್ಚಿ ನಾಶವಾಗುವ ಮರ ಗಿಡ, ಪೈರು-ಪಚ್ಚೆಗಳ ಬಗೆಗೆ ಯೋಚನೆಯಿಲ್ಲ. ಹುಚ್ಚೆದ್ದ ಪ್ರವಾಹ ಎಲ್ಲಿಗೆ ಹೋಗಿ ತಲುಪುತ್ತೋ! ಸರ್ವನಾಶವಂತೂ ಖಂಡಿತ!

ಫೋನ್ ಕೈಯಲ್ಲಿಡಿದೇ ವಿಜಯ ಬಹಳ ಹೊತ್ತು ಕೂತುಬಿಟ್ಟಳು. ದೊಡ್ಡ ಆಫೀಸ್‌ನ ಮ್ಯಾನೇಜರ್ ಆಗಿದ್ದ ಅವನಿಗೆ ನೂರೆಂಟು ತಾಪತ್ರಯಗಳು. ಇದ್ದಕ್ಕಿದ್ದಂತೆ ಬಾಂಬೆ–ಡೆಲ್ಲಿ ಮುಂತಾದ ಕಡೆ ಹೋಗಬೇಕಾದ ಸಂದರ್ಭಗಳೂ ಬರುತ್ತಿದ್ದುದುಂಟು. ಅದೆಲ್ಲ ವಿಜಯಳಿಗೆ ಹೊಸದಲ್ಲ. ಕನಿಷ್ಠ ಪಕ್ಷ ಮನೆಗೆ ಬಂದಾದರೂ ಹೇಳಿ ಹೋಗುತ್ತಿದ್ದ. ಸಿಡಿಯುತ್ತಿದ್ದ ತಲೆಯನ್ನು ಒತ್ತಿ ಹಿಡಿದಳು. ಮೈಯಿನ ಶಕ್ತಿಯೆಲ್ಲ ನಿಂತ ನೆಲದ ಮೇಲೆ ಬಸಿದುಹೋದ ಅನುಭವವಾಯಿತು. ಸೋತವಳಂತೆ ಕೂತುಬಿಟ್ಟಳು.

ತಂದೆ ಅವಳ ಬಗೆಗೆ ಆಡುತ್ತಿದ್ದ ಮಾತುಗಳನ್ನು ನೆನಸಿಕೊಂಡಳು. 'ನಮ್ಮ ವಿಜಯ ಸಾಮಾನ್ಯ ಹೆಣ್ಣುಗಳಂತೆ ಅಲ್ಲ; ಅವ್ಳಿಗೂ ತನ್ನನ್ನು ರೂಪಿಸಿಕೊಳ್ಳುವಂಥ ಸ್ವಂತ ವ್ಯಕ್ತಿತ್ವವಿದೆ. ಅವಳೆಂದೂ ದುರ್ಬಲತೆಗೆ ತುತ್ತಾಗಲಾರಳು.' ಕಣ್ಮುಚ್ಚಿ ಬಿಸಿಯುಸಿರನ್ನು ಹೊರಗೆ ದಬ್ಬಿದಳು. ನಿಮಿಷಗಳು ಗಂಟೆಗಳಾದವು ಅವಳ ಪಾಲಿಗೆ.

ಎದ್ದು ಬಂದು ಕಾಂಪೌಂಡಿನಲ್ಲಿ ನಿಂತಳು. ಎಲ್ಲ ಅವಳ ಆಯ್ಕೆಯೇ. ಪ್ರತಿಯೊಂದರಲ್ಲೂ ಅವಳ ಕೈವಾಡ. ಅದನ್ನು ಮೆಚ್ಚುವ ಸುಂದರ ಪ್ರಾಮಾಣಿಕ ಮನಸ್ಸು ರಾಜೀವನದು. ಅವನ ಜೋರಾದ ನಗುವಿಗಿಂತ ಅವಳ ಸುಂದರ ಗಂಭೀರ ನಗೆಯೇ ಆ ಮನೆಯ ಜೀವಾಳ.

"ಮಮ್ಮಿ..." ಅವನದೇ ಪ್ರತಿರೂಪ, ವಿಜಯಳ ತುಟಿಗಳ ಮೇಲೆ ನಗು ಬಿರಿಯಿತು. ಆ ಮುಖವನ್ನೇ ದಿಟ್ಟಿಸಿದಳು.

"ಮಾನಸ... ಎಲ್ಲಿ?" ಮಗನ ಕೆನ್ನೆ ಸವರಿದಳು. ಯೂನಿ ಫಾರಂನಲ್ಲಿದ್ದ ತುಂಟ ಪೋರ ಮುದ್ದು ಮುದ್ದಾಗಿದ್ದ. ಎಂತಹ ತಾಯಿಯಾದರೂ ಅಭಿಮಾನ ಪಡುವಂಥ ಮಗ.

"ಹೋಗು ಮಮ್ಮಿ, ಸಾಕಾಯ್ತು, ಆಯಾ ಅವ್ಳನ್ನ ಕರ್ಕೊಂಡ್ಬಂದ್ಬಿಡ್ತಾಳೆ." ಹೆಗಲಿಗೆ ತಗಲಿ ಹಾಕ್ಕೊಂಡಿದ್ದ ಪುಸ್ತಕವನ್ನು ತುಂಬಿದ ಚೀಲವನ್ನು ತಾಯಿಯ ಕೈಗೆ ಕೊಟ್ಟು ತಾನೇನೋ ಬಹಳ ಕಷ್ಟಪಟ್ಟವನಂತೆ ತೋರ್ಪಡಿಸಿಕೊಂಡ.

"ನಡೀ ಮರಿ, ಹೋಗೋಣ" ಅಭಿಮಾನದಿಂದ ಮಗನ ಕಡೆ ನೋಡಿದಳು. ಕಣ್ಣುಗಳು ಹೂವಿನಂತೆ ಅರಳಿದವು. ಮೂತಿ ಉದ್ದ ಮಾಡಿದ ಮಧು "ನನ್ಕೈಲಾಗೊಲ್ಲ!" ಪುಟ್ಟ ಹೆಜ್ಜೆಗಳು ಲಾನ್‌ನತ್ತ ನಡೆದವು. ಅವಳ ನೋಟ ಮಗನ ನಡಿಗೆಯತ್ತಲೇ ಇತ್ತು. ಛೇರ್ ಮೇಲೆ ಕೂತುಬಿಟ್ಟ. ಮಗನ ಸ್ವಭಾವ ಬಲ್ಲ ವಿಜಯ ನಿಂತಲ್ಲೇ ಆಳನ್ನು ಕರೆದು ಚೀಲವನ್ನು ಅವನ ಕೈಗೆ ಕೊಟ್ಟು ಹೇಳಿ ಕಳುಹಿಸಿದಳು.

ತಂದಿಟ್ಟ ಬಿಸ್ಕತ್ತು, ಹಾಲನ್ನು ತಾನು ತಿನ್ನಿಸಿ ಕುಡಿಸಿದಳು. ಮಧುವಿನ ಹಟ ಕರಗಿಹೋಯಿತು. ಕೈ ಕಾಲು ತೊಳೆದು ಉಡುಪು ಬದಲಾಯಿಸಿ ಬ್ಯಾಟು ಚೆಂಡು ಹಿಡಿದು ಗೆಳೆಯರ ಮನೆಗೆ ಆಡಲು ಹೊರಟುಬಿಟ್ಟ.

ಆಮೇಲೆ ಜೊತೆಯಾದವಳು ಮಾನಸ. ಅವಳಿಗೆ ಗೆಳತಿಯರು ಕಡಿಮೆ.

ಯಾರೊಂದಿಗೂ ಬೇಗ ಹೊಂದಿಕೊಳ್ಳಲಾರಳು. ಇದ್ದ ಒಂದಿಬ್ಬರು ಗೆಳತಿಯರು ಅವಳನ್ನು ಅಳಿಸಿ ಕಳುಹಿಸಿಬಿಡುತ್ತಿದ್ದರು.

"ಮಾನಸ, ಆಡ್ಕೋ... ಹೋಗು." ಅವಳಿಗೆ ಈಗ ಏಕಾಂತ ಬೇಕಾಗಿತ್ತು. ಮಗಳನ್ನು ಪುಸಲಾಯಿಸಿ ಆಡಲು ಕಳುಹಿಸಿಕೊಟ್ಟಳು.

ಬೆಳಗಿನಿಂದ ಕಹಿಯ ಮೇಲೆ ಕಹಿ ನುಂಗಿದ ಅನುಭವ. ಎಲ್ಲಿದೆ ಒಡಕು? ಕೆದಕಿ ಕೆದಕಿ ಯೋಚಿಸಿದಳು. ಸಂದೇಹ ನಿಜವಾದರೆ ಒಂದು ರೀತಿಯ ದೌರ್ಬಲ್ಯವೇ ವಿನಃ ಬೇರೆ ಯಾವ ಕಾರಣವೂ ಇಲ್ಲ. 'ನಿನ್ನನ್ನು ಬಿಟ್ಟು ನಾನು ಬದುಕೋಕೆ ಸಾಧ್ಯವಿಲ್ಲ. ನೀನಿಲ್ಲದಿದ್ರೆ ನನ್ನ ಬದುಕಿಗೇನಾದ್ರೂ ಅರ್ಥವಿದ್ಯ!' ರಾಜೀವ್ ಕಿವಿಯಲ್ಲಿ ಪಿಸುನುಡಿದಂತಾಯಿತು. ತುಟಿಯ ಮೇಲೆ ನೋವಿನ ನಗು ಅರಳಿತು.

ಬುದ್ಧಿವಂತೆ, ಗಂಭೀರ ಪ್ರವೃತ್ತಿಯ ಚಲುವೆ ಮಗಳಾದ ವಿಜಯಳ ಮೇಲೆ ಅವಳ ತಂದೆಗೆ ಮಗಳೆಂಬ ಪ್ರೀತಿಗೆ ಮೀರಿದ ಅಭಿಮಾನ. ಅಳೆದು ಸುರಿದು ರಾಜೀವ್‌ನನ್ನ ಮಗಳಿಗೆ ತಕ್ಕ ವರನೆಂದು ನಿರ್ಧರಿಸಿದರು. ಮೊದಲು ವಿಜಯ ಅನುಮಾನಿಸಿದಳು. "ಪಪ್ಪ, ಚೆಲ್ಲು ಚೆಲ್ಲಾಗಿರೋದು ನನ್ನ ಸ್ವಭಾವವಲ್ಲ. ಬರೀ ದೇಹದ ಆಕರ್ಷಣೆ ಹೆಣ್ಣು, ಗಂಡುಗಳನ್ನು ಹಿಡಿತದಲ್ಲಿಟ್ಟಿರುತ್ತೆ ಅನ್ನೋದು ಅನುಮಾನ. ಒಬ್ಬರಲ್ಲೊಬ್ಬರಿಗೆ ಗೌರವ-ಅಭಿಮಾನಗಳು ಇರಬೇಕು. ಆಗ ವಯಸ್ಸು ಮುದುರಿದರೂ ಪ್ರೀತಿ ಜೀವಂತವಾಗಿರುತ್ತೆ" ಮಗಳ ಮನಸ್ಸನ್ನು ತಂದೆ ಅರ್ಥಮಾಡಿಕೊಂಡಿದ್ದರು. ವಿಷಯ ರಾಜೀವನಿಗೆ ತಲುಪಿದ ಮೇಲೆ ಪ್ರೀತಿ, ಆಕರ್ಷಣೆಗಿಂತ ಉನ್ನತವಾಗಿ ಗೌರವ ಅಭಿಮಾನ ಬೆಳೆಸಿಕೊಂಡ. ಅವಳ ಮೇಲೆ ಅವು ಇಂದಿಗೂ ಜೀವಂತವಾಗಿಯೇ ಇದ್ದವು.

ಆಟ ಮುಗಿಸಿ ಬಂದ ಮಾನಸ ಮಧು ತಂದೆಗಾಗಿ ಪ್ರಶ್ನಿಸಿದರು. ವಿಷಯ ತಿಳಿದಾಗ ಸಪ್ಪಗಾದರು. ಮುದುಡಿದ ಮಕ್ಕಳ ಮುಖ ನೋಡಿದಾಗ ಅವಳ ಹೃದಯ ಕಿತ್ತು ಬಾಯಿಗೆ ಬಂದಂತಾಯಿತು. ಪ್ರತಿ ಬಾರಿ ಹೊಗುವಾಗ ತರಬೇಕಾದ ಅವರುಗಳ ಸಾಮಾನುಗಳ ಲಿಸ್ಟ್ ಪಡೆದೇ ಹೋಗುತ್ತಿದ್ದ. ಇಂದು ಮತ್ತಿನಲ್ಲಿ ಎಲ್ಲಾ ಮರೆತಿದ್ದ.

"ನಂಗೆ ಹೊಸ ವಿಮಾನ ಬೇಕಾಗಿತ್ತು!" ಮಾನಸ ಪೆಚ್ಚಾಗಿ ನೀರಸ ಸ್ವರದಲ್ಲಿ ಹೇಳಿದಾಗ ವಿಜಯ ಉಗುಳು ನುಂಗಿದಳು. ಹೆಚ್ಚಾಗಿ ತಾಯಿಗೆ ಮಾನಸ ಹೊಂದಿಕೊಂಡಿದ್ದರೂ ಅವಳಿಗೆ ತಾಯಿಗಿಂತ ತಂದೆಯಲ್ಲಿಯೇ ಹೆಚ್ಚಿನ ಸಲಿಗೆ. ಬಿಡುವಾಗಿದ್ದರೆ ಕಥೆ ಹೇಳೋಕೂ ತಂದೇನೇ ಬೇಕು. ಶಾಲೆಯ ಸುದ್ದಿ ಮಾತಾಡೋಕೂ ಅವನೇ ಬೇಕು.

"ಯಾವ ತರಹದ್ದು ಬೇಕಾದ್ರೂ ಇಲ್ಲೇ ಸಿಕ್ಕುತ್ತೆ. ನಾಳೆ ಹೋಗಿ ಇಲ್ಲೇ ತರೋಣ" ರಮಿಸುವ ದನಿಯಲ್ಲಿ ಹೇಳಿದಳು. ಆದರೆ ಅವಳ ಮುಖದ ಗಂಟೇನು ಸಡಿಲವಾಗಲಿಲ್ಲ.

"ಇಲ್ಲಿರೋದೇನು ಬೇಡ. ಬಾಂಬೆ ದೆಹಲಿಯಲ್ಲಿರೋದೇ ಬೇಕು. ರೇಖಾ ತಂದೆ ಎಲ್ಲಾ ಫಾರಿನ್‌ನಿಂದಾನೇ ತಂದ್ಕೊಡ್ತಾರೆ!" ವಿಜಯ ಮ್ಲಾನವದನಳಾದಳು. ಮಗುವಿನಲ್ಲಿ

ಇಂಥ ಮನೋಭಾವ ಹೇಗೆ ಬೆಳೆಯಿತು? ಅದರ ಬೆಳವಣಿಗೆಯಲ್ಲಿ ಬರೀ ತಾಯಿ ತಂದೆ ಮಾತ್ರವಲ್ಲ; ಕಲಿಯುವ ಶಾಲೆ, ಸುತ್ತಲಿನ ಪರಿಸರದ ಹೊಣೆಗಾರಿಕೆಯೂ ಕೂಡ ಇದೆ.

"ನಿಂಗಿದೆಲ್ಲ ಯಾರು ಹೇಳಿದ್ದು?" ವಿಜಯಳ ಕಣ್ಣುಗಳಲ್ಲಿ ತೀಕ್ಷ್ಣತೆ ಕಾಣಿಸಿಕೊಂಡಿತು. ಹುಬ್ಬೇರಿತು. "ರೇಖಾ ಮಮ್ಮಿ ಹೇಳಿದ್ದು. ಇಲ್ಲಿದೆಲ್ಲ ಚೆನ್ನಾಗಿರೋಲ್ವಂತೆ. ರೇಖಾ ಫ್ರಾಕ್‌ಗಳ್ನ ಕೂಡ ಫಾರಿನ್‌ನಿಂದ ತರಿಸ್ತಾರಂತೆ."

ಗಂಟಾದ ವಿಜಯಳ ಹುಬ್ಬು ಸಡಿಲವಾಯಿತು. "ನೀನೂ ಅದೆಲ್ಲ ನಂಬಿಬಿಟ್ಯಾ! ನಮ್ದೆಲ್ಲ ನಮ್ಗೇ ಚೆನ್ನ! ರೇಖಾ ಮನೆ ಗುಲಾಬಿ ಗಿಡ ಫಾರಿನ್‌ನಿಂದ ತರ್ಸಿ ಹಾಕಿದ್ದಾರಂತಲ್ಲ! ಆದ್ರೆ ಅದರಲ್ಲಿ ಬಿಟ್ಟ ಹೂ ಚೆನ್ನಾಗಿದ್ಯೋ, ನಮ್ಮ ಗಿಡದಲ್ಲಿ ಬಿಡೋ ಹೂ ಚೆನ್ನಾಗಿದ್ಯೋ?" ವಿಜಯಳ ಪ್ರಶ್ನೆ ಮಾನಸಳನ್ನ ತಬ್ಬಿಬ್ಬು ಮಾಡಿತು. ರೇಖಾ ಮನೆಯಲ್ಲಿ ಬಿಡೋ ಗುಲಾಬಿ ಹೂ ಚೆನ್ನಿಲ್ಲವೆನಿಸಿತು. ತಮ್ಮ ಮನೆಯ ಕಾಂಪೌಂಡಿನಲ್ಲಿ ಬಿಡುವ ಹೂ ನೆನಪಾದ ಕೂಡಲೇ ಅವಳ ಮುಖ ಅರಳಿತು. ಜಂಬದಿಂದ ಬೀಗಿದಳು.

"ನಮ್ಮ ಮನೆ ಗುಲಾಬೀನೇ ಚೆಂದ!" ವಿಜಯ ಮಗಳ ಕೆನ್ನೆ ಸವರಿದಳು. ಲೆಕ್ಕ ಮಾಡುತ್ತಿದ್ದ ಮಧು ತಲೆಯೆತ್ತಿ "ಮಮ್ಮಿ, ನಿಮ್ಮಿಬ್ರ ಮಾತಿನಿಂದ ನನ್ನ ಲೆಕ್ಕ ತಪ್ಪಾಯ್ತು!" ಅವನ ಸ್ವರದಲ್ಲಿ ಬೇಸರ ಇಣಕಿತು. "ಸಾರಿ... ಮರಿ...." ಮಾನಸಳನ್ನು ಹೊರಗೆ ಕರೆದೊಯ್ದಳು.

ಅವಳಿಗೆ ಊಟ ಮಾಡಿಸಿ ಕರೆ ತಂದು ಮಲಗಿದ ಮೇಲೂ ಮಧು ಇನ್ನೂ ಲೆಕ್ಕ ಮಾಡುತ್ತಲೇ ಇದ್ದ. ತಂದೆಯಂತೆಯೇ ಬುದ್ಧಿವಂತ. ಚುರುಕು ತಲೆ. ರ್‍ಯಾಂಕ್ ವಿಜೇತ ರಾಜೀವ್‌ನನ್ನು ಹೆಸರಾಂತ ಕಂಪನಿಯವರು ಕರೆದು ಕೆಲಸ ಕೊಟ್ಟಿದ್ದರು.

"ಸಾಕು, ಊಟ ಮಾಡೋಣ ಏಳು" ಸ್ವರ ಉಡುಗಿಹೋದಂತಾಯಿತು. ಒಂದು ವಿಧವಾದ ಬಳಲಿಕೆ ತಲೆದೋರಿತು. ಗೊಂಬೆಯಂತೆ ನಿಂತುಬಿಟ್ಟಳು ಮಧು ತಾಯಿಯನ್ನು ಕಣ್ಣರಳಿಸಿ ನೋಡಿದ. ಇವತ್ತು ಮೇಡಮ್ ವರ್ಣಿಸಿದ ಕನ್ಯಾಕುಮಾರಿಯ ರೂಪುರೇಷೆಗಳೆಲ್ಲ ಹೀಗೆಯೇ ಇದ್ದುವು. ಪಟ ಪಟನೆ ರೆಪ್ಪೆಗಳನ್ನು ಬಡಿದ. ಬಾಯಿ ಇಷ್ಟಗಲ ಮಾಡಿ ನಕ್ಕ.

"ಯಾಕೋ, ನಗು?"

"ಮಮ್ಮಿ, ನೀನೂ ಕನ್ಯಾಕುಮಾರಿಯಷ್ಟು ಚೆನ್ನಾಗಿದ್ದೀಯ!" ವಿಜಯಳಿಗೆ ನಗು ಬಂತು. ಹೊಟ್ಟೆಯಲ್ಲಿನ ಸಂಕಟ ಕುಲುಕಾಡಿದಂತಾಯಿತು. ಮಗನ ಬೆನ್ನ ಮೇಲೆ ಮೃದುವಾಗಿ ಹೊಡೆದು ಎಬ್ಬಿಸಿಕೊಂಡು ಹೋದಳು. ತಟ್ಟೆಯ ಮುಂದೇನೋ ಕೂತಳು. ತುತ್ತು ಎತ್ತಲಾಗಲಿಲ್ಲ. ನಗು, ಹರಟೆ, ಮಾತು ರಾಜೀವ್ ಇದ್ದ ಕಡೆ ತುಂಬಿ ತುಳುಕಾಡುತ್ತಿತ್ತು. ನೀರವತೆ ನೀರಸವನ್ನು ತಂದೊಡ್ಡಿತು. ಮಧು ಅಷ್ಟಿಷ್ಟು ಶಾಲೆಯ ವಿಷಯ ಹೇಳಲು ಷುರು ಮಾಡಿದ ಮೇಲೆ ನಾಲ್ಕಾರು ತುತ್ತು ತಿಂದ ಶಾಸ್ತ್ರ ಮಾಡಿದಳು.

ತಲೆ ದಿಂಬಿನ ಮೇಲಿಟ್ಟ ಕೂಡಲೇ ಮಧು ನಿದ್ರಿಸಿಬಿಟ್ಟ. ಎಷ್ಟೋ ಹೊತ್ತು ಅವನ ಪಕ್ಕದಲ್ಲಿಯೇ ಕೂತು ತಲೆ ಸವರುತ್ತಿದ್ದಳು.

ಜೇನುಂಡು, ಜೇನು ಉಣ್ಣಿಸಿ ತೆಕ್ಕೆಯಲ್ಲಿ ಮತ್ತನಾಗಿ ಮಲಗುತ್ತಿದ್ದ ರಾಜೀವನ ಜ್ಞಾಪಕ ಬಂತು. ಅಂತಹ ಚಳಿಯಲ್ಲೂ ಅವಳ ಮೈ ಬಿಸಿಯಾಯಿತು. ಸೆರಗಿಡಿದು ತುಂಟತನ ಮಾಡುತ್ತ "ಕೆಲವು ವಿಷ್ಯಗಳಲ್ಲಿ ನೀನು ತೀರಾ ಕಂಜೂಸ್ ವಿಜಿ!" ಬರಸೆಳೆದು ಮೈಗೆ ಮೈ ಬೆಸೆದು ನಿದ್ರಿಸುತ್ತಿದ್ದ.

ಬೇಸರದಿಂದ ಹಾಸಿಗೆಯ ಮೇಲೆ ಉರುಳಿಕೊಂಡು ಬ್ಲ್ಯಾಂಕೆಟನ್ನು ಎದೆಯವರೆಗೂ ಎಳೆದುಕೊಂಡಳು. ಎದೆಯಲ್ಲಿ ಎಂತಹುದೋ ಸಂಕಟ.

"ರಾಜೀವ್, ನೀವಿಷ್ಟು ಮೇಲೇರಲು ಬರೀ ನಿಮ್ಮ ಎಫಿಷಿಯಂಟ್ ತನ ಮಾತ್ರವಲ್ಲ–ಒಳ್ಳೆಯ ಸೌಜನ್ಯ ಸ್ವಭಾವ, ಪ್ರಾಮಾಣಿಕತೆ, ದಕ್ಷತೆಗಿಂತ ಹೆಚ್ಚಾಗಿ ನೀವು ಶೀಲಸಂಪನ್ನರೆಂದು. ಅದ್ನ' ಯಾಕೆ ಮರ್ರುಬಿಟ್ರಿ!" ಕಣ್ಣಲ್ಲಿ ಮುಸುಕಿದ ಮಂಜು ಹನಿಯಾಗಿ ಕೆನ್ನೆಯ ಮೇಲೆ ಉರುಳಿ ದಿಂಬಿನೊಳಗೆ ಹುದುಗಿಹೋದವು.

ಆ ಮೂರು–ನಾಲ್ಕು ದಿನಗಳು ಟ್ರಂಕಾಲ್ ಬರಬಹುದೆಂದು ಫೋನ್ ಬಳಿಯೇ ಕಾದಳು. ನಿರಾಶೆ ಅವಳ ಪಾಲಿನದಾಯಿತು. ಪತ್ರಕ್ಕಾಗಿ ಎದುರು ನೋಡಿದಳು. ಅಲ್ಲೂ ಸಫಲಳಾಗಲಿಲ್ಲ. ಕ್ಷಣದಿಂದ ಕ್ಷಣಕ್ಕೆ ದುರ್ಬಲತೆ, ನಿರಾಸೆ ಮಾಯವಾಗಿ ಕಠಿಣತೆ ಅದರ ಸ್ಥಾನವನ್ನು ಆವರಿಸಿತು. ಅದಕ್ಕೆ ಪ್ರಬಲವಾದ ಕಾರಣವೊಂದು ಸಿಕ್ಕಿತು. ಅನಿರೀಕ್ಷಿತವಾಗಿ ಬಂದ ಡೈರೆಕ್ಟರ್ ಮನೆಗೆ ಫೋನ್ ಮಾಡಿ "ಏನಾದ್ರೂ ಅರ್ಜೆಂಟು ಕೆಲ್ಸದ ಮೇಲೆ ಹೋಗಿದ್ದಾರ?" ಎಂದು ವಿಚಾರಿಸಿದಾಗಲೇ ಅವಳಿಗೆ ನಿಜಸ್ಥಿತಿ ಅರಿವಾಗಿದ್ದು. ತಡಬಡಿಸದೇ, "ನಮ್ತಂದೆಗೆ ಹುಷಾರಿಲ್ಲಿಲ್ಲ!" ಎಂದಿದ್ದಳು. ಎಷ್ಟೋ ಹೊತ್ತಿನವರೆಗೂ ಶಿಲೆಯಂತೆ ನಿಂತುಬಿಟ್ಟಿದ್ದಳು.

* * *

ರಾಜೀವ್ ಬಂದ ತಕ್ಷಣ ಆಫೀಸ್‌ನಲ್ಲಿ ವಿಷಯ ತಿಳಿಯಿತು. ಗರ ಬಡಿದವನಂತೆ ಕುಳಿತುಬಿಟ್ಟ. ಸಿಡಿಲೆರಗಿತ್ತು. ಪಿ.ಎ. ಬಂದು ಎದುರು ನಿಂತು "ನಿಮ್ಮ ಮಾವನವ್ರಿಗೆ ಹುಷಾರಿಲ್ಲಂತೆ, ನಂಗೇ ತಿಳ್ಸಿ ಹೋಗಿದ್ರೆ ಚೆನ್ನಾಗಿತ್ತು ಸರ್. ಅಮ್ಮಾವ್ರು ವಿಷ್ಯ ತಿಳ್ಸಿದ್ಮೇಲೆ ಡೈರೆಕ್ಟರ್ ಸಾಹೇಬ್ರು ತಣ್ಣಗಾಗಿದ್ದು!" ಅಳುಕಿನಿಂದಲೇ ಆಡಿದ ರಾಜೀವ್ ತಲೆಯೆತ್ತಿದ. ಅವನ ಕಣ್ಣುಗಳಲ್ಲಿ ಪರಿಹಾಸ್ಯ ಕಂಡಂತಾಯಿತು. ಪಿ.ಎ. ಸ್ವರದಲ್ಲಿ ಸಹಾನುಭೂತಿ ಇಣಕಿದಂತಾಗಿತ್ತು. ದುರುಗುಟ್ಟಿಕೊಂಡು ನೋಡಿದ. ಹಿಂದೆ ಆಗಿದ್ದರೇ ನಡುಗಿಹೋಗುತ್ತಿದ್ದ. ಈಗ 'ನಿನ್ನ ಬಂಡವಾಳವೆಲ್ಲ ಗೊತ್ತು, ನೀನ್ಯಾವ ದೊಡ್ಡ ಮನುಷ್ಯ!' ಎನ್ನುವಂತಿತ್ತು ಅವನ ನೋಟ. ಅವಮಾನದಿಂದ ಕುಸಿದ. ಇಡೀ ಆಫೀಸ್ ಅವನ ಸುತ್ತ ತಿರುಗಿದ ಅನುಭವವಾಯಿತು. ಚೇತರಿಸಿಕೊಂಡು ಕಾರಿದ್ದಲ್ಲಿಗೆ ಬಂದ. ಬಿದ್ದ ಸಿಡಿಲಿನಿಂದ ಚೇತರಿಸಿಕೊಂಡಿರಲಿಲ್ಲ. ಮೈಯ ನರ ನರವೂ ಸಿಡಿಯುತ್ತಿತ್ತು. ತಾನೇ ಡ್ರೈವ್ ಮಾಡಿಕೊಂಡು ಹೊರಟ. ಯಾರನ್ನು ಬೇಕಾದರೂ ಎದುರಿಸಬಲ್ಲ! ಆದರೆ... ವಿಜಯ... ಮೈಯೆಲ್ಲ ಬೆವರಿನಿಂದ ತೊಯ್ದುಹೋಯಿತು. ಅಭ್ಯಾಸಬಲದಿಂದ ಕಾರು ಮನೆಯ ಮುಂದೆ ನಿಂತಿತು. ಕಾರಿನ ಕೀ ಕೂಡ ತೆಗೆದುಕೊಳ್ಳದೇ ಒಳಗೆ ನಡೆದ. ಕೈಯಲ್ಲಿ

ನಿಟ್ಟಿಂಗ್ ಹಿಡಿದು ವಿಜಯ ಎದುರಾದಳು. ನೀಲಾಕಾಶದಲ್ಲಿ ಶುಭ್ರ ನಕ್ಷತ್ರದಂತೆ ಕಂಡಳು. ತಲೆ ತಗ್ಗಿಸಿಕೊಂಡು ಕೋಣೆಯೊಳಗೆ ನಡೆದುಬಿಟ್ಟ. ನಿಂತಲ್ಲಿಯೇ ವಿಜಯ ಶಿಲೆಯಾದಳು. ಚೇತರಿಕೆ ಬರಲು ಬಹಳ ಹೊತ್ತು ಹಿಡಿಸಿತು. ಕೆಳತುಟಿಯನ್ನು ಹಲ್ಲಿನಿಂದ ಕಚ್ಚಿಹಿಡಿದಳು. ಕಾಲನ್ನು ಎಳದುಕೊಂಡು ಕೋಣೆಯ ಬಳಿಗೆ ಬಂದಳು. ಪ್ರೀತಿಯ ಧ್ವನಿ ಉಡುಗಿಹೋಗಿತ್ತು. ಹೆಜ್ಜೆ ಮುಂದಿಕ್ಕಲು ಅವಳಿಂದಾಗಲಿಲ್ಲ. ನಿಂತಲ್ಲೇ ನಿಂತುಬಿಟ್ಟಳು.

"ಯಾಕೆ, ಹುಷಾರಿಲ್ವಾ?" ಎಲ್ಲಿಂದಲೊ ಬಂದಂತಿತ್ತು ಧ್ವನಿ. ಆತ್ಮೀಯ ಆಪ್ಯಾಯಮಾನವಾದ ಸ್ವರ ಅಪರಿಚಿತ ಧ್ವನಿಯಂತಿತ್ತು. ಎದೆಯಲ್ಲಿ ನೇರವಾಗಿ ಈಟಿ ಬಗೆದಂತಾಯಿತು. ರಾಜೀವ್‌ನಿಗೆ ಮುಖ ಕೆಂಪಿಟ್ಟಿತು. ಅವಳ ಪ್ರಾಮಾಣಿಕ ಕಣ್ಣುಗಳನ್ನು ನೋಡುವ ಸಾಮರ್ಥ್ಯ ಕಳೆದುಕೊಂಡಿದ್ದ. ಮೌನವಾಗೇ ಇದ್ದ.

ಅವಳು ಸರಿದು ಹೋದ ಸದ್ದು ಕೇಳಿಸಿದಾಗ ಬಿಸಿಯುಸಿರನ್ನು ಹೊರಗೆ ದಬ್ಬಿದ. ಎಲ್ಲಾ ತಪ್ಪನ್ನು ಒಪ್ಪಿಕೊಂಡು ಕ್ಷಮೆ ಕೇಳಬೇಕು... ವಿಜಯ ಕ್ಷಮಿಸಿಯಾಳೇ? ಖಂಡಿತ ಕ್ಷಮಿಸೊಲ್ಲ, ನಂಗೆ ಆ ಅರ್ಹತೆ ಇಲ್ಲ!

"ಕಾಫೀ ಕುಡ್ದು ಮಲಕ್ಕೊಳ್ಳಿ, ಸ್ವಲ್ಪ ಹೊತ್ತು ನಿದ್ದೆ ಮಾಡಿದ್ರೆ ಸರ್‍ಯೋಗುತ್ತೆ!" ಸ್ವರದಲ್ಲಿ ಶೀತಲ ಸ್ಪರ್ಶವಿತ್ತು. ಎಷ್ಟೋ ಸಹಜವಾಗಿ ವರ್ತಿಸಬೇಕೆಂದರೂ ಅವಳಿಂದಾಗಲಿಲ್ಲ. ಮುಂದಾದ ಕೈ ಹಿಂದಕ್ಕೆ ಬಂತು. ಉಸಿರು ಕಟ್ಟಿದಂತಾಯಿತು. ನಿಲ್ಲಲಾರೆನೆಂದುಕೊಂಡಾಗ ಕಾಫಿ ಅಲ್ಲಿಟ್ಟು ಹೊರಗೆ ಬಂದಳು.

ಸ್ವಲ್ಪ ಸಮಾಧಾನವಾಗಿ ಉಸಿರಾಡಿದ. ಮಡದಿಯ ಮೇಲೆ ಇದ್ದ ಗೌರವಾಭಿಮಾನಗಳು ಅವನನ್ನು ತತ್ತರಿಸುವಂತೆ ಮಾಡಿತ್ತು. ಆ ಸ್ಥಾನದ ಅರ್ಹತೆ ವಿಜಯಳಿಗಿತ್ತು. ಇವನು ಪ್ರಪಾತಕ್ಕೆ ಕುಸಿದಿದ್ದ. ಅವಳು ಗಗನದಲ್ಲಿದ್ದಳು. ಅಪಾರವಾದ ಅಂತರ. ಪ್ರೇಮಳ ಮಾದಕ ನಗು, ತುಂಟ ಕಿಡಿನೋಟ ನೆನಪಿಗೆ ಬಂತು. ಆ ಮೋಡಿಯಲ್ಲಿ ಗಾಳಿಗೆ ತೂರಿದ ತರಗೆಲೆಯಾಗಿದ್ದ. ಉನ್ಮಾದಿನಿಯಂತೆ ಅವನಿಂದ ಎಲ್ಲಾ ಕಸಿದಿದ್ದಳು. ಎಷ್ಟಾದರೂ ತೃಪ್ತಿಯಿಲ್ಲ. ಬಯಕೆ ಬಾಯಿ ತೆರೆದು ಬೃಹದಾಕಾರವಾಗಿ ನಿಂತಿತ್ತು. ನಗ್ನತೆಯಲ್ಲಿ ಹೊರಳಾಡಿ ಕಾಮದ ಸರೋವರದಲ್ಲಿ ಕೊಚ್ಚಿಹೋಗಿದ್ದ. ಅತೃಪ್ತಿ ಅಸಹನೆ ಭುಗಿಲೆದ್ದಿತೇ ವಿನಃ ತೃಪ್ತಿ ಕಾಣಲಾಗದೆ ಹೋಗಿದ್ದ. ಕಣ್ಣುಗಳಲ್ಲಿ ಪಶ್ಚಾತ್ತಾಪದ ಕಣ್ಣೀರು ತುಂಬಿಕೊಂಡಿತು. ಬಿಸಿ ಕಂಬನಿ ಕೆನ್ನೆಯ ಮೇಲೆ ಜಾರಿತು. ಮೋಸ... ವಂಚನೆ... ದ್ರೋಹ...

ಮಗನ ಧ್ವನಿ ಮಂಜುಳ ನಾದದಂತೆ ಕೇಳಿಸಿತು. ಪ್ರೇಮಳ ಮಾದಕ ನಗು ಈ ಶುಭ್ರ ನಗುವಿನ ಮುಂದೆ ಕರ್ಕಷವೆನಿಸಿತು. ಮುಖ ಸಿಂಡರಿಸಿದ.

"ಡ್ಯಾಡಿ..." ಹತ್ತಿರಕ್ಕೆ ಬಂದ ಮಗನನ್ನು ತನ್ನ ಬಾಹುಗಳಲ್ಲಿ ಸೇರಿಸಿಕೊಂಡ. ಮೈಯಿನ ಕೊಳೆಯೆಲ್ಲ ತೊಳೆದುಹೋಗಿ ಪುನೀತನಾದ ಅನುಭವವಾಯಿತು.

"ನಂಗ್ಯಾಕೆ ಹೇಳಿ ಹೋಗ್ಲಿಲ್ಲ?" ತಂದೆಯ ಮುಖವನ್ನು ನೇರವಾಗಿ ನೋಡುತ್ತ ಕೇಳಿದ. ಅವನ ಮೂಗಿನ ತುದಿ ಕೆಂಪಾಗಿತ್ತು. ವಿರೋಧ ಪಕ್ಷದವರು ಅಧಿಕಾರಾರೂಢ

ಪಕ್ಷವನ್ನು ಅಲುಗಾಡಿಸಿದಂತೆ ಕಂಡಿತು. ಅವರಿಗಾದರೂ ಸಮಾಧಾನ ಹೇಳುವುದು ಸುಲಭ; ಇವನನ್ನು ಸಮಾಧಾನಿಸುವುದು ಕಷ್ಟ. ಹುಬ್ಬುಗಳು ಸಂಕುಚಿಸಿದವು. ನಗಲು ಪ್ರಯತ್ನಿಸಿದ.

"ಸಾರಿ ಮಧು, ಇನ್ಮೇಲೆ ಯಾವತ್ತೂ ಹಾಗೆ ಮಾಡೋಲ್ಲ" ತಪ್ಪಾಯಿತೆಂದು ಕೆನ್ನೆಗೆ ಹೊಡೆದುಕೊಂಡ. ಅವನನ್ನು ಬಳಸಿಯೇ ಇದ್ದ. ಬಿಟ್ಟರೇ ಸುಖಾನುಭವ ಎಲ್ಲಿ ತಪ್ಪಿಹೋಗುವುದೋ ಎನ್ನುವ ಭಯ. ಅಮೃತದಲ್ಲಿ ಮಿಂದಂಥ ಅನುಭವ.

"ಗುಡ್, ಹಾಗಿರ್ಬೇಕೂ" ತಂದೆಯ ಬೆನ್ನನ್ನು ಹಿರಿಯನಂತೆ ತಟ್ಟಿದ. ಕುಲುಮೆಯ ಮೇಲೆ ಬೇಯುತ್ತಿದ್ದ ಮನಕ್ಕೆ ತಣ್ಣನೆಯ ಮಂದಾನಿಲದ ಸ್ಪರ್ಶ.

ಅಂದಿನಿಂದ ಮನೆಯಲ್ಲಿ ಒಂದು ವಿಧವಾದ ನೀರವತೆ ಕವಿದುಕೊಂಡಿತು. ಮೊದಲೇ ಮಡದಿಯ ಸ್ವರಕ್ಕಾಗಿ ಹಂಬಲಿಸುತ್ತಿದ್ದ ರಾಜೀವ್ ನಿರಾಶೆ, ಅಪಮಾನದಿಂದ ಕುಗ್ಗಿಹೋದ. ಅವಶ್ಯವಿದ್ದಾಗ ಮಾತ್ರ ಮಾತು. ಮಿಕ್ಕ ಸಮಯದಲ್ಲಿ ವಿಜಯ ಮೌನ ವಾಗಿರುತ್ತಿದ್ದಳು. ಮೊದಲಾಗಿದ್ದರೇ ಅವಳನ್ನು ಕಾಡಿಸಿ, ಬೇಡಿ, ರಮಿಸಿ ತನ್ನ ಆಸೆಯನ್ನು ಪೂರೈಸಿಕೊಳ್ಳುತ್ತಿದ್ದ. ಈಗ ಮುಖಭಂಗಿತನಾಗಿದ್ದ. ಅಪರಾಧಿ ಭಾವ ಅವನನ್ನು ನಿಮಿಷ ನಿಮಿಷಕ್ಕೂ ಹಿಂಸಿಸಿ ಕೊಲ್ಲುತ್ತಿತ್ತು. ರೋಮ-ರೋಮ, ಕಣ-ಕಣದಲ್ಲಿ ಬೆರೆತು ಹೋಗಿದ್ದ ವಿಜಯ ಅವನಿಂದ ಬಲು ದೂರ.

'ವಿಜಯ.... ವಿಜೀ... ವಿಜ್ಜು' ತಲೆಯ ಕೂದಲನ್ನು ಹಿಡಿದು ಜಗ್ಗಾಡಿದ. ಅವಳ ಕೈನ ಅಮೃತ ಸ್ಪರ್ಶಕ್ಕೆ ಅನರ್ಹ. ಅವಳದು ಎಂಥ ಉಜ್ವಲ ವಿಚಾರ ಧಾರೆಗಳು-ತನ್ನನ್ನು ಕ್ಷಮಿಸಿಯಾಳೆ?!

ಆಫೀಸಿನಿಂದ ನಾಲ್ಕು ಗಂಟೆಗೆ ರಾಜೀವ್ ಮನೆಗೆ ಬಂದಾಗ, ವಿಜಯ ಪತ್ರ ಬರೆಯುವುದರಲ್ಲಿ ಮಗ್ನಳಾಗಿದ್ದಳು. ಹಿಂದಿನಿಂದ ಬಳಸಿ ಅವಳ ನೀಳ ಜಡೆಯನ್ನು ಪಕ್ಕಕ್ಕೆ ಸರಿಸಿ ಮುತ್ತಿಡಬೇಕೆನಿಸಿತು. ರಾಜೀವ್ ನೋವಿನಿಂದ ಮುಖ ಹಿಂಡಿ ಕಣ್ಮುಚ್ಚಿದ. ಕಾಲುಗಳು ಕುಸಿದಂತಾಯಿತು. ಬಹಳ ದಿನ ಇದನ್ನು ಸಹಿಸಲು ಸಾಧ್ಯವಿಲ್ಲವೆನಿಸಿತು. ಎಲ್ಲವನ್ನು ಅವಳ ಮುಂದೆ ಒದರಿ ಕ್ಷಮೆ ಕೇಳಬೇಕು. ಅವಳನ್ನು ಎಚ್ಚರಿಸಲು ಮೃದುವಾಗಿ ಗಂಟಲು ಸರಿಪಡಿಸಿಕೊಂಡು ಕೋಣೆಯೊಳಕ್ಕೆ ಬಂದ. ತನ್ನ ಮನೆಯಲ್ಲಿಯೇ ಪರಕೀಯನೆನ್ನುವಂಥ ಮುಜುಗರ.

ವಿಜಯ ಹುಬ್ಬೆತ್ತಿ ಅವನತ್ತ ನೋಡಿದಳು. ಅದರ ಪ್ರಖರತೆಯನ್ನು ತಾಳಲಾರದೆ ಬೂಡ್ಸು ಬಿಚ್ಚುವ ನೆವದಲ್ಲಿ ಕುಳಿತ. ಮೌನ ಅವನನ್ನು ಚುಚ್ಚಿ, ಕೊಲ್ಲುತ್ತಿತ್ತು. ಉಸಿರುಗಟ್ಟಿಸುವ ನೀರವತೆಯನ್ನು ಹೊಡೆದು ಓಡಿಸಬೇಕೆನಿಸಿತು. ವಿಜಯಳ ಸ್ವರ ಕೇಳಬೇಕೆನಿಸಿತು.

"ಮಧು, ಮಾನಸ... ಇನ್ನೂ ಬಂದಿಲ್ವಾ?"

"ಇಲ್ಲ..." ಚುಟುಕಾದ ಉತ್ತರ. ವಾರೆಗಣ್ಣಿಂದ ರಾಜೀವ್‌ನ ಕಡೆ ನೋಡಿದಳು.

ಕಣ್ಣ ಬೆಳಕಿನಲ್ಲಿ ಮೊದಲಿನ ಉಜ್ವಲತೆಯಿಲ್ಲ; ನೈತಿಕ ಪತನ ಕುಗ್ಗಿಸಿತ್ತು. ನೋವಿನಿಂದ ಮನ ಹಿಂಡಿತು.

"ವಿಜಯ, ನಿನ್ಹತ್ರ ಸ್ವಲ್ಪ ಮಾತಾಡ್ಬೇಕಿತ್ತು" ಸ್ವರದಲ್ಲಿ ಸೋಲಿತ್ತು, ಹಣೆಯಲ್ಲಿ ನೆರಿಗೆಗಳು ಮೂಡಿದವು. ಹೆಚ್ಚು ದಿನ ಈ ವೇದನೆಯನ್ನು ಸಹಿಸಲಾರ. ಬಡಬಾಗ್ನಿಯಲ್ಲಿ ಬೆಂದುಹೋಗುತ್ತಿದ್ದ.

"ಈಗ್ಲೇ... ಮಾತಾಡ್ತೀರಾ! ರಾತ್ರಿ ಮಾತಾಡಿದ್ರೆ ಪರ್ವಾಗಿಲ್ವಾ?" ಅವಳಿಗರಿಯದಂತೆ ಧ್ವನಿ ಗಡಸಾಗಿತ್ತು. ಹೃದಯ ಭಾರವಾಯಿತು.

"ರಾತ್ರಿಗೆ ಮಾತಾಡೋಣ" ಅವನ ಕತ್ತಿನ ನರಗಳು ಉಬ್ಬಿತು. ಅವನ ಪ್ರಾಮಾಣಿಕ ಹೃದಯ ಮಾಡಿದ ತಪ್ಪಿಗಾಗಿ ದಗ್ಧಗೊಂಡಿತ್ತು.

ವಿಜಯ ಕೋಣೆಯಿಂದ ಹೊರ ಬಂದಳು. ಆದರೆ ಸುತ್ತುಗಟ್ಟಿದ್ದ ವರ್ತುಲದಿಂದ ಹೊರ ಬರಲು ಅವಳಿಂದ ಸಾಧ್ಯವಾಗಲಿಲ್ಲ. ಅವಳ ಸಂದೇಶ ಸುಳ್ಳಲ್ಲವೆಂದು ಮನ ಒತ್ತಿ ಹೇಳಿತು. ಬದಲಾದ ರಾಜೀವ್‌ನ ನಡೆನುಡಿಗಳ ಸತ್ಯವನ್ನು ಹೊರಚೆಲ್ಲಿದ್ದವು. ಎದೆಯಾಳದ ಬಿಸಿಯುಸಿರನ್ನು ಹೊರದಬ್ಬಿದಳು

ಹುಡುಗರು ಬಂದು ಮನೆಯ ವಾತಾವರಣ ಸ್ವಲ್ಪ ತಿಳಿಯಾಗಿತ್ತು. ಊಟ ಮೌನವಾಗಿ ಸಾಗಿತು. ಹುಡುಗರದ್ದೇ ಮಾತು. ಅದರಲ್ಲಿ ಇವರುಗಳ ಪಾಲೆಷ್ಟೋ! ಇಬ್ಬರ ಎದೆಯ ಬಡಿತ ಹೆಚ್ಚಿತ್ತು. ದಟ್ಟವಾದ ಯೋಚನೆಯಲ್ಲಿ ಮಗ್ನರಾಗಿದ್ದರು. ಈ ರಾತ್ರಿಯ ನಿರ್ಣಯದ ಮೇಲೆ ಅವರ ಭವಿಷ್ಯ ನಿಂತಿತ್ತು.

ಅಡಿಗೆಯವನು ಮನೆಗೆ ಹೋದ ಮೇಲೆ ಬಾಗಿಲು ಮುಚ್ಚಿ ಹುಡುಗರನ್ನು ಮಲಗಿಸಿ ಕೋಣೆಗೆ ಬಂದಳು. ರಾಜೀವ್ ಕಿಟಕಿಯ ಬಳಿ ನಿಂತಿದ್ದ. ಅವನ ಕೈಗಳು ಸರಳುಗಳನ್ನು ಬಿಗಿಯಾಗಿ ಹಿಡಿದಿದ್ದವು. ಹೊರಗಿನ ಕತ್ತಲೆಯನ್ನು ನೋಡುತ್ತಿದ್ದ.

"ಹಾಲು ತಗೊಳ್ಳಿ." ಭಾವವಿಕಾರವಿಲ್ಲದ ಶೀತಲ ಸ್ವರಕ್ಕೆ ಹಿಂದಿರುಗಿದ. ಕೆಲವೇ ದಿನಗಳಲ್ಲಿ ಎಂತಹ ಬದಲಾವಣೆ. ಅಂಗೈಗಳನ್ನು ಹಿಡಿದು ನೋಡಿದ. ಕೆಂಪಗಾಗಿದ್ದವು. ಮನದ ಉದ್ವೇಗದಿಂದ ಸರಳುಗಳನ್ನು ಬಿಗಿಯಾಗಿ ಹಿಡಿದಿದ್ದ. ಅವನ ತುಟಿಗಳ ಮೇಲೆ ನೋವಿನ ನಗು ಮಿಂಚಿತು. ಪ್ರತಿ ರಾತ್ರಿ ಕಾಡಿ ಮಗುವಿನಂತೆ ಮಡದಿಯ ಕೈಯಿಂದಲೇ ಹಾಲು ಕುಡಿಯುತ್ತಿದ್ದ. ಇಂದು ಅದಕ್ಕೆ ಹೊರತಾಗಿದ್ದ. ಸ್ವತಂತ್ರವಹಿಸಿ ಏನನ್ನೂ ಪಡೆಯಲಾರ.

ಹಾಲನ್ನು ಕುಡಿದು ಲೋಟವನ್ನು ಟೀಪಾಯಿ ಮೇಲಿಟ್ಟ. ಅವಳತ್ತ ನೋಟವರಿಸಿದ. ಶುಭ್ರ ಚಂದದ ಸುಂದರ ಶಿಲ್ಪ. ಎಲ್ಲಿಯೂ ಕಳಂಕವಾಗಲಿ, ಕಲೆಯಾಗಲಿ ಇಲ್ಲ. ಕೈ ಮುಗಿಯಬೇಕೆನಿಸಿತು.

"ಕೂತ್ಕೊ... ವಿಜಯ." ಕ್ಷೀಣವಾಯಿತು ಧ್ವನಿ. ಸೋಫಾದಲ್ಲಿ ಕುಸಿದು ಹಿಂದಕ್ಕೆ ಒರಗಿ ಒಂದು ನಿಮಿಷ ಕಣ್ಮುಚ್ಚಿ ತೆರೆದ. ಬೆಳಗಿನಿಂದ ಕೂಡಿಸಿಕೊಂಡಿದ್ದ ಧೈರ್ಯವೆಲ್ಲ ಸೂರ್ಯನ ಪ್ರಖರತೆಗೆ ಕರಗುವ ಮಂಜಿನಂತೆ ಕರಗತೊಡಗಿತು. ಗಾಬರಿಯಾದ.

"ಏನೋ... ಮಾತಾಡ್ಬೇಕೂಂದ್ರಲ್ಲ!"

"ವಿಜಯ..." ಕೂಡಲು ಅವನಿಗೆ ಕಷ್ಟವೆನಿಸಿತು. ಕಣ್ಣುಗಳು ಕಿರಿದಾದವು. ಮುಖವನ್ನು ಪೂರ್ತಿಯಾಗಿ ಮನದ ನೋವಿನ ಛಾಯೆ ಆವರಿಸಿಕೊಂಡಿತು.

ಎದ್ದು ಅವಳಿಗೆ ಬೆನ್ನಾಗಿ ಕಿಟಕಿಯ ಬಳಿ ಹೋಗಿ ನಿಂತ. ಕತ್ತಲನ್ನೇ ನೋಡುತ್ತ ನಿಧಾನವಾಗಿ ಎಲ್ಲಾ ಹೇಳಿ ಮುಗಿಸಿದ.

ವಿಜಯ ಶೀತಲ ಕೊರಡಿನಂತೆ ಕೂತಿದ್ದಳು. ಅವಳಲ್ಲಿನ ಚೇತನವೇ ಉಡುಗಿ ಹೋಗಿತ್ತು. ತನ್ನ ಸಂದೇಹಗಳು ಸುಳ್ಳಾಗಲೆಂದು ದೇವರಲ್ಲಿ ಬೇಡಿದ್ದಳು. ಎಲ್ಲಾ ನಿಜವಾಗಿತ್ತು. ನಂಬಿಕೆಯ ಬುಡವೇ ಕುಸಿದು ಬಿದ್ದಿತ್ತು. ಬೇರೆ ಯಾರಾದರು ಹೇಳಿದ್ದರೆ ಖಂಡಿತ ನಂಬುತ್ತಿರಲಿಲ್ಲ. ಈಗ ರಾಜೀವ್ ತನ್ನ ಬಾಯಿಂದಲೇ ಹೇಳಿದ್ದರಿಂದ ನಂಬಬೇಕಾಗಿತ್ತು. ತಲೆ ಗಿರ್ರೆಂದಿತು. ಕಣ್ಣುಗಳಿಗೆ ಕತ್ತಲೆ ಮುಸುಕಿದಂತಾಯಿತು.

"ವಿಜಯ, ನನ್ನ ಕ್ಷಮ್ಸಿಬಿಡು. ದೊಡ್ಡ ತಪ್ಪು ಮಾಡಿದ್ದೀನಿ. ನನ್ನ ಬಗ್ಗೆ ನನಗೇ ಅಸಹ್ಯ."

ವಿಜಯಳ ಮುಖ ಪೂರ್ತಿಯಾಗಿ ಬಿಳಿಚಿಕೊಂಡಿತು. ತುಟಿಗಳ ಮೇಲೆ ನೋವಿನ ನಗೆ ಮಿಂಚಿತು. ಬದುಕಿಗೆ ಅರ್ಥವೇ ಕಾಣಲಿಲ್ಲ.

ರಾಜೀವ್ ಜವಾಬ್ದಾರಿಯಂಥ ತಂದೆಯ ಸ್ಥಾನದಲ್ಲಿದ್ದ. ಅವಳಿಗೆ ನಗಬೇಕೆನಿಸಿತು. ಸೋತವಳಂತೆ ಸೋಫಾ ಬೆನ್ನಿಗೆ ಒರಗಿದಳು.

ಅವಳತ್ತ ಬಂದ ರಾಜೀವ್‌ನ ನೋಡಿದಳು. ನೋಟದಲ್ಲಿ ನಿರ್ಲಿಪ್ತತೆ ಮಾತ್ರವಿತ್ತು.

"ನನ್ನ ತಪ್ಪಿಗೆ ಏನು ಶಿಕ್ಷೆ ಕೊಟ್ರೂ... ಅನುಭವಿಸ್ತೀನಿ!" ಪಶ್ಚಾತ್ತಾಪದ ದಳ್ಳುರಿಯಲ್ಲಿ ಬೆಂದುಹೋಗಿದ್ದ.

"ತಪ್ಪು ನಿಮ್ಮೊಬ್ಬರದ್ದಾದ್ರೂ... ಶಿಕ್ಷೆಯಲ್ಲಿ ನಂಗೂ ಪಾಲಿದೆ." ಎದ್ದುನಿಂತಳು. ಬವಳಿ ಬಂದಂತಾಯಿತು. ಸಾವರಿಸಿಕೊಂಡು ಹೊರಟುಬಿಟ್ಟಳು. ರಾಜೀವ್ ಅವಳನ್ನು ತಡೆಯಲಾರದ ಸ್ಥಿತಿಯಲ್ಲಿದ್ದ.

ಬಹಳ ಹೊತ್ತು ವಿಜಯ ಬರಬಹುದೆಂದು ಕಾದು ನಿರಾಶನಾದ. ಮನ ಭಯದಿಂದ ವಿಲಿವಿಲಿ ಒದ್ದಾಡಿತು. 'ವಿಜಯ ನನ್ನ ಕ್ಷಮಿಸೊಲ್ಲ... ಖಂಡಿತ ಕ್ಷಮಿಸೊಲ್ಲ.' ಮನ ಕೂಗಿ ಹೇಳಿತು.

ಕೂತ ಕಡೆಯಿಂದ ಅಲ್ಲಾಡದೇ ಇಡೀ ರಾತ್ರಿಯನ್ನು ಕಳೆದ. ಮುಂದಿನ ಭವಿಷ್ಯ ವಿಕೃತರೂಪ ತಾಳಿದೆ ಎನಿಸಿತು. ವಿಜಯಳ ಪ್ರೀತಿ, ಅಭಿಮಾನ, ನಂಬಿಕೆ ಕಳೆದುಕೊಂಡ ಮೇಲೆ ಜೀವನ ಅರ್ಥಹೀನವೆನಿಸಿತು. ಸೆರಗು ಜಾರಿಸಿ ಹಸಿದ ಹುಲಿಯಂತೆ ನಿಂತ ಪ್ರೇಮಳ ನೆನಪು ಬಂದ ಕೂಡಲೇ ಕಟಕಟನೆ ಹಲ್ಲುಗಳನ್ನು ಕಡಿದ. ಮೈ ಕಿಚ್ಚಾಯಿತು. ಯೌವನದ ಮದದಿಂದ ಬೀಗುವ ಹೆಣ್ಣಿನ ಮೈ ಪುಡಿಪುಡಿ ಮಾಡುವ ಬಯಕೆ ಯಾಯಿತು.

ಆಫೀಸ್‌ಗೆ ಹೊರಡುವ ವೇಳೆಯಾದರೂ ರಾಜೀವ್ ಕೋಣೆಯಿಂದ ಹೊರಗೆ ಬರಲಿಲ್ಲ. ಫೋನ್ ಬಂದಾಗ ವಿಜಯಳೇ ಎತ್ತಿಕೊಂಡಳು. ಒಂದೇ ಮಾತಿನಲ್ಲಿ ಆರೋಗ್ಯ ಸರಿ ಇಲ್ಲವೆಂದು ಫೋನ್ ಕೆಳಗಿಟ್ಟಳು.

ವಿಜಯ ಕೋಣೆಗೆ ಬಂದಾಗ ರಾಜೀವ್ ಎರಡು ಕೈಗಳನ್ನೂ ಬೆಸೆದು ತಲೆಯ ಕೆಳಗಿಟ್ಟುಕೊಂಡು ಅಂಗಾತನಾಗಿ ಮಲಗಿದ್ದ. ಕಣ್ಣುಗಳು ಮುಚ್ಚಿದ್ದರೂ ನಿದ್ದೆ ಮಾಡುತ್ತಿರಲಿಲ್ಲ.

"ಹುಷಾರಿಲ್ವಾ? ಡಾಕ್ಟರ್‌ಗೆ... ಫೋನ್ ಮಾಡ್ಲಾ!" ರಾಜೀವ್ ತುಟಿ ಕಚ್ಚಿದ. ಅವಳ ಹೃದಯದ ನೋವನ್ನು ಬಲ್ಲ. ತಾನು ಮಾಡಿದ ತಪ್ಪಿಗೆ ಅವಳು ನೋವು ಅನುಭವಿಸಬೇಕು. ಅಗ್ನಿಪರ್ವತವನ್ನು ಎದೆಯಲ್ಲಿ ಬಚ್ಚಿಟ್ಟುಕೊಂಡು ಸೌಮ್ಯವಾಗಿ ಓಡಾಡುತ್ತಿದ್ದಾಳೆ. ಅದು ಸಿಡಿದಾಗ...!

"ಬೇಡ, ಹುಷಾರಾಗಿದ್ದೀನಿ" ಮೇಲಕ್ಕೆದ್ದ. ಕೆಂಪಾದ ಕಣ್ಣುಗಳು ರಾತ್ರಿಯ ಅವನ ಅವಸ್ಥೆಯನ್ನು ಸಾರಿ ಹೇಳಿತು. ಅವಳೆದೆಯಲ್ಲಿ ಹೊಗೆಯಾಡುತ್ತಿದ್ದ ಬೆಂಕಿಗೆ ತುಪ್ಪ ಸುರಿದಂತಾಯಿತು.

ಟವಲಿಡಿದು ಬಾತ್ ರೂಂಗೆ ಹೋಗಿ ಬಾಗಿಲು ಹಾಕ್ಕೊಂಡ. ಹೊರಗೆ ಬರುವ ವೇಳೆಗೆ ಗಂಟೆಯೇ ಆಯಿತು. ತಿಂಡಿ ಪಕ್ಕಕ್ಕೆ ಸರಿಸಿ ಕಾಫೀ ಕುಡಿದು ಹೊರಟುಬಿಟ್ಟ. ಕಾರಿನಲ್ಲಿ ಕೂತು ಆಸೆಯಿಂದ ಬಾಗಿಲತ್ತ ನೋಡಿದ, ನಿರಾಶೆಗೊಂಡ. ಕತ್ತಿನ ನರಗಳು ಉಬ್ಬಿಕೊಂಡವು. ಕಾರು ರಭಸದಿಂದ ಹೋಯಿತು.

ಕೂತಿದ್ದ ವಿಜಯಳ ಕಣ್ಣುಗಳ ಮುಂದೆ ಮಂಜು ಮಿಸುಕಾಡಿತು. ಜೀವನದಲ್ಲಿ ಇದುವರೆಗೂ ಉಂಡಿದ್ದು ಸಿಹಿ ಮಾತ್ರ. ಮುಂದಿರುವುದೆಲ್ಲ ಕಹಿ. ನೆನಪಿನಿಂದ ಜೀವನ ಸವೆಸಬೇಕು. ಕತ್ತಿಡಿದು ಹೊರ ತಳ್ಳುವ ಪರಿಸರದಲ್ಲಿ ಜೀವನ... ಭಾರ. ಇದರಿಂದ ಹೊರ ಹೋಗಬೇಕು.

"ಮಮ್ಮಿ... ಮಮ್ಮಿ..." ಮಧು ಸ್ವರಕ್ಕೆ ಬೆಚ್ಚಿದಳು. ಅವನತ್ತ ನೋಟವರಿಸಿದಳು. ಗೆಲುವಾಗಿದ್ದ. ಅವಳ ಮನ ಮುದುರಿತು. ಇದುವರೆಗೂ ತಮ್ಮಿಬ್ಬರ ಬಗೆಗೆ ಮಾತ್ರ ಯೋಚಿಸಿದ್ದಳು. ಮುಖ್ಯವಾದುದ್ದನ್ನೇ ಬಿಟ್ಟಿದ್ದಳು. ನಿರ್ಧಾರ ತೊಡಕಾಗಿ ಕಂಡಿತು. ಕರ್ತವ್ಯ ಎಚ್ಚರಿಸಿತು.

"ಮಧ್ಯಾಹ್ನ... ರಜ..." ಮಧು ಕುಣಿದಾಡಿದ. ಮೇಡಮ್‌ಗಳ ಬಿಗಿಯ ಶಿಸ್ತಿನ ವಾತಾವರಣದಿಂದ ಮಕ್ಕಳು ಸದಾ ಬಿಡುಗಡೆಯನ್ನೇ ಬಯಸುತ್ತಾರೆ!

'ಯಾಕೆ ರಜ? ಏನು ಎತ್ತ' ಎಂದು ಪ್ರಶ್ನಿಸುವುದನ್ನೇ ಮರೆತಳು. ಯೋಚಿಸಿದಷ್ಟೂ ತೊಡಕಾಗಿ ಕಾಣುತ್ತಿತ್ತೇ ವಿನಃ ಯಾವ ದಾರಿಯೂ ಹೊಳೆಯುತ್ತಿರಲಿಲ್ಲ.

"ನಡೀ, ಊಟ ಮಾಡು." ಸ್ವರದಲ್ಲಿ ನಿರ್ಲಿಪ್ತತೆ ಇಣುಕಿತು. "ಡ್ಯಾಡಿ, ಬಂದ್ಮೇಲೆ ಮಾಡ್ತೀನಿ, ಈಗ್ಬೇಡ." ರಾಗ ಎಳೆದ. ಕಣ್ಣರಳಿಸಿದಳು. ಬೆಸೆದ ಕೊಂಡಿಗಳ ತೀವ್ರತೆಯ

ಬಗೆಗೆ ಯೋಚಿಸಿದಳು. ಕಣ್ಣುಗಳ ಮುಂದೆ ಮಂಜು ಮುಸುಕಿತು. ಹೃದಯ ಭಾರವಾಯಿತು. ಬದುಕೊಂದು ಸಮಸ್ಯೆಗಳ ಮಡುವೆನಿಸಿತು.

"ಮಧು, ಪ್ಲೀಸ್ ಊಟ ಮಾಡು, ಡ್ಯಾಡಿ ಬರೋದು ಒಂದೊಂದು ದಿನ ಲೇಟಾಗುತ್ತೆ." ಕೊರಳುಬ್ಬಿತು. ಎದೆಯಲ್ಲಿ ನೋವಿನ ದಳ್ಳುರಿ. ಅಡಗಿಸಿದಷ್ಟೂ ಭುಗಿಲೇಳುತ್ತಿತ್ತು. "ಊಹ್ಞೂಂ...." ತಲೆಯಾಡಿಸಿದ.

ಮಂಚದ ಮೇಲೆ ಸೋತವಳಂತೆ ಬಂದು ಉರುಳಿದಳು. ತಾಯಿಯ ಕೊರಳನ್ನು ತಬ್ಬಿ ಮಲಗಿದ. ಕೈ ಅವನ ಕೂದಲಲ್ಲಾಡುತ್ತಿತ್ತು. ಮನ ತಪ್ತವಾಗಿತ್ತು.

"ಮಮ್ಮಿ..." ಬಾಯಿಗೆ ಬಂದಂತೆಲ್ಲ ಹರಟಿದ. ಮಾನಸ ಬರುವವರೆಗೂ ತಾಯಿಯ ಪ್ರೀತಿಗೆ ಅವನೇ ಸಾರ್ವಭೌಮ.

ರಾಜೀವ್ ಮಗಳನ್ನು ಎತ್ತಿಕೊಂಡೇ ಒಳಗೆ ಬಂದ. ಅವನು ಒಳ್ಳೆಯ ಪ್ರೀತಿಯ ತಂದೆ. ತನ್ನ ಮಕ್ಕಳನ್ನು ಅತಿಶಯವಾಗಿ ಪ್ರೀತಿಸುತ್ತಿದ್ದ. ಮಧ್ಯೆ ಆದುದಾದರು... ಏನು?

"ಡ್ಯಾಡಿ... ಬಂತು." ಮಧು ಎದ್ದು ಓಡಿದ. ತಂದೆಯ ಪ್ರೀತಿ ಪಡೆವ ಪೈಪೋಟಿಗೆ ಸದಾ ನಿಲ್ಲುತ್ತಿದ್ದ. ತಂದೆ ಮಕ್ಕಳನ್ನು ಬಿಟ್ಟು ಒಂಟಿಯಾಗಿ ಒಳಗೆ ಹೋದಳು. ತಾನು ಅತಿಯಾಗಿ ಪ್ರೀತಿಸುತ್ತಿದ್ದ ಎಲ್ಲಾ ವಸ್ತುಗಳು ಪರಕೀಯ ವಾಗಿದೆಯೆನಿಸಿತು. ಸಂಬಂಧವಿಲ್ಲದಂತೆ ವರ್ತಿಸಬೇಕೆನಿಸಿತು.

"ವಿಜಯ..." ಟವಲಿನಿಂದ ಕೈ ಒರೆಸುತ್ತ ಬಂದು ಎದುರು ನಿಂತ ಅವಳ ನೋಟ ಅವನತ್ತ ಹರಿಯಲೇ ಇಲ್ಲ. ರಾಜೀವ್ ನೋವಿನಿಂದ ಮುಖ ಹಿಂಡಿದ. ಕಣ್ಣುಗಳು ಕಿರಿದಾದವು. ಕಹಿ ಉಗುಳನ್ನು ಬಲವಂತವಾಗಿ ನುಂಗಿದ.

"ಹುಡುಗ್ರು... ಕಾಯ್ತಾ ಇದ್ದಾರೆ!" ಹೆಜ್ಜೆಗಳು ಡೈನಿಂಗ್ ಹಾಲ್‌ನತ್ತ ನಡೆದವು. ಹೋದತ್ತ ನೋಟವರಿಸಿದಳು. ಅವಳ ಮನ ಹೋರಾಟದ ರಣರಂಗವಾಗಿತ್ತು. ಮರೆಯಲಾರದಾಗಿದ್ದಳು.

ರಾಜೀವ್ ಹುಡುಗರೊಂದಿಗೆ ಊಟಕ್ಕೆ ಕೂತ. ಅಡಿಗೆಯವನು ಬಡಿಸತೊಡಗಿದ. ಕುರ್ಚಿಯ ಹಿಡಿಯನ್ನಿಡಿದ ವಿಜಯ ನಿಂತೇ ಇದ್ದಳು. ಅವಳಿಗೆ ಯಾವುದರ ಪರಿವೆಯೂ ಇರಲಿಲ್ಲ. ಮಂಕಾಗಿದ್ದಳು.

"ಮಮ್ಮಿ, ನೀನೂ ಕೂತ್ಕೊ..." ಮಾನಸ ಕೈ ಹಿಡಿದಾಗ, ಹಿತವಾದ ಸ್ವರದಲ್ಲಿ ಹೇಳಿದಾಗ, ಉರಿಯುತ್ತಿದ್ದ ಮೈಗೆ ತಣ್ಣೀರಿನ ಸ್ಪರ್ಶವೆನಿಸಿತು.

"ಓ.ಕೆ. ಬೇಬಿ..." ಕುಸಿದು ಕೂತಳು. ಮನ ಸೀಳಾಯಿತು. ಬಡಿಸುತ್ತಿರುವುದನ್ನೆಲ್ಲ ಪಕ್ಕಕ್ಕೆ ತಳ್ಳುತ್ತಿದ್ದಳು. ಎಂದಿನಂತೆ ಮಕ್ಕಳ, ರಾಜೀವನ ಊಟದ ಕಡೆ ಲಕ್ಷ್ಯವಿಲ್ಲ. ಮನವೆತ್ತಲೋ!?

"ಅಮ್ಮ, ಹುಷಾರಾಗಿದ್ದೀರಾ! ಸ್ವಲ್ಪ ಕೂಡ ಊಟ ಮಾಡ್ಲಿಲ್ವಾ!!" ತಟ್ಟನೇ

ಎಚ್ಚೆತ್ತಳು. ಒಂದ್ಲೋಟ ನೀರು ಕುಡಿದು, "ಬೆಳಗಿನ ತಿಂಡಿಯೆ ಗಡದ್ದಾಗಿತ್ತು. ಅದ್ಕೇ ಊಟ ಸೇರ್ತಾ ಇಲ್ಲ!" ತಟ್ಟೆಯಲ್ಲಿ ಕೈಯಾಡತೊಡಗಿತು. ತುತ್ತು ಬಾಯ ಬಳಿಗೆ ಹೋಗಲೇ ಹಿಂಜರಿಯುತ್ತಿತ್ತು. ಬಲವಂತದಿಂದ ಬಾಯಿಗಿಟ್ಟಳು. ಕಹಿ... ಬರೀ ಕಹೀ... ದಿನವೂ ಇದನ್ನು ತಿಂದು ಬದುಕುವುದಾದರೂ ಹೇಗೆ?

"ತುಂಬ ಖಾರ..." ನಾಲ್ಕು ಸಲ ನೀರು ಬಲವಂತವಾಗಿ ಕುಡಿದಳು. ಹಣೆಯ ಮೇಲೆ ಬೆವರೊಡೆಯಿತು. ಚೇತನ ಬತ್ತಿಹೋದ ದೇಹಕ್ಕೆ ಯಾವ ಅವಶ್ಯಕತೆಯೂ ಕಾಣಲಿಲ್ಲ.

ಕೈ ತೊಳೆದು ಕೋಣೆಗೆ ಬಂದಳು. ಎಷ್ಟೇ ಸಮಾಧಾನ ಮಾಡಿಕೊಂಡರೂ ಮೊದಲಿನ ಸ್ಥಿತಿಗೆ ಬರುವುದು ಅವಳಿಗೆ ಸಾಧ್ಯವಾಗಲಿಲ್ಲ. ತೀವ್ರತರವಾದ ಆಘಾತಕ್ಕೆ ಗುರಿಯಾಗಿದ್ದಳು.

ಬಹಳ ಹೊತ್ತಿನ ಮೇಲೆ ದುರ್ಬಲತೆ ಒಳ್ಳೆಯದಲ್ಲವೆಂದುಕೊಂಡು ಹೊರಗೆ ಬಂದಳು. ಸೇಬು ಹೆಚ್ಚುತ್ತಾ ಕೂತಳು. ನೆಪ ಮಾತ್ರಕ್ಕೆ ರಾಜೀವ್ ಪೇಪರ್ ಹಿಡಿದಿದ್ದರೂ ನೋಟವೆಲ್ಲ ವಿಜಯಳತ್ತ ಇತ್ತು. ಆ ಮುಖವನ್ನು ಬೊಗಸೆಯಲ್ಲಿಡಿದು ಎದೆಯಲ್ಲಿ ಹುದುಗಿಸಿಕೊಳ್ಳುವ ಬಯಕೆ. ಆದರೆ ಧೈರ್ಯವಿಲ್ಲ.

ವಿಜಯ ಹೆಚ್ಚಿಟ್ಟ ಸೇಬಿನ ತುಂಡುಗಳನ್ನು ಪೈಪೋಟಿಯಿಂದ ಮಾನಸ, ಮಧು ತಂದೆಯ ಬಾಯಿಗೆ ತುರುಕುತ್ತಿದ್ದರು. ವಾರೆಗಣ್ಣಿನಿಂದ ವಿಜಯಳತ್ತ ನೋಡುತ್ತ "ಮಮ್ಮಿಗೆ..." ನೆನಪಿಸಿದ. ಮಧು ಗಲ್ಲದ ಮೇಲೆ ಕೈಯಿಟ್ಟು ತಂದೆಯತ್ತ ನೋಡಿ ನಕ್ಕ ಭಂಗಿ ಆಕರ್ಷಕವಾಗಿತ್ತು. ರಾಜೀವ್ ಹುಬ್ಬೇರಿಸಿದ.

"ನಂಗೆ ಗೊತ್ತಾಯ್ತು... ನಂಗೆ ಗೊತ್ತಾಯ್ತು." ಜೋರಾಗಿ ಚಪ್ಪಾಳೆ ತಟ್ಟಿದ. ವಿಜಯಳ ಮುಖದ ಮೇಲೆ ಗಾಬರಿ ಕಾಣಿಸಿಕೊಂಡಿತು. ರಾಜೀವ್ ಸ್ಪಷ್ಟವಾಗಿ ಓದಿಕೊಂಡ.

ಮಾನಸ ಮೆಲ್ಲಗೆ ಮಧುವಿನ ಬಳಿ ಬಗ್ಗಿ "ನಂಗೆ ಹೇಳೋ... ಯಾರ್ಗೂ ಹೇಳೋಲ್ಲ!" ಅವಳ ಸ್ವರದಲ್ಲಿ ಯಾಚನೆ ಇತ್ತು. ಮೊದಲು ಮಧು ಬಿಗುಮಾನದಿಂದ ಸೆಟೆದು ಕುಳಿತರೂ, ಆಮೇಲೆ ತಂಗಿಯ ಕಿವಿಗೆ ಕೈ ಅಡ್ಡವಾಗಿಟ್ಟು ಪಿಸುಗುಟ್ಟಿದ. ಮಾನಸಳ ಕಂಗಳು ಕಿರಿದಾದವು. ತುಟಿಗಳ ಮೇಲೆ ನಗು ಅರಳಿತು. "ಏನು... ನಿಮ್ಮಿಬ್ರ ಗುಟ್ಟು?" ಅಪರೂಪದ ನಗು ಮುಖವನ್ನು ಕಂಡು ರಾಜೀವ್ ಸಂತೋಷಿಸಿದ. ಅದನ್ನು ಶಾಶ್ವತವಾಗಿ ಕಣ್ಣಿನಲ್ಲಿ ಹಿಡಿದಿಡಲು ಪ್ರಯತ್ನಿಸಿದ.

"ನೀವಿಬ್ರೂ ಟೂ ಬಿಟ್ಟಿದ್ದೀರಂತೆ!" ಮಾನಸ ಬೆಚ್ಚಿಬಿದ್ದಳು. ರಾಜೀವ್ ಬಿದ್ದು ಬಿದ್ದು ನಕ್ಕ. ಅವಳಿಗೆ ಕೆಡುಕೆನಿಸಿತು. ತಮ್ಮಿಬ್ಬರ ವಿರಸ ಮಕ್ಕಳ ಮೇಲಾಗುವ ಕೆಟ್ಟ ಪರಿಣಾಮದ ಬಗೆಗೆ ಬೆದರಿದಳು.

ಗಂಭೀರವಾಗಿ ಹುಬ್ಬೆತ್ತಿ "ಡ್ಯಾಡಿ, ಸ್ವಲ್ಪ ಹೊತ್ತು ರೆಸ್ಟ್ ತಗೋತಾರೆ. ನೀವಿಬ್ರೂ

ಗಲಾಟೆ ಮಾಡ್ದೇ ಆಡ್ಕೊಳ್ಳಿ." ಸ್ವರದಲ್ಲಿ ಅಧಿಕಾರದ ಗತ್ತು ಇತ್ತು. ಇಬ್ಬರೂ ಶಿಸ್ತಿನಿಂದ ಸೆಲ್ಯೂಟ್ ಹೊಡೆದು ತಮ್ಮ ಆಟದ ಕೋಣೆಯತ್ತ ಹೊರಟರು. ವಿಜಯ ಸಮಾಧಾನದ ಉಸಿರು ದಬ್ಬಿದಳು. ಒಬ್ಬರ ಮುಂದೊಬ್ಬರು ಮೌನವಾಗಿ ಕೂತಿದ್ದರು. ಆಡಲು ಮಾತುಗಳೇ ಇಲ್ಲ.

"ಸ್ವಲ್ಪ ಹೊತ್ತು ಮಲ್ಗೀ... ರೆಸ್ಟ್ ತಗೊಳ್ಳಿ." ವಿಜಯಳ ಪ್ರಯಾಸದ ಸ್ವರ ಬಿಸಿಯುಸಿರಿನೊಂದಿಗೆ ಹೊರಬಂತು. ರಾಜೀವ್ ತಲೆಯೆತ್ತಿ ಅವಳತ್ತ ನೋಡಿದ. ಗಂಭೀರ ಮುಖದ ಹಿಂದೆ ಕರಾಳ ಛಾಯೆ, ಎದೆಗೆ ಈಟಿಯಲ್ಲಿ ಇರಿದಂಥ ನೋವು.

ವಿಜಯಳ ಕಣ್ಣುಗಳು ಹುಡುಗರ ಆಟದ ಕೋಣೆಯತ್ತ ಇದ್ದಲ್ಲಿಂದಲೇ ಇಣಿಕಿ ನೋಡಿದವು. ಕೋಣೆಯಿಂದ ಬಗ್ಗಿ ಬಗ್ಗಿ ನೋಡುತ್ತಿದ್ದರು. ತಾಯಿ ತಂದೆ ಎನಿಮಿ ಮುರಿದು ಸ್ನೇಹಿತರಾಗಿದ್ದಾರೊ ಇಲ್ಲವೋ ಎನ್ನುವ ಕುತೂಹಲ ಅವರಿಗೆ. ರಾಜೀವ ತಲೆಯೆತ್ತಿ ಅವರೆಡೆ ನೋಡಿದ. ಹೊಸಲಿನಿಂದ ಹೊರಗೆ ಬಂದ ಮಧು, ತಂಗಿಯ ಕಿವಿಯಲ್ಲಿ ಮೆಲ್ಲಗೆ ಉಸುರಿದ. ಅವರಿತ್ತ ಸದ್ದಾಗದಂತೆ ಬರತೊಡಗಿದರು.

ರಾಜೀವ್ ಎದ್ದು ಕೋಣೆಗೆ ನಡೆದ. ವಿಜಯ ಎದ್ದು ಕೋಣೆಯೊಳಕ್ಕೆ ಬಂದು ಬಾಗಿಲನ್ನು ಮುಂದೆ ಮಾಡಿದಳು. ಸಮಾಧಾನಗೊಂಡವರಂತೆ ಆಟವಾಡಲು ಓಡಿದರು ಅಣ್ಣ, ತಂಗಿ.

ಅಂಗಾತನಾಗಿ ಹಾಸಿಗೆಯ ಮೇಲೆ ಮಲಗಿದ ರಾಜೀವ್ ತಾರಸಿಯತ್ತ ನೋಡಿದ. ವಿಜಯಾ ಟೀಪಾಯಿ ಮೇಲಿದ್ದ ಪತ್ರಿಕೆಯನ್ನು ಕೈಗೆತ್ತಿಕೊಂಡಳು. ಮುಖ ಅಡ್ಡವಾಯಿತು. ಎಷ್ಟು ಹತ್ತಿರವಿದ್ದರೇನು!?

"ವಿಜಯ..." ಸ್ವರದಲ್ಲಿ ನೋವಿತ್ತು. ಕುಸಿಯಬಾರದೆನಿಸಿತು ಅವಳಿಗೆ.

"ಒಂದ್ನಿಮಿಷ... ಬಂದೆ." ಹೊರಗೆದ್ದು ಬಂದಳು. ಕರ್ತವ್ಯ ಚುಚ್ಚಿ ನೋಯಿಸುತ್ತಿತ್ತು. ಡ್ರಾಯಿಂಗ್ ರೂಮಿನಲ್ಲಿ ಇಣಕಿದಳು. ಮಧು ಯಾವುದೋ ಕಾಮಿಕ್ಸ್ ಹಿಡಿದು ತಂಗಿಗೆ ವಿವರಿಸುತ್ತಿದ್ದ. ಮಕ್ಕಳ ಮನಸ್ಸಿನ ಶಾಂತಿ, ಸಮಾಧಾನ, ಸಂತೋಷ ಉಳಿಸಬೇಕಾದ್ದು ತಾಯಿ, ತಂದೆಯರ ಕರ್ತವ್ಯ.

ಕೋಣೆಯೊಳಗೆ ಬಂದ ವಿಜಯ ಹೇಗೆ ಮಾತನ್ನು ಪ್ರಾರಂಭಿಸಬೇಕೆಂದು ಯೋಚಿಸಿದಳು. ಸಮಸ್ಯೆ ಬಹಳ ತೊಡಕಾಗಿ ಕಂಡಿತು. ವ್ಯಾವಹಾರಿಕವಾಗಿ ಆತ್ಮೀಯ ವ್ಯಕ್ತಿಯ ಮುಂದೆ ಮಾತು ಕತೆ ಪ್ರಾರಂಭಿಸುವುದು ಕಷ್ಟವಾಗಿ ಕಂಡಿತು.

"ನಮ್ಮ ಬಗ್ಗೆ ಯೋಚ್ಸದಿದ್ರೂ... ಮಕ್ಳ ಬಗ್ಗೆ, ಅವ್ರ ಭವಿಷ್ಯದ ಬಗೆಗೆ ಯೋಚಿಸ್ಬೇಕಾಗಿದೆ. ನಮ್ಮ ಬಗ್ಗೆ ಅವ್ರಿಗೆ ಗೌರವ, ಪ್ರೀತಿ, ಅಭಿಮಾನ ಉಳಿದ್ರೆ ಸಾಕು. ಅಂಥ ಮಾರ್ಗ ಯಾವುದಾದ್ರೂ ಹೊಳೆದರೇ..... ತಿಳ್ಸಿ." ರಾಜೀವ್ ಅವಳ ಗಂಭಿರ ಸ್ವರಕ್ಕೆ ಹೌಹಾರಿದ. ದಢಕ್ಕನೇ ಎದ್ದು ಕೂತ. ಆತಂಕದಿಂದ ಅವನೆದೆ ಹಾರಿತು.

"ನನ್ನ ತಪ್ಪು ಅಕ್ಷಮ್ಯ ಅಪರಾಧಾಂತ ಒಪ್ಕೋತೀನಿ. ಆದ್ರೆ.... ಪ್ರಾಯಶ್ಚಿತ್ತವೇ

ಇಲ್ವಾ!?" ತೀರಾ ಸೋತವನಂತೆ ಕೇಳಿದಾಗ ವಿಜಯಳ ನೋಟ ನೆಲ ನೋಡಿತು. ನಿರ್ಧಾರ ಅಚಲವಾಗಿತ್ತು. ಮರುಕ ಅವಶ್ಯಕವಾಗಿರಲಿಲ್ಲ. ಮರುಕ, ಸಹಾನುಭೂತಿ ಯಿಂದಲೇ ಈ ಬಿರುಕನ್ನು ಮುಚ್ಚಲು ಅವಳಿಗೆ ಸಾಧ್ಯವಿಲ್ಲವೆನಿಸಿತು.

"ಇದು ತಿಳ್ದೂ ಮಾಡಿದ ತಪ್ಪು. ನ್ಯಾಯದ ತಕ್ಕಡಿಯಲ್ಲಿ ಇಬ್ಬರೂ ಸಮಾನರೇ. ಒಂದು ಹೆಣ್ಣು ಬಲವಂತದಿಂದ ದೌರ್ಜನ್ಯಕ್ಕೆ ಸಿಕ್ಕಿದ್ರೆ ಸಮಾಜ ಮಾತ್ರವಲ್ಲ ಕೈ ಹಿಡ್ದ ಗಂಡ ಪ್ರೀತಿಯಿಂದ ನೋಡ್ಡೋದಿಲ್ಲ... ಸಹಾನುಭೂತಿ ಕೂಡ ತೋರ್ಸ್ದೋಲ್ಲ. ಅವಳದು ತಪ್ಪಿರಲಿ... ಬಿಡಲಿ, ಅಸಹ್ಯದಿಂದ ನೋಡ್ತಾನೇ. ಇದು ಸಮಾಜದ ನ್ಯಾಯ!" ನೋವಿನಿಂದ ಮುಖ ಕಿವಿಚಿದಳು. ಮಾತುಗಳು ಉರುಳಿ, ಉರುಳಿ ಬಂದವು.

"ಅದಕೋಸ್ಕರ... ನನ್ಮೇಲೇ ಪ್ರತೀಕಾರಾನಾ?"

"ಖಂಡಿತ ಇಲ್ಲ...!" ತಲೆಯಾಡಿಸಿದಳು. ವಿಜಯಳ ಗಂಟಲಿನ ನರಗಳು ಉಬ್ಬಿದವು. ಅದುಮಿಟ್ಟ ವೇದನೆ ಯಾವ ಕ್ಷಣದಲ್ಲಿಯಾದರೂ ಹೊರಗೆ ದುಮುಕ ಬಹುದು. ಅದಕ್ಕೆ ಅವಕಾಶ ಕೊಡಬಾರದು. ದೃಢ ನಿರ್ಧಾರಕ್ಕೆ ಬಂದಳು.

"ದಾಂಪತ್ಯದ ಬೆಸುಗೆಗೆ ಬೇಕಾದದ್ದು ಬರೀ ಪ್ರೀತಿ, ದೈಹಿಕ ಆಕರ್ಷಣೆ ಮಾತ್ರವಲ್ಲ; ಒಬ್ಬರಲ್ಲೊಬ್ಬರಿಗೆ ಪ್ರೀತಿ, ನಂಬಿಕೆ, ಗೌರವ ಇರ್ಬೇಕೂ... ಅದು ಕುಸಿದಾಗ... ಈ ಬಂಧನಕ್ಕೆ ಅರ್ಥವೇ ಇಲ್ಲ!"

"ವಿಜಯ..." ತಾಳ್ಮೆಗೆಟ್ಟು ಕೂಗಿದ.

"ಸ್ವಲ್ಪ ಯೋಚ್ಸಿ. ಈ ವಿಷ್ಯ ಬಿಡಿ–ನೀವು ಮ್ಯಾನೇಜ್‌ಮೆಂಟ್‌ಗೆ ಹೆಡ್, ಅವ್ರೆಲ್ಲ ಹೆದರೋದು ನಿಮ್ಮ ದರ್ಪಕ್ಕಲ್ಲ, ನಿಮ್ಮ ನೈತಿಕ ಬಲಕ್ಕೆ. ಅದು ಕುಸಿದಾಗ ನಿಮ್ಮ ಸೀಟ್ ಬೆಲೆ ಇಳ್ದು ಹೋಗುತ್ತೆ. ಅಪಹಾಸ್ಯಕ್ಕೆ ಈಡಾದ್ಮೇಲೆ... ಅವ್ರಿಂದ ಪ್ರಾಮಾಣಿಕವಾಗಿ ಕೆಲ್ಸ ನಿರೀಕ್ಷಿಸೋದು ಕಷ್ಟವಾಗುತ್ತೆ. ನಿಮ್ಮ ಕೈ ಕೆಳಗೆ ಕೆಲ್ಸ ಮಾಡೋ ಹೆಣ್ಣಿಗೆ ನೀವು ಮಾರ್ಗದರ್ಶಿಗಳಾಗಿರ್ಬೇಕಾಗಿತ್ತು. ಬೇಲೀನೇ ಎದ್ದು ಹೊಲ ಮೇದ ಮೇಲೆ ಫಸಲನ್ನು ನಿರೀಕ್ಷಿಸೋದು ಸಾಧ್ಯವೇ? ಯಾವ ಧೈರ್ಯದ ಮೇಲೆ ಹೆಣ್ಣು ಮಕ್ಳು ಹೊರ್ಗೆ ದುಡಿಯಲು ಬರಬೇಕೂ?"

"ಓ... ವಿಜಯ... ನೀನೂ ತಪ್ಪು ತಿಳ್ಕೊಂಡಿದ್ದೀಯಾ. ಈ ತಪ್ಪಿನಲ್ಲಿ ನನ್ನ ಪಾಲು ಕಡಿಮೆ." ರಾಜೀವ್ ಅಂದಾಗ ವಿಜಯ ನೋವಿನ ನಗೆ ನಕ್ಕಳು.

"ಇದು ಹಳೇ... ರಾಗ... ತಪ್ಪಂತೂ ಇದೆಯಲ್ಲ..." ಉಗುಳು ನುಂಗಿದಳು. ಎದೆ ಭಾರವಾಗಿತ್ತು. ಹುಚ್ಚು ಭ್ರಮರವಾಗಿ ಹೊಳೆಯಲ್ಲಿ ಎಲ್ಲಾ ತೇಲಿಬಿಟ್ಟಿದೆ. ರಾಜೀವ್‌ಗೆ ಈಗ ಅದರ ಕೆಡುಕಿನ ಪೂರ್ಣ ಅನುಭವವಾಯಿತು. ಅವನ ಛೇಂಬರ್‌ಗೆ ಬರಲು ಹೆದರುತ್ತಿದ್ದವರು ಈಗ ಬಂದು ಜೋರಾಗಿಯೇ ಒದರಾಡುತ್ತಿದ್ದರು. ಮೊದಲಿನ ಸ್ಥಿತಿಗೆ ತರಲು ಬಹಳಷ್ಟು ಪ್ರಯಾಸಪಡಬೇಕು. ಯೋಚಿಸುತ್ತ ಕೂತ.

ಫೋನ್ ಒಂದೇ ಸಮ ಒದರಾಡತೊಡಗಿತು. ರಾಜೀವ್ ಸುಮ್ಮನೇ

ಕೂತೇಯಿದ್ದ. ವಿಜಯ ಫೋನ್ ಕೈಗೆತ್ತಿಕೊಂಡಳು. ಅತ್ತಲಿನ ಹೆಣ್ಣಿನ ಧ್ವನಿ ನಯವಾಗಿತ್ತು. ವೈಯಾರದ ಮಾತು. ಕೋಪದಿಂದ ಅವಳ ಮೈಯೆಲ್ಲ ಕುದಿದುಹೋಯಿತು. ಮುಖ ಕೆಂಪಾಯಿತು.

ಫೋನನ್ನು ಹುಕ್ ಮೇಲೆ ತಾಳ್ಮೆಗೆಟ್ಟು ಎತ್ತಿ ಕುಕ್ಕಿದಳು. ರಾಜೀವ್ ತಲೆಯೆತ್ತಿ ಅವಳತ್ತ ನೋಡಿದ. ಕೋಪ ಉದ್ವೇಗದಿಂದ ಅವಳ ತುಟಿಗಳು ಕಂಪಿಸುತ್ತಿದ್ದವು. ಕಣ್ಣುಗಳು ಕೆಂಡಗಳನ್ನೆ ಉಗುಳುತ್ತಿದ್ದವು. ಈ ಸ್ಥಿತಿಯಲ್ಲಿ ವಿಜಯಳನ್ನು ಅವನೆಂದೂ ನೋಡಿರಲಿಲ್ಲ.

"ನೀವು ಎರಡು ಮಕ್ಳ ತಂದೆ ಕೂಡ. ಅವ್ರಲ್ಲಿ ನಿಮ್ಮ ಬಗ್ಗೆ ಪ್ರೀತಿಯಲ್ಲದೇ ಗೌರವ, ಒಳ್ಳೆಯ ಭಾವನೆಗಳನ್ನು ಉಳ್ಸಿಕೊಳ್ಳಬೇಕಾಗುತ್ತೆ. ಕರ್ತವ್ಯಪ್ರಜ್ಞೆ ಅಗತ್ಯ. ಸರ್ಯಾದ ಪರಿಹಾರ ಸಿಗೋವರ್ಗೂ... ಸಂಯಮ ಅಗತ್ಯ..." ಒತ್ತಿ ಹೇಳಿ ಹೊರಗೆ ನಡೆದುಬಿಟ್ಟಳು.

ಇಂದು ಹೊಸ ವಿಜಯಳ ಸ್ವರೂಪ ಕಂಡ. ಮಾತಿನಲ್ಲಿ ಹೇಳಲಾರದ ಆರಾಧನಾಭಾವವನ್ನು ಅವಳ ಕಣ್ಣುಗಳಲ್ಲಿ ಕಂಡು ಅಹಂಕಾರದಿಂದ ತಲೆಯೆತ್ತಿ ನಡೆಯುತ್ತಿದ್ದ. ಇಂದು ಆ ಕಣ್ಣುಗಳಲ್ಲಿ... ಕಂಡುದಾದರೂ... ಏನು...?

ಎಷ್ಟೊತ್ತು ಫೋನ್ ಕಿರುಚಿದರೂ ರಾಜೀವ್ ಹೋಗಿ ಎತ್ತಲಿಲ್ಲ. ಕಡೆಗೆ ಹೋಗಿ ಡಿಸ್‌ಕನೆಕ್ಟ್ ಮಾಡಿ ಬಂದು ಕೂತ. ಕೋಪದಿಂದ ಮೈಯಿನ ನರಗಳೆಲ್ಲ ಸಿಡಿದು ಹೋಗುತ್ತಿತ್ತು. ತಾನು ಗಂಡೆಂಬ ಅಹಂ ಒಂದು ಕ್ಷಣ ವಿಜೃಂಭಿಸಿತು. ಕಡೆಗೆ ಪೂರ್ಣವಾಗಿ ಸೋತುಹೋದ.

* * *

ರಾಜೀವ್ ಆಫೀಸ್‌ಗೆ ಬಂದಾಗ ಸೀಟುಗಳು ಬಿಟ್ಟು ಒಂದು ಕಡೆ ಸೇರಿ ಮಾತಾಡುತ್ತಿದ್ದರು. ಮಾತು, ನಗು ಜೋರಾಗಿಯೇ ಇತ್ತು. ವಿಜಯಳ ಮಾತುಗಳು ಜ್ಞಾಪಕಕ್ಕೆ ಬಂದವು. ಬೂಡ್ಸು ಕಾಲನ್ನು ನೆಲಕ್ಕೆ ಅಪ್ಪಳಿಸಿದ. ಮಾತು, ನಗು ಅಡಗಿಹೋಯಿತು. ನೆಲ ನಡುಗುವಂತೆ ಛೇಂಬರ್‌ಗೆ ನಡೆದ.

ಸಿಟ್ಟಿನಿಂದ ಅವನ ಮುಖ ಕೆಂಪಾಗಿ ಉರಿಯುತ್ತಿತ್ತು. ಒಬ್ಬೊಬ್ಬರನ್ನು ಕರೆದು ರೇಗಿ, ಎಚ್ಚರಿಸಿ ಕಳಿಸಿದ. ತಪ್ಪು ಮಾಡಿದ. ಇಲ್ಲಿ ಸೋಲು ಒಪ್ಪಿಕೊಳ್ಳಲು ಅವನು ಸಿದ್ಧವಿಲ್ಲ. ದಾರಿಗೆ ತರಲೇಬೇಕೆಂದು ನಿಶ್ಚಯಿಸಿದ.

ಕಡೆಯದಾಗಿ ಪ್ರೇಮಳಿಗೆ ಕರೆ ಹೋಯಿತು. ಸಿಟ್ಟಿನಿಂದ ಉರಿಯುತ್ತಿದ್ದ ರಾಜೀವನ ಮುಖ ನೋಡಿ ಅವಳ ಮುಖದ ಗೆಲುವೆಲ್ಲ ಇಂಗಿಹೋಯಿತು. ಆದರೆ ಮಾದಕ ನಗೆ ಬೀರುತ್ತಾ ಅವನನ್ನು ಸಮೀಪಿಸಿದಳು.

"ಇದು... ಆಫೀಸ್, ದೂರ ನಿಂತ್ಕೊ." ಸ್ವರದಲ್ಲಿ ಭಯಂಕರ ಸಿಡಿಲಿತ್ತು. ಈ ಬದಲಾವಣೆಯನ್ನು ಗಮನಿಸಿಯೇ ಇದ್ದಳು.

ಮುಖದ ನಗುವು ಒಮ್ಮೆಲೇ ಮಾಯವಾಯಿತು. ಅವಳ ನೋಟ ನೆಲವನ್ನು ಅಪ್ಪಳಿಸಿತು. ಚುರುಕು ಮುಟ್ಟಿತ್ತು. ಕೈಗೆ ಎಟಕಿ ರುಚಿ ನೋಡುತ್ತಿದ್ದಂತೆಯೇ ಕಳಚಿ ಕೊಂಡಿದ್ದ. ಕೋಪದಿಂದ ಹಲ್ಲು ಕಡಿದಳು. ಅವಳ ರೋಷ ರಾಜೀವ್ ಮಡದಿಯತ್ತ ಹರಿಯಿತು. ಅಸೂಯೆಯಿಂದ ಕುದಿದುಹೋದಳು.

"ಕೆಲ್ಸವಿಲ್ದೆ... ನಾನು ಹೇಳಿ ಕಳಿಸ್ದೆ–ಛೇಂಬರ್‌ನೊಳಕ್ಕೆ ಬರಕೂಡ್ದು!" ಕಣ್ಣುಗಳು ಕೆಂಡಗಳನ್ನು ಉಗುಳಿದವು. ಆ ಉರಿಯಲ್ಲಿ ಬೆಂದ ಅನುಭವವಾಯಿತು ಅವಳಿಗೆ.

ತಲೆ ತಗ್ಗಿಸಿ ಹೊರ ನಡೆದಳು. ಅವಮಾನದಿಂದ ಹೆಡೆ ತುಳಿದ ನಾಗಿಣಿಯಾಗಿದ್ದಳು.

ಕೂತ ಕಡೆಯಲ್ಲೇ ರಾಜೀವ್ ಚಡಪಡಿಸಿದ. ಅಂದು ಆಕರ್ಷಿಸಿದ ಹೆಣ್ಣು ಇಂದು ಹೊಲಸಾಗಿ ಕಂಡಳು. 'ಥೂ' ಎಂದು ಮುಖದ ಮೇಲೆ ಉಗುಳಬೇಕೆನಿಸಿತು. ಪವಿತ್ರತೆಯನ್ನು ಕಲುಷಿತಗೊಳಿಸಿದವಳು. ನೋವಿನಿಂದ ಹಣೆಯನ್ನು ಉಜ್ಜಿದ.

ಕೆಲಸದ ಒತ್ತಡ ಅಧಿಕವಾಗಿತ್ತು. ಫೈಲುಗಳ ರಾಶಿಯಲ್ಲಿ ಹುದುಗಿ ಹೋಗಿದ್ದ. ಲಂಚ್ ವಿರಾಮದಲ್ಲಿ ಎದ್ದು ಹೋದ. ಪ್ರೇಮ ಮಾತ್ರ ತನ್ನ ಸೀಟ್‌ನಲ್ಲಿ ಕೂತಿದ್ದಳು. ಅವಳುಟ್ಟ ಅಮೆರಿಕನ್ ಜಾರ್ಜೆಟ್ ಸೀರೆ ಮೈಯಿನ ಉಬ್ಬುತಗ್ಗುಗಳನ್ನು ಎತ್ತಿ ತೋರಿಸುತ್ತಿತ್ತು. ಹೊಕ್ಕಳು, ಅರ್ಧ ಹೊಟ್ಟೆ ಪ್ರದರ್ಶನಕ್ಕೆ ಇಟ್ಟಂತೆ ಇತ್ತು. ಅಂದು ಆಕರ್ಷಕವಾಗಿ ಕಾಣಿಸಿದ್ದು ಇಂದು ಮುಖ ಸಿಂಡರಿಸುವಂತೆ ಮಾಡಿತ್ತು. ಅವಳೆದ್ದು ಬರುವಷ್ಟರಲ್ಲಿ ಮುಖ ಸಿಂಡರಿಸುತ್ತ ಕಾಲು ನೆಲಕ್ಕೆ ಅಪ್ಪಳಿಸಿ ಹೊರಗೆ ಹೊರಟುಬಿಟ್ಟ.

ಪ್ರೇಮ ತನ್ನ ಸೀಟಿನಲ್ಲಿಯೇ ಕೂತು ಬಿಕ್ಕಿದಳು. ಹುಚ್ಚು ಬಯಕೆಗಳನ್ನು ಪೂರೈಯಿಸಲು ಅವನು ಬೇಕಾಗಿದ್ದ.

ಅವನಿಗಾಗಿ ಕಾದು ನಿಲ್ಲುತ್ತಿದ್ದ ವಿಜಯ ಇಂದು ಅಪರೂಪವಾಗಿದ್ದಳು. ಮಕ್ಕಳಿಲ್ಲದಿದ್ದರೇ ಅವರಿಬ್ಬರ ನಡುವೆ ಇಷ್ಟಾದರೂ ಸಂಬಂಧ ಉಳಿಯುತ್ತಿತ್ತೋ... ಇಲ್ಲವೋ...!

ಕೋಣೆಯೊಳಗೆ ನುಗ್ಗಿದ. ವಿಜಯ ಸೋಫಾಕ್ಕೆ ಒರಗಿ ಹಾಗೆಯೇ ನಿದ್ದೆ ಮಾಡಿದ್ದಳು. ದೇಹದ ಕಣಕಣಗಳಿಗೂ ಒಲವಿನ ಧಾರೆಯೆರೆದು ಸ್ವರ್ಗ ಸುಖವನ್ನು ಉಣಬಡಿಸಿದ ಲಲನೆ. ಕೈ ಹಿಡಿದ ದಿನದಿಂದ ಅವಳು ನೀಡಿದ್ದು ಅಪಾರ. ಕೊಟ್ಟಷ್ಟನ್ನು ಪಡೆಯುವ ಸದಾ ಸಂತೃಪ್ತೆ. ಜೀವನವನ್ನು ಹಗುರವಾಗಿ ತೇಲಿಬಿಡಲು ಅವಳೆಂದೂ ಸಮ್ಮತಿಸಲಾರಳು. ಉನ್ನತ ಆದರ್ಶದ ಪ್ರತೀಕ.

"ವಿಜಯಾ... ವಿಜು..." ಮನದಲ್ಲೇ ಮರುಗಿದ.

ಬಳಸಿ ಅಪ್ಪಿ ಮುದ್ದಾಡುವ ಮನಸ್ಸಾಯಿತು. ಮುಗುಳ್ನಗು ಚೆಲ್ಲುವ ಗಂಭಿರ ಮುಖ, ಎಳಸಾದ ದೇಹ, ತುಂಬಿದ ಏರುಪೇರು, ಎರಡು ಮಕ್ಕಳಾದರೂ ಯಾವ ಬದಲಾವಣೆಯೂ ಇಲ್ಲ. ಎಲ್ಲಕ್ಕಿಂತ ಹೆಚ್ಚಾಗಿ ತನಗಾಗಿ ಉಕ್ಕಿ ಹರಿಯುತ್ತಿದ್ದ

ಮಹಾಪೂರ. ಆ ನಿರ್ಮಲ ಸಂಬಂಧದಲ್ಲಿ ಬೆಳದಿಂಗಳಿನ ತಿಳಿಗೊಳದಲ್ಲಿ ಮಿಂದಂತೆ ಆಗುತ್ತಿದ್ದ ಸುಖಾನುಭವ... ನರ ನರವೂ ಬಿಗಿಯಿತು. ಮುಷ್ಟಿ ಬಿಗಿ ಹಿಡಿದು ಹಣೆಗೆ ಗುದ್ದಿಕೊಂಡ. ಎಷ್ಟೋ ಹೊತ್ತು ಅವಳನ್ನು ನೋಡುತ್ತಲೇ ನಿಂತ.

ಜಗತ್ತಿನಲ್ಲಿ ಎಲ್ಲಕ್ಕಿಂತ ಅಮೂಲ್ಯವಾಗಿ ಕಂಡಿದ್ದು ಕೈ ಹಿಡಿದವಳ ಪ್ರೀತಿ. 'ವಿಜಯ' ಕನವರಿಸಿದಂತೆ ನುಡಿದ. ಸಮೀಪಿಸಿದ. ಕೈ ಅವಳ ಭುಜವನ್ನು ಸವರಿತು. ಗಂಡನ ಎದೆಯಲ್ಲಿ ಮುಖ ಹುದುಗಿಸಿದಳು. ಬೆಲೆ ಕಟ್ಟಲಾರದ ಮಧುರ ಕ್ಷಣಗಳು.

ಅವಳೆದೆ ಉದ್ವೇಗದಿಂದ ಏರಿಳಿಯಿತು. ಹಣೆಯ ಮೇಲೆ ಬೆವರಿನ ಬಿಂದುಗಳು ಮುತ್ತಿನಂತೆ ಸಾಲುಗಟ್ಟಿ ನಿಂತವು. "ಖಂಡಿತ ಸಾಧ್ಯವಿಲ್ಲ.... ಸಾಧ್ಯವಿಲ್ಲ" ಬೆಂಕಿಯನ್ನು ಸೋಕಿದವಳಂತೆ ದೂರಕ್ಕೆ ಸರಿದಳು. ಎದ್ದು ಓಡಿಯೇಬಿಟ್ಟಳು. ರಾಜೀವ್ ಶಿಲೆಯಂತೆ ಕೂತ.

ದಿಂಬಿನಲ್ಲಿ ಮುಖ ಹುದುಗಿಸಿ ಮನಃಪೂರ್ತಿ ಅತ್ತಳು. ಸುತ್ತಲೂ ಕತ್ತಲು. ಕಣ್ಣರಳಿಸಿ ನೋಡಿದರೂ ದಾರಿ ಕಾಣದು. ಅತ್ತರೂ ಕರಗಿ ಹೋಗದ ವೇದನೆ, ಬಗೆ ಹರಿಯಲಾರದ ಸಮಸ್ಯೆ. ಈ ಪರಿಸರದಿಂದ ದೂರ ಹೋಗಬೇಕು. ಇಲ್ಲಿದ್ದು ಈ ಭಯಂಕರ ವೇದನೆ ಅನುಭವಿಸಲು ಸಾಧ್ಯವಿಲ್ಲ. ರಾಜೀವ್ ಒಳಗೆ ಬಂದ. ಅಳುತ್ತಿದ್ದ ವಿಜಯಳನ್ನು ನೋಡಿ ಅವನೆದೆಯೊಡೆದುಹೋಯಿತು. ಎದೆಗವಚಿ ಸಂತೈಸಬೇಕೆನಿಸಿತು.

"ವಿಜಯ, ನನ್ನ ತಪ್ಪು ಒಪ್ಕೊಂಡಿದ್ದೀನಿ. ಎಲ್ಲಾ ಮರ್ರುಬಿಡು." ನೊಂದ ಸ್ವರದಲ್ಲಿ ಹೇಳಿದಾಗ ತಲೆಯೆತ್ತಿ ರಾಜೀವ್‌ನತ್ತ ನೋಡಿದಳು. ಪ್ರತಿಬಿಂಬ ಮಸುಕು ಮಸುಕಾಯಿತು.

ತಾನು ನಲಿದ ಬಾಹುಗಳಲ್ಲಿ ಬೇರೊಬ್ಬಳಿಗೆ... ಎಡೆ... ಎರಡು ಕೈಗಳಲ್ಲೂ ತಲೆಯನ್ನು ಬಿಗಿಯಾಗಿ ಹಿಡಿದುಕೊಂಡಳು. ಸಿಡಿಯುವ ಮಿದುಳಿಗೆ ಸಮಾಧಾನ ಹೇಳುವುದು ಕಷ್ಟ. ಓಹ್... ಸಾಧ್ಯವಿಲ್ಲ. ಅವೆಲ್ಲ ತನಗೆ ಪರಕೀಯ. ಹೃದಯ ಒಡೆದುಹೋದಂತಾಯಿತು.

"ರಾಜೀವ್, ಹೇಗೆ ಮರೀಲಿ? ನಿಮ್ಮ ಮುಖ ನೋಡಿದರೆ ಹೇಳಿದ ಘಟನೆಗಳೇ... ನನ್ನ ಕಣ್ಮುಂದೆ ಸುಳಿಯುತ್ತೆ. ಹೃದಯ ಒಡೆದು ಚೂರು ಚೂರಾಗಿದೆ. ಅದ್ರಲ್ಲಿ... ಕಾಣೋದು... ಆ ಹೆಣ್ಣಿನ ಪ್ರತಿಬಿಂಬ." ಎರಡು ಕೈಗಳಲ್ಲೂ ಮುಖ ಮುಚ್ಚಿ ಬಿಕ್ಕಿದಳು.

ಕೋಣೆಯಿಂದ ಹೊರಗೆ ಬಂದ ರಾಜೀವ್‌ಗೆ ಮನೆಯಲ್ಲಿರುವುದು ಅಸಾಧ್ಯವಾಗಿ ಕತ್ತಲು ಕಂಡಿತು. ಪೂರ್ಣವಾಗಿ ಆವರಿಸಿಬಿಟ್ಟಿತ್ತು. ಎಲ್ಲೂ ಬೆಳಕಿನ ಸೂಚನೆಯಿಲ್ಲ. ಇಂಥ ದುರ್ಭರ ಬಾಳು ಎಷ್ಟು ದಿನ? ನಂಬಿಕೆ ದ್ರೋಹ ಮಾಡಿದ ಸದಾ ಹಿಂಸಿಸುವ ಅಂತರಾತ್ಮಕ್ಕೆ ಏನೆಂದು ಉತ್ತರಿಸುವುದು?

ಹೊರಗೆ ಬಂದು ನಿಂತ. ಪ್ಯಾಂಟ್ ಜೇಬಿನಲ್ಲಿದ್ದ ಕಾರಿನ ಸ್ವಿಚ್ ಕೀ ಕೈಗೆ ಬಂತು. ಅಂಗೈಯಲ್ಲಿಡಿದು ನೋಡಿದ. ಕೈಯಲ್ಲಿಡಿದು ಮೇಲಕ್ಕೆಸೆದು ಹಿಡಿದ. ಮೇಲಕ್ಕೆಸೆದು ಕೈಯನ್ನು ಹಿಂದಕ್ಕೆ ಎಳೆದುಕೊಂಡ. ಕೆಳಗೆ ಬಿತ್ತು. ಕಾಲುಗಳ ಬಳಿ ಬಿದ್ದಿದ್ದ ಕೀಯತ್ತ ನೋಟವರಿಸಿದ. ತುಟಿಗಳ ಮೇಲೆ ಅರ್ಥವಾಗದ ಉದಾಸೀನ ನಗು ಮಿನುಗಿತು.

"ಮಗೂಗೆ ಜ್ವರ ಬಂದ್ಬಿಟ್ಟಿದೆ." ತಲೆಯೆತ್ತಿ ಹುಬ್ಬೆತ್ತಿ ಸ್ವರ ಬಂದತ್ತ ನೋಡಿದ. ಆಯಾ ಹೆಗಲ ಮೇಲೆ ಮಲಗಿದ್ದ ಮಾನಸಳನ್ನು ನೋಡಿ ಗಾಬರಿಗೊಂಡ.

"ಏನಾಯ್ತು?" ಹುಬ್ಬು ಮೇಲೇರಿತು. ಹಣೆಯಲ್ಲಿ ಗೆರೆಗಳು ಮೂಡಿತು. ಧಾವಿಸಿದ.

"ಮೇಡಮ್ಮನೋರು ಜ್ವರ ಬಂದಿದೆ, ಬಿಟ್ಬಾಂದ್ರು." ಮಾನಸಳನ್ನು ಎತ್ತಿಕೊಂಡ. ಹಣೆಯ ಮೇಲಿನ ಕೂದಲನ್ನು ಪಕ್ಕಕ್ಕೆ ಸರಿಸಿದ. ಹಣೆ, ಕೊರಳು ಮುಟ್ಟಿ ನೋಡಿದ. ಸುಡುತ್ತಿತ್ತು. "ವಿಜಯ..." ದರ್ಪ ಬೆರೆತ ಧ್ವನಿಯಲ್ಲಿ ಆತಂಕ ಇಣಕಿತು.

ಅವಳು ಬರುವ ಮುನ್ನವೇ ಮಂಚದ ಮೇಲೆ ಮಲಗಿಸಿ ಡಾಕ್ಟರ್‌ಗೆ ಫೋನ್ ಮಾಡಿದ.

ಮುಖ ತೊಳೆದು ಬಂದ ವಿಜಯ ಆತಂಕದಿಂದಲೇ ಧಾವಿಸಿದಳು. ಶಾಲೆಗೆ ಹೋಗುವಾಗ ಮಾನಸ ಚೆನ್ನಾಗಿಯೇ ಇದ್ದಳು. ಗಾಬರಿಯಿಂದ ಅವಳ ಮನ ಹೊಯ್ದಾಡಿತು. ಮಗಳ ಹಣೆ, ಕತ್ತು ಮುಟ್ಟಿ ನೋಡಿದಳು.

ಪ್ಯಾಂಟ್ ಜೇಬಿನಲ್ಲಿ ಕೈ ತುರುಕಿ ನಿಂತು ಮಾನಸಳ ಕಡೆಗೆ ನೋಡುತ್ತ "ಜ್ವರ ಬಂದಿತ್ತೂಂತ ಆಯಾ ತಂದ್ಬಿಟ್ಟೋದ್ಲು. ಡಾಕ್ಟ್ರಿಗೆ ಫೋನ್ ಮಾಡಿದ್ದೀನಿ." ಸ್ವರದಲ್ಲಿ ದುಗುಡ ಬೆರೆತ ಗಾಬರಿ ಇಣಕಿತು. ತುಟಿ ಕಚ್ಚಿದ.

"ಡ್ಯಾಡಿ, ಡ್ಯಾಡಿ..." ಮಗಳ ಕ್ಷೀಣ ಮೃದು ಸ್ವರಕ್ಕೆ ಕರಗಿಹೋದ. ಹೃದಯ ಹಿಂಡಿತು. ಪಕ್ಕದಲ್ಲಿ ಕೂತು ಅವಳ ಕೈಯನ್ನು ತನ್ನ ಕೈಯೊಳಗೆ ತಗೊಂಡು "ಯಾಕೆ, ನನ್ನ ಪುಟಾಣಿಗೆ ಜ್ವರ ಬಂದಿದೆ!" ಬಗ್ಗಿ ಹಣೆಗೆ ಮುತ್ತಿಟ್ಟ.

ಡಾಕ್ಟರ್ ಬಂದು ಗಾಬರಿಗೇನು ಕಾರಣವಿಲ್ಲವೆಂದು ಇಂಜಕ್ಷನ್ ಕೊಟ್ಟು ಹೋದರು. ಇಂಜಕ್ಷನ್ ಕೊಟ್ಟ ಮೇಲಂತೂ ಮಾನಸ ತಂದೆಯ ಮಡಿಲನ್ನು ಬಿಟ್ಟು ಅಲ್ಲಾಡಲಿಲ್ಲ. ಬಟ್ಟೆ ಬದಲಾಯಿಸಿ ಬರೋಕೂ ತಕರಾರು ಮಾಡಿದಳು.

"ನೀವ್ಹೋಗಿ...ಊಟ ಮಾಡಿ. ನಾನು ಅವ್ಳನ್ನ ನೋಡ್ಕೋತೀನಿ." ತಲೆಯೆತ್ತಿ ರಾಜೀವ್ ವಿಜಯಳತ್ತ ನೋಡಿದ. ಅವಳು ಬೇರೆತ್ತಲೋ ನೋಡುತಿದ್ದಳು. ಅಭಿಮಾನದಿಂದ ನೋಡಿದ.

ಅವಳ ಜೀವನದಲ್ಲಿ ಅತ್ತ ಸಂದರ್ಭಗಳೇ ಕಡಿಮೆ. ಅವನ ಮುಂದಂತೂ ಕಣ್ಣೀರು ಸುರಿಸಿದ ಜ್ಞಾಪಕ ಅವನಿಗಿರಲಿಲ್ಲ. ಇಂದು ಮನ ಕರಗುವಂತೆ ರೋದಿಸಿದಾಗ ಅವನೆದೆ ಒಡೆದುಹೋಗುವ ಸ್ಥಿತಿಗೆ ಬಂದಿತ್ತು.

"ನಂಗೆ ಬೇಡ. ನೀನ್ಹೋಗಿ ಊಟ ಮಾಡು." ಗಂಭೀರವಾಗಿ ಹೇಳಿದಾಗ ಅವಳ ದೃಷ್ಟಿ ಅವನತ್ತ ಹರಿಯಿತು. ಆ ಕಣ್ಣುಗಳು ದಯವಿಟ್ಟು ಹಿಂಸೆ ಮಾಡ್ಬೇಡಿ... ಮೊದ್ಲು ಊಟ ಮಾಡಿ ಅಂತ ಹೇಳುವಂತಿತ್ತು. ಮಾನಸಳಿಗೆ ಕತ್ತಿನವರೆಗೂ ಹೊದ್ದಿಸಿ, "ನಡೀ... ಇಬ್ರೂ ಊಟ ಮಾಡೋಣ." ಮೌನವಾಗಿ ವಿಜಯ-ರಾಜೀವ್‌ನ ಹಿಂಬಾಲಿಸಿದಳು.

ಮೌನದ ಮಧ್ಯೆ ಊಟ ಸಾಗಿತು. ಅಡಿಗೆಯವನು ಹಣೆಯುಜ್ಜಿಕೊಂಡ. ಯಜಮಾನಿತಿ ಮಾತು ಕಡಿಮೆಯೆಂದು ಅವನಿಗೆ ಗೊತ್ತು. ಆದರೆ ಅರಳು ಹುರಿದಂತೆ ಮಾತಾಡಿ ಪರಿಸರಕ್ಕೆ ಮಾತಿನ ಶೋಭೆ ತುಂಬುತ್ತಿದ್ದ ಯಜಮಾನನಿಗೆ ಏನಾಗಿದೆ? ತಲೆ ಕೆರೆದುಕೊಂಡ. ಅವನಿಗೇನು ಅರ್ಥವಾಗಲಿಲ್ಲ.

ಊಟ ಮುಗಿಸಿ ರಾಜೀವ್ ಹೋಗಿ ಮಗಳ ಪಕ್ಕ ಮಲಗಿದ. ಹಣೆ ಮೈ ಕೈ ಸವರಿದ. ಎದೆಯಲ್ಲಿ ವಾತ್ಸಲ್ಯ ಉಕ್ಕಿ ಹರಿಯಿತು. ಮಾನಸ ಎಲ್ಲಾ ತಾಯಿಯ ತದ್ರೂಪು. ಬುದ್ಧಿವಂತಿಕೆಯನ್ನು ಬಿಂಬಿಸುವ ವಿಶಾಲವಾದ ಹಣೆ, ಗಂಭೀರತೆಯನ್ನು ಸೂಸುವ ಆಕರ್ಷಕ ಕಣ್ಣುಗಳು. ನೋವಿನ ನಗೆ ತುಟಿಗಳ ಮೇಲೆ ಇಣಕಿತು. ದಾಂಪತ್ಯದ ಸಿಹಿ ಗಳಿಗೆಗಳನ್ನು ಮೆಲಕು ಹಾಕಿದ. ಮೈ ಬಿಸಿಯಾಯಿತು.

ಮದುವೆ ಮುಗಿದ ಮೇಲೆ ಮಡದಿಗೆ ಹೇಳಿ ಹೋಗಲು ಬಂದ ರಾಜೀವ್ ಸಹನೆ ತಪ್ಪಿಹೋಗಿತ್ತು. ವಿಜಯಳ ಅಜ್ಜಿ ಜೊತೆಯಲ್ಲಿಯೇ ಹೆಣ್ಣನ್ನು ಕಳುಹಿಸಿಕೊಡಲು ಸಮ್ಮತಿಸಿರಲಿಲ್ಲ.

"ವಿಜ್ಜು, ನಿಮ್ಮ ಅಜ್ಜಿಗೆ ಮದ್ವೆಯಾಗಿ ಬಹಳ ವರ್ಷವಾಗಿವೆ. ಹೊಸ ಜೋಡಿ ಕಷ್ಟ... ಏನೇನು ಗೊತ್ತಿಲ್ಲ!" ಎಂದ ಮುನಿಸಿನಿಂದ. ಆಗ ಅವಳ ತುಟಿಗಳ ಮೇಲೆ ಕಂಡೂ ಕಾಣದಂಥ ಗಂಭೀರ ನಗು ಅರಳಿತು. ಆ ನಗುವೇ ಅವನನ್ನು ಮೋಡಿಗೆ ಸಿಲುಕಿಸಿದ್ದು. ಅವಳ ಕೆನ್ನೆಯ ಬಳಿ ತುಟಿ ತಂದಾಗ ಕೆಂಪಗಿದ್ದ ಕೆನ್ನೆ ಮತ್ತಷ್ಟು ಕೆಂಪಾಗಿತ್ತು– "ಜೀವನಪೂರ್ತಿ ನಿನ್ನನ್ನು ನನ್ನೆದೆಗೆ ಒರ್ಗಿಸ್ಕೊಂಡು ಒಲವಿನ ಧಾರೆ– ಸವಿತಾ... ಇರ್ಬೇಕೂ..." ಕಿವಿಯ ಬಳಿ ಪಿಸುಗುಟ್ಟಿದ್ದ. ಬಾಯಿ ಹೇಳಲು ಸಂಕೋಚಿಸಿದ್ದ ಹತ್ತಾರು ಒಲುಮೆಯ ಮಾತುಗಳನ್ನು ಕಣ್ಣುಗಳು ಹೇಳಿ ಸಮಾಧಾನಗೊಳಿಸಿ ಕಳುಹಿಸಿಕೊಟ್ಟಿದ್ದವು. ಆ ಕಣ್ಣುಗಳ ಆಕರ್ಷಣೆ ಅಪಾರ.

"ವಿಜ್ಜೂ..." ಕನವರಿಸುವಂತೆ ಪಕ್ಕಕ್ಕೆ ಹೊರಳಿದ.

ಹಿಂದಿನ ದಿನಗಳು ನೆನಪಿಗೆ ಬಂದವು. ಕಣ್ಣುಗಳು ಮಂಜಾದವು. ಕುಳಿತಾಗ ಚರ್ಚೆಗೆ ಬೇಕಾದಷ್ಟು ವಿಷಯಗಳು ಸಿಗುತ್ತಿದ್ದವು. ಸಾಮಾನ್ಯ ಹೆಣ್ಣುಗಳಂತೆ ಸೀರೆ, ಒಡವೆಗಳ ಬಗೆಗೆ ವ್ಯಾಖ್ಯಾನ ಕೊಡುತ್ತಿರಲಿಲ್ಲ ವಿಜಯ. ಅವಳ ವಿಚಾರಧಾರೆಗಳು ವಾಸ್ತವಿಕ ನೆಲಗಟ್ಟಿನ ಮೇಲೆ ಅಮೂಲ್ಯವಾಗಿರುತ್ತಿತ್ತು. ಜೀವನವನ್ನು ನೋಡುವ ದೃಷ್ಟಿ ಅರ್ಥಪೂರ್ಣವಾಗಿರುತ್ತಿತ್ತು.

ತಟ್ಟನೇ ಮಗಳ ನರಳಿಕೆ ಕೇಳಿ ಉಕ್ಕುತ್ತಿದ್ದ ಹಾಲಿನ ಪಾತ್ರೆಯ ಉರಿಯನ್ನು ತಕ್ಷಣ ಹೊರಗೆಳೆದಂತಾಯಿತು ಪಕ್ಕಕ್ಕೆ ಹೊರಳಿದ.

"ಏನೂ ಮರಿ, ಏನ್ಬೇಕೂ!" ಮಗಳ ಗಲ್ಲವನ್ನು ಪ್ರೀತಿಯಿಂದ ಸವರಿದ. ಕಣ್ಣು ತೆರೆಯದೇ ನರಳಿದಳು "ಮಮ್ಮಿ...ಮಮ್ಮಿ..."

ಎಂತಹ ಸಮಯದಲ್ಲೂ ತಾಯಿಯ ಒಡಲು ತಂಪು. ಸುಮ್ಮನೇ ಹೊರಳಾಡುತ್ತಿದ್ದ ವಿಜಯ ಎದ್ದು ಬಂದಳು.

"ಜ್ವರ ಇದ್ಯಾ?" ಮಗಳ ಪಕ್ಕ ಕೂತಳು. ರಾಜೀವ್‌ನ ಕೆಂಪಾದ ಕಣ್ಣುಗಳು ವ್ಯಥೆಯ ಕಥೆಯನ್ನೇ ಹೇಳಿದವು. ಮುಖ ಮೊದಲಿನ ಕಳೆಯನ್ನು ಕಳೆದುಕೊಂಡಿತ್ತು. ಮರುಕಗೊಂಡಳು.

"ಮೈ ಬೆವರ್ತಾ ಇದೆ, ಜ್ವರ ಬಿಡಬಹುದು!" ನಿರ್ವಿಕಾರವಾಗಿ ನುಡಿದ. ದುರ್ಬಲತೆ ಅವನನ್ನು ಕುಬ್ಜನನ್ನಾಗಿ ಮಾಡಿತ್ತು.

"ಮಾನಸನ ನನ್ಹತ್ರ ಮಲಗಿಸ್ಕೋತೀನಿ. ನೀವು ನಿದ್ದೆ ಮಾಡಿ" ಅವಳ ಕೈ ಮಾನಸಳ ಹಣೆಯ ಮೇಲಿತ್ತು. ತಾಯಿಯ ಕೈನ ಮಮತೆ ಸ್ಪರ್ಶ ಹಾಯೆನಿಸಿರಬೇಕು. ರಾಜೀವ್ ಹುಬ್ಬು ಮೇಲೆತ್ತಿ ಅವಳನ್ನು ಆಸೆಯ ಕಣ್ಣುಗಳಿಂದ ನೋಡುತ್ತ "ನಿದ್ದೆ ಬರೋಲ್ಲ." ತಟ್ಟನೆ ತಲೆಯೆತ್ತಿ ಅವನತ್ತ ನೋಟವರಿಸಿದಳು. ಕಂಗಳ ನೋಟ ಕ್ಷಣ ಕಾಲ ಬೆರೆಯಿತು. ಅವಳ ನೋಟ ಕೆಳಗಿಳಿಯಿತು. ರೆಪ್ಪೆಗಳು ಕೆನ್ನೆಗಳ ಮೇಲೆ ಮಲಗಿತು.

ಹಿಂದೆ ಮೊಂಡಾಟ ಮಾಡುತ್ತ "ವಿಜ್ಜು, ನಿದ್ದೆ ಬರೋಲ್ಲ." ಕಾಡಿಸಿ ಅವಳ ತೊಡೆಯ ಮೇಲೆ ತಲೆಯಿಡುತ್ತಿದ್ದ. ಅವಳ ಕೈ ಅವನ ಕೂದಲಲ್ಲಾಡುತ್ತಿದ್ದರೇ ಎಷ್ಟೋ ಜಂಜಾಟವಿದ್ದರೂ ಮರೆತು ಮಗುವಿನಂತೆ ನಿದ್ರಿಸುತ್ತಿದ್ದ.

ಎದೆಯಲ್ಲಿ ತಿದಿಯೊತ್ತಿದಂಥ ನೋವು. ಆ ದಿನಗಳು ಇನ್ನು ಜೀವನದಲ್ಲಿ ಬಾರವೇನೋ!? ನಿಟ್ಟುಸಿರು ದಬ್ಬಿ ಬೇರೊಂದು ಮಗ್ಗುಲಿಗೆ ಹೊರಳಿಕೊಂಡ. ಇಲ್ಲಿ ಇವರಿಬ್ಬರ ನಡುವಿನ ಅಂತರ ಕೈಗೆಟುಕುವಷ್ಟು. ಆದರೆ ಮನಸ್ಸಿನ ಅಂತರ...?

"ಮಮ್ಮಿ... ಬಾಯಾರಿಕೆ" ಕೆನ್ನೆಯ ಮೇಲೆ ಹರಿದ ಕಂಬನಿ ತೊಡೆದುಕೊಂಡು ಮೇಲಕ್ಕೆದ್ದಳು. ತೊಳಲಾಟದ ಬಾಧೆ ಅಪಾರವೆನಿಸಿತು.

ಗ್ಲೂಕೋಸ್ ಬೆರಸಿ ಕುಡಿಸಲು ಮುಂದಾದಳು. ಮಾನಸ ಲೋಟ ಹಿಂದಕ್ಕೆ ತಳ್ಳಿ "ನೀನು ಬೇಡಾ, ಡ್ಯಾಡಿ ಕುಡಿಸ್ಲಿ..." ಅವಳ ಕಣ್ಣುಗಳು ಕಿರಿದಾದವು. ಮುಖದ ಮೇಲೆ ಬೇಸರ ಮೂಡಿತು. ಲೋಟ ಅಲ್ಲಿಟ್ಟು ಮೇಲಕ್ಕೆದ್ದಳು. ಮಗಳ ಮೇಲೆ ಒಂದು ಗಳಿಗೆ ಸಿಟ್ಟು ಬಂತು. ಮರು ಗಳಿಗೆಯೇ ಅವಿವೇಕವೆಂದುಕೊಂಡಳು. ಮಾನಸ ರಾಜೀವನ ಮುದ್ದಿನ ಮಗಳು. ಅವರಿಬ್ಬರ ನಡುವಿನ ಪ್ರೀತಿ ಅಪಾರ.

ರಾಜೀವ್ ಎದ್ದು ಕೂತ, ಮಾನಸಳಿಗೆ ನೀರು ಕುಡಿಸಿ ಸರಿಯಾಗಿ ಮಲಗಿಸುತ್ತ "ನೀನ್ಹೋಗಿ ಮಲಕ್ಕೋ..." ತಣ್ಣನೆಯ ಸ್ವರದಲ್ಲಿ ಹೇಳಿದ.

ವಿಜಯ ಎದ್ದು ಹೋದಳು. ಹೋದತ್ತಲೇ ನೋಡಿ ನಿಟ್ಟುಸಿರು ಚೆಲ್ಲಿದ. ನಡೆದುಹೋದ ಅವಿವೇಕದ ಘಟನೆಗಳು ಅವನೆದೆಯನ್ನು ಇರಿಯುತ್ತಿತ್ತು. ಎದ್ದು ಬಂದು ಕಿಟಕಿಯ ಬಳಿ ಎದೆಯ ಮೇಲೆ ಕೈಕಟ್ಟಿ ನಿಂತ. ನೀರವತೆ ಕಂಗೆಡಿಸುವಷ್ಟು ಗಾಢವಾಗಿತ್ತು. ವಿಜಯಳ ಕಣ್ತುಂಬಿದ ಕಂಗಳು ಎದುರು ಬಂದು ನಿಂತು ಹತ್ತಾರು ಪ್ರಶ್ನೆಗಳನ್ನು ಒಮ್ಮೆಲೇ ಕೇಳಿದವು.

ತಾನೇಕೆ ಅಂಥ ದುರ್ಬಲತೆಗೆ ಈಡಾದೆ? ತನ್ನಲ್ಲಿ ಅತೃಪ್ತಿಯ ಬಯಕೆ

ಹೊಗೆಯಾಡುತ್ತಿತ್ತೆ? ಹಾಗೆಂದುಕೊಳ್ಳುವುದು ಮೂರ್ಖತನ. ವಿಜಯ ಅರಿತ ಹೆಣ್ಣು. ಎಂದೂ ನಿರಾಸೆಗೊಳಿಸಿರಲಿಲ್ಲ. ಪ್ರತಿ ಬಾರಿಯೂ ಬೆಳದಿಂಗಳಿನಲ್ಲಿ ಮಿಂದು ಪರಿಪೂರ್ಣವಾದ ಸುಖದ ಅನುಭವ ಪಡೆಯುತ್ತಿದ್ದ. ಒಮ್ಮೆಯಾದರೂ ಅತೃಪ್ತಿಗೊಂಡಿರಲಿಲ್ಲ. ಮತ್ತೆ... ಹುಚ್ಚನಂತೆ ಪ್ರಪಾತಕ್ಕೆ ಬಿದ್ದಿದ್ದ. ಶರೀರದ ಬಗ್ಗೆ ಜಿಗುಪ್ಸೆಯಾಯಿತು. ಮ್ಲಾನವದನನಾದ. ಪ್ರಳಯವಾದಂತೆ, ಜೀವನ ವಿನಾಶದ ತುಟ್ಟ ತುದಿಯಲ್ಲಿ ನಿಂತ ಅನುಭವವಾಯಿತು. ಓಹ್.... ಇದೊಂದು ಜೀವನ! ಕೈ ಮುಷ್ಟಿ ಬಿಗಿಯಿತು. ಮಬ್ಬಿನ ಆಕರ್ಷಣೆಯಲ್ಲಿ ಅವನದೆಲ್ಲ ಮುಳುಗಿಹೋಗಿತ್ತು.

ಎರಡು ದಿನಗಳಲ್ಲಿ ಮಾನಸಳ ಜ್ವರವೇನೋ ವಾಸಿಯಾಯಿತು. ಆದರೆ ರಾಜೀವ್‌ನ ತೊಳಲಾಟದ ತೀವ್ರತೆ ಅಧಿಕವಾಯಿತು. ಪೂರ್ತಿ ಮುಳುಗಿ ಹೋದ ಅನುಭವವಾಗಿತ್ತು. ಷೂ ಲೇಸು ಕಟ್ಟುತ್ತಿದ್ದವನು ತಲೆಯೆತ್ತಿದ. ಬಾಗಿಲ ಪರದೆ ಅಲುಗಾಡಿತು. ಎದ್ದು ನಿಂತು ಉಗುಳು ನುಂಗಿದ.

"ವಿಜಯ, ಆಫೀಸ್‌ಗೆ... ಹೋಗ್ಬರ್ತೀನಿ..."

ಅವಳ ಬಾಯಿಂದ ಸ್ವರ ಹೊರಡಲಿಲ್ಲ. ಅವನು ನಿರೀಕ್ಷಿಸಿಯೂ ಇರಲಿಲ್ಲ. ಅರೆ-ಭರವಸೆಗಳ ಅಸ್ಪಷ್ಟ ಚಿತ್ರದ ನಡುವೆ ತೊಳಲಾಟ ನಡೆಸಿದ್ದರು. ಕೂತು ಸಮಗ್ರವಾಗಿ ಅವಲೋಕಿಸುತ್ತಿದ್ದಳು. ಸ್ಪಷ್ಟತೆ ಮೂಡಿದಂತೆ ಮಾಯವಾಗುತ್ತಿತ್ತು.

ಷೂ ಸದ್ದು ಸಾಗಿ ಹೋಯಿತು. ಪೂರ್ತಿ ಕೇಳದಾಯಿತು. ಕಾರಿನ ಡೋರ್ ತೆಗೆದ ಶಬ್ದ, ಮುಚ್ಚಿದ ಸಪ್ಪಳ, ಹೊರಟ ಸದ್ದು. ನಿರ್ಜೀವ ಗೊಂಬೆಯಂತೆ ಕೂತು ಆಲಿಸಿದಳು.

ಮನೆಯ ನೀರವತೆ ಉಸಿರುಗಟ್ಟಿಸುವಂತಾಯಿತು. ಇಂದು ಮಾನಸ ಕೂಡ ಪುಸ್ತಕದ ಚೀಲ ಹೆಗಲಿಗೇರಿಸಿ ಅಣ್ಣನ ಜೊತೆ ಓಡಿದ್ದಳು. ಬಿಚ್ಚು ಕೂದಲನ್ನು ಬಾಚುತ್ತ ಹೊರಗೆ ಬಂದಳು.

"ಹೇಗಿದ್ದಾಳೆ, ಮಾನಸ? ಎರಡು ಸಲ ನೋಡ್ಕೊಂಡ್ಹೋಗೋಣಾಂತ ಬಂದೆ. ನಿಮ್ಮೆಜಮಾನ್ರು ಮನೆಯಲ್ಲೇ ಇದ್ರು." ಸೀತಮ್ಮನವರು ನೇರವಾಗಿ ಬಂದರು. ಈ ನೀರವತೆಗೆ ನಿಂತು ಯಾರೊಂದಿಗಾದರೂ ಒಂದೆರಡು ಮಾತಾಡುವುದು ಅವಳಿಗೂ ಸರಿಯೆನಿಸಿತು.

"ಪರ್ವಾಗಿಲ್ಲ. ಜ್ವರವೇನು ಇಲ್ಲ. ಮಧು ಜೊತೆಯಲ್ಲಿ ಸ್ಕೂಲಿಗೆ ಹೋದ್ಲು."

"ಯಾಕೆ ಕಳ್ಸಿದಿ? ಒಂದೆರಡು ದಿನ ಸುಧಾರ್ಸಿಕೊಂಡಿದ್ರೆ... ಸರ್ಯೋಗ್ತ ಇತ್ತು." ಕೈ ಬಾಯಿ ತಿರುಗಿಸಿಕೊಂಡು ಹೇಳಿದರು.

ಆದರೆ ವಿಜಯಳ ನೋಟ ಅವರ ಜೊತೆ ಬಂದ ಹಿರಿಯ ಮುತ್ತೈದೆಯ ಕಡೆ ಹರಿಯಿತು. ವಯಸ್ಸಿಗಿಂತ ಹೆಚ್ಚಾಗಿ ಮುಪ್ಪು ಆವರಿಸಿತ್ತು. ಉಟ್ಟಿದ್ದ ಸೀರೆ ನಾಲ್ಕಾರು ಕಡೆ ರಿಪೇರಿ ಕಂಡಿತ್ತು. ಮುಖದ ಮೇಲೆ ಬದುಕಿನ ಬಗೆಗೆ ನಿರಾಶೆ.. ವ್ಯಥೆ ಮುಸುಕಿತ್ತು.

"ಇವ್ರು, ನಿಮ್ಮನ್ನು ನೋಡ್ಬೇಕೂಂದ್ರು...."

"ಸಂತೋಷ ಬನ್ನಿ..." ತಾನೇ ಒಳಗೆ ಹೋಗಿ ಅವರನ್ನು ಆಹ್ವಾನಿಸಿದಳು. ಆಕೆ ಬಂದವರೇ ಮುದುಡಿ ಕೂತರು. ತಮ್ಮ ದಾರಿದ್ರ್ಯ ಎಲ್ಲಿ ಈ ಸೋಫಾಕ್ಕೆ ಮೆಟ್ಟಿಬಿಡುತ್ತದೆಯೋ ಎಂದು ಹೆದರಿಕೊಂಡಂತೆ ಕಂಡರು. ಸಹಾನುಭೂತಿ ಕಣ್ಣುಗಳಲ್ಲಿ ಮಿಸುಕಾಡಿತು.

"ಬಂದ ವಿಷ್ಯವೇನು?" ನೇರವಾಗಿ ಅವರನ್ನೇ ಕೇಳಿದಳು. "ಹೀಗೇ... ಇವ್ರ ಮಗ್ಳು......" ಸೀತಮ್ಮನವರು ಮಧ್ಯೆ ಬಾಯಿ ಹಾಕಿದರೂ ಮುಂದೆ ಹೇಳಲು ಸಂಕೋಚಿಸಿದರು.

"ಪರ್ವಾಗಿಲ್ಲ ಹೇಳಿ."

ವಿಜಯಳಿಗೆ ಇದೇನು ಹೊಸದಲ್ಲ. ರಾಜೀವ್‌ನಿಂದ ಏನಾದರೂ ಕೆಲಸವಾಗಬೇಕಾದವರು, ಕೆಲವೊಮ್ಮೆ 'ಅಮ್ಮಾವರ' ರೆಕಮೆಂಡೇಷನ್ ಪಡೆಯಲು ಮನೆಗೆ ಬರುತ್ತಿದರು. ಮದುವೆಯೊಂದಿಗೆ ಹೆಣ್ಣಿಗೆ ಗಂಟು ಬೀಳುವುದು ಬರೀ ಗಂಡು ಮಾತ್ರವಲ್ಲ, ಅವನ ಉದ್ಯೋಗವು ಕೂಡ. ಇದು ಅವಳ ಅನುಭವ.

"ನಿಮ್ಮತ್ರ... ಮಾತಾಡ್ಬೇಕಿತ್ತು, ತಾಯಿ" ಮರುಕದಿಂದ ಅವರತ್ತ ನೋಡಿದಳು. ಕಣ್ಣುಗಳ ಕಿರಿದಾದವು. ಸಂಕಟವಾಯಿತು. ಅವರು ಜೀವನಪೂರ್ತಿ ಕಹಿಯನ್ನು ಉಂಡಿರಬೇಕು; ಉಂಡು ಉಂಡು ವ್ಯಥೆಯೇ ಮೂರ್ತೀಭವಿಸಿದಂತೆ ಕಂಡರು.

"ಅದೇನು... ಹೇಳಿ." ಸೋಫಾದ ಅಂಚಿಗೆ ಜಾರಿದಳು.

ಆಕೆಯ ಬಾಯಿಂದ ಸ್ವರ ಹೊರಡಲಿಲ್ಲ. ಸೀತಮ್ಮ ಅವರ ಸಹಾಯಕ್ಕೆ ಬಂದರು.

"ಇವ್ರು, ನಿಮ್ಮ ಯಜಮಾನ್ರ ಆಫೀಸ್‌ನಲ್ಲಿ ಕೆಲ್ಸ ಮಾಡೋ ಪ್ರೇಮಾ ತಾಯಿ..." ಅಂದ ಕೂಡಲೇ ಸಿಡಿಲು ಎರಗಿದಂತಾಯಿತು. ಅವಳಿಗೆ ಕೈಕಾಲುಗಳಲ್ಲಿನ ಚೇತನವೇ ಉಡುಗಿಹೋಯಿತು. ಎದುರಿಸಬೇಕಾದ ಮೂಕಕಲ್ಪನೆಯಿಂದ ತತ್ತರಿಸಿಹೋದಳು. ತಲೆಯ ನರಗಳೆಲ್ಲ ಸಿಡಿದುಹೋದವು.

"ಈಗ.... ಬರ್ತೀನಿ" ಎದ್ದು ನಿಂತಳು. ತತ್ತರಿಸುವಂತಾಯಿತು.

ಕೋಣೆಗೆ ಬಂದು ಹಾಸಿಗೆಯ ಮೇಲೆ ದೊಪ್ಪನೇ ಕುಸಿದಳು. ಹೃದಯದಲ್ಲಿ ಅವಲಕ್ಕಿ ಕುಟ್ಟಿದಂತಾಯಿತು. ನಡೆದು ಬಂದ ದಾರಿಯನ್ನು ಅವಲೋಕಿಸಿದಾಗ ಸುಸಂಸ್ಕೃತ ರಾಜೀವ್ ಎಂದೂ ಶೀಲಭ್ರಷ್ಟನಾಗುವ ಕಲ್ಪನೆಯನ್ನೇ ಕಂಡಿರಲಿಲ್ಲ. ಈಗ ಹೇಗೆ ಸಹಿಸಲಿ? ಎಲ್ಲಾ ಮಬ್ಬು ಮಬ್ಬಾಗಿ ಕಾಣಿಸಿತು. ಅವರು ಕೇಳಬಹುದಾದ ಪರಿಹಾರವೇನು? ರಾಜೀವ್‌ನನ್ನೇ... ಕೇಳಿದರೇ... ಪೂರ್ತಿ ಸುಸ್ತಾದಳು. ಕಣ್ಣು ಮಂಜಾಯಿತು. ದುರ್ಬಲತೆಯನ್ನು ತೊಡೆದುಹಾಕುವಲ್ಲಿ ಸಮರ್ಥಳಾದಳು. ಜೀವನವನ್ನು ಧೈರ್ಯವಾಗಿ ಎದುರಿಸಬೇಕೆಂಬುದೇ ಅವಳ ಗುರಿ.

ಧೈರ್ಯವಾಗಿ ಮುಖದ ಮೇಲೆ ಗೆಲುವನ್ನು ಹೊತ್ತು ಹೊರಗೆ ಬಂದಳು. ಎಂಥ ಅಘಾತ ಬಂದರೂ ತಾಳಿಕೊಳ್ಳಬಲ್ಲೆನೆಂಬ ಆತ್ಮವಿಶ್ವಾಸ ಅವಳದು.

"ಈಗ..... ಹೇಳಿ" ಕೂತು ಸೋಫಾ ಅಂಚು ಬಿಟ್ಟು ಸ್ವಲ್ಪ ಮುಂದಕ್ಕೆ ಬಾಗಿದಳು. ಹೊದ್ದ ಸೆರಗಿನ ಹರಿದು ಹೊಲಿದ ಭಾಗಗಳನ್ನೇ ನೋಡಿದಳು.

"ನಿಮ್ಗೇ ತೊಂದರೆ ಕೊಡ್ತಾ... ಇದೀನೇನೊ! ಆದರೆ... ವಿಧಿ ಇಲ್ಲ." ಆಕೆಯ ಕಣ್ಣಂಚಿನಲ್ಲಿ ಕಂಬನಿ ಕಾಣಿಸಿಕೊಂಡಾಗ ಇವಳೆದೆ ಢವಗುಟ್ಟಿತು.

ಆತ್ಮವಿಶ್ವಾಸ ಕುಸಿದ ಅನುಭವಾಯಿತು. ಎದುರಿಸಬೇಕಾದ್ದು ದೊಡ್ಡ ಆಘಾತ. ಪ್ರೇಮಾಳಂಥ ಹೆಣ್ಣನ್ನು ಹೆತ್ತು ಸಾಕಿರಬಹುದಾದ ಆಕೆ-ಬಂದಿರಬಹುದಾದ ವಿಷಯ ಸ್ಫಟಿಕದಷ್ಟು ಸ್ಪಷ್ಟವಾಯಿತು. ಆಸೆ-ಆಕಾಂಕ್ಷೆಗಳನ್ನು ಅದುಮಿಡುವುದೇ ಚಿತ್ತ ಸಮತೋಲನ ಕಾಪಾಡಿಕೊಳ್ಳಲು ಒಳ್ಳೆ ಉಪಾಯವೆನಿಸಿತು. ನಿರಾಶೆಯ ನೆರಳು ಮುಖದ ಮೇಲೆ ಮುಸುಕಿತು. 'ನಮ್ಮ ವಿಜಯ ಜೀವನ ಎದುರಿಸುವ ರೀತಿಯೇ ಬೇರೆ. ಅವಳೆಂದೂ ದುರ್ಬಲ ಹೆಣ್ಣಾಗಿ ವರ್ತಿಸೋಲ್ಲ.' ಮಗಳ ಬಗ್ಗೆ ತಂದೆ ಆತ್ಮವಿಶ್ವಾಸದಿಂದ ಆಡುತ್ತಿದ್ದ ಮಾತುಗಳಿವು.

"ಅದೆಲ್ಲ ಏನಿಲ್ಲ, ಹೇಳಿ." ತಣ್ಣನೆಯ ಸ್ವರದಲ್ಲಿ ನುಡಿದಳು.

"ಇವ್ರು ಬೆಳಿಗ್ಗೇನೇ ಬಂದ್ರು. ನಿಮ್ಮೋರು ಆಫೀಸ್‌ಗೆ ಹೋದ್ಮೇಲೆ ಕರ್ಕೊಂಡ್ಬಂದೆ. ಎಷ್ಟಾದ್ರೂ... ನೀವ್ ಹೆಣ್ಣು-ಅರ್ಥ ಮಾಡ್ಕೋಬಲ್ರಿ!"

ವಿಜಯ ಮೌನವಾಗಿ ತಲೆಯಾಡಿಸಿದಳು. ವಿಷಯ ತಿಳಿಯದೇ ಮಾತಾಡುವುದು ಅವಳಿಗೆ ಬೇಡವೆನಿಸಿತು.

"ನಮ್ಮ ಶರ್ಮಿಳಾ ಊರಿಂದ ಬಂದ್ಲು" ಸೀತಮ್ಮ ಸೆರಗೆಳೆದು ತಮ್ಮ ಕೈಯಲ್ಲಿದ್ದ ಚಿನ್ನದ ಬಳೆಗಳ ಕಡೆ ಗಮನ ಸೆಳೆಯಲು ಪ್ರಯತ್ನಪಟ್ಟಾಗ, ಹಗುರವಾಗಿ ನಕ್ಕು "ಗೊತ್ತಾಯ್ತು" ಎಂದಳು. ಆಕೆ ಅಷ್ಟಕ್ಕೇ ಅರಿತು ಸುಮ್ಮನಾದಳು.

"ನಮ್ಮ ಶರ್ಮಿಳಾ ಹಬ್ಬಕ್ಕೆ ನಾಲ್ಕು ಸೀರೆತಗೊಂಡ್ಳಂತೆ. ಅದೇನು... ಸೀರೆ ಹುಚ್ಚೊ! ನಾನು ಬೈಯ್ದು ಬುದ್ದಿ ಹೇಳ್ದೇ....."

ಯಾಕೆಂದು ಕೇಳುವ ಮನಸ್ಸಾಗಲಿಲ್ಲ. ಆ ತಾಯಿ ಮಗಳ ವಿಷಯ ಅವಳಿಗೆ ಗೊತ್ತು. 'ಸ್ತ್ರೀವಿಮೋಚನಾ ಹೋರಾಟಗಾತಿ'ಯರ ಸಂಘಟನಾ ಸಮಿತಿಗೆ ಸಂಚಾಲಕಿ ಅವಳು. ಬಂದಾಗಲೆಲ್ಲ ಕೊರೆಯುತ್ತಿದ್ದಳು. ಈಕೆಯ ನಾಲಿಗೆಗೆ ಹಿಡಿತವೇ ಇಲ್ಲ. ಎಂಟು ಗಂಟೆಗೆ ದಢಬಢನೇ ಅಡಿಗೆ ಮುಗಿಸಿದಳೆಂದರೇ ಬಾಗಿಲಿಗೆ ಬೀಗ ಜಡಿದು ಪೇಟೆ, ಆಸ್ಪತ್ರೆ, ಷಾಪ್, ಅವರಿವರ ಮನೆಯಲ್ಲಿ ಕಳೆದುಬಿಡುತ್ತಿದ್ದಳು. ಮಾತು ಮಾತ್ರ ತಾನು ಸಭ್ಯ ಹೆಣ್ಣಿನಂತೆ ಆಡುವುದು.

ವಿಜಯಳಿಗೆ ತಲೆನೋವಿನ ಕೆಲಸವಾಯಿತು. ಆಕೆ ಎದ್ದು ಹೋಗಿ ಬಂದಾಕೆಗೆ ವಿಷಯ ತಿಳಿಸಲು ಅನುಕೂಲ ಮಾಡಿಕೊಡುವಂಥ ಹೆಣ್ಣಲ್ಲ. 'ಎದ್ದು ಹೋಗಿ' ಎನ್ನುವುದು ಸೌಜನ್ಯವಲ್ಲ. ಹೇಗೆಂದು ಗಲ್ಲಕ್ಕೆ ಕೈಯೂರಿ ಯೋಚಿಸಿದಳು.

ಅಷ್ಟರಲ್ಲಿ "ನಮ್ಮ ಪ್ರೇಮ ಐನೂರ ಮೇಲೆ ಸಂಬ್ಳ ತಗೋತಾಳೆ. ಮನೆಗೆ

ನೂರೋ, ಐವತ್ತೋ ಕೊಡ್ತಾಳೆ," ಅಂದಾಗ ವಿಜಯ ಹಗುರವಾಗಿ ಉಸಿರಾಡಿದಳು. ಕಣ್ಣುಗಳಲ್ಲಿ ಸ್ವಲ್ಪ ಹೊಳಪು ಕಾಣಿಸಿಕೊಂಡಿತು.

"ನಮ್ಮನೆಯವ್ರಿಗೆ ವಯಸ್ಸಾಯ್ತು. ಕೆಲ್ಸ ಮಾಡೋ ತ್ರಾಣವಿಲ್ಲ, ಇನ್ನೊಬ್ಬ ಮಗ ಚಿಕ್ಕೋನು, ಬುದ್ಧಿವಂತ. ಚೆನ್ನಾಗಿ ಓದ್ತಾ ಇದ್ದ. ದೇವ್ರು ನಮ್ಗೇ ಶಕ್ತಿ ಕೊಡ್ಲಿಲ್ಲ. ಎಸ್.ಎಸ್.ಎಲ್.ಸಿ.ಗೆ ಬಿಡ್ಸಿ ಕೈ ತೊಳ್ದುಕೊಂಡದ್ದಾಯ್ತು. ಯಾರ್ದೋ ಅಂಗ್ಡಿಯಲ್ಲಿ ಕೆಲ್ಸ ಮಾಡ್ತಾನೆ. ನೀವೇ ಹೇಳಿ, ಪಟ್ಟಣದ ಜೀವ್ನ... ಎಷ್ಟೊಂದು ಕಷ್ಟ! ಹೇಗೆ... ನಡೀಬೇಕು?" ಅವಳ ಕಣ್ಣುಗಳು ಕಿರಿದಾದವು. ಹುಬ್ಬು ಸಂಕುಚಿಸಿತು. ತುಟಿ ಕಚ್ಚಿ ಯೋಚಿಸಿದಳು. 'ನನಗೆ ಹೇಳುವುದರಿಂದ ಇವರಿಗೆ ಯಾವುದೇ ಪ್ರಯೋಜನವಾಗುವುದಿಲ್ಲವಲ್ಲ?'

"ನಿಮ್ಮೆಜಮಾನ್ರಿಗೆ ಹೇಳಿ ಅರ್ಧ ಸಂಬ್ಳನಾದ್ರೂ ಮನೆಗೆ ಕೊಡ್ಸೋ ಏರ್ಪಾಟು ಮಾಡಿ." ಆಕೆಯ ಸ್ವರದಲ್ಲಿ ದೈನ್ಯವಿತ್ತು. ವಿಜಯಳ ಮನ ಮಿಡುಕಿತು.

ಸಹಾನುಭೂತಿಯಿಂದ ಅವರತ್ತ ನೋಡಿದಳು. ಮಗಳು ಬಗೆಗೆ ಇವರಿಗೆ ಹೆಚ್ಚಾಗಿ ತಿಳಿದಿಲ್ಲ. ಆರ್ಥಿಕವಾಗಿ ಮಾತ್ರ ಚಿಂತಿಸುತ್ತಾರೆ. ಪ್ರೇಮ ಈಗ ಬರೀ ಮರುಳು ಮಾಡೋ ಹೆಣ್ಣಾಗಿ ಕಾಣಲಿಲ್ಲ. ಹೆತ್ತವರಲ್ಲಿ ಕೂಡ ಮಮತೆ, ಸಹಾನುಭೂತಿ ಇಲ್ಲದ ದುಷ್ಟ ಹೆಣ್ಣಾಗಿ ಕಂಡಳು.

"ದಯವಿಟ್ಟು ತಪ್ಪು ತಿಳ್ಕೋಬೇಡಿ. ನಿಮ್ಮಗಳ ಬಗ್ಗೆ ಮಾತ್ರ ನೀವ್.... ಯೋಚಿಸಿದ್ರಿ. ಮಗ್ಳ ಬಗ್ಗೆನೂ ಯೋಚಿಸಬೇಕಾದ್ದು ನಿಮ್ಮ ಕರ್ತವ್ಯ–" ಆದಷ್ಟು ನಯವಾಗಿ ಹೇಳಿದಳು. ನೊಂದ ಹೆಣ್ಣನ್ನು ಮತ್ತಷ್ಟು ನೋಯಿಸುವುದು ಅವಳ ಇಚ್ಛೆಯಾಗಿರಲಿಲ್ಲ.

ಆಕೆ ಕಣ್ಣಿಗೆ ಸೆರಗಚ್ಚಿ ಗಳಗಳನೇ ಅತ್ತುಬಿಟ್ಟರು. ಅವರ ನರ ನರಗಳಲ್ಲೂ ವೇದನೆ ಉಕ್ಕಿ ಹರಿಯುತ್ತಿದೆಯೇನೋ ಎನಿಸಿ ವಿಜಯಳಿಗೆ ಕಸಿವಿಸಿಯಾಯಿತು.

"ಸಮಾಧಾನ ಮಾಡ್ಕೊಳ್ಳಿ, ನಾನೇನಾದ್ರೂ ತಪ್ಪಾಗಿ ಹೇಳಿದ್ನಾ?"

ಆಕೆ ಕಣ್ಣು ಮೂಗು ಒರಸಿಕೊಂಡರು. ಕಿವಿಯಲ್ಲಿನ ಮಂಕು ಹಿಡಿದ ಹಿತ್ತಾಳೆಯ ಓಲೆ ಅವರ ವ್ಯಥೆ ಹಿಡಿದ ಬಾಳಿಗೆ ಸಾಕ್ಷಿಯೆನಿಸಿತು. ಅವರು ತಮ್ಮಲ್ಲೇ ಸಮಾಧಾನವಾಗಲು ಪ್ರಯತ್ನಿಸಿದರು.

ಸೀತಮ್ಮನ ಮೂಗು, ಮುಖ ಕೋಪದಿಂದ ಕೆಂಪಾಯಿತು. ಬಿರುಸಾಗಿ "ಮಗ್ಳೂಂತ ಮುಚ್ಚಿಟ್ಕೊಳೋಕೆ... ಹೋಗ್ಬೇಡಿ. ಇರೋ ವಿಷ್ಯ ನೇರವಾಗಿ ಹೇಳಿ." ವಿಜಯಳ ಎದೆ ಢವಗುಟ್ಟಿತು. ಹಣೆ, ಕತ್ತು, ಕಂಕುಳಲ್ಲಿ ಬೆವರೊಡೆಯಿತು. ಎತ್ತರಕ್ಕೆ ನಿಂತವಳು ಇವರ ಮುಂದೆ ಕುಬ್ಜಳಾಗಬೇಕಲ್ಲ! ಹಳಹಳಿಸಿದಳು.

"ಇಲ್ಲಮ್ಮ, ನೀವೇನು ತಪ್ಪಾಗಿ ಹೇಳ್ಲಿಲ್ಲ. ಅವ್ಳು ತುಂಬ ಕೆಟ್ಟ ಹೆಣ್ಣು... ಈಗಾಗ್ಲೇ ಎಲ್ಲ ಕಳಕೊಂಡಿದ್ದಾಳೆ!" ಅವರ ಮೂಗು, ಮುಖ ಕೆಂಪಾಗಿತ್ತು.

ಆಮೇಲೆ ಆಕೆ ಮೌನವಾಗಿ ಕೂತರು. ಸೀತಮ್ಮ ಕಾಲೇಜಿನಲ್ಲಿ ಓದುತ್ತಿದ್ದಾಗಲೇ

ಬೇರೆಯವರ ಸಂಬಂಧ ಬೆಳೆಸಿದ್ದಳೆಂದು ಹೇಳಿದರು. ಆ ತಾಯಿ ಬಹಳ ಕಷ್ಟದಿಂದ ಕೇಳಿಕೊಂಡು ಕೂತಿದ್ದರು. ಇದು ತೀರಾ ನಂಬುವ ಮಾತುಗಳಾಗಿ ಕಾಣಲಿಲ್ಲ– ವಿಜಯಳಿಗೆ. ಸ್ವಲ್ಪ ಹೆಣ್ಣು ದಿಟ್ಟಳಾಗಿದ್ದರೇ ನೂರೆಂಟು ಬಿರುದು. ಆದರೆ ಸತ್ಯ ಎದುರಿಗಿತ್ತು. ತಡಕಾಡಿದಳು. ಪದರು ಪದರಾಗಿ ಬಿಚ್ಚಿಕೊಳ್ಳತೊಡಗಿತು.

"ಅವ್ಳು ಪೂರ್ತಿ... ಹಾಳಾಗಿದ್ದಾಳೆ. ಅವ್ಳ ಸುದ್ದಿ ಬೇಡ. ಇರೋ ಒಂದು ಕುಡೀನಾದ್ರೂ–ಚಿಗುರಲಿ. ನಿಮ್ಮಜಮಾನ್ರಿಗೆ ಹೇಳಿ ಅರ್ಧ ಸಂಬ್ಳ ಮನೆಗೆ ಕೊಡ್ಲೋ ಏರ್ಪಾಡು ಮಾಡಿ. ಇಲ್ಲದಿದ್ರೆ ಕೆಲ್ಸದಿಂದ ವಜಾ ಮಾಡ್ಸಿ" ಎಂದಾಗ ವಿಜಯಳ ಮುಖ ಗಂಭೀರವಾಯಿತು!

ವಿಜಯ ಮೌನವಹಿಸಿದಳು. ಇದು ತೀರಾ ಅತಿರೇಕವೆನಿಸಿತು. ಹಿರಿಯ ರಾದವರಲ್ಲಿ ವಿವೇಕ ಅಗತ್ಯ. ಅರ್ಥವಿಲ್ಲದ ಕಾರ್ಯದಿಂದ ಅವಳ ಭವಿಷ್ಯಕ್ಕೆ ಮಾತ್ರ ಮುಳುವಲ್ಲ; ಇವರು ಕೂಡ ಕಂಗೆಡಬೇಕು!

"ತುಂಬ ಮಾತಾಡ್ಬಿಟ್ಟೇಂತ ಬೇಜಾರು ಮಾಡ್ಕೊಂಡ್ಬಿಟ್ರಾ! ನಮ್ಮಣ್ಣನ ಮಗ ಶೀನಿ ಇವ್ಳ ಮದ್ವೆಯಾಗೋಕೆ ತುದಿಗಾಲಿನಲ್ಲಿ ನಿಂತಿದ್ದಾನೆ. ಕೆಲ್ಸ ಹೋದರೇ ದಮ್ಮಯ್ಯಾಂತ ಅವನ ಕಾಲುಗಳ್ನ ಹಿಡೀತಾಳೆ. ಅವ್ನ ಸಂಬಳದಲ್ಲಿ ಹೇಗೋ ಜೀವನ ನಡೆಯುತ್ತೆ." ಆಕೆ ಮನ ಬಿಚ್ಚಿ ವಿಷಯ ಎದುರಿಗಿಟ್ಟಾಗ ವಿಜಯಳಿಗೆ ಏನು ಹೇಳಬೇಕೋ ಅರ್ಥವಾಗಲಿಲ್ಲ.

ಎಲ್ಲಾ ಒಗಟಾಗಿ ಕಂಡಿತು ವಿಜಯಳಿಗೆ. ಎಲ್ಲವನ್ನು ಸೀತಮ್ಮ ನಿಧಾನವಾಗಿ ವಿವರಿಸಿದರು. ಎಷ್ಟು ಬಗೆಯಲ್ಲಿ ಹೇಳಿದರೂ ಆಕೆ ಕೇಳದೇ ತಮ್ಮ ಮಗಳಿಗೆ ಬುದ್ಧಿ ಹೇಳಬೇಕೆಂದು ವಿಜಯಳಿಗೆ ಒಪ್ಪಿಸಿದರು. ಕೋಪದಿಂದ ರೇಗಿಬಿಡುವ ಮನಸ್ಸಾದರೂ ತಡೆದುಕೊಂಡಳು. ಅಸಹನೆಯಿಂದಿದ್ದರೂ ನಗು ಮುಖದಿಂದಲೇ ಬೀಳ್ಕೊಟ್ಟಳು. ಜೀವನವೇ ಸಮಸ್ಯೆಗಳ ಹಂದರವೆನಿಸಿತು.

ಯಾಕೋ ಪ್ರೇಮ ದೊಡ್ಡ ಸಮಸ್ಯೆಯ ಹೆಣ್ಣಾಗಿ ಕಂಡಳು. ರಾಜೀವ್ ಬಗೆಗೆ ಆಶ್ಚರ್ಯವಾಯಿತು. ಅಂತಹ ಸಂಯಮ ವ್ಯಕ್ತಿ ಅವಳ ಜಾಲದಲ್ಲಿ ಹೇಗೆ ಬಿದ್ದ?

ಎದ್ದು ಹೋಗಿ ಮುಖ ತೊಳೆದು ಬಂದು ಕೂತಳು. ನೆನಪು ಮುಖವನ್ನೆಲ್ಲ ಕೆಂಪಾಗಿಸಿತು. ಮೂಗಿನುದ್ದಕ್ಕೂ ಅಸಹನೆ ಒಂದು ನಿಮಿಷ ಹರಡಿಕೊಂಡು, ಮಾಸಿಹೋಯಿತು. ಗಲ್ಲಕ್ಕೆ ಕೈ ಹಚ್ಚಿ ಕೂತಳು. ಮನ ಸುಷುಪ್ತಿಯಿಂದ ಸ್ವಪ್ನಕ್ಕೆ ಸ್ವಪ್ನದಿಂದ ಜಾಗೃತಿಗೆ ಇಳಿಯುವಂತೆ ಗೋಚರಿಸಿತು. ಕಣ್ಣಲ್ಲಿ ನೀರು ತುಂಬಿಕೊಂಡಿತು. ಹೆಣ್ಣು ಇಂತಹ ಕಠಿಣ ಪರಿಸ್ಥಿತಿಯನ್ನು ಹೇಗೆ ಎದುರಿಸಿಯಾಳು? ಆದರೆ ವಿಜಯಳ ಸ್ವಭಾವ ಭಿನ್ನ. ದುರ್ಬಲತೆ ಮುಸುಕಿತು. ಬುಡ ಕಡಿದ ಮರದಂತೆ ಕೆಳಗೆ ಉರುಳುವ ಸ್ಥಿತಿ ಅವಳದಾಗಿತ್ತು. ಕೈಯಲ್ಲಿ ಮುಖ ಮುಚ್ಚಿ ಬಿಕ್ಕಿದಳು. ತಾನೇ ತಾನಾಗಿ ಅತ್ತು ಸಮಾಧಾನಕ್ಕೆ ಬಂದಳು. ಗಡಿಯಾರದ ಕಡೆ ನೋಡಿ ಪುನಃ ಮುಖ ತೊಳೆದು ಬಂದಳು.

ಕಾರು ಸದ್ದಾದಾಗ ಮನ ಹೊಯ್ದಾಡಿತು. ಕಿಟಕಿಯ ಸರಳುಗಳನ್ನು ಬಿಗಿಯಾಗಿ ಹಿಡಿದು ನಿಂತಳು. ಗಂಟಲಿನ ನರಗಳು ಉಬ್ಬಿದವು.

ಅವನೇ ಬಟ್ಟೆ ಬದಲಾಯಿಸಿ ಕೋಣೆಯ ಬಾಗಿಲಿಗೆ ಬಂದು ನಿಂತ. ಕಣ್ಣುಗಳು ಕಿರಿದಾದವು. ಹುಬ್ಬುಗಳು ಸಂಕುಚಿಸಿದವು. ಮನದ ನೋವನ್ನು ಕಣ್ಣುಗಳು ಮಿಡಿದವು.

"ವಿಜಯಾ, ಊಟ ಮಾಡೋಣ ಬಾ." ನಿಂತಲ್ಲಿಯೇ ಉಗುಳು ನುಂಗಿದಳು. ಅವನತ್ತ ತಿರುಗಿದಾಗ ತೀರಾ ಬಳಲಿದಂತೆ ಕಂಡ. 'ಅಯ್ಯೊ...' ಎಂದು ಮನ ಭೋರೆಂದು ಹೊರಳಿ ಹೊರಳಿ ಅತ್ತಿತು. "ಸಾರಿ, ಏನೋ... ಯೋಚಿಸ್ತಾ ಇದ್ದೆ!" ರಾಜೀವ್ ಹಗುರವಾಗಿ ನಕ್ಕ. ಎಂತಹ... ನಗೆ! "ನಿಂಗೇ, ನಾನು ಅಷ್ಟೆ ತಾನೇ... ಉಳಿಸಿದ್ದು..." ಅವಳ ಹೃದಯ ಕಿತ್ತು ಬಾಯಿಗೆ ಬಂದಂತಾಯಿತು.

ಇಬ್ಬರೂ ಎದುರುಬದುರಾಗಿ ಕೂತರು. ಮೌನವಾಗಿ ಊಟ ಸಾಗಿತು. ಅಡಿಗೆಯವನು ನೋವು ನುಂಗಿಕೊಂಡ. ಯಾಕೆ....? ಏನಾಗಿದೆ....? ಯೋಚಿಸುತ್ತಲೇ ಇದ್ದ. ನಾಲ್ಕಾರು ಮನೆಯಲ್ಲಿ ಅಡಿಗೆಯವನಾಗಿ ಕೆಲಸ ಮಾಡಿ ಬಂದವನು, ಇಲ್ಲಿ ಅವನ ಮನಸ್ಸಿಗೆ ಶಾಂತಿ ಸಿಕ್ಕಿತ್ತು.

"ಒಂದ್ಮಾತು..." ರಾಜೀವ್ ಅವನತ್ತ ನೋಡಿದ ಸಂಕೋಚದಿಂದ ಮುಖ ಮುದುಡಿತ್ತು. ಕಣ್ಣುಗಳಲ್ಲಿ ನೋವಿತ್ತು. "ಏನ್ಸಮಾಚಾರ? ಊರಿಗೇನಾದ್ರೂ... ಹೋಗ್ಬೇಕಿದ್ಯಾ!" ಮೊಸರನ್ನದಲ್ಲಿ ಬೆರಳಾಡಿತು.

"ನೀವ್... ಮಾತು ಕಮ್ಮಿ ಮಾಡ್ಬಿಟ್ಟಿದ್ದೀರಿ!" ಜೋರಾಗಿ ನಕ್ಕ. ಇವನ ನಗುವಿನಲ್ಲಿ ಅವನ ಸ್ವರ ಉಡುಗಿಹೋಯಿತು. ಕಕ್ಕಾಬಿಕ್ಕಿಯಾದ. "ಮಾರಾಯ! ಸ್ವಲ್ಪ ಸೀರಿಯಸ್ಸಾಗಿ... ಇರ್ಬೇಂಕೂಂತ ಮೇಲಿನವ್ರ ಹುಕುಂ!" ಅವನ ನೋಟ ವಿಜಯಳ ಮೇಲೆ ಹರಿದಾಡಿತು. ಅವಳ ನೋಟ ತಟ್ಟೆಯತ್ತ ಇತ್ತು. ದಟ್ಟವಾದ ಯೋಚನೆಯ ಮೋಡಗಳು. ತಲೆ ತಗ್ಗಿಸಿ ಊಟ ಮಾಡಿ ಎದ್ದ.

ವಿಜಯಳೇ ರಾಜೀವನ ಹಿಂದೆ ಕೋಣೆಯೊಳಕ್ಕೆ ಬಂದಳು. ಪ್ರೇಮಾಳ ತಾಯಿಯ ವ್ಯಥೆಯ ಮುಖವೇ ಅವಳ ಕಣ್ಮುಂದೆ ಬಂದು ನಿಲ್ಲುತ್ತಿತ್ತು. ಅವಳಲ್ಲಿ ನಂಬಿಕೆಯಿಟ್ಟು ಇಷ್ಟು ದೂರದವರೆಗೂ ಆಸೆಯ ಬೆಟ್ಟವನ್ನೇ ಹೊತ್ತು ಬಂದಿದ್ದರು.

"ಒಂದ್ವಿಷ್ಯ..." ರಾಜೀವ್ ಅವಳತ್ತ ತಿರುಗಿದ. "ಕೂತ್ಕೊಂಡು... ಹೇಳ್ಬಹ್ದು. ನಾನು ಅಧಿಕಾರ ಕಳ್ಕೊಂಡಿರ್ಬಹ್ದು. ನಿನ್ನ ಸ್ಥಾನ ಭದ್ರವಾಗಿದೆ. ಪ್ಲೀಸ್... ಕೂತ್ಕೊಳ್ಳಿ." ವಿಜಯ ಅವನ ಮನದ ನೋವು ನೆನಸಿಕೊಂಡು ತಳಮಳಿಸಿಹೋದಳು.. ನಿಧಾನವಾಗಿ ಕೂತಳು.

ಕಾಣದ ಪ್ರೇಮಳ ಮುಖ ಎದುರು ನಿಂತು ಅಣಕಿಸಿದಂತಾಯಿತು. ಮಾತಿಗಾಗಿ ತಡಕಾಡಿದಳು. ಸ್ವರ ಎಲ್ಲಿಯೋ ಹೊತುಹೋಗಿತ್ತು. ಮಾತಿಗೆ ಸಿಗದಂಥ ಕಠೋರಭಾವ ಅವಳಲ್ಲಿ ನೆಲಸಿತು.

"ಇವತ್ತು ಟೈಪಿಸ್ಟ್ ಪ್ರೇಮಾ ತಾಯಿ ಬಂದಿದ್ರು." ಅವನೆದೆ ಹಾರಿತು.

ಆದರೆ ಅವನು ಅಳುಕಬೇಕಾಗಿರಲಿಲ್ಲ. ಪ್ರಾಮಾಣಿಕವಾಗಿ ಮಡದಿಗೆ ವಿಷಯ ವನ್ನು ತಿಳಿಸಿದ್ದ. ತಾನು ಬಿಟ್ಟು ಬೇರೆಯವರು ಹೀಗೆಂದು ವಿಷಯ ತಿಳಿಸಿದ್ದರೇ ವಿಜಯ

ಖಂಡಿತ ನಂಬುತ್ತಿರಲಿಲ್ಲ. ನಂಬಿದ ಮನದನ್ನೆಯನ್ನು ವಂಚಿಸಲು ಮನಸ್ಸಾಗಿರಲಿಲ್ಲ. ಆಮೇಲೆ ವಿಜಯಳ ನೋವಿನ ಮುಖವನ್ನು ಕಂಡಾಗಲೆಲ್ಲ ತಪ್ಪು ಮಾಡಿದೆನೆಂದು ಮಿಡುಕುತ್ತಿದ್ದ. ಆ ತಪ್ಪು ತನ್ನಲ್ಲಿಯೇ ಅಡಗಿ ದಹಿಸಿದ್ದರೇ ಚೆನ್ನಾಗಿತ್ತು. ದೇಹ ಕಲುಷಿತವಾಗಿತ್ತು. ಅವಳಿಂದ ಕ್ಷಮೆ ದೊರತ ಹೊರತು ಪವಿತ್ರವಾಗದು.

"ಯಾಕೆ?" ಕಷ್ಟದಿಂದ ಕೇಳಿದ. ಆದರೆ ಸ್ವರದಲ್ಲಿ ನಿರ್ಧಾರವಿತ್ತು. ಎಲ್ಲವನ್ನು ಎದುರಿಸುವ ಧೈರ್ಯ ಮಾಡಿದ್ದ.

"ಅವರ್‍ದೂ ತೀರಾ ಬಡ ಕುಟುಂಬ. ಆರ್ಥಿಕವಾಗಿ ಮನೆಯವ್ರನ್ನು ಇವಳೇ ಪೋಷಿಸ್ಬೇಕಂತೆ. ಸಂಬ್ಳದಲ್ಲಿ ಅರ್ಧದಷ್ಟಾದರೂ ಕೊಡಲೀಂತ." ಕಷ್ಟದಿಂದ ಸ್ವರ ಹೊರಬಂದಂತಿತ್ತು.

ತೀರಾ ಸಂಬಂಧಪಡದ ವಿಷಯದಲ್ಲಿ ತಲೆ ಹಾಕಿದಂತಾಯಿತು. ವಿಜಯ ಚಡಪಡಿಸಿದಳು. ವಿವೇಚನೇಯಿಂದ ಪ್ರಾಮಾಣಿಕ ಪ್ರಯತ್ನ ಮಾಡಿದ್ದಳು. ಪ್ರತಿಕ್ರಿಯೆಯ ಬಗ್ಗೆ ಅವಳಿಗೆ ಯಾವ ಕಲ್ಪನೆಯೂ ಇಲ್ಲ.

ಹುಬ್ಬುಗಳನ್ನು ಮೇಲೆತ್ತಿ ಮಡದಿಯ ಕಡೆ ನೋಡಿದ. ಎಂದಿನ ಗಂಭೀರತೆಯೇ. ತಾನು ಮೆಚ್ಚಿದ ಮುಖ, ಅಪ್ಪಿ ಮುದ್ದಾಡಿದ ವದನ. ಅಭಿಮಾನ ತುಳುಕಿತು. ಕೆನ್ನೆ ಬಿಸಿಯಾಯಿತು. ಎಲ್ಲವನ್ನು ಮರೆತು ಕನವರಿಸುವವಂತೆ 'ವಿಜಯಾ' ಎಂದು ಬಾಹುಗಳಲ್ಲಿ ಬಳಸಿದ. ಅವಳಲ್ಲಿ ಘಟಸ್ಫೋಟವಾಗಿತ್ತು. ಕೊಸರಿ ದೂರ ನಿಂತಳು. ಮುಖ ಕೆಂಪಾಗಿತ್ತು. ತುಟಿಗಳು ನಡುಗುತ್ತಿದ್ದವು.

"ನಮ್ಮ... ಜೀವನದಲ್ಲಿ..." ಮುಂದೆ ಸ್ವರ ಹೊರಡದಾಯಿತು. ಸರ್ರನೆ ಹೊರಟುಬಿಟ್ಟಳು.

ಪ್ರೇಮ ಪ್ರೇತವಾಗಿ ಅವಳನ್ನು ಕಾಡುತ್ತಿದ್ದಳು. ತಾನು ಬಯಸಿ ನಲುಗಿದ ಬಾಹುಗಳಲ್ಲಿ ಅವಳು... ಮುಖವೆಲ್ಲ ಬೆವರಿತು. ಸೋತವಳಂತೆ ಕುಸಿದಳು. ಅಸಹ್ಯ, ಅವಮಾನದಿಂದ ಮುಖ ವಿವರ್ಣವಾಯಿತು. 'ರಾಜೀವ್... ನಾನು... ನಾನು' ದಿಂಬಿನಲ್ಲಿ ಮುಖ ಮರೆಸಿಕೊಂಡಳು. ರಾಜೀವ್ ಹೋಗುವವರೆಗೂ ಹೊರಗೆದ್ದು ಬರಲಿಲ್ಲ. ಸಂಜೆಯ ವೇಳೆಗೆ ಯೋಚಿಸಿ ಒಂದು ನಿರ್ಧಾರಕ್ಕೆ ಬಂದಳು. ಈ ತೆರನಾದ ಬದುಕು ಅರ್ಥಹೀನವೆನಿಸಿತ್ತು. ನಾಲ್ಕಾರು ದಿನಗಳಲ್ಲಿ ಹುಡುಗರ ಶಾಲೆಗೆ ರಜೆ ಬರುವುದಿತ್ತು. ಎದ್ದು ತಂದೆಗೆ ಪತ್ರ ಬರೆದು ಕವರಿಗೆ ಹಾಕಿಟ್ಟಳು. ಯೋಚನೆಗಳು ಸರಣಿಯಂತೆ ಅವಳನ್ನು ಬಿಗಿಯುತ್ತಿದ್ದವು.

ತಾಯಿ, ತಂದೆ ನೆನಪಾದರು. ಗಂಭೀರವಾದಳು. ಅಳಿಯನ ಮೇಲೆ ಅವರಿಗೆ ಅಪರಿಮಿತವಾದ ಪ್ರೀತಿ, ಅಭಿಮಾನ, ಗೌರವ. ಬೇರೆಯವರು ಏನಾದರೂ ಹೇಳಿದರೇ ಖಂಡಿತ ನಂಬಲಾರರು. ನಿರ್ಧಾರದ ಬಗ್ಗೆ ಕೋಪಗೊಳ್ಳದಿದ್ದರೂ ಮೃದುವಾಗಿ ಬುದ್ಧಿ ಹೇಳಿಯಾರು! ಇವಳ ನಿರ್ಧಾರ ಒಪ್ಪುವುದಂತೂ ಸುಳ್ಳು!

"ಮಮ್ಮಿ, ಮಮ್ಮಿ" ಮಗನ ಕೂಗಿಗೆ ಎಚ್ಚರಗೊಂಡಳು. ಮಧು ಬಂದ. ಅವಳ ಕತ್ತಿಗೆ ಜೋತುಬಿದ್ದ. ಅವಳ ಕಣ್ಣುಗಳನ್ನು ದಿಟ್ಟಿಸಿದ. ನೋಟದಿಂದ ಕಣ್ಣುಗಳನ್ನು ಮರೆಮಾಡುವ ಪ್ರಯತ್ನ ಸಫಲವಾಗಲಿಲ್ಲ. ಕಣ್ಣೆಲ್ಲ ಕೆಂಪಾಗಿದೆ. ಈಗಾಗಲೇ ಅಷ್ಟನ್ನು ಅರಿಯುವಷ್ಟು ಬುದ್ಧಿವಂತನಾಗಿದ್ದ. ತೀರಾ ಗಂಭೀರವಾಗುತ್ತಿದ್ದ. ಡ್ಯಾಡಿ, ಮಮ್ಮಿಯ ಬಗೆಗೆ ಯೋಚಿಸುತ್ತಿದ್ದ.

ಮೃದುವಾಗಿ ನಕ್ಕಂತೇ ನಟಿಸಿದ ವಿಜಯ ಮಗನ ತಲೆಯನ್ನು ಮೃದುವಾಗಿ ಸವರಿ "ತುಂಬ ನಿದ್ದೆ ಮಾಡ್ದೇ ನೋಡು–ಕಣ್ಣೆಲ್ಲ ಕೆಂಪಾಗಿದೆ. ಮೊದ್ಲು ಯೂನಿಫಾರಂ ಬಿಚ್ಚು" ಎಂದಳು.

ಎದ್ದು ಹೋಗಿ ಸೋಫಾ ಮೇಲೆ ಮೊಂಡು ಹುಡುಗನಂತೆ ಕೂತ. ಮುಖ ಉಮ್ಮಿಸಿದ. ಕೋಪಗೊಂಡವನಂತೆ ನಟಿಸಿದ. ರಾಜೀವನ ಸ್ವಭಾವ, ನಡತೆ ಅವನಲ್ಲಿ ರಕ್ತಗತವಾಗಿ ಹಮ್ಮಿಕೊಂಡಿತ್ತು.

ಎದ್ದು ಬಂದ ವಿಜಯ ಮಗನ ಷರಟಿನ ಗುಂಡಿ ಬಿಚ್ಚುತ್ತಾ "ಯಾಕೆ ಮರಿ?" ಎಂದು ಕೇಳಿದಾಗ "ಬೇಜಾರು..." ಎಂದ. ಕಣ್ಣರಳಿಸಿದಳು. 'ಎಲಾ ಹುಡ್ಗ!' ಎಂದುಕೊಂಡಳು.

"ಈಗ್ತಾನೆ ಸ್ಕೂಲಿನಿಂದ ಬಂದಿದ್ದೀಯಾ! ಅದೇಂಥ ಬೇಜಾರು!!"

"ಬೋರು ಮಮ್ಮಿ... ಡ್ಯಾಡಿಗೆ ಫೋನ್ ಮಾಡ್ತೀನಿ ಬೇಗ್ಬಾಂತ... ಎಲ್ಲಾದ್ರೂ ಹೋಗ್ಬೋದು..." ಜಾರಿ ಎದ್ದು ಹೋದ. ಅವನತ್ತಲೇ ನೋಡಿದಳು. ಒಳಗಿನ ನಿರ್ಧಾರ ಅಲ್ಲಾಡತೊಡಗಿತು.

ಫೋನ್ ಮಾಡಿದ ಅತ್ತಲಿನ ರಾಜೀವ್‌ನ ಸ್ವರ "ಓ.ಕೆ....." ಕುಣಿಯುತ್ತ ಓಡಿಬಂದ. ಮುಖದ ಮೇಲೆ ಜಗವನ್ನು ಗೆದ್ದ ಗೆಲುವಿತ್ತು. ಅವನ ಉತ್ಸಾಹಕ್ಕೆ ತಣ್ಣೀರು ಎರಚಲು ವಿಜಯ ಇಷ್ಟಪಡಲಿಲ್ಲ.

ಅಣ್ಣ, ತಂಗಿ ಗದ್ದಲವೆಬ್ಬಿಸುತ್ತ ಓಡಿಯಾಡಿದರು. ವಿಜಯ ವಿಮನಸ್ಕಳಾದಳು. ರಾಜೀವ್‌ಅನ್ನು ಅಗಲಿ ಇವರುಗಳು ಇರಬಲ್ಲರೇ?

ರಾಜೀವ್‌ನ ಹೊತ್ತ ಕಾರು ಹತ್ತೇ ನಿಮಿಷಗಳಲ್ಲಿ ಕಾಂಪೌಂಡಿನೊಳಕ್ಕೆ ಬಂದು ನಿಂತಿತು. ಮುಖಕ್ಕೆಲ್ಲ ಕ್ರೀಂ ಬಳೆದುಕೊಂಡಿದ್ದ ಮಾನಸ ಹಾಗೆಯೇ ಓಡಿದಳು. ಷೂ ಏರಿಸಿ ಶಿಸ್ತಾಗಿ ನಿಂತಿದ್ದ ಮಧು ನಗುಮುಖದಿಂದ ತಂದೆಯನ್ನು ಎದುರುಗೊಂಡ.

"ಡ್ಯಾಡಿ, ಒಳ್ಳೆಯವ್ರು!"

ಮಾನಸನ ಎತ್ತಿಕೊಂಡು ಅವಳ ಮುಖದ ಮೇಲಿದ್ದ ಕ್ರೀಮನ್ನು ಉಜ್ಜುತ್ತ. "ಎಲ್ಲಿಗೆ ಹೋಗೋಣ?" ಮಧು "ನಾನು ಫೋನ್ ಮಾಡಿದ್ದು" ಎಂದ ವಿಜಯ ಗರ್ವದಿಂದ.

"ಮಮ್ಮಿನ ಕೇಳೋಣ!" ಅವಳನ್ನು ಎತ್ತಿಕೊಂಡು ಬಂದು ಕೋಣೆಯ ಬಾಗಿಲಿನಲ್ಲಿ ನಿಂತ. ಮಾನಸ ಗಲ್ಲದ ಮೇಲೆ ಬೆರಳಿಟ್ಟುಕೊಂಡು ತಾಯಿಯ ಕಡೆ ನೋಡಿದಳು. ವಿಜಯ ಬೀರುವಿನಿಂದ ಬಟ್ಟೆ ತೆಗೆಯುವುದರಲ್ಲಿ ಮಗ್ನಳಾಗಿದ್ದಳು.

ವಿಜಯ ಎಂ.ಎ. ಮಾಡಿರಬಹುದು. ಆದರೆ ತೀರಾ ಮುಕ್ತ ವಾತಾವರಣದಲ್ಲಿ ಬೆಳೆದಿರಲಿಲ್ಲ. ಗಂಭೀರ, ಶಾಂತತೆ ಅವಳ ಒಳಗುಣ. ಈಗ ಇನ್ನಷ್ಟು ಗಂಭೀರ. ಅವಳು ಸರಸವಾಗಿ ಮಾತನಾಡುವಂತೆ ಮಾಡಲು ಹಿಂದೆಯೆ ಹೆಚ್ಚು ರಮಿಸಿ ಬಲವಂತ ಮಾಡಬೇಕಿತ್ತು. ಈಗಂತೂ ಆ ಸ್ವತಂತ್ರ ಕಳೆದುಕೊಂಡಿದ್ದ. ಮಾತಂತೂ ಅಪರೂಪವೇ.

"ವಿಜಯ... ಬೇಗ ರೆಡಿಯಾಗು" ಮಾನಸ ಅವನ ಹೆಗಲಿನಿಂದ ಜಾರಿ ವಿಜಯಯಳತ್ತ ನಡೆದಳು. "ಮಮ್ಮಿ... ಬೇಗ" ಮಕ್ಕಳ ಭವಿಷ್ಯದ ಬಗೆಗೆ ವಿಪರೀತ ಕಾಳಜಿಯಿದ್ದುದರಿಂದ ಇಂತಹ ವಿಷಯಗಳಲ್ಲಿ ಪ್ರತಿಭಟನೆ ತೋರಲಾರ.

ಮಗಳನ್ನು ರೆಡಿ ಮಾಡಿ ಹೊರಗೆ ಕಳುಹಿಸಿದಳು. ಕೋಣೆಯಲ್ಲಿ ಉಳಿದವರು ಇಬ್ಬರು ಮಾತ್ರ. ಮಾತಾಡಲು ಇಬ್ಬರೂ ಸಂಕೋಚಿಸುತ್ತಿದ್ದರು. ಮೌನ ಒಮ್ಮೊಮ್ಮೆ ವಿಪರೀತ ಚಿತ್ರಹಿಂಸೆ ಕೊಡುತ್ತಿತ್ತು.

"ರೆಡಿಯಾಗು ವಿಜಯ. ಮಾಡಿದ ತಪ್ಪು ನನ್ನ ಘೋರವಾಗಿ ಕೊಲ್ತಾಇದೆ."

ವಿಜಯ ನಿಂತಲ್ಲಿ ಕಲ್ಲಾದಳು. ಹಣೆಯ ಮೇಲೆ ಹರಡಿದ ಕೂದಲನ್ನು ಕೈಯಿಂದ ಹಿಂದಕ್ಕೆ ತಳ್ಳಿದ. ಕಿಟಕಿಯತ್ತ ತಿರುಗಿದ. ತನ್ನ ನಿರ್ಧಾರ ತಿಳಿಸಿಬಿಡಲೇ ಎಂದು ಯೋಚಿಸಿದಳು ಸಮಯವಲ್ಲವೆನಿಸಿತು.

ಮಿದುಳು ದೊಡ್ಡ ರಣರಂಗ. ಯಾರೊಡನೇ ಹೇಳಿದರೆ ಪರಿಹಾರ ಸಿಗಬಹುದು? ಯಾರಿಗೂ ಅರ್ಹತೆ ಇಲ್ಲ! ಬರೀ ದೌರ್ಬಲ್ಯಕ್ಕೆ ಬಲಿಯಾದರೂ ಪ್ರೀತಿ ಅವಳತ್ತ ಧಾರೆಯಾಗಿ ಹರಿದಿದೆಯೋ? ಬಿಗಿಯಾದ ಕಟ್ಟನ್ನು ಎಷ್ಟು ಲೀಲಾಜಾಲವಾಗಿ ಸಡಿಲಿಸಿಬಿಟ್ಟರು!

"ಮಮ್ಮಿ ಇನ್ನು ರೆಡಿಯಾಗೇ..." ಮಾನಸ ಕೈ ಹಿಡಿದು ಎಳೆದಳು. ರಾಜೀವ್ ನಿಂತ ಸ್ಥಳದತ್ತ ನೋಟವರಿಸಿದಳು. ಖಾಲಿಯಾಗಿತ್ತು. ಮಗಳತ್ತ ನೋಡಿದಳು. ಅವಳು ಉತ್ಸಾಹದ ಬುಗ್ಗೆಯಂತಿದ್ದಳು. ನೇರವಾಗಿ ಇವರ ಒತ್ತಡ. ಪುಟಾಣಿಗಳ ಮೇಲೆ–ಸಂಯಮ ಅಗತ್ಯವೆನಿಸಿತು. ಬಿಸಿಯುಸಿರನ್ನು ದಬ್ಬಿದಳು.

ಮಧು ಆರಿಸಿಕೊಟ್ಟ ಸೀರೆಯುಟ್ಟು, ಮಗಳ ಪ್ರಕಾರ ಸಿಂಗಾರವಾಗಿ ಹೊರಗೆ ಬಂದಳು. ರಾಜೀವ್ ಕಾಂಪೌಂಡಿನಲ್ಲಿ ನಿಂತು ಹೂ ಗಿಡಗಳತ್ತ ನೋಡುತ್ತಿದ್ದ. ಕೊಳೆಯಾದ ಪ್ಯಾಂಟ್–ಷರಟು ತೊಟ್ಟಿದ್ದ. ಸದಾ ಶಿಸ್ತಾಗಿರುತ್ತಿದ್ದ ಅವನಿಗೆ ಉಡುಪುಗಳ ಮೇಲೆ ಅರಿವಿದ್ದ ಹಾಗೇ ಕಾಣಲಿಲ್ಲ. ಉದಾಸೀನವಾಗಿ ಕಂಡ. ವಿಜಯಳ ಕಣ್ಣು ಕಿರಿದಾದವು. ಗಂಟಲಿನ ನರಗಳು ಉಬ್ಬಿದವು. ಎದೆಯಲ್ಲಿ ಕಾಣಿಸಿಕೊಂಡ ಛಳಕು ವಿಜಯಳಿಗೆ ತಲೆಯಲ್ಲಿ ಸಿಡಿಯಿತು.

"ಸ್ವಲ್ಪ ಬನ್ನಿ" ಸ್ವರದಲ್ಲಿ ಅಧಿಕಾರ ಕಾಣಿಸಿಕೊಂಡಿತು.

ರಾಜೀವ್ ಅವಳತ್ತ ತಿರುಗಿ ಹುಬ್ಬೆತ್ತಿ ನೋಡಿದ. ಕಣ್ಣುಗಳಲ್ಲಿ ಆಸೆ ಮಿನುಗಿತ್ತು. ಅವಳ ಗಂಭೀರ ಮುಖ ನೋಡಿದ. ಕೂಡಲೇ ನಿರಾಶೆಗೊಂಡು ಹಣೆಯುಜ್ಜಿದ. ತುಟಿಗಳ ಮೇಲೆ ನೋವಿನ ನಗೆ ಇಣಕಿತು. ಹೆಜ್ಜೆಗಳು ಸ್ತಬ್ಧಗೊಂಡವು.

"ಸ್ವಲ್ಪ ಬನ್ನಿ..." ನಿರ್ಲಿಪ್ತನಂತೆ ಹಿಂಬಾಲಿಸಿದ. ವಾರ್ಡ್‌ರೋಬ್‌ನಲ್ಲಿದ್ದ ಪ್ಯಾಂಟ್, ಷರಟು ತಂದು ಅವನ ಮುಂದೆ ಹಿಡಿದಳು.

ರಾಜೀವ್ ಬೇರೆತ್ತಲೋ ನೋಡಿ ನುಡಿದ.

"ಯಾಕೋ... ಬೋರ್-ಬದಲಾಯಿಸೋ ಮನಸ್ಸಿಲ್ಲ. ಯಾರು ಮೆಚ್ಚಬೇಕಾಗಿದೆ! ಬೇರೆಯವ್ರ ಮೆಚ್ಚುಗೆ ನಂಗೆ ಬೇಕಾಗಿಲ್ಲ. ಹೊತ್ತಾಯ್ತು..... ಹುಡುಗ್ರು ಕಾಯ್ತಾ ಇದ್ದಾರೆ." ಕಾಲುಗಳನ್ನು ಎಳೆಯುತ್ತ ಹೊರಗೆ ಹೋದ. ವಿಜಯ ನಿಂತಲ್ಲಿಯೇ ಶಿಲೆಯಾದಳು.

ಹುಡುಗರು ಬಂದು ಎಚ್ಚರಿಸಿ ಅವಳನ್ನು ಕರೆದೊಯ್ದರು. ಎಂದಿನಂತೆ ಹುಡುಗರು ಹಿಂದಿನ ಸೀಟಿಗೆ ಹತ್ತಿಕೊಂಡರು. ವಿಜಯ ಮುಂದೆ ಕೂತಳು. ಯಾವಾಗಲೂ ಅಷ್ಟೆ, ಹಿಂದೆ ಕೂತ ಅವರ ಮಾತು, ನಗು, ಅಬ್ಬರ ಅತಿಶಯ. ಓಡಾಡುವ ವಾಹನ, ಶಾಲೆ, ಜನಗಳ ಬಗೆಗೆ ನಿರರ್ಗಳವಾಗಿ ಮಾತಾಡುತ್ತಿದ್ದರು. ಮಡದಿಯನ್ನು ವಾರೆಗಣ್ಣಿಂದ ನೋಡುತ್ತ ಮಕ್ಕಳ ಮಾತನ್ನು ಕೇಳುತ್ತ ಕಾರು ನಡೆಸುವುದೆಂದರೆ ರಾಜೀವ್‌ಗೆ ಖುಷಿ.

"ಮಧು, ಎಲ್ಲಿಗೆ ಹೋಗೋಣ?" ರಾಜೀವ್‌ನ ನೋಟ ರೋಡಿನತ್ತ ಇತ್ತು. ಮಧು ಮಾನಸಳ ಕಡೆ ನೋಡಿದ. ಅವನಿಗೆ ಇಂಥ ವಿಷಯಗಳಲ್ಲಿ ತಾಯಿಯ ಸಲಹೆ ಬೇಕೇಬೇಕು. "ಮಮ್ಮಿ" ಹಿಂದಿನಿಂದ ಬಾಗಿದ "ನಿನ್ನಿಷ್ಟ" ಎಂದಳು, ಹಿಂದಕ್ಕೆ ತಿರುಗದೆಯೇ. "ನೀನೇ ಹೇಳು... ಮಮ್ಮಿ" ಗೋಗೆರದ.

ಯಾವಾಗಲೂ ಅವಳ ಮಾತಿಗೆ ಪ್ರಾಮುಖ್ಯತೆ. ರಾಜೀವ್ ಕಾರಿನ ಗತಿಯನ್ನು ನಿಧಾನಿಸಿದ. ಮಡದಿಯತ್ತ ವಾರೆಗಣ್ಣಿಂದ ನೋಡಿದ. ಮೌನವಾಗಿದ್ದಳು. ಎಲ್ಲಿಗೆಂದು ತಿಳಿಯದೇ ಎಲ್ಲಿಗೆ ಹೋಗುವುದು! ಎಂದೂ ಮನೆಯಿಂದ ಹೊರಡುವಾಗಲೇ ನಿಶ್ಚಯಿಸುತ್ತಿರಲಿಲ್ಲ. ಮಾರ್ಗ ಮಧ್ಯದಲ್ಲಿಯೇ ನಿರ್ಧಾರ.

ರಾಜೀವ್ ತುಟಿ ಕಚ್ಚಿ ಮೌನವಹಿಸಿದ. ಅವಳಿಂದ ಸ್ವರ ಹೊರಡದಾದಾಗ "ಹುಡುಗ್ರು ಆಟವಾಡುವಂಥ ಏಕಾಂತ ಪ್ರದೇಶಕ್ಕೆ ಹೋಗೋಣ" ತಾನೇ ಹೇಳಿದ. ಕಾರಿನ ವೇಗ ಹೆಚ್ಚಿತು.

ಕಾರು ನಿಂತಾಗ ತಾ ಮುಂದು ನಾ ಮುಂದು ಎಂದು ಇಳಿದರು. ರಾಜೀವ್ ತಾನು ಇಳಿದು ಸುತ್ತಮುತ್ತಲೂ ನೋಡಿದ. ಪ್ರಕೃತಿಯ ರಮ್ಯತಾಣ. ಎಲ್ಲೆಡೆಯಲ್ಲಿಯೂ ಹಸಿರು ಮನ ಮುದಗೊಂಡಿತು.

"ಆ ಕಡೆ ಹೋಗೋಣ" ದೂರದಲ್ಲಿ ಕಂಡ ಗೋಣಿ ತೋಪಿನತ್ತ ಬೆರಳು

ಮುಂದೆ ಮಾಡಿ ತೋರಿದ. ಹುಡುಗರು ಸಡಗರದಿಂದ ಮುಂದೆ ಓಡಿದರು. ವಿಜಯ ಮೆಲ್ಲನೇ ಅವನ ಜೊತೆ ಹೆಜ್ಜೆ ಹಾಕತೊಡಗಿದಳು. ಜೀವನ ಪೂರ್ತಿ ಹೆಜ್ಜೆ ಹಾಕಲೆಂದೇ ಅವನ ಕೈ ಹಿಡಿದಿದ್ದಳು. ಆದರೆ...?

ಕೆರೆಯ ದಿಬ್ಬಕ್ಕೆ ಬಂದಾಗ ಮುಳುಗುವ ಸಂಧ್ಯಾ ಸೂರ್ಯನ ಕಿರಣಗಳು ಬಿದ್ದು ತಿಳಿನೀರಿನ ಅಲೆಗಳು ನರ್ತಿಸುತ್ತಿದ್ದವು. ಅಗಸರು ಬೇಗ ಬೇಗ ಬಟ್ಟೆಗಳನ್ನು ಒಗೆಯುವ ಆತುರದಲ್ಲಿದ್ದರು. ಲಯಬದ್ಧವಾಗಿ ಬಡಿಯುತ್ತಿದ್ದರು.

"ಡ್ಯಾಡಿ, ಅಲ್ನೋಡಿ," ಮಾನಸ ಅವನ ಕೈಯನ್ನು ಬೆರಳೆತ್ತಿ ತೋರಿದಳು. ರಾಜೀವ್ ನೋಟ ಅತ್ತ ಸರಿಯಿತು. ಜೋಳದ ತೆನೆ, ಹುಚ್ಚೆಳ್ಳಿನ ಅಚ್ಚ ಅರಿಸಿನದಲ್ಲಿ ಹೊಸ ಜಗತ್ತನ್ನು ಕಂಡಂತಾಗಿತ್ತು. "ಚೆನ್ನಾಗಿದೆ... ಅಲ್ವಾ!" ಮಾನಸಳ ಕೆನ್ನೆ ಸವರಿದ.

ರಾಗಿಯ ತೆನೆಗಳು ತುಂಬಿ ತೂಗುತ್ತಿದ್ದರೇ, ಅವರೆಯ ಬಿಳಿ ಹೂಗಳು ಸಾಲು ಸಾಲಾಗಿ ರಂಗೋಲಿಯಿಟ್ಟಂತೆ ಕಾಣಿಸುತ್ತಿತ್ತು. ಇದೆಲ್ಲ ಹುಡುಗರ ಪಾಲಿಗೇನು, ದೊಡ್ಡವರ ಪಾಲಿಗೂ ಅಪರೂಪದ ಸೊಬಗೇ!

ಮಾನಸ, ಮಧು ಅಲ್ಲಿಂದಿಲ್ಲಿಗೆ ಓಡುತ್ತ ನೆಗೆಯುತ್ತ ಆಟವಾಡುತ್ತಿದ್ದರು. ನೈಸರ್ಗಿಕ ಚೆಲುವು ಮಾನವನಿಗೊಂದು ವರವೇ ಸರಿ.

"ಇಲ್ಲೇ... ಕೂತ್ಕೊಳೋಣ." ಗೋಣಿ ಮರದ ನೆರಳಿನಲ್ಲಿ ಇಬ್ಬರೂ ಕೂತರು. ಈ ಪರಿಸರದಲ್ಲಿ ಮಾತಿಗಿಂತ ಮೌನವೇ ಚೆನ್ನೆನಿಸಿದುದುಂಟು. ಆದರೆ... ವಿಪರೀತದ ವಿಲಕ್ಷಣದ ಮೌನ... ಉಸಿರುಗಟ್ಟಿಸುತ್ತೆ.

"ಏನಾದ್ರೂ ಮಾತಾಡು ವಿಜಯ" ಮೃದುವಾಗಿ ಹೇಳಿದ.

"ಮಾತೆಲ್ಲ... ನಿಮ್ದೇ..." ಅವಳ ಸ್ವರ ಸೀಳಾಯಿತು.

ಮಾತುಗಾರ ರಾಜೀವ್ ಒಂದರಗಳಿಗೆಯೂ ಸುಮ್ಮನಿರುತ್ತಿರಲಿಲ್ಲ. ಅವಳಲ್ಲೇ ಅಲ್ಲ ಮಾರ್ಪಾಟಾಗಿರುವುದು, ರಾಜೀವ್ ಸ್ವಭಾವದಲ್ಲೂ ಬದಲಾಗಿತ್ತು. ಅಪರಾಧಭಾವ ಅವನನ್ನು ಕೊಲ್ಲುತ್ತಿತ್ತು. ಮುಕ್ತವಾಗಿ ವರ್ತಿಸಲು ಹಿಂದೆಗೆಯುತ್ತಿದ್ದ.

"ಹುಡುಗ್ರಿಗೆ ರಜ ಬಂದ ಕೂಡ್ಲೆ... ಊರಿಗೆ ಹೋಗೋಣಾಂತಿದ್ದೀನಿ." ಅವಳ ಸ್ವರದಲ್ಲಿದ್ದ ನಿರ್ಧಾರ ಕೇಳಿ ಬೆಚ್ಚಿದ. ಅವಳ ನೋಟ ಕೆರೆಯ ಏರಿಯತ್ತ ಇತ್ತು.

"ಪಪ್ಪಂಗೆ... ಪತ್ರ ಬರ್ದಿದ್ದೀನಿ."

"ವಿಜಯ..." ಮುಂದೆ ಸ್ವರ ಹೊರಡಲಿಲ್ಲ. ಅವಳ ಸ್ವಭಾವವನ್ನು ಬಲ್ಲ. ಪ್ರೀತಿಯ ಮೇರುವಿನ ಮುಂದೆ ಕುಬ್ಜನಾಗಿದ್ದ.

ದೂರದ ದಿಗಂತ ನೋಡುತ್ತಿದ್ದವನು ವಾಚ್ನತ್ತ ನೋಡಿ "ಹೊತ್ತಾಯ್ತು ಹೋಗೋಣ" ಮೇಲಕ್ಕೆದ್ದ. ಹುಡುಗರು ಬಂದು ಕೂಡಿದಾಗಲೇ ಬಿಗುವಾದ ವಾತಾವರಣ ಸಡಿಲವಾದದ್ದು.

ರಾಜೀವ್ ಏನಾದರೂ ಹೇಳಬೇಕೆಂದು ಪ್ರಯತ್ನಿಸಿದ. ಅವನಿಂದ ಆಗಲಿಲ್ಲ. ವಿಜಯಳ ನಿರ್ಧಾರಗಳು ಯಾವಾಗಲೂ ದೃಢವಾದುದ್ದು. ಹಿಂದೆಯಾಗಿದ್ದರೇ ಬೇಡಿ, ಕಾಡಿ, ವಿಚಲಿತಳನ್ನಾಗಿ ಮಾಡುತ್ತಿದ್ದ. ಈಗ ಅದನ್ನು ಕಳೆದುಕೊಂಡಿದ್ದ. 'ಬೇಡ'ವೆಂದರೂ ನಿಲ್ಲುವ ನಂಬಿಕೆ ಇರಲಿಲ್ಲ.

ಪ್ರೇಮ ಆಫೀಸ್‌ನ ಟೈಪಿಸ್ಟ್ ಆಗಿ ಬಂದಾಗಿನಿಂದಲೂ ಅವನನ್ನು ಕಾಡತೊಡಗಿದಳು. ಅವನಿಗೆ ತನ್ನತನದ ಪೂರ್ಣ ಅರಿವಿತ್ತು. ಜವಾಬ್ದಾರಿ ಇತ್ತು. ಕೆಲವೊಮ್ಮೆ ಗದರಿದ್ದ. ಹಟ ತೊಟ್ಟವಳಂತೆ ಕಣ್ಣೀರಿನಿಂದ ಅವನ ಸಹಾನುಭೂತಿ ಗಳಿಸಿದ್ದಳು. ಒಮ್ಮೆ ಆಹ್ವಾನಿಸಿದ್ದಳು. ಬಲವಂತಕ್ಕೆ ಜಾರಿದ. ಆಮೇಲೆ ದೇಹದ ರೋಗಪೀಡಿತನಾಗಿ ಅಧೋಗತಿಗೆ ಇಳಿದ. ಕೂಡಲೇ ಎಚ್ಚೆತ್ತ. ಆದರೇನು, ಪಾತಾಳಕ್ಕೆ ಬಿದ್ದಿದ್ದ. ಎತ್ತಬಲ್ಲ ವಿಜಯ ಶಿಲೆಯಾಗಿದ್ದಳು.

ಮನೆಗೆ ಬಂದ ವಿಜಯ ತಲೆನೋವಿನ ನೆವವೊಡ್ಡಿ ಮಲಗಿಬಿಟ್ಟಳು.

ಅವಳು ಶ್ರೀಮಂತರ ಮಗಳು. ಅವಳಿಗೆ ಹಣಕಾಸಿನ ತೊಂದರೆಯಿರಲಿಲ್ಲ. ಮೊದಲಿನಿಂದಲೂ ಔದಾರ್ಯವೆಂಬುದು ಅವಳ ರಕ್ತದಲ್ಲಿ ಬೆರೆತ ಗುಣ. ತನ್ನ ಎಷ್ಟೋ ಗೆಳತಿಯರಿಗೆ ಹಣಕಾಸಿನ ಸಹಾಯ ಮಾಡುತ್ತಿದ್ದಳು. ಹೊಗಳಿಕೆ ಮಾತ್ರ ಅವಳಿಗಿಷ್ಟ ವಿರಲಿಲ್ಲ. ಚೆಲ್ಲು ಚೆಲ್ಲಾದ ವರ್ತನೆ ಅವಳದಲ್ಲ. ಕಾಲೇಜಿನಲ್ಲಿಯೂ ಕೂಡ ಬಿಡುವಿನ ವೇಳೆಯಲ್ಲಿ ಕಾಂಪೌಂಡಿನ ಒಂದು ಮೂಲೆಯಲ್ಲಿ ಕೂತು ಕೈಯಲ್ಲಿ ಪುಸ್ತಕ ಹಿಡಿದಿದ್ದಳು. ಸಾಧಾರಣವಾಗಿ ಹೆಣ್ಣಿನಲ್ಲಿರಬೇಕಾದ ಮತ್ಸರವೂ ಹಿತಕಾರಿಯಲ್ಲದ ಕೆಟ್ಟ ಕುತೂಹಲವೂ ಅವಳಲ್ಲಿರಲಿಲ್ಲ. ಯಾರನ್ನಾದರೂ ನಂಬಿದರೆ ಪೂರ್ತಿಯಾಗಿ ನಂಬಿಬಿಡುತ್ತಿದ್ದಳು. ಹಾಗೆಯೇ ರಾಜೀವ್ ಮೇಲಿದ್ದ ಅವಳ ನಂಬಿಕೆ ಅಪಾರ. ಅದಕ್ಕೆ ಆಘಾತ ತಟ್ಟಿದಾಗ ಪೂರ್ತಿ ತತ್ತರಿಸಿ ಹೋಗಿದ್ದಳು. ಮೃದುವಾದ ಮನ ಕಲ್ಲಾಗಿತ್ತು.

* * *

ಅಂದು ರಾಜೀವ್ ಬಾಂಬೆಗೆ ಹೋಗಿದ್ದ. ಎಂದಿನಂತೆ ಹುಡುಗರ ಬಳಿ ತಾನು ತರಬೇಕಾದ ಸಾಮಾನುಗಳ ಪಟ್ಟಿಯನ್ನೇ ಕೊಂಡೊಯ್ದಿದ್ದ. ದೀನನಾಗಿ ಮಡದಿಯ ಮುಖ ನೋಡಿ ನಿಟ್ಟುಸಿರು ದಬ್ಬಿ ಕಾರಿನೊಳಕ್ಕೆ ಜಾರಿದ.

ಮಕ್ಕಳನ್ನು ಶಾಲೆಗೆ ಕಳಿಸಿದ ವಿಜಯ ಬೇಸರದಿಂದ ಒಂದೆಡೆ ಕೂತಳು. ಮಂಕು ಕವಿದಿತ್ತು. ಕೂಡಲು ಸಾಧ್ಯವಾಗಲಿಲ್ಲ, ಮಲಗುವುದಕ್ಕೆ ಮನಸ್ಸು ಬರಲಿಲ್ಲ. ಅನಾವಶ್ಯಕವಾಗಿ ಓಡಾಡಿದಳು. ಏನೋ ಒಂದು ತರಹ ಮಾನಸಿಕ ಜಾಡ್ಯ. ಹೊಸದಲ್ಲ, ಈಗ ತೀವ್ರತೆ ಜಾಸ್ತಿಯಾಗಿತ್ತು. ವರಾಂಡಕ್ಕೆ ಬಂದಳು, ಅಲ್ಲಿದ್ದ ಪತ್ರಿಕೆಗಳನ್ನೆಲ್ಲ ತಿರುವಿ ಹಾಕುತ್ತ ಮಾನಸಿಕ ಸ್ವಾಸ್ಥ್ಯವನ್ನು ಸರಿಪಡಿಸಿಕೊಳ್ಳಲು ಪ್ರಯತ್ನಿಸಿದಳು, ಸಾಧ್ಯವಾಗಲಿಲ್ಲ.

ಕಾಲಿಂಗ್ ಬೆಲ್ ಸದ್ದಾದಾಗ ತಾನೇ ಎದ್ದು ಹೋಗಿ ಬಾಗಿಲು ತೆರೆದಳು. ಎದುರಿಗೆ ಇಪ್ಪತ್ತೆರಡಕ್ಕೂ ಮಿಕ್ಕಿದ ವಯಸ್ಸಿನ ಹೆಣ್ಣು ನಿಂತಿದ್ದಳು. ವಿಜಯಳ ಹುಬ್ಬೇರಿತು. ಬಂದವಳ ಮುಖದ ಮೇಲೆ ಅಹಂಕಾರದ ಭಾವವಿತ್ತು. ಕಣ್ಣುಗಳಲ್ಲಿ ಕುಹಕ ಇಣಕಿತ್ತು.

"ಬನ್ನಿ ಒಳಗೆ, ಯಾರು ನೀವು?" ಸಹಜ ಸ್ವರದಲ್ಲಿ ಕೇಳಿದಳು.

ವಿಜಯಳ ಮುಖದ ನಿರ್ಮಲವಾದ ಸ್ವಚ್ಛ ಭಾವ ನೋಡಿದ ಕೂಡಲೇ ಪ್ರೇಮಾ ಕುಸಿದಳು. ಎದೆಯಲ್ಲಿನ ದರ್ಪ, ಅಹಂಕಾರ ಪಾತಾಳಕ್ಕೆ ಇಳಿಯಿತು. ಈ ಶುಭ್ರ ಸೌಂದರ್ಯದ ಮುಂದೆ ತನ್ನ ರೂಪ ಗಾಜಿನ ಚೂರೆನಿಸಿತು. ಬರುವಾಗ ಅನೇಕ ವಿಧವಾದ ಆಲೋಚನೆಗಳು, ನೆನಪುಗಳು ಮನಸ್ಸಿನಲ್ಲಿ ಸುಳಿದಿತ್ತು. ಈಗ ಗಂಟಲಿನಿಂದ ಮಾತುಗಳು ಬರುವುದೇ ಕಷ್ಟವಾಯಿತು.

"ನಾನು ಪ್ರೇಮಾಂತ.." ಅವಳ ಸ್ವರ ಕಂಪಿಸಿತು.

ವಿಜಯಳ ಮುಖದ ಮೇಲಿನ ಭಾವನೆಯಲ್ಲಿ ಯಾವ ಏರುಪೇರುಗಳೂ ಆಗಲಿಲ್ಲ. ಮನದಲ್ಲೂ ಕೂಡ ತಾಕಲಾಟವಿರಲಿಲ್ಲ; ತಟಸ್ಥವಾಗಿತ್ತು. ಕೆಲವೊಮ್ಮೆ ಪ್ರಕಟವಾಗುವ ಈ ಸ್ವಭಾವ ಅವಳ ಹುಟ್ಟುಗುಣ.

"ಕೂತ್ಕೊಳ್ಳಿ...!" ಸೋಫಾದತ್ತ ಕೈ ಮಾಡಿ ತಾನೂ ಕೂತಳು. ಪ್ರೇಮ ಅವಳ ಪ್ರಾಮಾಣಿಕ ಕಣ್ಣುಗಳ ತೀಕ್ಷ್ಣತೆ ಎದುರಿಸಲಾರದೇ ತಲೆ ತಗ್ಗಿಸಿದಳು.

ಅಡಿಗೆಯವನು ಕಾಫೀ ತಂದಿಟ್ಟು ಹೋದ.

"ತಗೊಳ್ಳಿ..." ಮೃದುವಾಗಿಯೇ ಹೇಳಿದಳು. ನೋಟವೆತ್ತದೆ ಪ್ರೇಮ ಕುಡಿದಿಟ್ಟಳು.

"ಏನೂ... ವಿಷ್ಯ?" ವಿಜಯ ನೇರವಾಗಿ ಕೇಳಿದಾಗ ಪ್ರೇಮಳ ಬಾಯಲ್ಲಿನ ತೇವ ಆರಿಹೋಯಿತು. ತಡಬಡಿಸದಳು. ಮೈಯಿನ ಚೇತನವೆಲ್ಲಾ ವಿಜಯಳ ಎದುರು ಕರಗಿ ನೆಲಕ್ಕೆ ಇಳಿಯುತ್ತಿರುವ ಅನುಭವವಾಯಿತು.

ವಿವರ್ಣವಾದ ಅವಳ ಮುಖ ನೋಡಿ ವಿಜಯಳಿಗೆ ನಗು ಬಂತು; ನಗಲಿಲ್ಲ. ಮನುಷ್ಯ ಸಹಜವಾಗಿ ತಪ್ಪು ಮಾಡಿದರೂ ತನ್ನ ತಪ್ಪಿಗೆ ತಾನೇ ಹೆದರುತ್ತಾನೆ. ಯಾರೂ ಅವರಿಗೆ ನೇರವಾಗಿ ಶಿಕ್ಷೆ ವಿಧಿಸದಿದ್ದರೂ ಮನಃಶ್ಶಾಂತಿಯಿಂದ ಬದುಕುವುದಂತೂ ಸಾಧ್ಯವಿಲ್ಲ!

"ನಿಮ್ಮ ತಾಯಿ, ತಂದೆ ಆರೋಗ್ಯವಾಗಿದ್ದಾರ?" ಚೇತರಿಸಿಕೊಳ್ಳುವ ಅವಕಾಶ ಮಾಡಿಕೊಟ್ಟಳು.

"ಅವರೇ... ನಮ್ಮ ತಾಯಿನೇ ಕಳ್ಸಿದ್ದು." ಬಲವಂತವಾಗಿ ಸ್ವರವನ್ನು ದಬ್ಬಿದಾಗ, ವಿಜಯಳ ತುಟಿಗಳ ಮೇಲೆ ನಗುವಿನ ಲೇಪನವಾಯಿತು. "ಈಗಾಗ್ಲೆ... ಅವ್ರು ಹೇಳಿರಬೋದು, ನೀವು ಊಹಿಸಿರಲೂಬಹ್ದು! ಅವ್ರುಗಳ ಬಗ್ಗೆ ಸಹಾನುಭೂತಿಯಿಂದ ಯೋಚಿಸ್ಬೇಕಾಗಿತ್ತು!!"

ಮುಖದ ತುಂಬೆಲ್ಲ ಮೂಡಿದ ಬೆವರಿನ ಹನಿಗಳನ್ನು ಕರ್ಚಿಫ್‌ನಿಂದ ಒತ್ತಿಕೊಂಡಳು. ಅವಳು ದಿಟ್ಟ ಹೆಣ್ಣು, ಈಗ ಆ ದಿಟ್ಟತನ ಎಲ್ಲಿ ಹೋಯಿತೋ?!

ಮೆಲ್ಲಗೆ ರೆಪ್ಪೆಯೆತ್ತಿ ವಿಜಯಳನ್ನು ನೋಡಿದಳು. ಇಂಥ ಹೆಣ್ಣನ್ನು ಯಾವ ಗಂಡು

ತಾನೇ ಪ್ರೀತಿಸಲಾರ! ರಾಜೀವ್‌ನ ಹೃದಯದಲ್ಲಿ ಮಡದಿಗೆ ದೊಡ್ಡ ಸ್ಥಾನ. ಅವರ ದಾಂಪತ್ಯಕ್ಕೆ ಬರೀ ಪ್ರೀತಿ ಮಾತ್ರ ಮೆಟ್ಟಲಾಗಿರಲಿಲ್ಲ. ಗೌರವ ಅಭಿಮಾನಗಳು ರಕ್ಷಾಕವಚವಾಗಿತ್ತು. ಆದ್ದರಿಂದಲೇ ರಾಜೀವ್ ತನ್ನ ತಪ್ಪನ್ನು ಬೇಗ ಅರಿತುಕೊಂಡು ತಿದ್ದಿಕೊಂಡ. ಪಶ್ಚಾತ್ತಾಪಪಡುತ್ತಿದ್ದ.

ಪ್ರೇಮಳ ಮುಖದ ಮೇಲೆ ತಾಯಿಯ ನೆನಪಿನಿಂದ ಬೇಸರ, ಜಿಗುಪ್ಸೆಯ ಟಿಸಿಲೊಡೆಯಿತು. ಒಂದು ವಿಧವಾದ ದ್ವೇಷ ವ್ಯಕ್ತವಾಯಿತು.

"ನಮ್ಮ ತಾಯಿಗೆ ಸ್ವಲ್ಪ ಕೂಡ ಬುದ್ಧಿಯಿಲ್ಲ! ಮನೆಯಲ್ಲಿನ ಕಷ್ಟಗಳ್ನ ಬೇರೆಯವ್ರ... ಮುಂದೆ ಹೇಳ್ಕೋತಾರೆ!"

ಸೋಫಾಕ್ಕೆ ಪೂರ್ಣವಾಗಿ ಒರಗಿದ ವಿಜಯ ಅವಳನ್ನು ನೆಟ್ಟ ನೋಟದಿಂದ ನೋಡಿದಳು. ಸಾಧಾರಣ ಹೆಣ್ಣು, ಕಣ್ಣುಗಳಲ್ಲಿ ವಿಚಿತ್ರವಾದ ತೀಕ್ಷ್ಣತೆಯುಳ್ಳ ಆಕರ್ಷಣೆ.

ತಟ್ಟನೇ ತಲೆ ಎತ್ತಿದಳು ಪ್ರೇಮ. ಆದರೆ ತಟ್ಟನೆ ಬಗ್ಗಿಸಿದಳು. ವಿಜಯಳ ಕಣ್ಣುಗಳ ಮುಂದೆ ಪೂರ್ತಿ ಎಲ್ಲಿ ಕರಗಿಹೋಗಿಬಿಡುವೆನೋ, ಎಂಬ ಹೆದರಿಕೆ. ಒಳತೋಟಿ ಪದರ ಪದರವಾಗಿ ಅವಳ ಮುಂದೆ ಬಿಚ್ಚಿದ ಅನುಭವವಾಯಿತು. ಕಣ್ಣುಗಳಲ್ಲಿ ಭಯ ಕಾಣಿಸಿಕೊಂಡಿತು.

"ಅಷ್ಟಕ್ಕೆ ಅವಕಾಶ ಕೊಡ್ಬಾರ್ದಾಗಿತ್ತು!"

ಪ್ರೇಮ ತುಟಿ ಕಚ್ಚಿ ಕೂತಳು. ಮನದಲ್ಲಿ ದೊಡ್ಡ ಹೋರಾಟ. ವಿಷಯವೇನಾದರೂ ತಿಳಿದಿದೆಯೇ? ರೆಪ್ಪೆಯೆತ್ತಿ ಅವಳ ಕಣ್ಣುಗಳನ್ನು ನೋಡದಾದಳು.

"ಒಂದ್ಸಲ ಯೋಚ್ನೇ ಮಾಡಿ ನೋಡು. ನಿನ್ನನ್ನು ಅವಮಾನಿಸೋ.... ಉದ್ದೇಶ ಅವ್ರಿಗಿಲ್ಲ!" ವಿಜಯ ಹೇಳಿ ಸುಮ್ಮನೇ ಕೂತಳು.

ಅಂದು ಬಂದಿದ್ದ ಪ್ರೇಮಳ ತಾಯಿಗೂ, ಮಗಳಿಗೂ ರೂಪದಲ್ಲಿ ಯಾವ ವ್ಯತ್ಯಾಸವೂ ಇಲ್ಲ. ಅದೇ ರೂಪ, ಅದೇ ಎತ್ತರ, ಅದೇ ಮುಖಭಾವ. ಆದರೆ ಅವರಿಬ್ಬರ ಮನಸ್ಸಿನ ಅಂತರದ ನಡುವೆ ಮತ್ತಷ್ಟು ವ್ಯತ್ಯಾಸವಿತ್ತು. ಚೀಟಿ ಸೀರೆಯುಟ್ಟು ಆ ಹೆಣ್ಣು ಬಡತನದಲ್ಲಿಯೇ ಕರಕಲಾಗಿದ್ದಳು. ಬೆಲೆಯುಳ್ಳ ರೇಶಿಮೆ ಸೀರೆಯುಟ್ಟ ಕಿವಿ, ಕೈ ಕುತ್ತಿಗೆಯಲ್ಲಿ ಚಿನ್ನ ತುಂಬಿಕೊಂಡ ಇವಳು ಶ್ರೀಮಂತಿಕೆಯ ಕವಚ ತೊಟ್ಟು ಮಿನುಗುತ್ತಿದ್ದಳು.

ಹೆಚ್ಚು ಹೊತ್ತು ಅವಳೆದುರಿಗೆ ಕೂಡುವುದು ವಿಜಯಳಿಗೆ ಬೇಕಿರಲಿಲ್ಲ. "ಪ್ರೇಮ, ನಿಮ್ಮ ಸ್ವಂತ ವಿಷ್ಯದಲ್ಲಿ ಕೈ ಹಾಕೋ ಆಸಕ್ತಿ ನಂಗಿಲ್ಲ. ನಿಮ್ಮ ತಾಯಿ ಭರವಸೆಯಿಂದ ಬಂದು ತಮ್ಮ ಕಷ್ಟ ತೋಡಿಕೊಂಡಾಗ ಸಹಾನುಭೂತಿಯಾಯ್ತು. ಅಂತಹ ಕೃತಜ್ಞತೆ ಇಲ್ಲದ ಮಗಳಿಂದ... ನಿರೀಕ್ಷಿಸೋದು ತಪ್ಪು ಅನಿಸ್ತು." ತಟ್ಟನೇ ಪ್ರೇಮಾ ತಲೆಯೆತ್ತಿದಳು. ಕಣ್ಣುಗಳು ಕೆಂಡಗಳನ್ನು ಉಗುಳುತ್ತಿದ್ದವು. ತಣ್ಣನೆಯ ಮಂಜಿನ ಪ್ರವಾಹದ ಮುಂದೆ ಅವಳ ಆಟವೇನು ನಡೆಯಲಿಲ್ಲ. ಘುಬ್ಬುಗಂಟಿಕ್ಕಿದಳು. "ಈ ದಿನ ಏನೋ ಆಸೆಯಿಂದ ಕಳ್ಸಿಕೊಟ್ಟಿದ್ದಾರೆ. ಅವ್ರು... ನಿನ್ನಿಂದ ಹೆಚ್ಚಿಗೇನು ಬಯಸ್ತಾ ಇಲ್ಲ...!"

ಪ್ರೇಮಾ ಶೀತಲ ಕೊರಡಿನಂತೆ ಕೂತುಬಿಟ್ಟಳು. ತಾನಿಲ್ಲಿ ಬರಲೇ ಬಾರದಾಗಿತ್ತು. ಬಂದು ತಪ್ಪು ಮಾಡಿದೆ. ತನ್ನ ಚೆಲುವು, ಯೌವನದಿಂದ ಆ ವಿಜಯಳ ಕಣ್ಣುಗಳನ್ನು ಕುಕ್ಕಿ ಮತ್ಸರದಿಂದ ನರಳಿ ಸಾಯುವಂತೆ ಮಾಡಬೇಕೆಂದು ಬಂದಿದ್ದಳು. ಆದರೆ ಜೀವಂತತೆಯ ಅಮೃತಶಿಲೆಯ ಪ್ರತಿಮೆಯ ಮುಂದೆ ನಿರ್ಜೀವದ ಬೆದರು ಗೊಂಬೆ ಯಾಗಿದ್ದಳು. ಸ್ವಾಭಾವಿಕ ಸ್ನಿಗ್ಧ ಸೌಂದರ್ಯದ ಮುಂದೆ ಇವಳು ಕುರೂಪಿಯೇ. ತನ್ನ ಬಗ್ಗೆ ವಿಜಯಳಿಗೇನು ತಿಳಿದಿಲ್ಲವೆಂಬುದೇ ಸಮಾಧಾನ.

"ನನಗೂ ಆಸೆ, ಆಕಾಂಕ್ಷೆ ಇರುತ್ತೆ. ಅವ್ರುಗಳು ನನ್ನ ದುಡಿದು ಹಾಕೋ ಯಂತ್ರ ಅಂತ ಭಾವಿಸಿದ್ದಾರೆ. ಅವ್ರುಗಳು ಸಾಯೋವರ್ಗೂ ನಾನು ಸುಖವಾಗಿರೋಕೆ ಸಾಧ್ಯವಾಗೊಲ್ಲ." ತುಟಿ ಮೀರಿ ಬಂದ ಮಾತುಗಳಿಗೆ ತುಟಿ ಕಚ್ಚಿಕೊಂಡಳು, ಉದ್ವೇಗ ಆಡಿಸಿತ್ತು.

ಭಯಗ್ರಸ್ತಳಾದಳು. ಈಗಾಗಲೇ ಅಸಹ್ಯದಿಂದ ನೋಡುವ ರಾಜೀವ್ ಮಡದಿಯಿಂದ ಸ್ವಲ್ಪ ಸುಳಿವು ಬಂದರೂ ಕೆಲಸದಿಂದ ತೆಗೆಯದೇ ಇರಲಾರ. ಹಿಂದೆ ಆಫೀಸಿನಲ್ಲಿ ಅವಳೆಡೆ ಅಸೂಯೆಯಿಂದ ನೋಡಿ ಕರುಬುತ್ತಿದ್ದ ಜನ, ಇಂದು ಅವಹೇಳನ ಮಾಡಿ ನಗುತ್ತಿದ್ದರು. ಈಗ ಸಂಯಮದಿಂದ ವರ್ತಿಸಬೇಕಾಗಿತ್ತು.

"ಆಸೆ, ಆಕಾಂಕ್ಷೆ ಎಲ್ರಿಗೂ ಇರುತ್ತೆ, ಸುಖಾನೂ ಬೇಕು. ಪಡ್ಯೋ ದಾರಿ ಒಳ್ಳೆದಿರಬೇಕು. ಬೇರೊಬ್ರ ಸಮಾಧಿಯ ಮೇಲೆ ನಿರ್ಮಿಸತಕ್ಕದ್ದಲ್ಲ. ಅವ್ರಿಗೂ ಮಗ್ಳ ಮೇಲೆ ಅಕ್ಕರೆ ಇದೆ. ನಿನ್ನ ಸುಖ ಭವಿಷ್ಯದ ಬಗೆಗೆ ಗಮನನೂ ಇದೆ. ನಿಂಗೆ ಮದ್ವೆ ಮಾಡೋ ಯೋಚ್ನೇನೂ ಕೂಡ ಮಾಡಿದ್ದಾರೆ." ವಿಜಯಳ ಸ್ವರ ಶಾಂತವಾಗಿತ್ತು.

"ನಂಗೆ ಮದ್ವೆಯಾಗೋ... ಯೋಚ್ನೆ ಇಲ್ಲ." ವಿಜಯಳ ತಲೆಯ ಮೇಲೆ ಸಿಡಿಲೆರಗಿದಂತಾಯಿತು. ಕುಸಿಯಲಿಲ್ಲ, ಚೇತರಿಸಿಕೊಂಡಳು.

"ಯಾಕೆ?" ನೇರವಾಗಿ ಹೇಳಿದಾಗ ಪ್ರೇಮಳ ಎದೆಯಲ್ಲಿ ಭತ್ತ ಕುಟ್ಟುವ ಅನುಭವವಾಯಿತು.

"ಮದ್ವೆಯಾದ್ಮೇಲೆ ಗಂಡು ಒಂದೆರಡು ಮಕ್ಕಳಾಗೊವರ್ಗೂ... ಪ್ರೀತಿಯ ನಟನೆ ಮಾಡ್ತಾನೆ! ಆಮೇಲೆ ಅವನ್ಗೇ ಹೊಸ ಹೆಣ್ಣುಗಳ್ಮೇಲೆ... ಕಣ್ಣು." ಪರಿಹಾಸ್ಯ ಮಾಡಿ ನಗುವ ಅನುಭವವಾಯಿತು ವಿಜಯಳಿಗೆ. ಹಿಂಜರಿಕೆ, ತೀರಾ ಹಿಂಜರಿಕೆ ದೌರ್ಬಲ್ಯದ ಲಕ್ಷಣ ವೆನಿಸಿತು. ತುಟಿಯ ಮೇಲೆ ನಗು ಅರಳಿಸುತ್ತ "ಅಂಥವರ ಪೂರೈಕೆಗಾಗಿ... ಮದ್ವೆಯಾಗ ಬಾರದೆಂಬ ನಿಶ್ಚಯನಾ...!" ಅವಳ ಅವಿವೇಕಕ್ಕೆ ವಿಜಯಳಿಗೆ ನಗಬೇಕೆನಿಸಿತು.

ಪ್ರೇಮ ಆಡಿದ್ದು ಅವಳ ಅನುಭವಾಮೃತದ ನುಡಿಗಟ್ಟುಗಳು. ಅವಳ ಬಲೆಯಲ್ಲಿ ಕುಸಿದಿದ್ದ ರಾಜೀವ್ ಒಬ್ಬನೇ ಅಲ್ಲ; ಇನ್ನು ಮೂರು ನಾಲ್ಕು ಜನ ಸಾಲಿನಲ್ಲಿ ಬಂದು ಹೋಗಿದ್ದರು. ಅವರುಗಳಲ್ಲಿ ರಾಜೀವ್ ಒಬ್ಬನೇ 'ಪರ್‌ಫೆಕ್ಟ್ ಜಂಟಲ್‌ಮನ್.' ಪಡೆದಿದ್ದಕ್ಕೆ ಹಣ ಎಸೆದಿದ್ದನೇ ವಿನಃ ಮಾತಿನಲ್ಲಾಗಲಿ ನನ್ನ ಪ್ರೀತಿಸುವುದೆಂದಾಗಲಿ, ಮದುವೆ

ಯಾಗುವೆನೆಂದಾಗಲಿ ಹೇಳಿರಲಿಲ್ಲ. ಈಗ ಅವಳ ಬಲೆಯಲ್ಲಿ ಬಿದ್ದ ಮಿಕ ದೊಡ್ಡ ಸಮಾಜ ಸುಧಾರಕ. ಅವಳ ವಯಸ್ಸಿನ ಮಗಳಿದ್ದಳು ಅವನಿಗೆ. ಮತ್ತಿನಲ್ಲಿದ್ದಾಗ ತನ್ನ ಜೀವನವನ್ನು ಬೆತ್ತಲಾಗಿಸಿ ಅವಳ ಮುಂದೆ ಒದರಿಬಿಡುತ್ತಿದ್ದ.

ಅವಳ ಮನ ತಪ್ತವಾಯಿತು. ತಲೆಯೇ ಕೆಟ್ಟಂತಾಯಿತು. ಅತ್ತು ಹೊರಳಾಡ ಬೇಕೆನಿಸಿತು. ಕಣ್ಣಂಚಿನಲ್ಲಿ ಕಂಬನಿ ಮಿಸುಕಾಡಿತು. ಅವಳ ಪ್ರಾಮಾಣಿಕ ಮಾತುಗಳು ಮೆಚ್ಚುಗೆಯಾದರೂ ಜೀವನವನ್ನು ನೋಡುವ ದೃಷ್ಟಿ ಸರಿಯೆನಿಸಲಿಲ್ಲ.

ಉದ್ವೇಗ ತಡೆಯದಾದಳು. "ನನ್ನ ಜೀವನದಲ್ಲಿ ಮೊದಲ ಬಾರಿ ಗೌರವಿಸಿದ ಗಂಡು ಎಂದರೇ ನಮ್ಮ ಬಾಸ್ ರಾಜೀವ್ ಮಾತ್ರ. ನಾನು ಅವರಿಗಾಗಿ ಬಹಳ ಪ್ರಯತ್ನಪಟ್ಟೆ. ಸಫಲವಾದರೂ ಬೇಗ ಹಿಂದೆಗೆದರು. ಅವರು ನಿಮಗಾಗಿ ಕೂಡಿಟ್ಟಿರುವ ನಿರ್ಮಲ ಪ್ರೀತಿಯ ನಂದನದಲ್ಲಿ ನಂಗೊಂದು ಹೂ ಸಿಕ್ಕಿದ್ರೂ, ಧನ್ಯಳಾಗಿಬಿಡುತ್ತಿದ್ದೆ. ಖಂಡಿತ ಸಿಗ್ಲಿಲ್ಲ. ಬೇರೆ ಯಾರ್ರೂ... ಸಿಗೊಲ್ಲ." ಮುಖ ಮುಚ್ಚಿ ಬಿಕ್ಕಿದಳು, ಮಾತು ಎಲ್ಲಿಂದ ಎಲ್ಲಿಗೋ ಹೋಗಿತ್ತು. ತನ್ನ ತಪ್ಪು ಅಗಾಧವಾಗಿ ಕಂಡಿತು. ಆ ಗಳಿಗೆಯಲ್ಲಿ ವಿಜಯಳ ಪಾದಗಳ ಮೇಲೆ ಬಿದ್ದು ಹೊರಳಾಡಬೇಕೆನಿಸಿತು.

ವಿಜಯ ಗಂಭೀರವಾದಳು. ಸಹಾನುಭೂತಿಯಿಂದ ಅವಳತ್ತ ನೋಡಿದಳು. ಅವಳ ದೃಷ್ಟಿಕೋನದ ಸರಿಯಾದ ಅರ್ಥವೇ ಹೊಳೆಯಲಿಲ್ಲ.

"ಸಮಾಧಾನ ಮಾಡ್ಕೋ... ಪ್ರೇಮ..."

"ಸಮಾಧಾನ... ಎಲ್ಲಿಯ ಸಮಾಧಾನ. ಎಂದೋ ಆತ್ಮಹತ್ಯೆ ಮಾಡ್ಕೋ ಬೇಕಾಗಿತ್ತು. ಹೆತ್ತವರಿಗಾಗಿ ಹಣ, ರೆಕಮೆಂಡೇಷನ್ ಇಲ್ದ ನಾನು ಶೀಲ ಬಲಿಗೊಟ್ಟು ಕೆಲ್ಸ ಸಂಪಾದಿಸ್ಬೇಕಾಯ್ತು. ಆಮೇಲೆ ಚಟವಾಯ್ತು. ದ್ವೇಷಕ್ಕೆ ತಿರುಗಿತು. ಎಲ್ಲರ ಮೇಲೂ ಅಸಹ್ಯವಾಯ್ತು. ಉದಾಸೀನ ಮಾಡ್ದೇ. ಇಷ್ಟ ಬಂದಷ್ಟೇ ಕೊಡೋದು ನನ್ನ ಶೀಲಾನ ಬಲಿ ತಗೊಂಡ ಮುದಿಯ..." ಕಟಕಟನೇ ಹಲ್ಲು ಕಡಿದಳು. ಮುಖ ವಿಲಕ್ಷಣವಾಯಿತು. ನೋಡಲು ಭಯವಾಯಿತು. "ಆವತ್ತಿನಿಂದ ಮದುವೆಯಾದವರನ್ನೇ ಹಾಳು ಮಾಡೋದು ನನ ಜೀವ್ನ ಹಾಳಾದಂಗೆ... ಅವ್ರ ಸಂಸಾರಗಳೂ ಹಾಳಾಗ್ಬೇಕು!" ಉದ್ವೇಗದಿಂದ ಅವಳೆದೆ ಏರಿಳಿಯುತ್ತಿತ್ತು.

ಬೆವರು, ಕಣ್ಣೀರಿನಿಂದ ಬಣ್ಣ-ಕ್ರೀಮ್ ಕಲಸುಮೇಲೋಗರವಾಗಿತ್ತು. ಆ ಮುಖದ ಚೆಲುವನ್ನು ಹೆಚ್ಚಿಸುತ್ತಿದ್ದ ಸಾಧನಗಳು ಈಗ ಅದೇ ಮುಖವನ್ನು ಅಷ್ಟೇ ಅಸಹ್ಯವಾಗಿ ಕಾಣುವಂತೆ ಮಾಡಿದವು.

ಕರ್ಚಿಫ್‌ನಿಂದ ಕಣ್ಣೊರಸಿಕೊಂಡು ಮೇಲೆದ್ದ ಪ್ರೇಮಾ ತಟ್ಟನೇ ಬಾಗಿ ವಿಜಯಳ ಪಾದಗಳಿಗೆ ಹಣೆ ಹಚ್ಚಿ ಬಿಕ್ಕಳಿಸಿದಳು.

"ನೀವ್... ದೊಡ್ಡೋರು... ನನ್ನ ಕ್ಷಮ್ಸಿಬಿಡಿ. ನಾನು ಯಾವ ಹೆಣ್ಣಿಗೂ ಬಗ್ಗದೇ ಅವಹೇಳನ ಮಾಡಿ ನಕ್ಕಿದ್ದೆ. ನಿಮ್ಮುಂದೆ ಪೂರ್ತಿ ಸೋತುಹೋದೆ. ನಿಮ್ಮ ಒಳ್ಳೆಯ

ಹೃದಯದಲ್ಲಿ ನಂಗಾಗಿ ಸ್ವಲ್ಪ ಸಹಾನುಭೂತಿ ಇರಲಿ" ಎಂದವಳೇ ಹೊರಟುಬಿಟ್ಟಳು, ಎದುರಾದ ಸೀತಮ್ಮನನ್ನು ತಳ್ಳಿಕೊಂಡೇ ಹೋದಳು.

ಈಗ ಸೀತಮ್ಮ ಬಂದಿದ್ದು ವಿಜಯಳಿಗೆ ಸೇರಿಕೆಯಾಗಲಿಲ್ಲ. ಅವಳ ನಡವಳಿಕೆ ಯಾವಾಗಲೂ ಬದಲಾಗದು. ಇವಳೆಷ್ಟೇ ಬಿಗಿಯಾಗಿದ್ದರೂ ಆಕೆಯ ಕಾಟ ತಪ್ಪುತ್ತಿರಲಿಲ್ಲ.

"ಇವ್ಳು ಪ್ರೇಮಾ ಅಲ್ವೇನು!" ಅತ್ತಿತ್ತ ನೋಡಿ ಮೆಲುವಾಗಿ ಕೇಳಿದರು.

ವಿಜಯಳಿಗೆ ಕೋಪ ಬಂತು. ಅವಳೇನು ಅವರಿಗೆ ತಿಳಿಯದವಳಲ್ಲ. ಅವಳ ತಾಯಿಯನ್ನು ಕರೆತಂದವರೇ ಅವರು. ಅಂಥದ್ದರಲ್ಲಿ ಈ ಪ್ರಶ್ನೆ.

ಹೌದೆನ್ನುವಂತೆ ತಲೆಯಾಡಿಸಿದಳು. ಅವರ ಕಣ್ಣುಗಳಲ್ಲಿ ಹೊಳಪು ಏರಿತು. ಕೆಟ್ಟ ಕುತೂಹಲ ಇಣಕಿತು.

"ಮನೆಹಾಳು ಹೆಣ್ಣು ಇಲ್ಲಿಗ್ಯಾಕೆ ಬಂದ್ಲು?"

"ಅವ್ಳ ತಾಯಿನೇ ಕಳ್ಸಿಕೊಟ್ಟಿದ್ರೂ..." ಮೇಲಕ್ಕೂ ಕೆಳಕ್ಕೂ ತಲೆಯಾಡಿಸಿ "ಹಾಗನ್ನಿ..." ಎಂದರು. ವಿಜಯಳ ಮುಖ ಕೆಂಪಾಗಿತ್ತು. 'ದಯವಿಟ್ಟು ಈಗ ಹೋಗಿ' ಎಂದು ವಿಜಯಳಿಗೆ ಹೇಳುವ ಮನಸ್ಸಾಯಿತು. ಸೌಜನ್ಯವಲ್ಲವೆಂದು ತುಟಿ ಕಚ್ಚಿ ಕೂತಳು.

ಸೀತಮ್ಮ ದೊಡ್ಡ ಮಹತ್ಕಾರ್ಯ ಸಾಧಿಸಲು ಬಂದವರಂತೆ ಕೂತರು. ಆಯಾಸಪಡುತ್ತಿದ್ದರು. ಇದು ಸಹಜ. ಇಂಥ ಜನರಿಗೆ ಆಗಾಗ 'ಬ್ಲಡ್ ಪ್ರೆಷರ್' ಏರಿ ಇಳಿಯುತ್ತಿತ್ತು. ತನ್ನ ಪಾಡಿಗೆ ಅವರು ಹೋಗುತ್ತಿದ್ದ ಎಲ್ಲಾ ಮನೆಯವರಿಗೂ ಇವರ 'ಬ್ಲಡ್ ಪ್ರೆಷರ್' ಸಂಗತಿ ಗೊತ್ತು.

"ಏನಾದ್ರೂ ಪರಿಹಾರ ಸಿಕ್ತಾ?" ಕಣ್ಣು ಕಿರಿದಾಗಿಸಿ, ಹುಬ್ಬು ಸಂಕುಚಿಸಿ ತುಸು ಬಗ್ಗಿ ಕೇಳಿದಾಗ ವಿಜಯಳಿಗೆ ಮೈಯೆಲ್ಲ ಉರಿದುಹೋಯಿತು. ಸಿಡಿಯುತ್ತಿದ್ದ ತಲೆ, ಹೊಯ್ದಾಡುತ್ತಿದ್ದ ಮನಸ್ಸನ್ನು ಸಮತೋಲನ ಸ್ಥಿತಿಗೆ ತರಲು ಅವಳೇ ಕಷ್ಟಪಡುತ್ತಿದ್ದಳು. ಅಂಥದ್ದರಲ್ಲಿ ಈ ಮಹಾತಾಯಿಯ ಪ್ರಶ್ನೆಗಳಿಗೆ ಏನೆಂದು ಉತ್ತರಿಸಿಯಾಳು? ಮನೆ ಯಿಂದ ಹೊರ ದಬ್ಬುವ ಮನಸ್ಸಾಯಿತು. ಆದರೂ ಸಮಾಧಾನದಿಂದ "ದೇಹದಲ್ಲಿ ಆರಾಮವಿದ್ದಾಗೆ... ಕಾಣೋಲ್ಲ ಮನೆಯಲ್ಲಿದ್ದು ವಿಶ್ರಾಂತಿ ತಗೋಬೇಕಿತ್ತು. ಯಾಕೆ... ಬಂದ್ರಿ?"

"ಮನೆಯಲ್ಲಿದ್ದಷ್ಟೂ ತಲೆ ಕೆಡುತ್ತೆ." ಆಕೆ ನಿರಾಳವಾಗಿ ನುಡಿದಾಗ ವಿಜಯ ಗಂಭೀರವಾದಳು. ಪೂರ್ಣವಾಗಿ ವಿಷಯ ತಿಳಿಯದ ಹೊರತು ಇಲ್ಲಿಂದ ಹೊರಡ ಲಾರಳು. ಹೇಗೆ? ಯೋಚಿಸಿದಳು. ಬೇರೆ ಹೆಂಗಳೆಯರ ಬಾಯಿ ಸೇರಿ ದೊಡ್ಡ ಸುದ್ದಿ ಯಾಗುವುದು ಅವಳಿಗೆ ಬೇಕಿಲ್ಲ.

"ಅರ್ಧ ಸಂಬ್ಳ ಕೊಡೋಕೆ... ಒಪ್ಕಾಂಡ್ಲಾ!" ಅವರ ಸ್ವರದಲ್ಲಿ ಇಣಕಿದ ಕುತೂಹಲ ಕಂಡು ನಿರ್ವಿಕಾರವಾಗಿ ನುಡಿದಳು.

"ಕೊಡಬಹ್ದು, ಕೊಡದಿರಬಹ್ದು. ಅವರಿವ್ರ ಮಧ್ಯೆ ಪ್ರವೇಶಿಸೋದ್ರಿಂದ... ಅವ್ರುಗಳ ನಡುವಿನ ಸಂಬಂಧ ಕೆಡುತ್ತೆ. ಅವ್ರುಗಳೇ ಪರಿಹರಿಸಿಕೊಳ್ಳಿ. ಅವ್ಳೇನು ಸಣ್ಣ ಹುಡ್ಗಿಯಲ್ಲ!"

ಸೀತಮ್ಮನವರಿಗೆ ಏನೇನು ಅರ್ಥವಾಗಲಿಲ್ಲ. ಅವರಿಗೆ ವಿಜಯಳ ಸ್ವಭಾವವೇನು ತಿಳಿಯದ್ದಲ್ಲ. ಅಷ್ಟಿಷ್ಟು ಸಿಕ್ಕಿದ್ದರೂ ಉಪ್ಪುಖಾರ ಹಚ್ಚಿ ಹರಡಿಬಿಡುತ್ತಿದ್ದರು. ಈಗ ಕೈ ಕೈ ಹಿಸುಕಿಕೊಂಡರು. ಮುಖಭಂಗವಾಗಿತ್ತು. ಆದರೂ ಸೋಲು ಒಪ್ಪಿಕೊಳ್ಳಲಾರರು.

ಇತ್ತೀಚೆಗೆ ಲಾಯರ್ ಶ್ರೀನಿವಾಸನ್ ಜೊತೆ ಪ್ರೇಮಳ ಓಡಾಟ ಹೆಚ್ಚಿತ್ತು. ನಾಲ್ಕಾರು ಬಾರಿ ಅವರ ಕಾರಿನಲ್ಲಿ ಅವಳನ್ನು ಕಂಡಿದ್ದರು. ಒಂದು ರೀತಿಯ ಅಸೂಯೆಯಿಂದ ಒದ್ದಾಡಿದ್ದರು. ಬಾಯಿ ಬಿಟ್ಟು ಹೇಳಿಕೊಳ್ಳೋಕೆ ಸಂಕೋಚ. ವಿಜಯಳ ಮುಂದೆ ಬಾಯಿ ಬಿಟ್ಟು ಆಡಲು ಭಯ. ಮುಖಕ್ಕೆ ಅಪ್ಪಳಿಸಿದ ಹಾಗೆ ಏನಾದರೂ... ಅಂದುಬಿಟ್ಟರೆ...?

"ಬೆಳಗಿನಿಂದ ಒಂದೇ ಸಮನೆ ಕಾಲುನೋವು." ಮಂಡಿಯನ್ನು ಕೈಯಿಂದ ಸವರಿಕೊಂಡಾಗ ವಿಜಯಳ ನೋಟ ಅತ್ತ ಹರಿಯಿತು. ಸಹಾನುಭೂತಿಯ ಬದಲು ಬೇಸರವಾಯಿತು.

"ಸುಮ್ನೇ ಓಡಾಡೋ ಬದ್ಲು... ಮನೆಯಲ್ಲಿದ್ದು ರೆಸ್ಟ್ ತಗೊಳ್ಳಿ. ವಯಸ್ಸಾದ್ಮೇಲೆ ಓಡಾಟ ಕಮ್ಮಿ... ಮಾಡ್ಬೇಕು..." ಎಂದ ಕೂಡಲೇ ಸೀತಮ್ಮನ ಹುಬ್ಬುಗಳು ಗಂಟಾದವು. ಕೋಪ, ಅವಮಾನದಿಂದ ಅವರ ಮುಖ ಕೆಂಪಾಯಿತು. ಅತ್ತೇಬಿಡುತ್ತಿದ್ದರೇನೋ. ಹೇಗೋ ತಡೆದುಕೊಂಡಿದ್ದರು.

"ನಂಗಿನ್ನೂ ಮೂವತ್ತೆರಡ್ವರ್ಷ. ಈಗಿನ ಕಾಲ್ದಲ್ಲಿ ನನ್ನ ವಯಸ್ಸಿನೋರಿಗೆ ಮದ್ವೇನೇ ಆಗಿರೋಲ್ಲ. ಇಂಥದ್ದರಲ್ಲಿ ನನ್ಗೇ ವಯಸ್ಸಾಗಿದೇಂತ... ಹೇಳ್ತೀರಲ್ಲ!"

ವಿಜಯ ತುಟಿ ಮುಚ್ಚಿ ಕೂತಳು. ಬಂದ ನಗುವನ್ನು ತಡೆಯುವ ಪ್ರಯತ್ನವದು. ಯಾಕೆ ಈ ಮಹರಾಯ್ತಿಗೆ ಬುದ್ಧಿ ಇಲ್ಲ! ಇಪ್ಪತ್ತೆಂಟು ವರ್ಷದ ಮಗಳಿದ್ದಾಳೆ. ಸಾಲದಕ್ಕೆ ಮೂರು ಹೆಣ್ಣು ಮಕ್ಕಳಿಗೆ ಮದುವೆ ಮಾಡಿದ್ದಾರೆ. ನಾಲ್ಕು ಮೊಮ್ಮಕ್ಕಳು ಸೆರಗಿಡಿದು ಓಡಾಡುತ್ತಾರೆ. ಐವತ್ತರ ಅಂಚನ್ನು ದಾಟಿದ್ದ ಈಕೆಗೆ ಮೂವತ್ತೆರಡು ವರ್ಷವೆಂದು ಹೇಳಿಕೊಳ್ಳುವ ಚಟ. ವಯಸ್ಸಿನ ಬಗ್ಗೆ ಅರ್ಥವಿಲ್ಲದ ಒಣ ಅಭಿಮಾನ!

ಅವರು ಅಳುತ್ತ ಕೂಡುವುದು ಅವಳಿಗೆ ಬೇಕಿರಲಿಲ್ಲ. "ಹುಡುಗ್ರಿಗೆ ಊಟ ಕಳ್ಸಿಲ್ಲ." ನೆವವೊಡ್ಡಿ ಮೇಲಕ್ಕೆದ್ದಳು. ಇನ್ನು ಸೀತಮ್ಮನಿಗೂ ಕೂಡುವ ಮನಸ್ಸಾಗಲಿಲ್ಲ. ತಟ್ಟನೆ ಎದ್ದು ಹೋಗಿಬಿಟ್ಟರು. ಹೇಳಿ ಹೋಗಬೇಕೆನ್ನುವುದು ಕೂಡ ಆ ಕ್ಷಣದಲ್ಲಿ ನೆನಪಾಗಲಿಲ್ಲವೇನೋ! ಇದು ಮೊದಲನೇ ಸಲವಲ್ಲ. ಹಾಗೆಂದು ಹೋದವರು ಪುನಃ ಸಂಕೋಚವಿಲ್ಲದೇ ಬರುವವರೇ.

* * *

ರಾಜೀವ್ ಊಹೆಯ ಪ್ರಕಾರ ವಿಜಯಳ ತಂದೆ ಬಂದಿಳಿದರು. ಮಗಳು ಮೊಮ್ಮಕ್ಕಳನ್ನು ಕರೆದೊಯ್ಯಲು ಅವರಿಗೆ ಅಪಾರ ಅಕ್ಕರೆ.

"ಪಪ್ಪ, ಹೇಗಿದ್ದೀರಿ?" ಹುಬ್ಬೆತ್ತಿ ಮಗಳ ಕಡೆ ನೋಡಿದರು. ಕಣ್ಣುಗಳು ಕಿರಿದಾದವು. ಸಮೀಪಕ್ಕೆ ಬಂದು ಅವಳ ಕಣ್ಣಲ್ಲಿ ಕಣ್ಣಿಟ್ಟು ನೋಡಿದರು. ನೋವನ್ನು ಕಂಡ ಹಾಗಾಯಿತು. ಎದೆ ಧಸಕ್ ಎಂದಿತು.

"ವಿಜ್ಜು, ಸರ್ಯಾಗಿದ್ದೀಯ ಮಗು!" ಸಿಡಿಲೆರಗಿದಂತಾಯಿತು ಅವಳಿಗೆ. ತುಟಿಯಂಚಿನಲ್ಲಿ ನಗುತ್ತಾ "ಚೆನ್ನಾಗಿದ್ದೀನಲ್ಲ!" ಇದು ಎಷ್ಟರಮಟ್ಟಿಗೆ ನಿಜ! ಎನ್ನುವುದನ್ನು ಯೋಚಿಸಿದರು.

"ಈ ಸಲ ತುಂಬ ದಿನಕ್ಕೆ ನೋಡ್ತಾ ಇದ್ದೀನಿ. ಅದ್ಕೇ ಇರಭೋದು!" ವಿಜಯ ನಕ್ಕಳು. ಕಣ್ಣರಳಿಸಿ ನೋಡಿದರು. ಆ ನಗೆಯಲ್ಲಿ ಜೀವಂತಿಕೆ ಇರಲಿಲ್ಲ. ಹಣೆಯ ಸುಕ್ಕುಗಳು ಆಳವಾದವು.

"ಅಮ್ಮ... ಹೇಗಿದ್ದಾಳೆ?" ತಾಯಿಯ ನೆನಪಾದ ಕೂಡಲೇ ಸ್ವರ ಮೃದುವಾಯಿತು. ಮನದಲ್ಲಿ ವಾತ್ಸಲ್ಯದ ನವಿಲು ನರ್ತಿಸಿತು.

"ಅವ್ಳಿಗೇನು... ಬರ್ತಾ ಬರ್ತಾ ಹುಡ್ಗಿ ಆಗ್ತಾ ಇದ್ದಾಳೆ!" ನಗುವಿನ ಅಲೆಗಳು ಎದ್ದವು. ಹೊರಗಿನಿಂದ ಬಂದ ರಾಜೀವ್ ಕಣ್ಣರಳಸಿ ನೋಡಿದ. ಆ ತುಂಬು ನಗೆಯನ್ನು ಅವಳ ಮುಖದ ಮೇಲೆ ಕಂಡು ಎಷ್ಟೋ ದಿನಗಳಾಗಿತ್ತು.

"ಹೇಗಿದೆ, ನನ್ನ ಜೋಕು!" ಅಳಿಯನ ಕಡೆ ಕಣ್ಣಾಡಿಸಿದರು. ತುಟಿಯಂಚಿನಲ್ಲಿ ನಕ್ಕ.

ಬ್ಯಾನೆಟ್ ಎತ್ತಿ ಅರ್ಧ ಗಂಟೆ ತಲೆ ಕೆಡಿಸಿಕೊಂಡಿದ್ದ. ಡ್ರೈವರ್ ಕೂಡ ಕೈ ಚೆಲ್ಲಿದಾಗ, ಮೆಕ್ಯಾನಿಕ್‌ಗೆ ಫೋನ್ ಮಾಡಿ ಬಂದು ಕೂತ.

ಎರಡು ದಿನ ಮನೆಯಲ್ಲಿ ಹರುಷದ ಹೊನಲು ಎರಚಾಡಿತು. ಊಟಕ್ಕೆ ಕೂತವರು, "ನಾಳೆ ಬೆಳಗಿನ ಟ್ರೈನ್‌ಗೆ ನಮ್ಮನ್ನು ಕಳ್ಸಿಬಿಡಪ್ಪ. ಹುಡುಗ್ರಿಗೆ ಟ್ರೈನ್‌ನಲ್ಲಿ ಹೋಗೋ... ಆಸೆ!"

ರಾಜೀವ್ ಮುಖದ ಕಳೆಯೇ ಇಳಿದುಹೋಯಿತು. ವಿಮನಸ್ಕನಾದ. ಪ್ರತಿ ಬಾರಿ ರಜ ಬಂದಾಗ, ಉಳಿದ ದಿನದಲ್ಲಿ ಕಳುಹಿಸಿಕೊಡುವಾಗಿನ ಪರಿಸ್ಥಿತಿಗಿಂತ ಈ ಸಲ ಭಿನ್ನವಾಗಿತ್ತು. ತುಟಿ ಬಿಚ್ಚಿ ಯಾರೊದಿಗೆ ಹೇಳಿಯಾನು?

ಅವರ ನೋಟ ಮಗಳತ್ತ ಹೊರಳಿತು. ಬೆರಳುಗಳು ಅನ್ನದಲ್ಲಿ ಆಡುತ್ತಿತ್ತು. ಆಸಕ್ತಿ ಇರಲಿಲ್ಲ. ಜೋರಾಗಿ ನಕ್ಕುಬಿಟ್ಟರು. ರಾಜೀವ್, ವಿಜಯ ಮುಖ ಮುಖ ನೋಡಿ ಕೊಂಡರು.

"ಎಂಥದ್ದು... ಪಪ್ಪ!" ನೆನಪಿನಿಂದ ಕೆನ್ನೆಗಳು ಓಕುಳಿಯಲ್ಲಿ ಮಿಂದವು.

"ನಾಲ್ಕು ದಿನ ಇರಿ–ಆಮೇಲೆ ಕರ್ಕೊಂಡ್ಹೋಗೀರಂತೆ!" ಕೈ ತೊಳೆಯಲು ಎದ್ದು ಹೋದ. ಇವರ ನೋಟ ಅವನ ಬೆನ್ನಟ್ಟಿತು.

ಇವರು ಮಗಳನ್ನು ಕರೆದೊಯ್ಯಬೇಕೆಂದು ಬಂದಾಗಲೆಲ್ಲ ರಾಜೀವ್ ನೂರೆಂಟು ಪಂಚಾಯಿತಿ ಮಾಡುತ್ತಿದ್ದ. ತಾಪತ್ರಯಗಳನ್ನು ಮುಂದೊಡ್ಡುತ್ತಿದ್ದ. ಅವನ ಚಡಪಡಿಕೆ ನೋಡಲು ಅವರಿಗೆ ತಮಾಷೆಯಾಗಿರುತ್ತಿತ್ತು. ಮತ್ತು ಮಗಳ ಪ್ರೀತಿಯ ಸಂಸಾರ ನೋಡಿ ಅವರ ಎದೆ ತುಂಬಿ ಬರುತ್ತಿತ್ತು.

ಕೈ ತೊಳೆದ ರಾಜೀವ್ ಬಂದು ಡ್ರಾಯಿಂಗ್ ರೂಮಿನಲ್ಲಿ ಕೂತ. ತಲೆಯಲ್ಲಿ ಅಗ್ನಿಸ್ಫೋಟ. ಮೊದಲಿನ ಹಾಗೆ ಅವರ ಬಳಿ ಮಾತನಾಡಲು ಅವನಿಂದಾಗುತ್ತಿರಲಿಲ್ಲ. ಅವರ ಮಗಳಿಗೆ ಬಗೆದ ದ್ರೋಹಕ್ಕೆ ಮುಖ ನೋಡಲು ಕೂಡ ಸಂಕೋಚಿಸುತ್ತಿದ್ದ.

"ನಿನ್ನ ಕಷ್ಟ ಅರ್ಥವಾಗುತ್ತೆ. ಅಪ್ಪು ಮೊಮ್ಮಕ್ಕಳನ್ನ ಸಾವಿರ ಕಣ್ಣಲ್ಲಿ ಎದುರು ನೋಡ್ತಾ ಇದ್ದಾಳೆ. ರಜ ಮುಗ್ಯೋವರ್ಗ್ಗೂ ಇರ್ಲಿ" ಅಳಿಯನಿಗೆ ಎದುರಾಗಿ ಬಂದು ಕೂತು ನುಡಿದರು. ರಾಜೀವ್ ಸುಮ್ಮನಾದ.

"ಒಂದ್ಕೆಲ್ಸ ಮಾಡು." ಹುಬ್ಬೆತ್ತಿ ಅವರತ್ತ ನೋಡಿದ. ಗುಟ್ಟು ಹೇಳುವವರಂತೆ ಬಗ್ಗಿ "ಒಂದ್ತಿಂಗ್ಳು ರಜ ಹಾಕ್ಬಿಡು; ನಾನು ಕೂಡ ಹಾಗೇ ಮಾಡ್ತಾ ಇದ್ದಿದ್ದು." ಹಗುರವಾಗಿ ನಕ್ಕುಬಿಟ್ಟ.

"ಈಗ ಸಾಧ್ಯ ಇಲ್ಲ. ಹೊರೆ ಕೆಲ್ಸ ಇದೆ!" ಬಂದ ಮಡದಿಯತ್ತ ದೃಷ್ಟಿ ಚೆಲ್ಲಿ ನೋಟವನ್ನು ಬೇರೆಡೆಗೆ ಹೊರಳಿಸಿದ. ಅವರಿಗೆ ವಿಸ್ಮಯವಾಯಿತು. ವಿಜಯ ಏನಾದರೂ ಹೇಳಬಹುದೆಂದು ಅವಳತ್ತ ನೋಡಿದರು. ಮೌನವಾಗಿದ್ದಳು. ಇದ್ದ ಕೂದಲಲ್ಲಿ ಕೈಯಾಡಿಸಿಕೊಂಡರು.

ಸದಾ ರಾಜೀವ್ ಮಡದಿಯ ಅನಿಸಿಕೆಗಳನ್ನು ಗೌರವಿಸುತ್ತಿದ್ದ. ಅವನ ಚಡಪಡಿಕೆ ಬಲ್ಲ ವಿಜಯ ಹಿಂದೆ ಅವನ ಸಹಾಯಕ್ಕೆ ನಿಲ್ಲುತ್ತಿದ್ದಳು. ಹುಡುಗರನ್ನು ತಂದೆಯ ಜೊತೆ ಕಳಿಸಿ, ಆಮೇಲೆ ನಾಲ್ಕಾರು ದಿನ ರಾಜೀವನ ಜೊತೆಯಲ್ಲಿ ಹೋಗಿದ್ದು ಹುಡುಗರನ್ನು ಕರೆತರುತ್ತಿದ್ದಳು. ಈ ಪರಿಸರದಿಂದ ಅವಳೇ ಹೊರಡಲು ಸಿದ್ಧಳಾಗಿದ್ದಳು. ಯಾರು ತಡೆದು ನಿಲ್ಲಿಸಬಲ್ಲರು? ಸುಮ್ಮನೇ ಹೊರಟುಬಿಟ್ಟ.

ವಿಜಯಳ ತಂದೆ ಅಚ್ಚರಿಗೊಂಡರು. ಅದರ ಜೊತೆ ಗಾಬರಿಯೂ ಆಯಿತು. ಅವರ ಸೂಕ್ಷ್ಮ ಕಣ್ಣೋಟ ಅಳಿಯನ ಅನ್ಯಮನಸ್ಕತೆಯನ್ನೂ ಮಗಳ ಗಂಭೀರತೆಯನ್ನೂ ಅಳೆದು ನೋಡುತ್ತಿತ್ತು. ಎಲ್ಲೋ, ಏನೋ ತೊಡಕಿದೆ. ಎಲ್ಲಿದೆ? ಯಾಕೆ? ಮಗಳ ಬಗೆಗೆ ಅವರಿಗೆ ಅಪಾರ ಅಭಿಮಾನವಿದೆ. ಅವಳ ತಪ್ಪಿದೆಯೆಂದು ಅವರೆಂದೂ ಒಪ್ಪಿಕೊಳ್ಳಲು ಸಾಧ್ಯವಿಲ್ಲ. ರಾಜೀವ್ ಸಭ್ಯ, ಸಂಪನ್ನ, ವಿವೇಕಿ, ಮತ್ತೆಲ್ಲಿದೆ ಬಿರುಕು?

ಮುಖಕ್ಕೆ ಪೇಪರು ಅಡ್ಡ ಹಿಡಿದು ಕಿರುಗಣ್ಣಿನಲ್ಲಿಯೇ ಮಗಳನ್ನು ಗಮನಿಸಿದರು. ಮ್ಲಾನವದನಳಾಗಿದ್ದಳು. ಅವರೆದೆಗೆ ಕೊಳ್ಳಿ ಇಟ್ಟಂತಾಯಿತು.

"ವಿಜಯ..." ಎಂದರು. ಪೇಪರು ಕೆಳಗಿಳಿಯಿತು. ಮೂಗಿನ ಮೇಲಿನ ಕನ್ನಡಕ ಟೀಪಾಯಿ ಮೇಲೆ ವಿರಾಜಮಾನವಾಯಿತು.

"ಏನು... ಪಪ್ಪ?" ವಿಜಯಳಿಗೆ ಗಾಬರಿಯಾಯಿತು. ಅದನ್ನು ಅವರು ಸ್ಪಷ್ಟವಾಗಿ ಓದಿಕೊಂಡರು. "ಇಲ್ಲಾಮ್ಮಾ..." ಸ್ವರದಲ್ಲಿ ಅಕ್ಕರೆಯಿತ್ತು. ಹತ್ತಿರ ಬಂದು ನಿಂತ ಮಗಳನ್ನು ಪಕ್ಕದಲ್ಲಿಯೇ ಕೂಡಿಸಿಕೊಂಡರು. ಅವಳ ಕೈಯನ್ನು ತಮ್ಮ ಕೈಯಲ್ಲಿ ತೆಗೆದುಕೊಂಡರು. ವಿಜಯಳ ಎದೆ ಹಾರಿತು. ಆದರೂ ಸಹಜವಾಗಿ "ಏನು, ಪಪ್ಪ?" ಮತ್ತೆ ಕೇಳಿದಳು. ತಂದೆಯ ಕಸಿವಿಸಿಯನ್ನು ಗುರ್ತಿಸಿದಳು.

"ಒಂದ್ನಿಮಿಷ ಜ್ಞಾಪ್ಕ ಮಾಡ್ಕೋತೀನಿ" ಮನ ಬಿಚ್ಚಿ ಏನನ್ನೂ ಕೇಳಲಾರದೇ ಹೋದರು.

ವಿಜಯಳ ತಲೆ ತಗ್ಗಿತು. ಕಹಿ ಉಗುಳನ್ನು ಬಲವಂತವಾಗಿ ನುಂಗಿದಳು. ರಾಜೀವ್‌ನ ಬಗ್ಗೆ ತಂದೆಗಿದ್ದ ಗೌರವಾಭಿಮಾನಗಳು ಅವಳಿಗೆ ತಿಳಿದ ವಿಷಯ. ಅದೆಂದಿಗೂ ನಶಿಸಿಹೋಗುವುದು ಅವಳಿಗಿಷ್ಟವಿಲ್ಲ. ಉಗುರುಗಳನ್ನೇ ನೋಡಿದಳು. ಮಧು ಕೂತು ಬಣ್ಣ ಹಚ್ಚಿದ್ದ. ರಾಜೀವ್ ಕೂಡ ಎಷ್ಟೋ ದಿನ ಬೇಡವೆಂದರೂ ಕಾಡಿಸಿ ಅವಳ ಉಗುರುಗಳಿಗೆ ಬಣ್ಣ ಹಚ್ಚುತ್ತಿದ್ದ. ಅದರ ಬೆಲೆಯನ್ನು ವಸೂಲಿ ಮಾಡುತ್ತಿದ್ದ. ಅವಳ ಕೆನ್ನೆಗಳು ಬಿಸಿಯಾದವು. ಕಣ್ಣುಗಳಲ್ಲಿ ಮಾರ್ದವತೆ ಇಣುಕಿತು.

ಪ್ರೇಮ ಬಂದು ಹೋದ ಮೇಲೆ ರಾಜೀವ್‌ನ ತಪ್ಪು ಅಷ್ಟು ದೊಡ್ಡದಾಗಿ ಕಾಣದಿದ್ದರೂ, ಮನದ ಹಸಿರಾದ ಭಾವನೆಗಳಿಗೆ ಕೊಡಲಿ ಪೆಟ್ಟು ಬಿದ್ದಿತ್ತು. ಅವನನ್ನು ನೋಡಿದಾಗಲೆಲ್ಲ ಪ್ರೇಮ-ರಾಜೀವ್ ಬೆರೆತ ದೃಶ್ಯಗಳೇ ಅವಳ ಮುಂದೆ ಬಂದು ನಿಲ್ಲುತ್ತಿದ್ದವು. ಸಹಿಸಲಾರಳು, ನೋಡಲಾರಳು. ಈ ಹಿಂಸೆ ಅನುಭವಿಸುವುದು ಬಹಳ ಕಷ್ಟವಾಗಿ ಕಂಡಿತು. ಅವಳ ಮೌಲ್ಯಗಳಿಗೆ ಬಲವಾದ ಪೆಟ್ಟು ಬಿದ್ದಿತ್ತು.

"ಹೇಳಿ... ಪಪ್ಪ!" ಅವರು ಕೈಯಲ್ಲಾಡಿಸಿ ನಕ್ಕರು.

"ಏನಿಲ್ಲ, ಏನೋ ಹೇಳ್ಬೇಕೂಂದ್ಕೊಂಡೇ ಮರ್ತುಹೋಯ್ತು. ಇದೊಂದು ತರಹ ಕಾಯಿಲೆ ಷುರುವಾಗಿದೆ. ಏನೋ ಜ್ಞಾಪ್ಸಿಕೊಂಡು ನಿಮ್ಮಮ್ಮನ್ನ... ಕೂಗ್ತೀನಿ. ಅವ್ಳು ಬರೋ ಹೊತ್ಗೆ ಮರ್ತೇಹೋಗಿರುತ್ತೆ. ತಿರ್ಗಿ ನೆನಪಿಗೆ ಬರೋ ವೇಳೆಗೆ ಅವ್ಳು ಜಾಗ ಖಾಲಿ ಮಾಡಿರ್ತಾಳೆ!" ಮೆಲುವಾಗಿ ನಕ್ಕರು. ವಿಜಯ ಕೂಡ ತುಟಿ ಅರಳಿಸಿದಳು.

"ಅಮ್ಮ ಸುಮ್ನೇ... ಇರ್ತಾಳ!"

"ಯಾಕೆ ಇರ್ತಾಳೆ! ಒಂದಷ್ಟು ರೇಗಾಡಿ, ಬೈದಾಡಿ ಕಡೆಗೆ ಪ್ರೀತಿಯಿಂದ ನೀವೂ ಬರ್ತಾ ಬರತಾ ಹುಡ್ಗರಾಗ್ತ ಇದ್ದೀರಿ, ಅನ್ತಾಳೆ!" ವಿಜಯ ಘೊಳ್ಳನೇ ನಕ್ಕಳು. ಅವಳು ಜೋರಾಗಿ ನಗೋದೇ ಅಪರೂಪ. ಹೊರಗಿದ್ದ ರಾಜೀವ್‌ನ ಕಿವಿಗಳು ನಿಮಿರಿದವು. ಕೆಂಪೇರಿದ ಮುಖ, ಅರಳಿದ ಮುಖ, ಬಿರಿದ ತುಟಿಗಳನ್ನೇ ನೆನಸಿಕೊಂಡ. ಮನ ಗರಿಗೆದರಿ ಹುಚ್ಚಾಯಿತು.

ಯಾವುದೋ ನಿರ್ಧಾರಕ್ಕೆ ಬಂದವರಂತೆ "ನಾಳೆ ಬೆಳಿಗ್ಗೆ ಹೊರಡೋದೂಂತ... ರಾಜೀವ್‌ಗೆ ಹೇಳಿದ್ದೀನಿ, ಈ ಸಲ ಮೊದ್ಲಿನಷ್ಟು ಗಲಾಟೆ ಮಾಡ್ಲಿಲ್ಲ!" ಸ್ವರದಲ್ಲಿ ಹಾಸ್ಯ

ಇಣುಕಿತು. ಕಿರುಗಣ್ಣಿನಿಂದ ಮಗಳನ್ನು ನೋಡುತ್ತ "ಈಚೆಗೆ ಸ್ವಲ್ಪ ಬಡವಾದ ಹಾಗೆ ಕಾಣಿಸ್ತಾನೆ. ಆಫೀಸಿನಲ್ಲಿ ಏನಾದ್ರೂ ತೊಂದರೆನಾ!" ವಿಜಯಳ ಎದೆ ಹಾರಿತು. ಮುಖ ಕಪ್ಪಿಟ್ಟಿತು. ಅವರು ಗಾಬರಿಗೊಂಡರು.

"ಯಾಕಮ್ಮ... ವಿಜ್ಜು!" ಅವರ ಸ್ವರದಲ್ಲಿ ಆತಂಕವಿತ್ತು.

ಅವಳಿಗೆ ಚೇತರಿಸಿಕೊಳ್ಳಲು ನಿಮಿಷಗಳೇ ಬೇಕಾದವು. ಅವರು ಅನ್ಯಮನಸ್ಕತೆಯನ್ನು ಗುರ್ತಿಸಿದ್ದಾರೆ. ಏನೆಂದು ಉತ್ತರಿಸಲಿ? ಮಾತುಗಳಿಗಾಗಿ ತಡಕಾಡಿದಳು.

"ಎಂಥದ್ದೂ ಇಲ್ಲ. ಪ್ರತಿಯೊಂದರಲ್ಲೂ ತೊಂದರೆ, ತಾಪತ್ರಯ ಕಿರುಕುಳ ಇದ್ದದ್ದೇ."

ಮಗಳು ತಮ್ಮಿಂದ ಏನೋ ಬಚ್ಚಿಡುತ್ತಿದ್ದಾಳೆಂಬ ನಿರ್ಧಾರಕ್ಕೆ ಬಂದರು. ಬಲವಂತದಿಂದ ಪ್ರಶ್ನಿಸಲು ಇಷ್ಟಪಡಲಿಲ್ಲ.

"ಅದೂ ಸರಿನ್ನೂ... ಬಟ್ಟೆ ಬರೆ ಪ್ಯಾಕ್ ಮಾಡ್ಕೊ." ಅವರ ಹೆಜ್ಜೆಗಳು ಬಾಗಿಲತ್ತ ಧಾವಿಸಿದವು. ಅವರೆದೆ ಭಾರವಾಯಿತು.

ವಿಜಯಳ ಹೃದಯ ಕಿತ್ತು ಬಾಯಿಗೆ ಬಂದಂತಾಯಿತು. ಇಲ್ಲಿನ ಪ್ರತಿಯೊಂದು ವಸ್ತುವನ್ನೂ ಅವಳು ಪ್ರೀತಿಸುತ್ತಿದ್ದಳು. ಆ ಮನೆಯಲ್ಲಿನ ಪ್ರತಿಯೊಂದು ಅನುಭವವೂ ಮೆಲಕು ಹಾಕುವಂಥದ್ದೇ. ರಾಜೀವ್‌ನ ಸ್ವರ ಗೋಡೆ ಗೋಡೆಗಳಲ್ಲೂ ಮಾರ್ದನಿಸುತ್ತಿತ್ತು. ಎದೆಯಾಳದಲ್ಲಿ ಬೆಂಕಿ ಹತ್ತಿಕೊಂಡು ಉರಿಯುತ್ತಿತ್ತು. ಕಣ್ಣು ಕಂಬನಿಯನ್ನು ಒಸರಿತು. ಮೆಲ್ಲಗೆ ತಮ್ಮ ಮಲಗುವ ಕೋಣೆಗೆ ನಡೆದಳು. ಸೋಫಾದಲ್ಲಿ ಕುಸಿದಳು. ಮಂಚದ ಮೇಲೆ ರಾಜೀವ್‌ನನ್ನು ಬೆಸೆದುಕೊಂಡು ಮಲಗಿದ ಪ್ರೇಮ... ಅಕೆ ಮುಖ ಸಿಂಡರಿಸಿದಳು. ಎರಡು ಕೈಯಲ್ಲೂ ಮುಖ ಮುಚ್ಚಿಕೊಂಡಳು. ಇಡೀ ಮೈ ಬೆವರಿನಿಂದ ತೊಯ್ದುಹೋಯಿತು. ಮುಖ ಪೂರ್ತಿ ಬೆವರಿನಲ್ಲಿ ನೆನೆದು ತೊಪ್ಪೆಯಾಯಿತು. ಕೈಗಳು ಜಾರಿದವು. ಅಸಹ್ಯದಿಂದ ಅತ್ತ ನೋಡಿದಳು ಯಾರೂ ಇಲ್ಲ. ಮನಸ್ಸಿನ ಭ್ರಾಂತಿ ಮುಖ ಕಠಿಣವಾಯಿತು. ಇನ್ನು ರಾಜೀವ್ ಜೊತೆ ದಾಂಪತ್ಯ ಜೀವನ ಸಾಧ್ಯವಿಲ್ಲ!

ಟವಲಿನಿಂದ ಮುಖವೊತ್ತಿದಳು. ಈ ನೆನಪುಗಳಿಂದ, ಈ ಸ್ಥಳದಿಂದ ದೂರ ಹೋಗಿಬಿಡಬೇಕು. ಎದ್ದು ಬೀರು ಬಾಗಿಲು ತೆರೆದಳು. ರಾಜೀವ್ ಮೆಚ್ಚಿ ತಂದುಕೊಟ್ಟ ಸೀರೆಗಳು, ಒಂದೊಂದು ಸೀರೆಯೂ ಒಂದೊಂದು ಸಿಹಿ ನೆನಪನ್ನು ಬಿಚ್ಚಿಡುತ್ತಿತ್ತು. ಮೃದುವಾಗಿ ಅವುಗಳ ಮೇಲೆ ಕೈಯಾಡಿಸಿದಳು, ಕೆನ್ನೆಗೊತ್ತಿಕೊಂಡಳು. ಹೃದಯಕ್ಕೆ ಒತ್ತಿಕೊಳ್ಳಬೇಕೆನಿಸಿತು. ಬೆಂಕಿ ಸೋಕಿದವಳಂತೆ ತಟ್ಟನೇ ಹಿಂದಕ್ಕೆ ಸರಿದಳು. ತಂದೆ, ಅಣ್ಣಂದಿರು ಕೊಡಿಸಿದ ಸೀರೆಗಳನ್ನು ಮಾತ್ರ ತೆಗೆದುಕೊಂಡಳು. ಮಿಕ್ಕವು ಸ್ವಸ್ಥಾನದಲ್ಲಿಯೇ ಉಳಿದವು. ಹಿಂದಕ್ಕೆ ತಿರುಗಿ ನೋಡಿದಳು. ಅವುಗಳ ಅನಾಥ ಪ್ರಜ್ಞೆಗೆ ಸಹಾನುಭೂತಿಯಿಂದ ಮಿಡಿದಳು. ಆದರೆ ರಾಜೀವ್‌ನ ನೆನಪು ಕೊಡುವ ಯಾವ ವಸ್ತುವನ್ನೂ ಕೊಂಡೊಯ್ಯಲು ಅವಳಿಗಿಷ್ಟವಿಲ್ಲ. ಆದರೆ ಹೃದಯ, ಮನ, ದೇಹದ ಕಣಕಣದಲ್ಲೂ ಬೇರೂರಿ ನಿಂತಿರುವ 'ರಾಜೀವ್'ನನ್ನು ಹೇಗೆ ದೂರ ಸರಿಸುವುದು!?

ಸುಸ್ತಾದವಳಂತೆ ಒಂದೆಡೆ ಕೂತಳು. ನೋಟ ಹರಿದಿದ್ದು ಕೈಯಲ್ಲಿದ್ದ ಮುತ್ತಿನ ಚಿನ್ನದ ಬಳೆಗಳತ್ತ. ಭಾರವಾದ ಮನದಿಂದ ತೆಗೆದಳು. ತಂದೆ ಮಾಡಿಸಿ ಕೊಟ್ಟಿದ್ದ ಸಾದಾ ಚಿನ್ನದ ಬಳೆಗಳನ್ನು ಹಾಕಿಕೊಂಡಳು.

ಎದೆಯಲ್ಲಿ ಸಹಿಸಲಾರದ ವೇದನೆ. ರಾಜೀವ್ ಬಳೆ ಮಾಡಿಸಿ ತಂದ ನೆನಪು ಅವಳ ಮನದಲ್ಲಿ ಹಸಿರಾಗಿತ್ತು. ಮರೆತುಹೋಗುವಂಥದ್ದಲ್ಲ.

"ವಿಜ್ಜು, ನಿಂಗೇನು ಬೇಕೂಂತ ನನಗೆ ಗೊತ್ತಾಗೋದೇ ಇಲ್ಲ. ನೀನಾಗಿ ಏನೂ ಕೇಳೋಲ್ಲ!" ಅವಳನ್ನು ಬಳಸಿ ಕೈಗಳಿಗೆ ಮೃದುವಾಗಿ ಏರಿಸಿ ಎದೆಗೆ ಒತ್ತಿಕೊಂಡು "ವಿಜ್ಜು, ಐಯಾಮ್ ವೆರಿ ಲಕ್ಕಿ. ನಿನ್ನಂಥ ಮಡದಿ ಎಲ್ಲರಿಗೂ ಸಿಕ್ಕೋಲ್ಲ. ನಾನು ಸಂಪೂರ್ಣ ತೃಪ್ತ." ಕೆನ್ನೆಯ ಬಳಿ ಉಸಿರಿದಾಗ ಅವಳ ಕೆನ್ನೆ ಕೆಂಪಾಗಿತ್ತು. ಆಗ ಅವನ ಕಣ್ಣುಗಳಲ್ಲಿ ಕಂಡ ಪ್ರೀತಿಯ ಹೊಳಪು ಇಂದಿಗೂ ಮರೆಯಲಾರದವಳಾಗಿದ್ದಳು. ಬಳೆಗಳ ಮೇಲೆ ಮಮತೆಯಿಂದ ಬೆರಳಾಡಿಸಿದಳು. ಒಳ ದನಿ ಕೂಗಿತು. 'ಆಕರ್ಷಣೆಯ ಮತ್ತಿನಲ್ಲಿ... ಪ್ರೇಮಾಳ ಕೈಗಳಿಗೂ...' ತೀರಾ ಕಷ್ಟವೆನಿಸಿತು. ಹುಬ್ಬುಗಳು ಸಂಕುಚಿಸಿದವು. ಕೈ ನಡುಗಿತು. ಬಾಕ್ಸ್‌ನಲ್ಲಿ ಹಾಕಿ ಮುಚ್ಚಿಟ್ಟಳು.

"ವಿಜಯ..." ಗುಹೆಯ ಆಳದಿಂದ ಬಂದಂತಿತ್ತು ಧ್ವನಿ. ತಟ್ಟನೇ ತಲೆ ಎತ್ತಿದಳು. ಎದುರಿಗೆ ರಾಜೀವ್ ನಿಂತಿದ್ದ. ಮುಖದ ಮೇಲೆ ವೇದನೆಯ ಕಾರ್ಮೋಡಗಳು. ಎದೆಯಲ್ಲಿ ಚೂರಿ ಹಾಕಿದಂತಾಯಿತು ಅವಳಿಗೆ.

ಅವನು ಏನಾದರೂ ಹೇಳುವ ಮುನ್ನ ಅಳಿಯನನ್ನು ಕೂಗಿಕೊಂಡರು ವಿಜಯಳ ತಂದೆ. ಒಂದು ನಾಲ್ಕು ದಿನವಾದರೂ ರಜಾ ಹಾಕಿ ಜೊತೆಯಲ್ಲಿ ಬಂದು ಇದ್ದು ಹೋಗಲೀಂತ ಅವರ ಉದ್ದೇಶ. ಇಲ್ಲದಿದ್ದರೆ ಅವರ ಮನಕ್ಕೆ ಸಮಾಧಾನ ಸಿಗದು. ಇಪ್ಪತ್ನಾಲ್ಕು ಗಂಟೆಗಳು ಫೈಲುಗಳ ನಡುವೆ ಹೋರಾಡೋ ಜೀವಕ್ಕೆ ಆಗಾಗ ಬದಲಾವಣೆ ಅಗತ್ಯ ಎಂದು ಒತ್ತಾಯ ತರುವುದು ಅವರ ನಿರ್ಧಾರವಾಗಿತ್ತು.

ಟೈಯನ್ನು ಕೈಯಲ್ಲಿಡಿದೇ ಹೊರಗೆ ಬಂದ. ಅವರನ್ನು ನೇರವಾಗಿ ನೋಡಲು, ಸಹಜವಾಗಿ ಮಾತಾಡಲು, ಅವರೆದುರು ಕೂಡಲು ಸಹ ಹಿಂಜರಿಯುತ್ತಿದ್ದ. ವಿಜಯಳಂಥ ಹೆಣ್ಣನ್ನು ಕೊಟ್ಟ ಮಾವನ ಬಗೆಗೆ ಅವನಿಗೆ ಅಪಾರವಾದ ಗೌರವಾಭಿಮಾನಗಳು. ಈಗ ಎಲ್ಲಾ ಬಲವಂತದ... ನಡೆನುಡಿಗಳು...

"ನಿಂಗೆ ಸ್ವಲ್ಪ ದಿನ ವಿಶ್ರಾಂತಿ ಅಗತ್ಯ ಅನ್ನಿಸುತ್ತೆ. ಈ ಜಂಜಾಟದಿಂದ ಆಗಾಗ ಹೊರಗಿರ್ಬೇಕೂ. ನಾಲ್ಕು ದಿನ ರಜಾ ಹಾಕಿ ಬಂದ್ಬಿಡು."

ನೇರವಾಗಿ ಅವರ ಕಣ್ಣುಗಳನ್ನು ನೋಡಲಾರದೇ ಹೋದ. ಫಳಫಳನೇ ಹೊಳೆಯುವ ಕಾಲಲ್ಲಿನ ಷೂ ನೋಡುತ್ತ "ಈಗ್ಬೇಡ... ಹೇಗೂ ಬರ್ತೀನಲ್ಲ!" ಆಫೀಸ್‌ನ ಇಪ್ಪತ್ತೆಂಟು ತಾಪತ್ರಯಗಳನ್ನು ತೋಡಿಕೊಂಡ.

ರಾಜೀವ್‌ಗೂ ಕೂಡ ಸದ್ಯಕ್ಕೆ ಈ ವಾತಾವರಣದಿಂದ ದೂರ ಹೋಗಬೇಕೆಂಬಾಸೆ.

ಎಲ್ಲಿಗೆ ಹೋಗುವುದು? ವಿಜಯಳಿಗೆ ಹಿಂಸೆ ಕಡಿಮೆ ಮಾಡಬೇಕೆನ್ನುವುದು ಅವನ ಉದ್ದೇಶ. ತನ್ನಿಂದ ಅವಳು ದೂರ ಹೋಗಬೇಕೆಂದು ಬಯಸುತ್ತಿರುವಾಗ ಹಿಂಬಾಲಿಸುವುದು ಸರಿಯಲ್ಲ. ಮುಕ್ತಾಯ ಹೇಗಾಗುವುದೋ!

ಅವರ ಕಣ್ಣುಗಳು ಕಿರಿದಾದವು. ಕನ್ನಡಕ ತೆಗೆದೊರೆಸಿ ಹಾಕ್ಕೊಂಡರು. ಇವರುಗಳ ಬಿಡಿಸಲಾರದ ಬದಲಾವಣೆ ಅವರಿಗೆ ಸಿಡಿಲೆರಗಿದಂತಾಗಿತ್ತು. ಹೇಗೆ ಎಲ್ಲಿ, ಎತ್ತ???

"ನಿನ್ನಿಷ್ಟ, ಆರೋಗ್ಯ ಜೋಪಾನ. ಸಣ್ಣ ವಿಷ್ಯಗಳಿಗೆ ಕೊರಗೋದು ವಿವೇಕಿಗಳ ಲಕ್ಷಣವಲ್ಲ!" ತಲೆಯೆತ್ತಿದ ತಕ್ಷಣ ಅವರು "ಆಫೀಸ್ ತೀರಾ ನಿನ್ನ ವೈಯಕ್ತಿಕವಾದುದಲ್ಲ. ಯಾಕೆ ಸುಮ್ನೇ ತಲೆಗೆ ಹಚ್ಕೋತೀಯಾ!" ನಿರಾಳವಾಗಿ ಉಸಿರನ್ನು ದಬ್ಬಿದ.

ರಾತ್ರಿ ಕೋಣೆಗೆ ಬಂದಾಗ ವಿಜಯಳ ಕೈಯಲ್ಲಿ ಪುಸ್ತಕವಿತ್ತು. ಆಗಲೆ ಮಧು-ಮಾನಸ ನಿದ್ರಿಸಿಬಿಟ್ಟಿದ್ದರು. ಅಲ್ಲೇ ಮಲಗುತ್ತಿದ್ದಳು. ಏನಾದರೂ ಹೇಳಬಹುದೆಂದು ಕಾದ. ದಾಂಪತ್ಯ ಜೀವನಕ್ಕೆ ಅಡಿಯಿಟ್ಟ ದಿನದಿಂದ ಕಳೆದ ಸುಂದರ ರಾತ್ರಿಗಳ ನೆನಪನ್ನು ತೊಡೆಯಲು ಅವನ ಪಾಲಿಗೆ ಭಯಂಕರ ರಾತ್ರಿಗಳು ಸೃಷ್ಟಿಯಾಗಿದ್ದವು.

ಎದುರು ಕೂತ. ತಲೆ ಬಗ್ಗಿಸಿಯೇ "ವಿಜಯ, ತಪ್ಪು ಮಾಡಿದ್ದು ನಾನು ಮಾತ್ರ. ನೀನು ಹಿಂಸೆ ಪಡೋದ್ಬೇಡ. ಆರೋಗ್ಯ ಸರ್ರ್ಯಾಗಿ... ನೋಡ್ಕೋ... ನಮ್ಮಿಬ್ಬರ ಪ್ರೇಮ ಮಂದಾರದಲ್ಲಿ ಅರಳಿದ ಬಳ್ಳಿಗಳನ್ನು ಜೋಪಾನ ಮಾಡು!" ವಿಜಯಳ ಕಣ್ಣಂಚಿನಲ್ಲಿ ಮಂಜು ಮಿಸುಕಾಡಿತು.

ಎಷ್ಟೋ ಪ್ರಯತ್ನ ಮಾಡಿದಳು. ಸ್ವರ ಹೊರಗೆ ಬರಲಿಲ್ಲ. ಎದ್ದು ಬಂದು ಪೋರ್ಟಿಕೋನಲ್ಲಿ ನಿಂತಳು. ತಂಗಾಳಿಯೂ ಕೂಡ ಹಿತವೆನಿಸಲಿಲ್ಲ. ಒಳಗೆ ಬಂದಳು.

ಬೆಡ್‌ರೂಮಿನಲ್ಲಿ ಮಂದವಾದ ಹಸಿರು ದೀಪ ಉರಿಯುತ್ತಿತ್ತು. ಸದ್ದಾಗದಂತೆ ಮಂಚದ ಬಳಿಗೆ ಬಂದು ನಿಂತಳು. ರಾಜೀವ್ ಕಣ್ಮುಚ್ಚಿದ್ದ. ಅವಳ ಕಣ್ಣುಗಳ ಮುಂದೆ ಮಂಜು ಕವಿದಿದ್ದರಿಂದ ಅವನ ನಿದ್ದೆಯನ್ನು ನಟನೆಯೆಂದು ತಿಳಿಯುವುದು ಅವಳಿಂದಾಗಲಿಲ್ಲ.

ನೋಡಿದಳು... ಕಣ್ಣಲ್ಲಿ ತುಂಬಿಕೊಳ್ಳುವ ಪ್ರಯತ್ನ ಮಾಡಿದಳು. ಅವನ ಹರವಾದ ಎದೆಯ ಮೇಲೆ ತಲೆಯಿಟ್ಟು ಮಲಗಬೇಕೆನಿಸಿತು.

'ರಾಜೀವ್'... ಹೃದಯ ನರಳಿ ಅತ್ತಿತ್ತು. ಎಲ್ಲಿ ದೌರ್ಬಲ್ಯಕ್ಕೆ ಈಡಾಗುತ್ತೇನೆಯೋ ಎಂದು ಸರಿದುಹೋದಳು.

ಕಣ್ಣು ತೆರೆದು ರಾಜೀವ್ ಎದ್ದು ಕುಳಿತ. ಇನ್ನು ಎರಡು ನಿಮಿಷ ಅವಳು ಅಲ್ಲಿ ನಿಂತಿದ್ದರೂ ಅವನ ಸಂಯಮದ ಕಟ್ಟೆ ಸಿಡಿದುಹೋಗುತ್ತಿತ್ತು.

"ವಿಜ್ಜು, ನಿನ್ನ ಹೂವಿನಂಥ ಹೃದಯಕ್ಕೆ ಕೊಳ್ಳಿ ಇಟ್ಟೆ!" ಹಣೆಯೊತ್ತಿದ. ರಾತ್ರಿಯೆಲ್ಲ ಅವನು ಅನುಭವಿಸಿದ ವೇದನೆ ಅಪಾರ.

ತೀರಾ ಮುಂಜಾನೆಯಲ್ಲಿ ಸೋತವನಂತೆ ನಿದ್ರಿಸಿದ. ಮಧು, ಮಾನಸ ಬಂದು ಎಚ್ಚರಿಸಿದಾಗ ಕಣ್ಣು ತೆರೆದ. ನಿದ್ದೆಯಿಲ್ಲದೇ ಹೊರಳಾಡಿದ್ದರಿಂದ ಕಣ್ಣುಗಳು ಭಾರ ವಾಗಿದ್ದವು. ಭಗ ಭಗನೇ ಉರಿಯುತ್ತಿದ್ದವು. ತೆರೆಯಲೇ ಹಿಂಸೆಯೆನಿಸಿತು.

"ಡ್ಯಾಡಿ..." ಮಧು ಕೈಹಿಡಿದು ಎಳೆದಾಗ ಎದ್ದು ಕೂತ. ಮೈಯಿನ ನರಗಳೆಲ್ಲ ಸಿಡಿಯುತ್ತಿತ್ತು. 'ಅಬ್ಬ...' ಎಂದು ಮೈ ಮುರಿದ.

"ಡ್ಯಾಡಿ..., ಊರಿಗೆ ಹೋಗ್ತೀವಿ. ತಾತ ದಿನ ಕತೆ ಹೇಳುತ್ತೆ, ಅಜ್ಜಿ ಉಂಡೆ, ಚಕ್ಕುಲಿ ಮಾಡಿಕೊಡುತ್ತೆ!" ಮಾನಸ ಮುದ್ದಾಗಿ ತೊದಲಿದಾಗ ಅವಳನ್ನು ಎಳೆದು ಅಪ್ಪಿಕೊಂಡ. ಹಿತವೆನಿಸಿತು.

"ನೀನೂ... ಬಾ, ಡ್ಯಾಡಿ!" ಮಧುವಿನ ತಣ್ಣನೆಯ ಸ್ವರ. ಉರಿಯುತ್ತಿದ್ದ ಅವನ ಮೈ, ಮನಕ್ಕೆ ತಂಪೆರಚಿದಂತಾಯಿತು. ಅವನ ಮುಖವನ್ನು ಬೊಗಸೆಯಲ್ಲಿಡಿದ. ಹೃದಯ ಕಿತ್ತು ಬರೋಷ್ಟು ಹಿಂಸೆಯಾಯಿತು. ಕಣ್ಣುಗಳು ಕಿರಿದಾದವು. ಹುಬ್ಬುಗಳು ಸಂಕುಚಿಸಿದವು. ಕತ್ತಿನ ನರಗಳು ಉಬ್ಬಿಕೊಂಡವು.

"ಬಾ, ಡ್ಯಾಡಿ" ಅವರಿಬ್ಬರನ್ನು ಎಳೆದುಕೊಂಡು ತನ್ನ ಬಾಹುಗಳಲ್ಲಿ ಅಡಗಿಸಿಕೊಂಡ. ವೇದನೆ, ದುಃಖ, ಉದ್ವೇಗದಿಂದ ಅವನ ತುಟಿಗಳು ನಡುಗುತ್ತಿದ್ದವು. ಈ ಸುಖದ ಮುಂದೆ ಮಿಕ್ಕೆಲ್ಲ ಗೌಣ. ರೋಷದಿಂದ ಅವನ ಮುಖ ಕೆಂಪಾಯಿತು. ಮೂಗಿನ ಹೊಳ್ಳೆಗಳು ಅರಳಿದವು. ಇಷ್ಟು ದಿನದ ದಾಂಪತ್ಯ ಜೀವನದಲ್ಲಿ ಮೊದಲ ಬಾರಿಯೆನ್ನುವಂತೆ ವಿಜಯಳ ಮೇಲೆ ಕೋಪಿಸಿಕೊಂಡ. 'ಅವ್ಳು ಹೋಗಲಿ; ಮಕ್ಳು ನನ್ನವು. ನಾನು ಕಳಿಸೋಲ್ಲ!' ಮತ್ತಷ್ಟು ಬಿಗಿಯಾಗಿ ಅಪ್ಪಿಕೊಂಡ. ಕ್ರೋಧ ವಿಜೃಂಭಿಸಿತು.

"ಮಧು..." ತಣ್ಣನೆಯ ಸ್ವರ ಬೀಸಿ ಬಂದಾಗ ಹಾಯೆನಿಸಿತು. ತೋಳುಗಳ ಹಿಡಿತ ಸಡಿಲವಾಯಿತು.

ವಿಜಯ ಕಲ್ಲಿನಂತೆ ನಿಂತುಬಿಟ್ಟಳು. ರಾಜೀವ್‌ನ ಮನದಾಳದ ನೋವನ್ನು ಅರ್ಥ ಮಾಡಿಕೊಂಡಳು. ಕ್ಷಣ ನಿರ್ಧಾರ ಬುಡ ಮೇಲಾಯಿತು. ತನಗೊಬ್ಬಳಿಗೆ ಮಾತ್ರ ಮಕ್ಕಳ ಮೇಲೆ ಪ್ರೀತಿ, ಅಧಿಕಾರ ಮಮತೆ ಇದೆಯೇ ಪ್ರಶ್ನಿಸಿಕೊಂಡಳು. ಅವಳ ನೋಟದ ಶೀತಲ ಕಿರಣಗಳು ರಾಜೀವನನ್ನು ತಡವಿದವು. ಸೂರ್ಯನ ರಶ್ಮಿಗೆ ಕರಗುವ ಮಂಜಿನಂತೆ ಕರಗಿಹೋದ.

"ಸ್ನಾನ ಮಾಡ್ತೀರಾ!" ನೋಟ ನೆಲವನ್ನು ತಡವಿತು. ಮನದಲ್ಲಿ ಭಯಂಕರ ಘಟಸ್ಫೋಟ.

ನೋವಿನಿಂದ ಮುಖ ಹಿಂಡಿ ಮೇಲೆದ್ದ ರಾಜೀವ್ ಹುಚ್ಚನಂತೆ ಮಾನಸಳ ಮುಖದ ಮೇಲೆಲ್ಲ ಮುತ್ತಿನ ಮಳೆಗರೆದ.

"ನಂಗೆ... ಡ್ಯಾಡಿ" ಮಧು ಕೆನ್ನೆ ಮುಂದೆ ಮಾಡಿದ. ಅವನ ಸ್ವರದಲ್ಲಿ ಅಸಹನೆಯಿತ್ತು. ತಂದೆದು ಪ್ರೀತಿಯಲ್ಲಿ ಹೆಚ್ಚಿನ ಪಾಲು ತನ್ನದಾಗಬೇಕೆಂಬ ಆಕಾಂಕ್ಷೆ

ಅವನದು. ರಾಜೀವ್‌ನ ಮುಖದ ಮೇಲೆ ನಗುವರಳಿತು. ದುಂಡು ಕೆನ್ನೆಗೆ ಮುತ್ತಿಟ್ಟ ರಾಜೀವ್. ಮುಖ ಸೊಟ್ಟಗೆ ಮಾಡಿ "ಸ್ವೀಟಾಗಿಲ್ಲ–"ನೆನಪಿನಿಂದ ವಿಜಯಳ ಕೆನ್ನೆ ಬಿಸಿಯಾಯಿತು. ತನ್ನದೇ ನೆನಪಿನ ಲೋಕದಲ್ಲಿ ತೇಲಿದಳು. ರಾಜೀವ್ ಮತ್ತೊಮ್ಮೆ ಮಗನ ಕೆನ್ನೆಗೆ ಮುತ್ತಿಟ್ಟ. ಅವನು ಮುಖ ಉಮ್ಮಿಸಿ "ಚೆನ್ನಾಗಿಲ್ಲ" ಎಂದ. 'ಎಲಾ ಘಾಟಿ!' ರಾಜೀವ್ ವಿಜಯಳನ್ನು ಹಾಗೆಯೇ ಗೋಳುಹೊಯ್ದುಕೊಳ್ಳುತ್ತಿದ್ದ. ಅಪ್ಪನ ಸ್ವಭಾವವೇ ಮಗನಲ್ಲಿ. ಪಟಪಟನೇ ಒಂದೇ ಸಮನಾಗಿ ಮುತ್ತಿಟ್ಟು ಕೆನ್ನೆ ಕೆಂಪು ಮಾಡಿದ.

ಮಾನಸ ಪುಟ್ಟ ಹಲ್ಲಿನ ಸಾಲನ್ನು ತೋರಿಸುತ್ತ "ಮಮ್ಮಿಗೆ..." ಎಂದಳು. ವಿಜಯಳ ನೆನಪಿನ ಲೋಕ ಕರಗಿತು. ಆದರೂ ಮಗಳ ಮಾತಿನಿಂದ ಮುಖಕ್ಕೆ ರಂಗು ರಾಚಿತು. ತಟ್ಟನೇ ಹಿಂದಕ್ಕೆ ತಿರುಗಿದಳು.

ಮಧು ಕೈ ಅವಳ ಸೆರಗನ್ನು ಹಿಡಿದಿತ್ತು "ಬಿಡು, ಮಧು..." ಸ್ವರದಲ್ಲಿ ಅಸಹನೆ ಇತ್ತು. ರಾಜೀವ್‌ನ ಮುಖ ಮುದುರಿತು.

ಕೆಂಪಾದ ಮಧು ಮುಖ ಮತ್ತಷ್ಟು ಕೆಂಪಾಯಿತು. "ಮಮ್ಮಿಗೆ... ನಾಚ್ಕೆ" ಹಾಗೆ ಅಂದಾಗ ವಿಜಯಳ ಮುಖದಲ್ಲಿ ಲಜ್ಜೆಯಾವರಿಸಿತು.

"ಬಾ... ಮಮ್ಮಿ..." ಎಳೆದೊಯ್ದು ತಂದೆಯ ಪಕ್ಕ ಕೂಡಿಸಿದ. ಒಬ್ಬರಿಗೊಬ್ಬರು ಅಂಟಿದಂತೆ ಕೂತಿದ್ದರು. ಇಷ್ಟು ಸಮೀಪ–ಬೇಕಾದಷ್ಟು ದಿನಗಳು ಕಳೆದುಹೋಗಿದ್ದವು. ಬಿಸಿಯುಸಿರು ಕೆನ್ನೆಯನ್ನು ಸ್ಪರ್ಶಿಸುತ್ತಿತ್ತು. ಮಕ್ಕಳ ನಿರ್ಮಲ ಪ್ರೇಮದ ವಾತಾವರಣದಲ್ಲಿ ಅವರೆದೆಗಳು ಹಗುರವಾದವು.

"ಹೊತ್ತಾಯ್ತು ಮರಿ" ಅವಳ ಸ್ವರದಲ್ಲಿ ಬೇಡಿಕೆಯಿತ್ತು. ರಾಜೀವ್ ತಮಾಷೆ ನೋಡುವಂತೆ ನಕ್ಕ. ಮಧು "ಆಗೋಲ್ಲ..." ಎಂದು ತಲೆಯಾಡಿಸಿದ. ಅವಳ ಸೆರಗು ಮಧು ಕೈಯಲ್ಲಿತ್ತು. ವಿಜಯಳ ಎದೆ ಏರಿಳಿಯುತ್ತಿತ್ತು. ಮುದ್ದು ಮುಖದ ಮನದನ್ನೆಯ ಭಾವನೆಗಳನ್ನೇ ಅಳೆಯುತ್ತಿತ್ತು ರಾಜೀವ್‌ನ ಕಣ್ಣುಗಳು.

"ಡ್ಯಾಡಿ, ಮಮ್ಮಿಗೆ ನೀನೇ ಕಿಸ್ ಕೊಟ್ಬಿಡು." ಧರ್ಮಾರ್ಥ ಕೊಡಿಸುವವನಂತೆ ನುಡಿದಾಗ, ರಾಜೀವ್‌ನ ಹುಬ್ಬೇರಿತು. ವಿಜಯಳ ತುಟಿಗಳ ಮೇಲೆ ನಗು ಮಿಂಚಿತು.

ಮಾನಸ ಹಿಂದೆ ಬೀಳಲಿಲ್ಲ. ಎರಡು ಬೆರಳೆತ್ತಿ "ಎರಡು..." ಎಂದಳು.

ರಾಜೀವ್ ತನ್ನ ಅಸಹಾಯಕತೆಯನ್ನು ಕಣ್ಣುಗಳಲ್ಲಿ ಪ್ರಕಟಿಸಿ ಅವಳ ಮುದ್ದು ಮುಖವನ್ನು ಎರಡು ಕೈಯಲ್ಲೂ ಹಿಡಿದು ಬಗ್ಗಿ ಎರಡು ಕೆನ್ನೆಗೂ ಚುಂಬಿಸಿದ. ಅವನ ಶರೀರದ ರಕ್ತವೆಲ್ಲ ಮುಖಕ್ಕೆ ನುಗ್ಗಿತು. ಕಣ್ಣಲ್ಲಿ ಕಣ್ಣಿಟ್ಟ. ಸಮಯದ ಪರಿವೆಯೇ ಗೊತ್ತಾಗಲಿಲ್ಲ. ಹುಡಗರ ಕೋಲಾಹಲ ಗಮನಿಸಲಿಲ್ಲ. ಕೆಂಪಾದ ವಿಜಯ ಎದ್ದುಹೋದಳು.

ಸ್ನಾನಕ್ಕೆ ಹೋದ ರಾಜೀವ್ ಟ್ರೈನ್‌ಗೆ ಹೊತ್ತಾಯಿತೆಂದಾಗಲೆ ಅವನು ಬಾತ್‌ರೂಂನಿಂದ ಹೊರಗೆ ಬಂದಿದ್ದು.

ಆಳುಗಳು ಸಾಮಾನುಗಳನ್ನೊಯ್ದು ಕಾರಿನ ಡಿಕ್ಕಿಯಲ್ಲಿಟ್ಟರು. ವಿಜಯ ಕೋಣೆಗೆ ಬಂದಳು. ಮುಖ ಗಂಭೀರವಾಗಿತ್ತು. ಇಂದು ಮನೆಯಿಂದ ಹೊರಡುತ್ತಿದ್ದ ನಿರ್ಧಾರವೇ ಬೇರೆಯದಾಗಿತ್ತು.

"ತಗೊಳ್ಳಿ..." ಬೀಗದ ಕೈ ಅಂಗೈಯಲ್ಲಿಡಿದಳು ಅವನ ಮುಂದೆ. ಅವಳ ಮುಖವನ್ನೊಮ್ಮೆ, ಬೀಗದ ಕೈಯ ಗೊಂಚಲನ್ನೊಮ್ಮೆ ನೋಡಿದ. ಮುಖದ ಮೇಲೆ ಉದಾಸೀನ ಮೂಡಿತು. ಕೈಯಲ್ಲಿಡಿದು ನೋಡಿದ. ಎತ್ತಿ ಟೇಬಲಿನ ಮೇಲೆಸೆದ. ವಿಜಯಳ ಕಣ್ಣುಗಳಲ್ಲಿ ಆತಂಕ ಇಣಕಿತು.

"ನಿಮ್ಮ ಆರೋಗ್ಯನ ಸರ್ಯಾಗಿ ನೋಡ್ಕೊಳ್ಳಿ..." ಇದು ಕಳಕಳಿಯ ಮನವಿಯಲ್ಲವೆನಿಸಿತು. ಕ್ರೋಧಗೊಂಡ. ದುರದುರನೇ ನೋಡಿ ಹೊರಗೆ ಹೋದ.

ಕಿಟಕಿಯ ಬಳಿ ಬಂದು ನಿಂತ. ತಲೆ ಸಿಡಿಯುತ್ತಿತ್ತು. ಮನೆಯಲ್ಲಿನ ಎಲ್ಲಾ ವಸ್ತುಗಳನ್ನು ಹೊರಗೆತ್ತಿ ಎಸೆಯುವ ಆವೇಶ ಉಕ್ಕಿ ಬಂತು. ಮುಷ್ಟಿಯನ್ನು ಭದ್ರವಾಗಿ ಹಿಡಿದ. ಎಷ್ಟೋ ಹೊತ್ತಿನ ಮೇಲೆ ದೌರ್ಬಲ್ಯ, ಹುಚ್ಚು ಆವೇಶದಿಂದ ಯಾವ ಕಾರ್ಯ ಸಾಧನೆಯೂ ಆಗೋಲ್ಲವೆಂದು ಮನಗಂಡ. ಸಂಯಮದಿಂದ ವರ್ತಿಸಲು ನಿರ್ಧರಿಸಿದ.

ಹೊರಡುವ ಸಡಗರದಲ್ಲಿ ಹುಡುಗರು ಗೆಲುವಾಗಿದ್ದರು. ಭವಿಷ್ಯ ಚಿಂತನೆ ಇಲ್ಲದ ಮುಗ್ಧ ಮಕ್ಕಳು.

"ಹೊರಡೋಣವೇನಪ್ಪ!" ರಾಜೀವ್ ತುಟಿ ಬಿಗಿದು ಸೀಟ್‌ನಲ್ಲಿ ಜಾರಿದ.

ಹುಡುಗರು ತಾತನ ಜೊತೆ ಕೂತಾಗ ವಿಜಯ ಮುಂದೆ ಕೂತಳು. ಇಬ್ಬರ ಹೃದಯಗಳು ಕುಲುಮೆಯಲ್ಲಿ ಬೇಯುವ ಕಬ್ಬಿಣವಾಗಿತ್ತು.

"ಹೋಗೋಣ?" ನೋಟವನ್ನು ಕೀನಲ್ಲಿ ನೆಟ್ಟು ಕೇಳಿದ. "ಹೊರಡಪ್ಪ... ಹೊತ್ತಾಯ್ತು!" ಮಾವ ಆಣತಿಯಿತ್ತ ಮೇಲೆ ಕಾರು ಮುಂದಕ್ಕೆ ಹೋಯಿತು.

ದುಗುಡದಿಂದ ಭಾರವಾದ ವಿಜಯಳ ಮನ ಚಿಂತಿಸುತ್ತಿತ್ತು. ಈಗ ಅವಳ ಕೋಪ ಪ್ರೇಮಳತ್ತ ಹೊರಳಿತು. ಸುಗಮವಾಗಿ ಸಾಗುತ್ತಿದ್ದ ದಾಂಪತ್ಯಕ್ಕೆ ಮುಳ್ಳಾಗಿ ಎಡತಾಕಿ ಹೋಗಿದ್ದಳು. ಶೀಲಗೆಟ್ಟ ಅವಳ ಪ್ರತೀಕಾರದ ಮನೋಭಾವ ನಾಲ್ಕಾರು ಕುಟುಂಬಗಳ ಮನಃಶಾಂತಿಯನ್ನು ಹಾಳು ಮಾಡಿರಬೇಕು; ಆದರೂ ಸುಮ್ಮನಾದಳು. ಕ್ರೋಧ ಶಮನವಾಗದು. ಇನ್ನು ನಾಲ್ಕಾರು ಗಂಡುಗಳ ಬಲಿಯಾದರೂ ಆಗಬೇಕು! ಪೂರ್ತಿ ಅವಲೋಕಿಸಿದಾಗ ತಪ್ಪೆಲ್ಲ ಪ್ರೇಮಳದು ಮಾತ್ರವಾಗಿರಲಿಲ್ಲ. ಅದೇ ವಯಸ್ಸಿನ ಮಗಳಿದ್ದರೂ ಚಪಲದ ಕಣ್ಣಿನಲ್ಲಿ ಮೈ ಸವರುವ ಕಾಮುಕ ಗಂಡುಗಳ ತಪ್ಪು ಹಿರಿದಾಗಿ ಕಂಡಿತು. ಇಂಥ ಎಷ್ಟು ಪ್ರೇಮಳಂಥ ಹೆಣ್ಣುಗಳ ಬಾಳು ಮಣ್ಣಾಗಿದೆಯೋ! ಈ ಮನೋಭಾವದ ಎಷ್ಟು ಹೆಣ್ಣುಗಳಿಂದ ಎಷ್ಟು ಸತಿ-ಪತಿಗಳು ಬೇರ್ಪಟ್ಟಿದ್ದಾರೋ! ಸಮಾಜದ ಕ್ರೂರ ದೃಷ್ಟಿಗೆ ಪ್ರೇಮಳಂಥ ಹೆಣ್ಣುಗಳು ಮಾತ್ರ ನಲುಗುವುದು! ಗಂಡಿಗೆ ಮಾತ್ರ ಸಕಲ ಮರ್ಯಾದೆ. ಇದೆಲ್ಲಿಯ ಕುಲಗೆಟ್ಟ ನ್ಯಾಯ! ಹೆಣ್ಣಿನ ಬಗ್ಗೆ ಸ್ವಲ್ಪವಾದರೂ

ಸಹಾನುಭೂತಿಯಿಂದ ನೋಡಿದ್ದರೇ... ಜೀವನದ ತಿರುವುಗಳೇ ಬೇರೆಯಾಗುತ್ತಿತ್ತು. ತಲೆ ಧಿಮ್ಮೆಂದಿತು.

ಕಾರು ರೈಲ್ವೆ ನಿಲ್ದಾಣ ಮುಟ್ಟಿತು.

"ಇಳೀ... ವಿಜಯ." ಬೆಚ್ಚಿದವಳಂತೆ ಸ್ವರ ಬಂದತ್ತ ನೋಡಿದಳು. ರಾಜೀವ್ ಇಳಿದು ಕಾರಿನ ಡೋರ್ ತೆರೆದಿಡಿದು ನಿಂತಿದ್ದ. 'ಬಲ್ಲೇ... ನಿನ್ನ ನೋವನ್ನು, ನಾನು ನಿಸ್ಸಹಾಯಕ. ಕ್ಷಮ್ಸಬೇಕಾದೋಳು... ನೀನೇ ಕಲ್ಲಾಗಿದ್ದೀಯಾ' ಎಂದು ಅವನ ಕಣ್ಣುಗಳು ಹೇಳುವಂತಿದ್ದವು. ಉಗುಳು ನುಂಗಿ ಇಳಿದಳು.

ಮಧು ಮಾನಸ ತಾತನ ಕೈ ಹಿಡಿದು ಪ್ಲಾಟ್‌ಫಾರಂ ಸೇರಿದ್ದರು. ಮೊದಲು ರಾಜೀವ್ ಸಂಕೋಚಿಸಿದರೂ, ಆಮೇಲೆ "ವಿಜಯ, ನನ್ನ ಬಗ್ಗೆ ನಿಂಗೇ ಅಸಹ್ಯವಿರಬಹ್ದು. ಸಂಪಾದ್ನೆ, ಗೌರವ, ಹುದ್ದೆಯ ಘನತೆಯನ್ನು ಉಪಯೋಗಿಸಿಕೊಳ್ಳೋದರ... ಬಗ್ಗೆ ಹಿಂಜರಿಕೆ ಬೇಡ!" ಮುಖ ಮೇಲೆತ್ತಿ ಬಿಸಿಯುಸಿರು ದಬ್ಬಿದ.

"ನಡೀ, ಹೋಗೋಣ!" ಪ್ಯಾಂಟಿನ ಎರಡು ಜೇಬುಗಳಲ್ಲೂ ಕೈಗಳನ್ನು ತುರುಕಿ ಮುಂದಕ್ಕೆ ಹೆಜ್ಜೆ ಹಾಕಿದ.

ವಿಜಯಳಿಗೆ ಕುಸಿಯುವಂತಾಯಿತು. ಮುಂದಕ್ಕೆ ಹೆಜ್ಜೆಯಿಡದಾದಳು. ಬದುಕಿನುದ್ದಕ್ಕೂ ಅವನ ಆಸರೆ ಬಯಸಿ ಬಂದಿದ್ದಳು. ಮುಂದೆ ಒಂಟಿ ಪ್ರಯಾಣ! ಎದೆಯೊಡೆದಂತಾಯಿತು. ನಿರ್ಧಾರಗಳೆಲ್ಲ ಒಮ್ಮೆಲೇ ಚಲ್ಲಾಪಿಲ್ಲಿಯಾಯಿತು. ಕಾರಿಗೆ ಒರಗಿ ನಿಂತಳು.

ಅಷ್ಟು ದೂರ ಹೋದ ರಾಜೀವ್ ಹಿಂದಿರುಗಿ ನೋಡಿದ. ಕಣ್ಣುಗಳಲ್ಲಿ ಗಾಬರಿ ಕಾಣಿಸಿಕೊಂಡಿತು. ದೌರ್ಬಲ್ಯ ಅವಳ ಸ್ವಭಾವದ ಲಕ್ಷಣವಲ್ಲ. ಧಾವಿಸಿ ಬಂದ.

"ಏನಿಲ್ಲ. ಸ್ವಲ್ಪ ತಲೆ ಸುತ್ತಿದಂತಾಯ್ತು."

ಬಲವಂತವಾಗಿ ಹೆಜ್ಜೆ ಎತ್ತೆತ್ತಿ ನೆಲದ ಮೇಲೂರಿ ನಡೆದಳು. ರಾಜೀವ್ ತಲೆ ಕೆಟ್ಟಂತಾಯಿತು. ಇಬ್ಬದಿಯ ಸಂಕಟದಲ್ಲಿ ವಿಜಯ ನರಳಿ ಬೇಯುವುದು ಅವನಿಗೆ ಬೇಡ.

ಹುಡುಗರು ತಾತನೊಂದಿಗೆ ಆಗಲೇ ಕಂಪಾರ್ಟ್‌ಮೆಂಟಿನಲ್ಲಿ ಕೂತು ಕಿಟಕಿಯಲ್ಲಿ ಕೈಯಾಡಿಸಿದರು. ಎದೆಯಾಳದ ನೋವು ಸೀಳಾಯಿತು.

"ಡ್ಯಾಡಿ..." ಮಧು ಕೂಗಿದ. ಕೈ ಬೀಸಿ ಅತ್ತ ನಡೆದ. ಮೊದಲೇ ರಿಸರ್ವೇಷನ್ ಆದುದರಿಂದ ಯಾವ ತಾಪತ್ರಯವೂ ಇರಲಿಲ್ಲ.

"ಹತ್ತು... ವಿಜೀ..." ಸ್ವಲ್ಪ ಹಿಂದೆ ಸರಿದ. ವಿಜಯ ಹತ್ತಿದ ಮೇಲೆ ತಾನೂ ಹತ್ತಿ ಮಧುವಿನ ಬಳಿ ಕೂತ.

ನಿತ್ಯ ಕಾರಿನ ಪ್ರಯಾಣ ಮಾಡಿ ಬೇಸತ್ತಿದ್ದ ಅವರುಗಳಿಗೆ ರೈಲಿನ ಪ್ರಯಾಣ ಮೋಜೆನಿಸಿತ್ತು. ಹತ್ತಾರು ಪ್ರಶ್ನೆಗಳು. ಅವಕ್ಕೆಲ್ಲ ರಾಜೀವ್‌ನ ಚುಟುಕು ಉತ್ತರ. ಏನೂ

ಕೇಳಿಸದವಳಂತೆ ವಿಜಯ ಕೂತಿದ್ದಳು. ಸ್ವಭಾವಜನ್ಯ ಗಾಂಭೀರ್ಯ ಮುಖದಲ್ಲಿ ಮನೆ ಮಾಡಿತ್ತು.

ಪೇಪರನ್ನು ಮುಖಕ್ಕೆ ಅಡ್ಡವಾಗಿಡಿದ ವಿಜಯಳ ತಂದೆ ಪಕ್ಕಕ್ಕೆ ಸರಿಸಿ "ಯಾವಾಗ... ಬರ್ತೀಯಪ್ಪ!" ಎಂದು ಕೇಳಿದಾಗ ರಾಜೀವ್ ನಿರುತ್ತರನಾದ. ಆದರೂ "ಬರ್ತೀನಿ..." ಮೆಲುವಾಗಿ ಹೇಳಿದ. ಸ್ವರದಲ್ಲಿ ಉತ್ಸಾಹವಿಲ್ಲದನ್ನು ಅವರು ಗಮನಿಸಿದರು. ನಡೆಯಬಾರದ್ದು ನಡೆದಿದೆ! ಕೊನೆಗೂ ನಿರ್ಧಾರಕ್ಕೆ ಬಂದರು.

ಟ್ರೈನ್ ಹೊರಡೋ ಸೂಚನೆಯಾದಾಗ, ರಾಜೀವ್ ಇಳಿಯಲು ಮುಂದಾದ. ಮಾನಸ ಅವನ ಕೈಹಿಡಿದು "ಡ್ಯಾಡಿ, ನಿಂಗೆ ಬೋರಾಗುತ್ತೆ, ನಾನೂ... ಬರ್ತೀನಿ..." ಎಂದಾಗ ಅವನ ಕಣ್ಣುಗಳ ಮುಂದೆ ಮಂಜು ಮಿಸುಕಾಡಿದ್ದು ಭವಿಷ್ಯ ಸ್ಪಷ್ಟವಾಗಿ ಕಾಣಿಸಲಿಲ್ಲ. ಅವಳ ಕೆನ್ನೆ ಸವರಿ ಕೆಳಗಿಳಿಸಿದ. ಕೊರಳುಬ್ಬಿ ಬಂತು.

"ವಿಜಯಾ..." ಕಿಟಕಿಯಲ್ಲಿ ವಿಜಯಳ ಮುಂಗೈ ಹಿಡಿದುಕೊಂಡ. ಬಿಸಿಯಾದ ಎರಡು ಕಂಬನಿ ಬಿಂದುಗಳು ಮುಂಗೈ ಮೇಲೆ ಉದುರಿತು. ಮಿದುಳು ಸಿಡಿದಂತಾಯಿತು. ಅವಳ ಬೆರಳುಗಳಲ್ಲಿ ತನ್ನ ಬೆರಳುಗಳನ್ನು ಬೆಸೆದು ಮೃದುವಾಗಿ ಅದುಮಿದ.

"ನಿನ್ನ ನಿರ್ಧಾರ, ಅನಿಸಿಕೆ, ಮೌಲ್ಯಗಳ ಬಗೆಗೆ ನನಗೆ ಈಗಲೂ ಗೌರವವಿದೆ. ತೊಳಲಾಟ ಬೇಡ. ನೀನೂ ದುರ್ಬಲ ಮನಸ್ಸಿನ ಹೆಣ್ಣಲ್ಲ!" ತಟ್ಟನೇ ಹಿಂದಕ್ಕೆ ಸರಿದು ಕೈಯಾಡಿಸಿದ.

ರೈಲು ನಿಧಾನ ಗತಿಯಲ್ಲಿ ಚಲಿಸಲಾರಂಭಿಸಿತು. ಮಧು ಮಾನಸ ಕೈಯಾಡಿಸಿದರು. ಅವರ ಬಿಂಬಗಳು ಕೂಡ ಸ್ಪಷ್ಟವಾಗಿ ಕಾಣಿಸದಷ್ಟು ಮಂಜು ಕಣ್ಣುಗಳ ಮುಂದೆ ಹರಡಿಕೊಂಡಿತು. ನಿಧಾನಗತಿಯಲ್ಲಿ ಪ್ಲಾಟ್‌ಫಾರಂ ಬಿಟ್ಟ ರೈಲು ವೇಗದ ಗತಿಯನ್ನು ಹೆಚ್ಚಿಸಿತು. ಕೈಯಾಡಿಸುತ್ತಲೇ ನಿಂತ. ಟ್ರೈನ್ ಕಾಣದಾಯಿತು. ಎಲ್ಲಾ ಬರಿದು... ಮನಸ್ಸು, ಹೃದಯ, ಎಲ್ಲಾ ಬರಿದಾಯಿತು. ಕಿಸೆಯಲ್ಲಿದ್ದ ಕರ್ಚಿಫ್ ಎಳೆದು ಹಣೆ, ಕೆನ್ನೆ, ಮೂಗನ್ನೊರೆಸಿಕೊಂಡು ಹೊರಬಂದ. ಕಾರಿನತ್ತ ನೋಡಿದ. ಮುಖ ಮೇಲೆತ್ತಿ ನಿಟ್ಟುಸಿರು ಚೆಲ್ಲಿ ಹತ್ತಿ ಕೂತು ಯೋಚಿಸಿದ. ಎಲ್ಲಿಗೆ? ಮನೆಗೆ ಹೋಗಲು ಯಾವ ಆಕರ್ಷಣೆ ಇದೆ? ನಿರ್ಜೀವ ವಸ್ತುಗಳೊಡನೆ ಬದುಕಲು ಸಾಧ್ಯವೇ?

ದಿಕ್ಕನ್ನು ಬದಲಾಯಿಸಿ ಆಫೀಸ್‌ನತ್ತ ನಡೆಸಿದ. ಮನೆಯಲ್ಲಿನ ಭಯಂಕರ ನಿಶ್ಶಬ್ದತೆಯನ್ನು ಎದುರಿಸಲು ಅವನಿಂದಾಗದು. ಎಲ್ಲರಿಗಿಂತ ಬೇಗ ಬಂದಿದ್ದ. ಸೀಟ್‌ನಲ್ಲಿ ಕೂತು ಫೈಲ್ ತೆರೆದ. ಅಲ್ಲಿ ಕಂಡಿದ್ದು ಸ್ನಿಗ್ಧ ರೂಪದ ವಿಜಯ ಮುಖ. ಸರಕ್ಕನೇ, ಮುಖ ಮೇಲೆತ್ತಿ ತಾರಸಿಯನ್ನು ದಿಟ್ಟಿಸಿದ. ಮನ ತೀರಾ ಇಷ್ಟೊಂದು ದುರ್ಬಲವಾಗಬಾರದು. ಸೋಲು ಯಾವಾಗಲೂ ಒಳ್ಳೆಯದಲ್ಲ. ಕುರ್ಚಿಗೆ ಒರಗಿದ.

ಈಗ ವಿಜಯಳ ಮನಸ್ಥಿತಿ ಹೇಗಿರಬಹುದು?! ಇಬ್ಬರ ಮನದಲ್ಲಿ ಹೊಯ್ದಾಡುತ್ತಿದ್ದ ವಿಷಯ ಒಂದೇ-ಮಾರ್ಗ, ದೃಷ್ಟಿಕೋನ ಬೇರೆ ಇರಬಹುದು.

"ಮೆ ಐ ಕಮಿನ್, ಸರ್?" ಸ್ವರ ಅವನನ್ನು ಎಚ್ಚರಿಸಿತು. ರಾಜೀವ್‌ನ ಮುಖದಲ್ಲಿ ದರ್ಪ ಇಣಕಿತು. ಹಲ್ಲುಗಳನ್ನು ಕಚ್ಚಿ ಹಿಡಿದು ಸ್ವರದಲ್ಲಿ ಕಠಿಣತೆ ತುಂಬಿಕೊಂಡು "ಯಸ್..." ಎಂದ. ಕಣ್ಣುಗಳಲ್ಲಿ ಕ್ರೋಧ ಇಣಕಿತು.

ಪ್ರೇಮಾ ಎದುರು ಬಂದು ಅಳುಕುತ್ತಲೇ ನಿಂತಳು. ಅವಳ ಕೈಗಳು ಕುರ್ಚಿಯ ಬೆನ್ನನ್ನು ಹಿಡಿದಿದ್ದವು. ಅವನ ಹರವಾದ ಎದೆಯನ್ನು ನೋಡಿದಳು. ಮೈ ಬಿಸಿಯಾಯಿತು. ಅದರಲ್ಲಿ ಮುಖ ಹುದುಗಿಸಿದ ಕ್ಷಣಗಳನ್ನು ನೆನಪು ಮಾಡಿಕೊಂಡಳು. ಮಾದಕತೆ ಕಣ್ಣುಗಳಲ್ಲಿ ತುಂಬಿಕೊಂಡಿತು. ಸುಖದ ನೆನಪು ಕಚಗುಳಿ ಇಟ್ಟಿತು. ಬಯಕೆ ಬಾಯಿ ತೆರೆದು ನುಂಗಲು ಸಿದ್ಧವಾಯಿತು.

"ಏನು... ಬಂದಿದ್ದು?" ಕಟುವಾಗಿ ಕೇಳಿದ.

ಅವನಿಗೆ ಆ ಕ್ಷಣಗಳು ನೆನಪಿಗೆ ಬಾರದೇ ಹೋಗಲಿಲ್ಲ. ಅವಳ ಕಪ್ಪು ಕಣ್ಣುಗಳಲ್ಲಿ ನೋಟ ನೆಟ್ಟು "ಯೂ ಲುಕ್... ಬ್ಯೂಟಿಫುಲ್... ಫೀಸ್ಟ್ ಟು ಮೈ ಐಸ್." ತೋಳಲ್ಲಿ ಕರಗಿಸುತ್ತ ಪಿಸು ನುಡಿದಿದ್ದ. ಈಗ ಅಸಹ್ಯಿಸಿಕೊಂಡ. ಮುಖ ಬಿಗಿದುಕೊಂಡಿತು. ತುಟಿಯನ್ನು ಕಚ್ಚಿ ಹಿಡಿದ.

'ಇವಳಲ್ಲಿ ಏನು... ಕಂಡೆ?' ದಿಟ್ಟಿಸಿದ. ಉಟ್ಟ ನವಿರಾದ ಸೀರೆಯ ಹಾಸಿನಿಂದ ಒಳಗಿನ ಮೈ ಬಣ್ಣ, ತುಂಬಿದ ಯೌವನಶ್ರೀ ಎದ್ದು ಕಾಣುತ್ತಿತ್ತು. ತಟ್ಟನೆ ವಿಜಯಳ ನೆನಪಾಯಿತು. ಮನ ಮುದಗೊಂಡಿತು. ಅದು ಎಂದೂ ಮಾಸದ ಸೌಂದರ್ಯ; ಅತಿಯಾದ ಒನಪಿಲ್ಲ; ಕೃತಕ ಶೃಂಗಾರವಿಲ್ಲ. ಶಿಲ್ಪಿ ಮನಸ್ಸಿಟ್ಟು ಕಡೆದ ಸುಂದರ ಜೀವಂತ ಅಮೃತಶಿಲೆಯ ವಿಗ್ರಹ. ಅಭಿಮಾನದಿಂದ ತುಂಬಿಹೋದ.

"ಸರ್..." ಅಮೃತ ಸರೋವರದಲ್ಲಿ ಮೀಯುತ್ತಿದ್ದವನನ್ನು ಹೊರಗೆ ಎಳೆದು ಹಾಕಿದಂತಾಯಿತು. ಮುಖ ಗಂಟಾಕಿ "ಅಲ್ಲಿಟ್ಟು... ಹೋಗು." ಹುಚ್ಚು ಆವೇಶದಿಂದ ಆಫೀಸ್ ಎಂಬುದನ್ನು ಮರೆತು ಗದರಿದ. ಕಾಲುಗಳು ಮೇಜಿನ ಅಡಿಯಲ್ಲಿ ಇಳಿದವು. ಸಂಪೂರ್ಣವಾಗಿ ಒರಗಿ ಕೂತ.

ಪ್ರೇಮಾಳ ಕಣ್ಣುಗಳಲ್ಲಿ ಭಯ ಕಾಣಿಸಿಕೊಂಡಿತು. ಹೆಚ್ಚು ಹೊತ್ತು ಅಲ್ಲಿ ನಿಂತಿದ್ದರೆ ಆವೇಶದಿಂದ ಕತ್ತಿಡಿದು ದಬ್ಬಿಬಿಡುತ್ತಿದ್ದನೇನೋ!

"ಓ.ಕೆ. ಸರ್..." ಕೈಯಲ್ಲಿದ್ದ ಲೆಟರ್ಸ್ ಫೈಲನ್ನು ಅಲ್ಲಿಟ್ಟು ಸರಿದುಹೋದಳು. 'ಥೂ...' ಅಸಹ್ಯಿಸಿಕೊಂಡು ಮುಖವನ್ನು ಬೇರೆಡೆ ತಿರುಗಿಸಿಕೊಂಡ. ಎಷ್ಟೋ ಹೊತ್ತಿನ ಮೇಲೆ ಸಮಾಧಾನಕ್ಕೆ ಬಂದ. ಮಧ್ಯಾಹ್ನದ ವರೆಗೂ ವೇಳೆಯನ್ನು ತಳ್ಳಿ ಎದ್ದು ಹೋದ.

ಕಾರಿನಲ್ಲಿ ಬಂದು ಕೂತ. ಕೂದಲನ್ನು ಹಿಂದಕ್ಕೆ ತಳ್ಳಿದ. ಮನ ಬೇಸಿಗೆಯ ಧಗೆಯಲ್ಲಿ ಕುದಿಯುವಂತಾಯಿತು. ಕಣ್ಣುಗಳು ಕಿರಿದಾದವು. ಕಾರನ್ನು ನಡೆಸಿದ.

ಮನೆಗೆ ಬಂದಾಗ ಚುರುಕಿನಿಂದ ಕೆಲಸ ಮಾಡುತ್ತಿದ್ದ ಆಳು ತೂಕಡಿಸುತ್ತಿದ್ದ. ಕಣ್ಣುಗಳಲ್ಲಿನ ತೀಕ್ಷ್ಣತೆ ಅಧಿಕವಾಯಿತು. ಬೇಸರದಿಂದ ಹಣೆಯುಜ್ಜಿದ.

ವರಾಂಡ ದಾಟಿ ಒಳಗೆ ಬಂದ. ಅಡಿಗೆಯವನು ನಶ್ಯ ಏರಿಸುತ್ತ ಗೋಡೆಗೊರಗಿ ಕೂತಿದ್ದವನು ತಟಕ್ಕನೇ ಎದ್ದು ನಿಂತ. ತಪ್ಪು ಮಾಡಿದವನಂತೆ ಕೈ ಕೈ ಹಿಸುಕಿಕೊಂಡ.

"ಅಮ್ಮಾವರು, ಮಕ್ಳೂ ಇಲ್ದೇ ಮನೆ ಬಿಕೋಂತಾ ಇದೆ. ವೇಳೆನೇ ಸರಿಯೋಲ್ಲ. ಅವ್ರುಗಳು ಬರೋವರ್ಗ್ಗೂ ಹೇಗೆ ಕಾಲ ದೂಡಬೇಕೋ!" ತುಟಿ ಕಚ್ಚಿ ಕೋಣೆಗೆ ಹೋದ.

ವಿಜಯ ಆ ಮನೆಯಲ್ಲಿ ತನ್ನ ಪರಿಪೂರ್ಣ ಅಸ್ತಿತ್ವ ಸ್ಥಾಪಿಸಿದ್ದಳು. ಅವಳಿಲ್ಲದೇ ಚಲನೆಯಿಲ್ಲ. ಎಲ್ಲವೂ ಜಡವಾಗಿಬಿಡುತ್ತೆ, ಅವನ ಮೈ ಕಿಚ್ಚಾಯಿತು.

ಬಟ್ಟೆ ಬದಲಾಯಿಸಿ ಹಾಸಿಗೆಯ ಮೇಲೆ ಉರುಳಿಕೊಂಡ.

"ಊಟಕ್ಕೆ... ಬನ್ನಿ..." ಅಡಿಗೆಯವನ ಸ್ವರ ಬಂದತ್ತ ಕೈಯಾಡಿಸಿದ.

"ಸ್ವಲ್ಪ... ಮಾಡಿ..." ವಿನಯದಿಂದ ಕೇಳಿಕೊಂಡ.

"ಆಮೇಲೆ ಎದ್ದು ಮಾಡ್ತೀನಿ." ಪಕ್ಕಕ್ಕೆ ಹೊರಳಿದ.

ಕಣ್ಣು ಮುಚ್ಚಿದರೂ ವಿಜಯಳ ರೂಪವೇ. ಎದ್ದು ಕೂತ. ಪುನಃ ಮಲಗಿದ. ಉಸಿರುಗಟ್ಟುವಂತೆ ಆಯಿತು. ಹಾಸಿಗೆಯನ್ನೆಲ್ಲ ತಡವಿದ. ಕೋಣೆಯ ಪ್ರತಿಯೊಂದು ವಸ್ತುವೂ ಮಧುರ ಕ್ಷಣವನ್ನು ನೆನಪಿಗೆ ತರುತ್ತಿತ್ತು. ಮುಖದಲ್ಲಿ ಮಾರ್ದವತೆ ಇಣಕಿತು. ಆ ಸಮಾಗಮದಲ್ಲಿ ಅರ್ಪಣಾ ದೃಷ್ಟಿಯಿತ್ತು. ಆರಾಧನೆಯ ಮನೋಭಾವವಿತ್ತು. ಧರ್ಮ ಸಮ್ಮತವಿತ್ತು. ಸೊಂಪಿನ ನಿರ್ಮಲ ಸಂಬಂಧ. ತಿಳಿಗೊಳದಲ್ಲಿ ಮಿಂದಂಥ ಸುಖಾನುಭವ ಸಂತೃಪ್ತಿ ಸಿಗುತ್ತಿತ್ತು. ರಾಜೀವ್ ಮೈ ಕುದಿಯುವ ಹೊಂಡವಾಯಿತು. ಉದ್ವೇಗದಿಂದ ಬಿಸಿಯುಸಿರು ಬಿಡುತ್ತ ಕಣ್ಮುಚ್ಚಿದ. ಕಲ್ಪನೆಯ ಸುಖಾನುಭವದಲ್ಲಿ ಮಿಂದ

"ಗಂಟೆ... ಮೂರಾಯ್ತು..." ವಾಸ್ತವ ಲೋಕಕ್ಕೆ ಜಿಗಿದ. ಮೆಲ್ಲಗೆ ಕಣ್ಣು ತೆರೆದ. ತುಟಿಗಳ ಮೇಲೆ ನೋವಿನ ನಗೆ ಮಿನುಗಿತು. ಕೋಣೆಯಲ್ಲಿರುವುದು ಅವನಿಂದ ಸಾಧ್ಯವಾಗದೆ ಹೋಯಿತು. ಎದ್ದು ಹೊರಗೆ ಬಂದ. ಹಸಿವು ಕಾಣಿಸಿತು.

"ತಟ್ಟೆ... ಹಾಕಿ" ಬಾತ್‌ರೂಂನತ್ತ ನಡೆದ.

ಮುಖ ತೊಳೆದುಬಂದಾಗ ಲವಲವಿಕೆಯ ಬದಲು ಕಣ್ಣುಗಳು ಭಾರವೆನಿಸಿತು. ಮೈಯಲ್ಲೂ ಹೊರಲಾರದಷ್ಟು ಭಾರ, ಮೈ ಮುರಿದು ಡೈನಿಂಗ್ ಟೇಬಲಿನ ಮುಂದೆ ಕೂತ.

ಮುಂದಿಟ್ಟಿದ್ದನ್ನೆಲ್ಲ ಪಕ್ಕಕ್ಕೆ ತಳ್ಳಿದ.

"ಯಾಕೆ...?" ಅಡಿಗೆಯವನ ಸ್ವರದಲ್ಲಿ ಆತಂಕ ಬೆರೆತ ಕಾತರವಿತ್ತು. ತಲೆಯೆತ್ತದೇ "ಸ್ವಲ್ಪ ಅನ್ನ ಬಡ್ಸಿ, ಮಜ್ಜಿಗೆ ಹಾಕ್ಬಿಡಿ" ಎಂದ. ಅದನ್ನು ಪೂರ್ತಿ ಊಟ ಮಾಡದೆ ಅರ್ಧಕ್ಕೇ ಎದ್ದ.

ಅಡಿಗೆಯವನು ಶಿಲೆಯಂತೆ ನಿಂತ. ಮಾಡಿದ ಖಾದ್ಯಗಳೆಲ್ಲ ಚೆಲ್ಲಬೇಕು. ಮನಸ್ಸಿಗೆ ನೋವಾಯಿತು. ಎಲ್ಲಕ್ಕಿಂತ ಹೆಚ್ಚಾಗಿ ಅನ್ನ ಕೊಡುವ ಧಣಿ ಹೊಟ್ಟೆ ತುಂಬ ಊಟ ಮಾಡಲಿಲ್ಲವಲ್ಲ ಎಂದು ವ್ಯಥೆಪಟ್ಟುಕೊಂಡ.

'ಅಮ್ಮಾವರು ಬರೋವರ್ಗೂ... ಇವ್ರನ್ನ ಹೇಗೆ ಸಂಭಾಳಿಸೋದು!?' ಅವನಿಗೆ ಚಿಂತೆಯಾಯಿತು.

ಅವನಿಗೆ ಮನೆಯಲ್ಲಿರುವುದು ಸಾಧ್ಯವಿಲ್ಲ. ಹೊರಗಡೆ ಹೋಗುವುದು ಬೇಕಿಲ್ಲ. ಆಫೀಸ್ ನೆನಪಾದೊಡನೇ ಮೈಯೆಲ್ಲ ಉರಿಯುತ್ತೆ. ಮತ್ತೆ ಹೇಗೆ ವೇಳೆಯನ್ನು ದೂಡುವುದು?

'ವಿಜಯ... ವಿಜಯ... ನಿನ್ನ ಪ್ರಭಾವ ನನ್ನ ಮೇಲೆ ಎಷ್ಟೊಂದಿದೆ! ಈ ದುರ್ಬಲತೆಯನ್ನು ಗಮನಿಸಿಯೇ ಉದಾಸೀನನಾಗಿ ತೊರೆದುಹೋದೆಯಾ!?'

ಆಫೀಸ್‌ನಿಂದ ಎರಡು ಸಲ ಫೋನ್ ಬಂತು. ರಾಜಿನಾಮೆ ಇತ್ತು ಎಲ್ಲಾದರೂ ಹೋಗಿಬಿಡಲೇ! ಬೇಸತ್ತ ಮನ ವಿರಕ್ತತೆಯ ಬಗೆಗೆ ಯೋಚಿಸಿತು. ಮನದಲ್ಲೇ ತನ್ನ ನಿರ್ಧಾರಕ್ಕೆ ನಕ್ಕು ಎದ್ದು ಉಡುಪು ಧರಿಸಿದ. ತುಟಿ ಕೆನ್ನೆಗಳನ್ನು ಮೃದುವಾಗಿ ಬೆರಳಿಂದ ಸವರಿಕೊಂಡ. ಮಧು, ಮಾನಸರ ನೆನಪಾಯಿತು. ಹೋಗಿ ಕರೆತಂದುಬಿಡಬೇಕು. ಅಷ್ಟು ಸುಲಭವೆನಿಲಿಲ್ಲ.

ಸ್ವಾಭಿಮಾನಿ ವಿಜಯ ಸಾಧಾರಣವಾಗಿ ತಾಯಿ, ತಂದೆಯರಿಗೆ ವಿಷಯ ತಿಳಿಸಿರಲಾರಳು. ಮುಂದೆ ಅಲ್ಲೇ ಉಳಿದಾಗ ತಾನೇ ತಾನಾಗಿ ಗೊತ್ತಾಗುತ್ತೆ. ಪರಂಪರೆಯನ್ನು ಗಮನದಲ್ಲಿಟ್ಟುಕೊಂಡು ಮಗಳ ಕುತ್ತಿಗೆಗೆ ನೇಣು ಹಾಕಲು ಅವರು ಸಿದ್ಧರಿಲ್ಲ. ಮಗಳ ನಿರ್ಧಾರಕ್ಕೆ ಮೌನವಾಗಿ ಸಮ್ಮತಿ ನೀಡಬಹುದು. ವಿಜಯ ಪ್ರಬುದ್ಧಳು... ಎಂ.ಎ. ಮಾಡಿಕೊಂಡಿದ್ದಾಳೆ. ಬೇರೆಯವರ ಹಂಗಿನಲ್ಲಿರಲು ಒಪ್ಪಲಾರಳು. ಕೆಲಸದ ಪ್ರಯತ್ನ ಮಾಡಬಹುದು. ಅಣ್ಣಂದಿರು ಸಹಾಯ ಮಾಡಬಹುದು!

ಇದುವರೆಗೂ ಬಾಯಿ ಬಿಟ್ಟು ನಿರ್ಧಾರದ ಧ್ವನಿಯಲ್ಲಿ ನಿಖರವಾಗಿ ಏನೂ ಆಡಿರಲಿಲ್ಲ. ಪುನಃ ಫೋನ್ ಸದ್ದಾದಾಗ ಅದರತ್ತ ಹೋಗದೇ ಕಾರಿನತ್ತ ನಡೆದ.

* * *

ರಾತ್ರಿಯೆಲ್ಲ ತಲೆ ನೋವಿನಿಂದ ಹೊರಳಾಡಿದ ವಿಜಯಳಿಗೆ ಬೆಳಿಗ್ಗೆ ಬೇಗ ಎಚ್ಚರವಾಗಲಿಲ್ಲ. ಎಚ್ಚರವಾದಾಗ ಮಧು, ಮಾನಸ ತಾತನೊಂದಿಗೆ ಹರಟುತ್ತಿದ್ದರು. ತಮ್ಮ ಎಲ್ಲಾ ಪ್ರಶ್ನೆಗಳಿಗೂ ಬೇಸರಿಸದೆ ಬಿಡಿಸಿ ಸರಳವಾಗಿ ಉತ್ತರಿಸುವ ತಾತನೆಂದರೆ ಅವರಿಗೆ ಅಚ್ಚುಮೆಚ್ಚು.

ಮೈ ಮುರಿದು ಎದ್ದು ಕೂತಳು. ದೇಹದಲ್ಲಿ ಆಲಸ್ಯ ತಲೆದೋರಿತ್ತು. ದೈಹಿಕ ಹಿಂಸೆಗಿಂತ ಮಾನಸಿಕ ತುಮುಲ ಅನುಭವಿಸುವುದು ಕಷ್ಟ. ಪ್ರಯಾಸದಿಂದ ಎದ್ದು ಹೊರಬಂದಳು.

ಆತಂಕದಿಂದ ಚಡಪಡಿಸುತ್ತಿದ್ದ ರಾಯರು ಮಗಳ ಮುಖ ನೋಡಿ ಸಮಾಧಾನದಿಂದ ಉಸಿರಾಡಿದರು. ಆದರೂ ಮನ ಶಾಂತವಾಗಲೊಲ್ಲದು. ಅದನ್ನು ತೋರ್ಪಡಿಸದೇ ತುಟಿಗಳ ಮೇಲೆ ನಗುವರಳಿಸಿದರು.

ಕಣ್ಣುಗಳು ಕಿರಿದಾದವು. ಹಣೆಯ ಸುಕ್ಕುಗಳು ಆಳವಾದವು. "ನಿಮ್ಮಮ್ಮ ಆವಾಗ್ಲಿಂದ ಚಡಪಡಿಸ್ತಾ ಇದ್ಲು... ಸದ್ಯ ಎದ್ದೆಯಲ್ಲ! ಆರೋಗ್ಯವಾಗಿದ್ದೀಯಾ ವಿಜ್ಜು!"

"ಆರೋಗ್ಯ ಸರಿಯಿದೆ; ತುಂಬ ನಿದ್ದೆ. ಎಚ್ಚರವಾಗ್ಲಿಲ್ಲ!" ಇದು ಎಷ್ಟರ ಮಟ್ಟಿನ ನಿಜ! ಅಂತರಾತ್ಮ ಮೇಲೆದ್ದು ಪ್ರಶ್ನಿಸಿದಾಗ ಮೆತ್ತಗಾದಳು.

"ಶುದ್ಧ... ಸುಳ್ಳು..." ಎಂದಾಗ ಅವಳೆದೆ ಹಾರಿತು. ಮುಖ ಬಿಳಿಚಿಕೊಂಡಿತು.

"ನಿದ್ದೆ ಮಾಡೋಕೆ ರಾಜೀವ್... ಬಿಡ್ಬೇಕಲ್ಲ! ಅಸಾಧ್ಯ ಅಳಿಯ ಗಂಟು ಬಿದ್ದ! ನಾಲ್ಕು ದಿನ ಮಗ್ಳು ಹಾಯಾಗಿರ್ಲಿಂತ ಕರ್ಕೊಂಡ್ಬಂದ್ರೆ... ನಿದ್ದೆಲ್ಲೂ ಕಾಡ್ತಾನೆ! ಬೆಳಗಿನ ಜಾವ ನಿದ್ದೆ ಹತ್ತಿರಬೇಕಷ್ಟೆ!" ಹಾಸ್ಯದ ಧ್ವನಿಯಲ್ಲಿ ಹೇಳಿದಾಗ ಅವಳ ಕೆನ್ನೆಗಳು ಕೆಂಪಗಾದವು. ಕಣ್ಣುಗಳಲ್ಲಿ ಸಂಕೋಚ ಇಣುಕಿತು.

"ಹೋಗಿ ಪಪ್ಪ..." ಒಳ ನಡೆದಳು.

ತಂದೆಯ ಹಾಸ್ಯದ ಸ್ವಭಾವ ಅವಳೇನು ಅರಿಯದವಳಲ್ಲ. ಈಗಲೂ ಹೆಂಡತಿಯ ಕೆನ್ನೆಗಳನ್ನು ತಮ್ಮ ಮಾತಿನಿಂದ ರಂಗೇರಿಸುತ್ತಿದ್ದರು. ಮುಪ್ಪು ಮೈಗೇ ವಿನಃ ಮನಸ್ಸಿಗಲ್ಲ. ಇದು ಅವರ ಅಭಿಮತ. ಈಗಲೂ ಜೀವನದಲ್ಲಿ ಅವರಿಗೆ ಪರಿಪೂರ್ಣವಾದ ಉತ್ಸಾಹ, ಅಷ್ಟೇ ಚಟುವಟಿಕೆಯ ವ್ಯಕ್ತಿ.

ತರಕಾರಿ ಹೆಚ್ಚುತ್ತಿದ್ದ ಕನಕಮ್ಮ "ವಿಜ್ಜು, ಹುಷಾರಾಗಿದ್ದೀಯಾ ಮಗು!" ಅವರ ಧ್ವನಿಯಲ್ಲಿದ್ದ ಆತಂಕ ಗುರ್ತಿಸಿ ಹೆದರಿದಳು. ಮುಖದ ಮೇಲೆ ವ್ಯಥೆಯ ನೆರಳಾಡಿತು.

ಹತ್ತಿರಕ್ಕೆ ಬಂದು ಹಣೆ ಕತ್ತು ಮುಟ್ಟಿ ನೋಡಿ ಸಮಾಧಾನ ಪಟ್ಟುಕೊಂಡರು. "ಸದ್ಯ ಮೊದ್ಲು ಡಾಕ್ಟ್ರನ್ನು ಕರೆಸ್ತೀನಿ, ಮೇಲೇನೂ ಕಾಣದಿದ್ರೂ ಒಳಗಿನ ಜ್ವರವಿದ್ದೀತು!" ಸ್ವರದಲ್ಲಿನ ಆತಂಕವೇನು ಕಡಿಮೆಯಾಗಲಿಲ್ಲ. ವಿಜಯ ಬಲವಂತದ ಉಗುಳು ನುಂಗಿದಳು.

ಅವರ ಬಗ್ಗೆ ಯೋಚಿಸಿದಳು. ಮಗಳನ್ನು ಅಪಾರವಾಗಿ ಸ್ವಲ್ಪ ಹೆಚ್ಚೆನಿಸುವಷ್ಟೇ ಪ್ರೀತಿಸುತ್ತಿದ್ದರು. ತನ್ನ ಜೀವನದಲ್ಲಿ ಸ್ವಲ್ಪ ಏರು ಪೇರಾದರೂ ತಲ್ಲಣಿಸಿಹೋಗುತ್ತಾರಲ್ಲ! ಇವರನ್ನು ಹೇಗೆ ಸಮಾಧಾನಗೊಳಿಸಲಿ?

"ಎಂಥದ್ದೂ ಇಲ್ಲ. ಡಾಕ್ಟ್ರನ್ನ ಯಾಕೆ ಕರ್ಸಬೇಕು! ಆರೋಗ್ಯ ಚೆನ್ನಾಗೇ... ಇದೆ! ಸುಮ್ನೇ ಗಾಬ್ರಿಪಟ್ಕೊಂಡಿದ್ದಿ!" ಧ್ವನಿ ಮೃದುವಾಗಿತ್ತು. "ಸ್ನಾನ ಮಾಡ್ಬರ್ತೀನಿ" ಬಾತ್ ರೂಮಿನತ್ತ ನಡೆದಳು.

"ಮೊದ್ಲು ಮುಖ ತೊಳ್ಕೊ, ಕಾಫೀ ತಂದ್ಕೊಡ್ತೀನಿ. ಬಿಸಿಯಾಗಿ ಕುಡ್ದು ಸ್ನಾನ ಮಾಡು." ಹೆಜ್ಜೆಗಳು ಅಲ್ಲೇ ನಿಂತವು. ಮೊದಲಿನಿಂದಲೂ ಅವರ ಮಾತು ಮೀರಿ ಅಭ್ಯಾಸವಿಲ್ಲ.

ಹಿಂದಕ್ಕೆ ಬಂದು ಡೈನಿಂಗ್ ಟೇಬಲಿನ ಮುಂದಿದ್ದ ಕುರ್ಚಿ ಹಿಡಿದು ನಿಂತಳು.

ದೇಹದಲ್ಲಿ ನಿಶ್ಶಕ್ತಿ. ಅಂಗಾಂಗಗಳ ಸಮತೋಲನವೇ ತಪ್ಪುತ್ತಿತ್ತು ಸುಸ್ತಾದವಳಂತೆ ಕೂತಳು.

ಹೊಗೆಯಾಡುವ ಕಾಫೀ ಬಂದಾಗಲೇ ಮುಖ ತೊಳೆಯಲು ಜ್ಞಾಪಕ ಬಂದಿದ್ದು. "ಇಲ್ಲಿಡಮ್ಮ, ಈಗ್ಬರ್ತೀನಿ" ಎದ್ದು ಹೋದಳು. ಅವಳು ಹೋದತ್ತಲೇ ನೋಡಿದರು. ಇವಳಿಗೆ ಏನಾಗಿದೆ? ಅವರ ಕಣ್ಣುಗಳು ಕಿರಿದಾದವು. ಯಾವ ತಾಯಿಯಾದರೂ ಹೆಮ್ಮೆಪಡುವಂಥ ಮಗಳು ವಿಜಯ. ಅಂಥ ಮಗಳ ಬಳಿ ಮಾತಾಡುವಾಗ, ಹೇಳುವಾಗ ಯೋಚಿಸಿಯೇ ಇರುತ್ತಿದ್ದರು.

ಮುಖದ ಮೇಲಿನ ಒದ್ದೆಯನ್ನು ಒತ್ತುತ್ತ ಬಂದ ವಿಜಯ ತಾಯಿ ಅಲ್ಲೇ ನಿಂತಿದ್ದನ್ನು ನೋಡಿ ಕಸಿವಿಸಿಗೊಂಡಳು. ಇಷ್ಟು ದಿನ ಅವಳ ಜೀವನ ತೆರೆದಿಟ್ಟ ಸುಂದರ ರಕ್ಷಾಕವಚದ ಪುಸ್ತಕದಂತಿತ್ತು. ಮುಚ್ಚುಮರೆ ಮಾಡಿ ಅವಳಿಗೆ ಅಭ್ಯಾಸವಿಲ್ಲ. ಅಂಥದನ್ನು ಸ್ವಭಾವದಲ್ಲಿ ಹೊಸದಾಗಿ ಕೂಡಿಸಿಕೊಳ್ಳುವುದು ಕಷ್ಟ.

"ಬಿಸಿ ಸಾಕೇನೋ ನೋಡು!"

"ಸರಿಯಿದೆ..." ಲೋಟ ಕೈಗೆತ್ತಿಕೊಂಡಳು. ನೆನಪು ಮರುಕಳಿಸಿತು. ರಾಜೀವ್ ತಾನೇ ಮಡದಿಯ ಕೈಗೆ ಕಾಫಿ ಕಪ್ ಕೊಡುತ್ತಿದ್ದ. ಕೈ ಕೆಳಗಿಳಿಯಿತು. ಕುಡಿಯಬೇಕೆನಿಸಲಿಲ್ಲ. "ಸ್ವಲ್ಪ... ಬಿಸಿಯಿದೆ." ಲೋಟ ಟೇಬಲನ್ನೇರಿತು.

"ರಾಜೀವ್‌ನ ಕಾಗ್ದ ಬಂತ?" ನೇರವಾಗಿ ಬಂದಾಗ ಪೆಚ್ಚಾದಳು. ತಡವರಿಸು ವಂತಾಯಿತು. ಆದರೂ ಅದೆಲ್ಲ ಅವಳಗೆ ಅಭ್ಯಾಸವಿಲ್ಲ. ಇಲ್ಲವೆಂದು ತಲೆಯಾಡಿಸಿದಳು.

ಯಾಕೆಂದು ಕೇಳಲಿಲ್ಲ. ಪತ್ರ ಬರೆಯದಿದ್ದರೇ ತಾನೇ ಬರುತ್ತಾನೆಂದು ಅವರ ನಂಬಿಕೆ, ಸಾಧಾರಣವಾಗಿ ಅದು ಅವನ ಪದ್ಧತಿ. ಬರೆದಿದ್ದ ಪತ್ರವನ್ನು ಪ್ಯಾಂಟ್ ಜೇಬಿನಲ್ಲಿ ತುರುಕಿಕೊಂಡು ಬರುತ್ತಿದ್ದ. ಅದನ್ನು ಅತ್ತೆ ಮಾವಂದಿರ ಮುಂದೆಯೇ ಕೊಡುತ್ತಿದ್ದ. ಆಗ ನಗೆಯ ಹೊನಲು ಎಲ್ಲೆಡೆ ಹರಿಯಬೇಕು. ಅವರ ಮುಖ ಕೆಂಪಾಯಿತು. ಮನಸ್ಸಿನಲ್ಲಿಯೇ ನಕ್ಕರು.

"ಅಮ್ಮ, ಕಾಫೀ ಕುಡ್ಯೋಕೆ ಆಗ್ತಾ ಇಲ್ಲ. ಸ್ನಾನ ಮಾಡ್ಕೊಂಡು ಕುಡೀತೀನಿ." ಕಾಫೀ ಅಲ್ಲಿಯೇ ಆರಿ ತಣ್ಣಗಾಯಿತು.

ಮಗಳು ಹೋದ ಕಡೆ ಪ್ರೀತಿ, ಅಭಿಮಾನ ಬೆರೆತ ನೋಟ ಚೆಲ್ಲಿದರು. ಎರಡು ಗಂಡು ಮಕ್ಕಳ ಹಿಂದೆ ಒಂದು ಹೆಣ್ಣು. ಅತಿಯಾದ ಅಕ್ಕರೆ ಸಹಜ. ಆ ಅಕ್ಕರೆ ಎಂದೂ ಅವಳ ತಲೆಯನ್ನು ಕೆಡಿಸಲಿಲ್ಲ.

"ಶ್ರೀ ಕನಕಮ್ಮನೋರೆ... ಸ್ವಲ್ಪ ಬನ್ನಿ." ಕೋಪ, ನಾಚಿಕೆ, ಸಂಕೋಚದಿಂದ ಕೆಂಪಾದರು. ಕೆಲವೊಮ್ಮೆ ಗಂಡ ಹಾಗೇ ಕೂಗಿ ಛೇಡಿಸುತ್ತಿದ್ದುದು ಅವರಿಗೆ ಗೊತ್ತು. ಒಂದೊಂದು ಸಲ ಅಳಿಯನ ಎದುರಿನಲ್ಲಿಯೂ ಹಾಗೆಯೇ ಕೂಗುತ್ತಿದ್ದರು. ಆಗ ರಾಜೀವ್ ಬಿದ್ದು ಬಿದ್ದು ನಗುತ್ತಿದ್ದ.

ನೇರವಾಗಿ ಅಡುಗೆಯ ಮನೆ ಹೊಕ್ಕರು. ಅಲ್ಲಿ ಹೋದರೆ ಕೆಲಸ ಅರ್ಧದಲ್ಲಿಯೇ ನಿಲ್ಲುತ್ತೆ ಎನ್ನುವ ಬೇಸರ. ರಾಜೀವನ ನೆನಪಾಯಿತು. ಕಣ್ಣಾಲಿಗಳು ತುಂಬಿ ಬಂದವು. ತಮ್ಮ ಹೊಟ್ಟೆಯಲ್ಲಿ ಹುಟ್ಟಿದ ಗಂಡು ಮಕ್ಕಳಿಗಿಂತ ಮಿಗಿಲಾಗಿ ಅವನನ್ನು ಪ್ರೀತಿಸುತ್ತಿದ್ದರು.

ವ್ಯಥೆಯ ನೆರಳು ಆಕೆಯ ಮುಖದ ಮೇಲಾಡಿತು. ಎದೆಯಾಳದ ವೇದನೆಯ ಬಿಸಿಯುಸಿರನ್ನು ದಬ್ಬಿದರು. ಮಕ್ಕಳನ್ನು ಬುದ್ಧಿವಂತರೆಂದು ಹೆಮ್ಮೆಪಡುತ್ತಿದ್ದ ತಮ್ಮ ಅವಿವೇಕಕ್ಕೆ ತಾವೇ ನಿಂದಿಸಿಕೊಳ್ಳುತ್ತಿದ್ದರು. ಇಬ್ಬರೂ ಉನ್ನತ ವಿದ್ಯಾಭ್ಯಾಸಕ್ಕೆಂದು ಹೊರದೇಶಕ್ಕೆ ಹೋದವರು ಅಲ್ಲಿಯೇ ಉಳಿದಿದ್ದರು. ಒಬ್ಬ ಅಲ್ಲೇ ಉಳಿದರೂ ಇನ್ನೊಬ್ಬ ಹಿಂದಿರುಗಿ ಬರುವ ಯೋಚನೆ ಇತ್ತು. ಆದರೂ ಈಗ ಇಬ್ಬರೂ ಗಂಡುಮಕ್ಕಳು... ದೂರ... ಬಹಳ ದೂರ...

"ಏನ್ರೀ ಮಾಡ್ತಾ ಇದ್ದೀರಾ!" ಬೇಸರವಾದರೂ ಆ ಸ್ವರದ ಆಕರ್ಷಣೆ ಅಪಾರ. ಸಾವಕಾಶವಾಗಿಯೇ ಹೊರಗೆ ಹೋದರು.

ಹೆಂಡತಿಯ ಮುಖದ ಮೇಲಿನ ಕೋಪ ಗಮನಿಸಿದ ರಾಯರು "ಎಷ್ಟು ಸಲ ಕೂಗೋದು! ನಿನ್ನ ಮೊಮ್ಮಗ ಎಷ್ಟು ಬುದ್ಧಿವಂತ ನೋಡು..." ಅವರು ಮುಂದೇನೋ ಹೇಳುವವರಿದ್ದರು. ಅಷ್ಟರಲ್ಲಿ "ಸದ್ಯಕ್ಕೆ, ನೀವು ನೋಡಿ. ನಂಗೆ ಇನ್ನು ಅಡ್ಗೇ... ಆಗಿಲ್ಲ." ಒಳ ಹೋಗಿಬಿಟ್ಟರು.

"ಏನಪ್ಪ ಮಧು, ನಿಮ್ಮಜ್ಜಿ ಹೊರಟೇಹೋದರು." ನಿರಾಶರಾದಂತೆ ಕೈಯಾಡಿಸಿ ನಟಿಸಿ ಹೇಳಿದರು. ಮಧು, ಮಾನಸ ಮುಖ ಉಮ್ಮಿಸಿದರು. ರಾಯರು ಆ ಮುದ್ದು ಮಕ್ಕಳ ಚೆಲುವನ್ನು ಕಣ್ಣುಗಳಲ್ಲಿ ತುಂಬಿಕೊಳ್ಳುವ ಪ್ರಯತ್ನ ಮಾಡಿದರು.

"ಹೋಗ್ಲಿ ಬಿಡು... ತಾತ" ಮಧು ಕೈ ತಾತನ ಬೆರಳನ್ನಿಡಿಯಿತು. "ಅಜ್ಜಿ ಈ ಸಲ ಎಲೆಕ್ಷನ್‌ಗೆ ನಿಂತರೇ ನಾನು ಓಟೇ ಹಾಕೊಲ್ಲ." ತನ್ನ ದೃಢ ನಿರ್ಧಾರವನ್ನು ತಾತನ ಮುಂದಿಟ್ಟ. "ನಾನು ಹಾಕೋಲ್ಲ." ಮಾನಸ ಮುಖ ಊದಿಸಿದಳು. "ನಾನೂ ಹಾಕೊಲ್ಲ." ತಾವೂ ಅವರ ಜೊತೆ ಸೇರಿದರು. ನಗು... ನಗು.... ಮನೆಯೆಲ್ಲ ತುಂಬಿಹೋಯಿತು. ಪುಟಾಣಿಗಳ ಮನೆಯ ಜೀವಂತ ಲಕ್ಷಣ.

ರಾಯರು ಮಿಲಿಟರಿಯಲ್ಲಿ ಆಫೀಸರ್ ಆಗಿದ್ದವರು. ಸದಾ ಅಲ್ಲಿಯದೇ ಗೀಳು. ಮಕ್ಕಳಿಗೆ ಮೊದಲಿನಿಂದಲೂ ವಿದ್ಯಾಭ್ಯಾಸದ ಜೊತೆ ಸೈನಿಕ ಶಿಕ್ಷಣವೂ ಅಗತ್ಯವೆಂದು ಅವರ ನಂಬಿಕೆ. ಮಧು, ಮಾನಸಾಗೆ ಇಲ್ಲಿರೋ ಅಷ್ಟು ದಿನವೂ ತಾವೇ ಕವಾಯಿತು ಹೇಳಿಕೊಡುತ್ತಿದ್ದರು.

"ಷುರು ಮಾಡೋಣ್ವಾ!" ಕೈಯಲ್ಲಿ ವಿಶಲ್ ಹಿಡಿದು ನಿಂತರು. ಸ್ವರ ಕೇಳಿಯೇ ಕನಕಮ್ಮ ಓಡಿ ಬಂದರು. "ಸದ್ಯಕ್ಕೆ ಸಾಕ್ಮಾಡಿ. ಅವ್ರು ತಿಂಡಿ ತಿನ್ಲಿ. ಪುಟಾಣಿಗಳ ಕೈಕಾಲು... ಏನಾಗ್ಬೇಕೂ! ಮಿಲಿಟರಿ ಜನನೇ ಶುದ್ಧ ಒರಟು!" ಸಿಡುಕಿದರು. ಮಧು, ಮಾನಸ ಅಜ್ಜಿಯತ್ತ ಕಣ್ಣು ಹೊರಳಿಸಿದವು. ಮುಖದಲ್ಲಿ ಬೇಸರವಿತ್ತು.

"ಮೊದ್ಲು ತಿಂಡಿ ತಿನ್ನಿ..." ಸ್ವರದಲ್ಲಿ ಅಕ್ಕರೆ ಇಣಕಿತು.

ಮೊಮ್ಮಕ್ಕಳು ಮನೆಯಲ್ಲಿದ್ದಷ್ಟು ದಿನ ತಾವು ವಯಸ್ಸಾದವರು ಎಂಬುದನ್ನೇ ಮರೆತು ಯುವತಿಯಂತೆ ಉತ್ಸಾಹದಿಂದ ಓಡಿಯಾಡುತ್ತಿದ್ದರು. ಎಷ್ಟು ಅಕ್ಕರೆಯಿಂದ ನೋಡಿದರೂ ಅವರಿಗೆ ತೃಪ್ತಿಯಾಗದು.

ಹೆಂಡತಿ ಮಾತುಗಳಿಗೆ ಸುಸ್ತಾದವರಂತೆ ನಿಂತರು ರಾವ್. ಕೈ ಸೊಂಟದ ಮೇಲಕ್ಕೆ ಹೋಯಿತು. ಕಣ್ಣುಗಳು ಕಿರಿದಾದವು. "ಹಾಳಾಯ್ತು... ನಮ್ಮ ದೇಶ! ನಿಮ್ಮಂಥ ವರಿಂದ್ಲೇ... ಹಾಳಾದ್ದು! ಛಿ... ಛಿ..." ಬೇಸರ ವ್ಯಕ್ತಪಡಿಸಿದಾಗ ಕನಕಮ್ಮ ಆ ಮಾತುಗಳತ್ತ ಗಮನವನ್ನೇ ಕೊಡಲಿಲ್ಲ.

"ಅದೆಲ್ಲ ಇರಲಿ... ಮೊದ್ಲು ತಿಂಡಿ ತಿನ್ನಿ. ಆಮೇಲೆ ಉಪದೇಶ" ಮಕ್ಕಳನ್ನು ಕರೆದೊಯ್ದಾಗ ರಾವ್ ಮುಖ ಮೇಲೆತ್ತಿ ಬಿಸಿ ಉಸಿರನ್ನು ಚೆಲ್ಲಿದರು.

ಮುಖದಲ್ಲಿ ಕಸಿವಿಸಿ ಕಾಣಿಸಿಕೊಂಡಿತು. ಅವರಿಗೆ ಮಕ್ಕಳನ್ನು ಅತಿಯಾಗಿ ನಾಜೂಕು ಮಾಡಿ ಬೆಳೆಸೋ ತಾಯಿ ತಂದೆಯರನ್ನು ಕಂಡರೆ ಕೋಪ. ಮಕ್ಕಳು ಒರಟು ಒರಟಾಗಿ ಬೆಳೆಯಬೇಕು. ಎಂಥ ಕೆಲಸ ಮಾಡಲೂ ಅವರ ದೇಹದ ಅಂಗಾಂಗಗಳನ್ನು ಸಿದ್ಧ ಮಾಡಬೇಕು. ಮುದ್ದು ಜೋಪಾನಕ್ಕೆ ಒಂದು ಮಿತಿ ಇರಬೇಕು. ದೇಶ ರಕ್ಷಣೆ ಪ್ರತಿಯೊಬ್ಬ ಪ್ರಜೆಯ ಕರ್ತವ್ಯ. ಅದರ ತಯಾರಿ ಮನೆಯಿಂದಲೇ ನಡೆಯಬೇಕೆಂಬುದೇ ಅವರ ಉದ್ದೇಶ.

ಹಿತ್ತಲಿನಲ್ಲಿರೋ ನಲ್ಲಿ ಬಳಿ ಕೈ ಕಾಲು ತೊಳೆದು ಬಂದರು. ಹೊಗೆಯಾಡುವಂತಿತ್ತು. ಗಂಡುಮಕ್ಕಳ ನೆನಪಿನಿಂದ ಅವರೆದೆ ಭಾರವಾಯಿತು. ಮನುಷ್ಯನ ಲೆಕ್ಕಾಚಾರವೇ ಒಂದು; ವಿಧಿಯ ಸಂಚೇ ಬೇರೆ. ತುಟಿಗಳ ಮೇಲೆ ನೋವಿನ ನಗೆ ಮಿನುಗಿತು. ಬಲವಂತದಿಂದ ತಳ್ಳಿ ಹಾಕಿದರು.

"ರೆಡಿನಾ! ಈಗ್ಬಂದೆ..." ಕೋಣೆಯೊಳಕ್ಕೆ ಹೋದರು. ವೇದನೆಯ ಮೇಲೆ ಚಪ್ಪಡಿ ಎಳೆದು ಉತ್ಸಾಹದಿಂದ ಹೊರ ಬಂದರು. ಮಗಳಿನ್ನೂ ಬಂದಿರಲಿಲ್ಲ.

ಮಗಳು ಇರೋಷ್ಟು ದಿನವೂ ಜೊತೆಯಲ್ಲೇ ಆಗಬೇಕು ಊಟ, ತಿಂಡಿಯೆಲ್ಲ. ಅವರ ಪಾಲಿಗೆ ಅವು ಅಮೂಲ್ಯ ಕ್ಷಣಗಳು. ಸಿಕ್ಕಾಗ ಜೀವನದಲ್ಲಿ ಸುಖದ ಕ್ಷಣಗಳನ್ನು ಕಳೆದುಕೊಳ್ಳದೇ ಅನುಭವಿಸಬೇಕು. ಇದು ಅವರ ಧ್ಯೇಯ. ಅದನ್ನು ಪಾಲಿಸುತ್ತಲೂ ಇದ್ದರು. ನಗು ನಗುತ್ತಾ ಕಾಲ ಕಳೆಯುವುದನ್ನು ಅಭ್ಯಾಸ ಮಾಡಿಕೊಂಡಿದ್ದರು.

"ತಿನ್ನಿ, ಆರೋಗುತ್ತೆ!" ಎಂದರು ಕನಕಮ್ಮ.

"ವಿಜಯ... ಬರ್ಲಿ..." ಆಕೆಯ ಕಣ್ಣುಗಳ ಮುಂದೆ ಮಂಜು ಮುಸುಕಿತು. ಬಾಯಿ ಬಿಟ್ಟು ಏನೂ ಆಡದಿದ್ದರೂ ಗಂಡ ಗಂಡುಮಕ್ಕಳ ಬಗೆಗೆ ನಿರಾಶರಾಗಿ ದ್ದಾರೆಂಬುದನ್ನು ಅವರು ಬಲ್ಲರು.

"ವಿಜ್ಜು, ಬೇಗ್ಬಾ. ನಿಮ್ತಂದೆ ತಿಂಡಿ ತಿನ್ನೋಲ್ಲ."

"ಬಂದೆ..." ಸ್ವರದ ಹಿಂದೆನೇ ವಿಜಯ ಬಂದಳು. ಆ ಸರಳ ಅಲಂಕಾರದಲ್ಲಿ ಚೆಲುವಾಗಿ ಕಾಣುತ್ತಿದ್ದಳು. ಕನಕಮ್ಮ ಕಣ್ಣರಳಿಸಿದರು. "ನಮ್ಮ ವಿಜಯ ಎರಡು ಮಕ್ಕ ತಾಯೀಂತ ಹೇಳೋಕೇ ಸಾಧ್ಯವಿಲ್ಲ!" ಕಣ್ಣುಗಳಲ್ಲಿ ಮೆಚ್ಚಿಗೆ ಇಣಕಿತು. ಅವಳ ತುಟಿಯಂಚಿನಲ್ಲಿ ಕಿರುನಗೆ ಮೂಡಿತು.

"ರಾಜೀವ್ ಅಷ್ಟು ಚೆನ್ನಾಗಿ ನೋಡ್ಕೊಂಡಿದ್ದಾನೆ!" ರಾವ್ ಮೆಚ್ಚಿಗೆಯಿಂದ ಅಂದಾಗ, ವಿಜಯಳ ಮುಖದ ಬಣ್ಣವೇ ಇಳಿದುಹೋಯಿತು. ಕಣ್ಣುಗಳು ಕಿರಿದಾದವು. ತುಟಿ ಕಚ್ಚಿ ನೋವಿನ ಉಗುಳನ್ನು ನುಂಗಿದಳು.

"ಏನಮ್ಮ ಪ್ರಾರಂಭಿಸೋಣ್ವಾ?"

"ಓ..." ತಂದೆಯತ್ತ ನೋಡಲಾಗದೇ ಕುಸಿದವಳಂತೆ ಛೇರ್‌ನಲ್ಲಿ ಕೂತಳು. ಬಿಸಿಬಿಸಿ ಹೊಗೆಯಾಡುವ ಇಡ್ಲಿ ಚಟ್ನಿ, ಬೆಣ್ಣೆ ಪಲ್ಯ... ಮಮತೆಯಿಂದ ಬಡಿಸುವ ತಾಯಿ, ಆದರದಿಂದ ಉಪಚರಿಸುವ ತಂದೆ. ಆದರೇನು ಅವಳಿಂದ ತಿನ್ನಲಾಗಲಿಲ್ಲ. ಪದೇ ಪದೇ ರಾಜೀವ್‌ನ ನೆನಪು, ಬೇರೆಯಾಗಿ ಉಳಿದುಬಿಡುವ ನಿರ್ಧಾರ ಮಾಡಿದ್ದಳು. ಸಾಧ್ಯವೇ? ನಿರ್ಧಾರ ಕೆಲವೊಮ್ಮೆ ದುರ್ಬಲತೆಯ ಬಿರುಗಾಳಿಯಲ್ಲಿ ತರಗೆಲೆಯಂತೆ ತೂರಿಕೊಂಡು ಹೋಗಿಬಿಡುತ್ತಿತ್ತು. ಛೆ... ಛೆ... ಎಂತಹ ದುರ್ಬಲ ಮನ!

ಆದರೆ ಮಾನಸ, ಮಧು "ನಾನು ಫಸ್ಟ್, ನಾನು ಫಸ್ಟ್" ಎಂದು ತಾತನ ಬಾಯಿಗೆ ಇಡ್ಲಿಯನ್ನು ತುರುಕುತ್ತಿದ್ದರು. ಅವರಿಗಂತೂ ಬೇಸರವಿಲ್ಲ, ತಾನಾಗಿ ಬಾಯೊಡ್ಡಿ ತಿನ್ನುತ್ತಿದ್ದರು. ಮಧ್ಯೆ ಮಧ್ಯೆ ಮಾತಿನ ಚಟಾಕಿಗಳು. ಒಂದು ಗಂಟೆಯೇ ಆಯಿತು. ಕನಕಮ್ಮನ ಮನಕ್ಕೆ ಈ ನೋಟ ಅಪ್ಯಾಯಮಾನವಾಗಿತ್ತು. ನಗುತ್ತಾ ನೋಡುತ್ತಾ ನಿಂತರು. ಈ ಸಡಗರದಲ್ಲಿ ಮಗಳ ಅನ್ಯಮನಸ್ಕತೆಯನ್ನು ಗಮನಿಸಲಿಲ್ಲ.

ಅವರು ತಟ್ಟನೇ ತಿರುಗಿದಾಗ ಅವಳ ತಟ್ಟೆಯಲ್ಲಿ ಹಾಕಿದ್ದ ನಾಲ್ಕು ಇಡ್ಲಿಗಳಲ್ಲಿ ಎರಡೂವರೆ ಹಾಗೇ ಇತ್ತು. ರೇಗಿಕೊಂಡರು "ಇದೆಂಥ ತಿಂಡಿ ತಿನ್ನಾಟ! ಎರಡು ಇಡ್ಲಿ ನಿನ್ನಿಂದ ತಿನ್ನಲಿಕ್ಕಾಗಲಿಲ್ಲ. ನೋಡು, ಹುಡುಗರು. ಅವರು ಎಷ್ಟು ಇಡ್ಲಿ ತಿಂದು ಮುಗ್ಸಿದ್ದಾರೆ!" ವಿಜಯ ಬೆರಳುಗಳತ್ತ ನೋಡಿದಳು. ಮುರಿದ ಇಡ್ಲಿ ಚೂರಿತ್ತು. ಆದರೆ ಬಾಯಿ ಬಳಿಗೆ ಹೋಗಲು ಮುಷ್ಕರ ಹೂಡಿತ್ತು.

ಬೆರಳುಗಳು ಹಿಡಿದಿದ್ದ ಇಡ್ಲಿ ಚೂರು ತಟ್ಟೆಯೊಳಕ್ಕೆ ಬಿತ್ತು. "ಯಾಕೋ... ತಿನ್ನೋಕಾಗ್ಲಿಲ್ಲ!" ಕನಕಮ್ಮ ಹುಬ್ಬೇರಿಸಿದರು. ಇವಳ ಆರೋಗ್ಯ ಸರಿಯಾಗಿದ್ಯಾ? ಮನದಲ್ಲಿಯೇ ಚಡಪಡಿಸಿದರು.

ರಾವ್ ನೋಟ ಮಗಳತ್ತ ಸರಿಯಿತು. ಕಣ್ಣುಗಳಲ್ಲಿ ಸಹಾನುಭೂತಿ ಮಿನುಗಿತು. ಆದರೂ ತುಸು ಬಗ್ಗಿ ತಮಾಷೆಯ ಸ್ವರದಲ್ಲಿ "ರಾಜೀವ್... ಬರ್ಬೇಕಾ!" ಎಂದಾಗ ವಿಜಯ ನಕ್ಕು ಎದ್ದು ಹೋದಳು.

ವರಾಂಡ ದಾಟಿ ಕಾಂಪೌಂಡಿಗೆ ಇಳಿದಳು. ಮಲ್ಲಿಗೆಯ ಬಳ್ಳಿಯಲ್ಲಿ ಹೂಗಳು

ಅರಳಿದ್ದವು. ದಿನ ಕೆಲಸದವಳು ಬಿಡಿಸಿಡುತ್ತಿದ್ದಳು. ವಿಜಯ ಬಂದ ಮೇಲೆ ಆ ಕೆಲಸ ತಾನೇ ವಹಿಸಿಕೊಂಡಿದ್ದಳು. ಮೊಗ್ಗು ಬಿಡಿಸುವುದು ಅವಳಿಗೆ ಇಷ್ಟವಾದ ಕೆಲಸ. ಬೇಸರದಿಂದ ಹಿಂದಿನ ಸಂಜೆ ಆ ಕೆಲಸಕ್ಕೆ ಕೈ ಹಾಕಿರಲಿಲ್ಲ. ಇಂದು ಗಿಡದ ತುಂಬ ಹೂ, ಗಾಳಿ ಬೀಸಿದರೆ ಹಾಯೆನಿಸುವಂಥ ಸುವಾಸನೆ. ಹೋಗಿ ಗಿಡದ ಬಳಿ ನಿಂತಳು.

ಹಸಿರು ಎಲೆಗಳ ನಡುವೆ ಕಾಣುತ್ತಿದ್ದ ಬಿಳಿಯ ಹೂಗಳು ನೋಡಲು ಚೇತೋಹಾರಿಯಾಗಿತ್ತು. ಬೆರಳುಗಳನ್ನು ಅದರ ಮೇಲಾಡಿಸಿದಳು. ಎಂತಹುದೋ ಸಂತೋಷ.

"ಮಮ್ಮಿ, ಬುಟ್ಟಿ ತಂದಿದ್ದೀನಿ." ಸ್ವರ ಬಂದತ್ತ ತಿರುಗಿದಳು. ಮಾನಸ ಎಂದಿನ ಬಿದಿರು ಬುಟ್ಟಿಯನ್ನು ಹಿಡಿದು ನಿಂತಿದ್ದಳು. ಅವಳ ಬಾಬ್ ಕೂದಲು ಇಲ್ಲಿಗೆ ಬಂದ ಮೇಲೆ ಕನಕಮ್ಮನವರ ಕೈಗೆ ಸಿಕ್ಕಿ ಎರಡು ಜಡೆಯಾಗಿತ್ತು.

"ಬಿಸ್ಲು, ನೀನು ಒಳ್ಗಡೆ ಹೋಗು. ನಾನು ಬಿಡ್ಸಿಕೊಂಡ್ಬರ್ತೀನಿ" ಎಂದಳು, ಕೆಂಪನೆಯ ಮಾನಸಳ ಮುಖ ನೋಡುತ್ತ, "ನಿಂಗೂ... ಬಿಸ್ಲು!" ಅವಳ ಕಣ್ಣುಗಳು ಕಿರಿದಾದವು.

ವಿಜಯ ಯೋಚಿಸುತ್ತ ಅರಳಿದ ಒಂದೊಂದೇ ಹೂವನ್ನು ಬಿಡಿಸಿ ಬುಟ್ಟಿಯಲ್ಲಿ ಹಾಕುತ್ತಿದ್ದಳು. ಬುಟ್ಟಿಯಲ್ಲಿ ಬೀಳುತ್ತಿದ್ದ ಹೂಗಳತ್ತ ನೋಡುತ್ತ ಕೈಗೆ ಎಟಕುವ ಹೂಗಳನ್ನು ಬಿಡಿಸಿ ಹಾಕುವ ಕೆಲಸವನ್ನು ಕೂಡ ಮಾನಸ ಮಾಡುತ್ತಿದ್ದಳು. ಅವಳಿಗೆ ತುಂಬ ಅಕ್ಕರೆ.

ಬಾಬ್ ಕೂದಲನ್ನು ಹೆಣೆಯುವುದಕ್ಕೆ ಪ್ರಯಾಸವಾದರೂ ಕನಕಮ್ಮ ಮಾಡಿಯೇ ಮುಗಿಸುತ್ತಿದ್ದರು. ಅವರುಗಳಿಗೆ ಇಂದಿನ ಫ್ಯಾಷನ್‌ಗಳು ಸೇರುತ್ತಿರಲಿಲ್ಲ. ಗಂಡು ಮಕ್ಕಳು ತಂದೆಯನ್ನು 'ಡ್ಯಾಡಿ...' ಎಂದು ಸಂಬೋಧಿಸಲು ಶುರು ಮಾಡಿದಾಗ ಮುಖ ಕಿವುಚಿ, ಸಿಡುಕಿದ್ದರು. ಅವರನ್ನು ಮಾತ್ರ ಅಮ್ಮ ಎಂದೇ ಕರೆಯಬೇಕು. ಅಲ್ಲದಿದ್ದರೆ ಮಾತಾಡುತ್ತಲೇ ಇರಲಿಲ್ಲ. ಕೊನೆಗೆ ಅಳುತ್ತಾ ಕೂತುಬಿಡುತ್ತಿದ್ದರು. ಎಷ್ಟೇ ವಿದ್ಯೆ ಕಲಿತರೂ ನಮ್ಮ ಸಂಸ್ಕೃತಿ, ಸಂಪ್ರದಾಯಗಳನ್ನು ಬಿಡಕೂಡದೆಂಬುದು ಅವರ ಮತ, ಆದರೆ ಒಳ್ಳೆಯದನ್ನು ಸ್ವಾಗತಿಸಬಾರದೆಂಬ ನಿಯಮವನ್ನೇನು ಇಟ್ಟಿರಲಿಲ್ಲ.

"ಮಮ್ಮಿ... ಅಲ್ನೋಡು ಎಷ್ಟೊಂದಿದೆ..." ಮಾನಸಳ ಸ್ವರ ಅವಳ ಯೋಚನಾ ಸರಪಣಿಯನ್ನು ತುಂಡು ಮಾಡಿತು. ಅವಳತ್ತ ತಿರುಗಿದಳು. ಬಿಸಿಲಿಗೆ ಮುಖ ಕೆಂಪಾಗಿತ್ತು. "ತುಂಬ ಬಿಸ್ಲು... ಸಾಕ್ಬಿಡು..." ಎದುರು ಬಿಸಿಲಿಗೆ ಕಣ್ಣುಗಳನ್ನು ಕಿರಿದು ಮಾಡಿ ಹೇಳಿದಳು.

ಮಾನಸಳ ಮುಖ ಚಿಕ್ಕದಾಯಿತು. ಈ ಬುಟ್ಟಿ ತುಂಬ ಬಿಡಿಸಿ ಅಜ್ಜಿಯ ಮುಂದೆ ಇಡಬೇಕು. ಅವರು ಕತೆ ಹೇಳುತ್ತ ಹೂ ಕಟ್ಟಬೇಕು. ಇವಳು ಕೇಳುತ್ತ ಕೂಡಬೇಕು. ಮಧು ಇವರಿಬ್ಬರ ಮಧ್ಯೆ ಕೂತು ಕತೆಗೆ ಸಂಬಂಧಿಸಿದಂತೆ ಆಗಾಗ ಪ್ರಶ್ನೆ ಕೇಳಬೇಕು. ಅವರು ಹೇಳಬೇಕು. ಇವಳು ಕಿವಿಯರಳಿಸಿ ಕೇಳುತ್ತಾ ಕೂಡಬೇಕು.

"ಯಾಕೆ... ಇನ್ನೂ ಬೇಕಾ?" ಎಂದು ಕೇಳಿದಳು.

ಮಧುವಿನಂತೆ ವಾಚಾಳಿಯಲ್ಲವೆಂದು ಅವಳಿಗೆ ಗೊತ್ತು. ಕೆಲವು ಸಂದರ್ಭದಲ್ಲಿ ತನ್ನ ಆಸೆ, ಅನಿಸಿಕೆಗಳನ್ನು ಬೇರೆಯವರ ಮುಂದೆ, ಅದರಲ್ಲೂ ತಾಯಿಯ ಮುಂದಿಡಲು ಸಹ ಹಿಂದೆಗೆಯುತ್ತಿದ್ದಳು. ಇದು ಅವಳಿಗೆ ಗೊತ್ತು.

ರಾಜೀವ್ ಆಗಾಗ 'ಮಾನಸ ನಿನ್ನ ರೂಪು ಮಾತ್ರ ಹೊತ್ತಿಲ್ಲ, ನಿನ್ನ ಸ್ವಭಾವ ಪೂರ್ತಿ ಅವಳ ರಕ್ತದಲ್ಲಿ ಸೇರಿಹೋಗಿದೆ' ಎಂದು ಮಗಳನ್ನು ಎತ್ತಿ ಮುದ್ದಿಸುತ್ತಿದ್ದ.

"ಬೇಕು, ಇನ್ನೂ ಬಿಡ್ಸು ಮಮ್ಮಿ, ಅಜ್ಜಿ ದೊಡ್ಡ ಹಾರ ಕಟ್ತುತ್ತೆ. ಕೃಷ್ಣನ ಫೋಟೋಗೆ... ಹಾಕ್ತೀನಿ." ಅವಳ ಸ್ವರದಲ್ಲಿ ಇಣಕಿದ ಸಂಕೋಚ ವಿಜಯಳ ತುಟಿಯಂಚಿನಲ್ಲಿ ನಗುವನ್ನು ತರಿಸಿತು.

ಪುನಃ ಹೂ ಬಿಡಿಸಲು ವಿಜಯಳ ಕೈ ಮುಂದಾಯಿತು. ಮಾನಸಳ ಮುಖ ಅರಳಿತು. ಬೆಳಗಿನ ಬಿಸಿಲು ಚುರುಕಾಗಿತ್ತು.

ರಾವ್ ಬಂದವರೇ ಅಷ್ಟು ದೂರದಲ್ಲಿ ನಿಂತರು. ಇಷ್ಟು ದಿನ ಮಗಳ ಸಂಸಾರದ ಬಗೆಗೆ ನಿರಾತಂಕವಾಗಿದ್ದರು. ಈಗ ವಿಷಯ ಸರಿಯಾಗಿ ತಿಳಿಯದಿದ್ದರೂ ಮನ ಸಂದೇಹಿಸುತ್ತಿತ್ತು. ಗಡ್ಡ ಉಜ್ಜಿದರು. ಮಗಳನ್ನು ನೋಡಿದರು. ಅವಳ ಮುಖ ತೀರಾ ಸಹನೀಯವಲ್ಲದಷ್ಟು ಗಂಭೀರವಾಗಿತ್ತು. ಹಿಂದೆ ತನ್ನ ಓದು ಬಿಟ್ಟರೆ ಮಿಕ್ಕ ವಿಷಯಗಳ ಕಡೆ ಗಮನ ಹರಿಸಿದವಳೇ ಅಲ್ಲ. ಮಾತೂ ಕಡಿಮೆ. ಆದರೆ ರಾಜೀವ್‌ನ ವಾಚಾಳಿತನದಿಂದ ಇತ್ತೀಚೆಗೆ ಎಷ್ಟೋ ಸುಧಾರಣೆ ಕಂಡಿತ್ತು.

ಬಂದ ಕೂಡಲೇ ರಾವ್ ಅಳಿಯನಿಗೆ ಕ್ಷೇಮವಾಗಿ ಬಂದು ತಲುಪಿದ ಬಗ್ಗೆ ಟ್ರಂಕಾಲ್ ಮಾಡಿ ತಿಳಿಸಿದರು. ಬೆಳಿಗ್ಗೆ, ರಾತ್ರಿ ಫೋನ್ ಮುಂದೆ ಬಂದು ಕೂಡುತ್ತಿದ್ದರು. ನಿರಾಶೆ ಅವರ ಕಣ್ಣುಗಳಲ್ಲಿ ಇಣಕುತ್ತಿತ್ತು. ಯಾಕೆ ಈ ಬದಲಾವಣೆ? ಇಬ್ಬರ ಮಧ್ಯೆ ನಡೆದಿರುವುದಾದರೂ ಏನು? ಸಣ್ಣ ಪುಟ್ಟ ವಿಷಯಗಳಿಗೆ ಜಗಳವಾಡುವಂಥ ಮನೋಭಾವದ ಹೆಣ್ಣಲ್ಲ ವಿಜಯ. ರಾಜೀವ್‌ನಲ್ಲಿ ತಪ್ಪು ಹುಡುಕುವುದು ಅವರಿಗೆ ಸರಿ ಕಾಣಲಿಲ್ಲ. ತಲೆ ಕೆಟ್ಟಂತಾಯಿತು.

"ವಿಜಯ... ಏನಾದ್ರೂ ಸಹಾಯ ಮಾಡ್ಲಾ!" ಹೆಜ್ಜೆಗಳು ಅತ್ತ ನಡೆದವು. ಕೈಯೆತ್ತಿ ಬೇಡವೆಂದಳು. ಬಿಸಿಲಿನಿಂದ ಅವಳ ಮುಖ ಕೆಂಪಾಗಿತ್ತು.

"ಸಾಕು ಬಿಡು ಮರಿ, ಅಮ್ಮನ ಮುಖ ಎಷ್ಟು ಕೆಂಪಾಗಿದೆ ನೋಡು." ಮೊಮ್ಮಗಳ ಗಮನವನ್ನು ವಿಜಯಳತ್ತ ಸೆಳೆದರು. ಅವಳ ಕಣ್ಣುಗಳಲ್ಲಿ ತಪ್ಪು ಮಾಡಿದ ಭಾವನೆ ಮಿಸುಕಿತು. ವಿಜಯ ಅವಳ ಕೂದಲು ಸವರಿ "ಎಷ್ಟೊಂದಿದೆ, ಸಾಕು. ಸಂಜೆ ಮೊಗ್ಗು ಬಿಡ್ಸಿಬಿಡೋಣ" ಎಂದಾಗ ಮಾನಸ ಬುಟ್ಟಿಯ ಸಹಿತ ಒಳಗೋಡಿದಳು.

ಬಾಬ್ ಕೂದಲಿಗಿಂತ ಅವಳಿಗೆ ಜಡೆ ಹಾಕಿಸಿಕೊಳ್ಳುವುದರಲ್ಲೇ ಆಸಕ್ತಿ ಬೆಳೆದಿತ್ತು. ತಾಯಿಂದ ತಪ್ಪಿಸಿಕೊಂಡು ಅಜ್ಜಿಯ ಬಳಿ ಜಡೆಗಾಗಿ ಕಾದು ಕೂಡುತ್ತಿದ್ದಳು.

ತಂದೆ ಸಮೀಪಕ್ಕೆ ಬಂದಾಗ ಅವಳೆದೆ ಹಾರಿತು. ಮನದಲ್ಲಿ ಹೊಯ್ದಾಟ ಶುರುವಾಯಿತು. ಸದ್ಯಕ್ಕಂತೂ ರಾಜೀವ್‌ನ ಬಗೆಗೆ ಒಂದು ಸಣ್ಣ ಆರೋಪ ಹೊರಿಸಲೂ ಸಹ ಅವಳ ತುಟಿಗಳು ಮುಂದಾಗದು. ಹಣೆಯ ಮೇಲೆ ಬೆವರಿನ ಸೆಲೆಯೊಡೆಯಿತು. ಕೈಯಿಂದ ತೊಡೆದಳು.

"ತುಂಬ ಬಿಸ್ಲು... ಮಗು" ತಂದೆಯ ಅಂತಃಕರಣ ಸ್ವರದಲ್ಲಿ ಮಿಡಿದಾಗ ಅವಳಿಗೆ ಎದೆ ತುಂಬಿ ಬಂತು.

"ಇಲ್ಲಿ ಕೂತ್ಕೊಳ್ಳೋಣ."

ದಟ್ಟವಾಗಿ ಹಬ್ಬಿದ್ದ ಮಲ್ಲಿಗೆಯ ಬಳ್ಳಿಯ ಚಪ್ಪರದ ಅಡಿಯಲ್ಲಿ ಕಲ್ಲಿನ ಬೆಂಚೊಂದು ಇತ್ತು. ಅಲ್ಲಿ ಮರದ ನೆರಳಿದ್ದಿದ್ದರಿಂದ ತಂದೆ, ಮಗಳು ಅಲ್ಲಿಯೇ ಕುಳಿತರು.

"ಅಮ್ಮ, ಯಾಕೋ ಬಡವಾದ ಹಾಗೆ ಕಾಣಿಸ್ತಾರೆ!" ಮನದಲ್ಲಿ ಕೊರೆಯುತ್ತಿದ್ದುದನ್ನು ಹೊರಗೆ ಚೆಲ್ಲಿದಳು. ರಾವ್ ಮುಖದ ಮೇಲೆ ವ್ಯಥೆಯ ನೆರಳಾಡಿತು.

"ಅವ್ಳಿಗೂ... ವಯಸ್ಸಾಯ್ತು!" ಹುಬ್ಬೆತ್ತಿ ತಲೆಯೆತ್ತಿ ನೋಡಿದಳು. ಗಂಭೀರವಾಗಿದ್ದರು.

"ಅದೊಂದೇ ಕಾರಣ... ಅಲ್ಲ ಅನ್ನಿಸುತ್ತೆ!"

ಎರಡು ನಿಮಿಷ ರಾವ್ ಮೌನವಾಗಿ ಕುಳಿತರು. ಮಗಳಿಗೆ ಹೇಳಲೋ, ಬೇಡವೋ ಎಂದು ಯೋಚಿಸಿದಳು. ಹುಬ್ಬುಗಳು ಸಂಕುಚಿಸಿದವು.

"ಏನೋ ಯೋಚ್ನೆ ಮಾಡ್ತಾ ಇದ್ದೀರಾ..." ಅಚ್ಚರಿ ಬೆರೆತ ಆತಂಕ ಇಣಕಿತು ವಿಜಯಳ ಸ್ವರದಲ್ಲಿ. ತಂದೆಯ ಈ ತೆರನಾದ ಸ್ವಭಾವ ಅವಳಿಗೆ ಹೊಸದು.

"ಇಂದಲ್ಲ ನಾಳೆ ಗೊತ್ತಾಗುತ್ತೆ. ನಿಮ್ಮಮ್ಮ ನಿನ್ಹತ್ರ ಹೇಳ್ಬಾರ್ದೂಂತ ತಾಕೀತು ಮಾಡಿದ್ದಾಳೆ. ಆದ್ರೂ... ಹೇಳ್ತೀನಿ" ಎಂದಾಗ ವಿಜಯಳ ಎದೆ ಢವಗುಟ್ಟಿತು. ಬಾಯಿ, ಗಂಟಲು, ನಾಲಿಗೆಯಲ್ಲಿನ ತೇವ ಒಣಗಿಹೋಯಿತು.

"ಈಗಿನವ್ರು... ಬಗೆಗೆ ಯಾವ ಭರವಸೆ, ನಂಬಿಕೆಗಳನ್ನೂ ಇಟ್ಕೋಬಾರ್ದು. ವ್ಯವಸ್ಥೆನೇ ಕೆಟ್ಟಿದೆ. ಅವರವರ ವಿಚಾರ ಕೋನಗಳೇ ಬೇರೆ." ಪೀಠಿಕೆ ಹಾಕಿದರು.

ಅವಳಲ್ಲಿನ ಚೇತನವೇ ಉಡುಗಿಹೋಯಿತು. ಮುಂದೆ ಅವರು ಹೇಳಬಹುದಾದುದನ್ನು ಊಹಿಸಿಕೊಳ್ಳತೊಡಗಿದಳು.

ತಟ್ಟನೇ "ನಿಮ್ಮಣ್ಣ, ನಿಮ್ಮತ್ತಿಗೆಯಿಂದ ಡೈವೋರ್ಸ್ ತಗೋತಾನಂತೆ!" ವಿಜಯ ಕುಳಿತಲ್ಲೇ ಶಿಲೆಯಾದಳು.

ಅವಳ ಪಾಲಿಗೆ ಇದು ನಂಬಲಾರದಂಥ ಸುದ್ದಿ. ಮುಖದ ಮೇಲೆ ಗಾಬರಿ ಕಾಣಿಸಿಕೊಂಡಿತು. ಕೆಳತುಟಿಯನ್ನು ಹಲ್ಲಿನಡಿ ಬಲವಾಗಿ ಕಚ್ಚಿದಳು. ಅವಳು ಕಂಡಂತೇ

ಅವರಿಬ್ಬರದು ಮಧುರ ದಾಂಪತ್ಯ. ಅರಿತೂ ನಡೆಯುತ್ತಿದ್ದರು. ಒಬ್ಬರನ್ನೊಬ್ಬರು ಅಭಿಮಾನ, ಗೌರವದಿಂದ ಕಾಣುತ್ತಿದ್ದರು-ಇದ್ದಕ್ಕಿದ್ದಂತೆ ಇದೆಂಥ ಮೂರ್ಖ ಆಲೋಚನೆ!

ಪುನಃ ಅವರೇ "ಇದು ಸತ್ಯ ಸಂಗತಿ. ಅವ್ನೇ ಬರೆದಿದ್ದ. ಅವ್ರುಗಳಿಗೆ ಯಾರು ಬುದ್ಧಿ ಹೇಳ್ಬೇಕೂ? ನಾನೇನು ತಲೆ ಕೆಡ್ಸಿಕೊಂಡಿಲ್ಲ. ಹತ್ತಾರು ಕಡೆ ಸುತ್ತಿದ್ದೀನಿ, ಜನಗಳ್ನ ನೋಡಿದ್ದೀನಿ, ನಾನು ತಾಳಿಕೊಳ್ಳಬಲ್ಲೆ. ಅವ್ಳಿಗೆ ಹೇಗೆ ಸಮಾಧಾನ ಹೇಳೋದು!?" ಕನ್ನಡಕದ ಹಿಂದಿನ ಕಣ್ಣುಗಳಲ್ಲಿ ನೋವು ಕಾಣಿಸಿಕೊಂಡಿತು.

ತೆಗೆದು ಒರೆಸಿ ಮತ್ತೆ ಹಾಕಿಕೊಂಡರು. ಹಣೆಯಲ್ಲಿನ ಸುಕ್ಕುಗಳು ಆಳವಾಗಿದ್ದವು.

'ಅವ್ರು ಬಾಯಲ್ಲಿ ಹಗುರವಾಗಿ ಅಂದರೂ ಅವ್ರು ಕೂಡ ಸಮಾಧಾನವಾಗಿಲ್ಲ!' ಎಂದು ಅವಳ ಮನ ಒತ್ತಿ ಹೇಳಿತು.

"ನಾನು ಎಷ್ಟೋ ಹೇಳ್ದೆ, ಅಂಥ ದೊಡ್ಡ ವಿಷ್ಯವಲ್ಲ. ಸುಮ್ನೇ ತಲೆ ಕೆಡಿಸ್ಕೋ ಬೇಡಾಂತ..." ಮುಖ ಮೇಲೆತ್ತಿ ಅವರು ನಿಟ್ಟುಸಿರು ದಬ್ಬಿದಾಗ, ವಿಜಯಳ ಮುಖದ ಗೆಲುವು ಪೂರ್ಣವಾಗಿ ಬತ್ತಿಹೋಯಿತು. ಬಳ್ಳಿಯ ಕಾಂಡಕ್ಕೆ ಒರಗಿದಳು. ಇಬ್ಬರೂ ವಿದ್ಯಾವಂತರು; ಅರಿತೂ ಬೆರತೂ ಒಂದಾದವರು. ಅವಳ ಮಿದುಳಿನಲ್ಲಿ ಸಿಡಿತ ಷುರುವಾಯಿತು. ತುಟಿಗಳ ಮೇಲೆ ನೋವಿನ ನಗೆ ಅರಳಿತು. ಅತ್ತಿಗೆಯ ಬಗೆಗೆ ಪೂರ್ತಿ ವಿಷಯ ತಿಳಿಯದೆಯೇ ಕರುಣೆಯಿಂದ ಅವಳೆದೆ ಮಿಡಿಯಿತು.

"ಅವರವರಲ್ಲಿ ಯಾವ ರೀತಿಯ ಭಿನ್ನಾಭಿಪ್ರಾಯಗಳೋ..." ಎಂದಾಗ ವಿಜಯ ರಾವ್ ನಿಟ್ಟುಸಿರು ಚೆಲ್ಲಿದರು. ಯೋಚಿಸಿದರು. ಬಾಯಲ್ಲಿ ತಾನು ತಲೆ ಕೆಡಿಸಿಕೊಂಡಿಲ್ಲ ವೆಂದು ಹೇಳಿದ್ದರು. ಅದೆಷ್ಟು ನಿಜ? ಎದೆಯ ಮೇಲೆ ವೇದನೆ ಬೆಟ್ಟದಷ್ಟು ಭಾರವಾಗಿ ಕೂತಿತ್ತು.

"ಈಗೇನು... ಮಾಡೋದು?" ಮಗಳ ಅಭಿಪ್ರಾಯ ತಿಳಿಯಲು ಕೇಳಿದಾಗ ಬೆಚ್ಚಿಬಿದ್ದಳು. ಅವಳದ್ದೇ ಬೆಟ್ಟದಂತೆ ಬೆಳೆದು ನಿಂತಿತ್ತು. ನಿರ್ಲಿಪ್ತತೆ ಅವಳ ಮುಖದ ಮೇಲೆ ಮೂಡಿತು. "ಅವರವ್ರೇ... ತೀರ್ಮಾನಿಸಿಕೊಳ್ಳಿ, ಬೇರೆಯವ್ರು ಏನಾದ್ರೂ ಹೇಳಲು ಸಾಧ್ಯವೇ! ಬೆರೆತು ನಡೆಯಬೇಕಾದ ಅವರಲ್ಲಿ ಸರಸವಿಲ್ದಿದ್ರೆ... ಪ್ರಯೋಜನವೇನು! ಅರ್ಥಹೀನ ಬದುಕೆನಿಸಿಕೊಳ್ಳುತ್ತೆ." ಅವಳ ಮುಖದ ಮೇಲೆ ಕಠೋರತೆ ಮಿನುಗಿತು.

"ನಾನು, ಅದ್ಕೇ ಮಕ್ಳನ್ನ ಮಾತ್ರ ಇಲ್ಲಿಗೆ ಕಳ್ಸಿಬಿಡಿ. ನಿಮ್ಮಗಳ ಜೀವನದ ಬಗ್ಗೆ ಏನಾದ್ರೂ ಮಾಡ್ಕೊಳ್ಳೀಂತ... ಪತ್ರ ಬರ್ದೇ" ಮೃದುವಾಗಿ ಹೇಳಿದರು.

ತಂದೆ ಮಗಳು ಹತ್ತು ನಿಮಿಷ ಮೌನವಾಗಿ ಕೂತರು. ವಿಜಯ ಗಂಭೀರವಾಗಿ ಯೋಚಿಸುತ್ತಿದ್ದಳು. ತನ್ನ ನಿರ್ಧಾರದ ಬಗೆಗೆ ಇವರೇನು ಹೇಳಬಲ್ಲರು?

ಗೇಟ್ ಸದ್ದಾಯಿತು. ತಂದೆ, ಮಗಳ ನೋಟ ಅತ್ತ ಹರಿಯಿತು. ಅರಿವಿಗೆ ಬರದಂತೆ ವಿಜಯ ಎದ್ದು ನಿಂತಳು. ಭಾರವಾದ ಮನ ಹಗುರವಾಗಿ ಹಕ್ಕಿಯಂತೆ ಆಕಾಶದಲ್ಲಿ ಹಾರಾಡಿತು.

"ಡ್ಯಾಡಿ ಬಂದ್ರು, ಡ್ಯಾಡಿ ಬಂದ್ರು" ಮಾನಸ ಓಡಿ ಬಂದಳು. ಅವಳ ಓಟದಲ್ಲಿ ನವಿಲಿನ ಕುಣಿತವಿತ್ತು.

ಕಣ್ಣರಳಿಸಿ ಮಗಳನ್ನು ಎತ್ತಿಕೊಂಡ. ಅವನ ದೇಹದಲ್ಲಿ ಹೊಸ ಚೇತನ ತುಂಬಿಕೊಂಡಂತಾಯಿತು. ಎರಡು ಜಡೆಯಲ್ಲೂ ಮಲ್ಲಿಗೆ ಹೂವಿನ ದಂಡೆಗಳು. ತೀರಾ ಬೆಳೆದಂತೆ ಕಂಡಳು ಪುಟ್ಟ ಮಾನಸ. ಕೆಂಪು ಗಲ್ಲದ ಮೇಲೆ ಕರಿಯ ಚುಕ್ಕೆ ಬೆರಳಿನಿಂದ ಸವರಿದ. "ಇದೆಲ್ಲ ಅಜ್ಜಿನ ಮಾಡಿದ್ದು? ಈ ಅಲಂಕಾರದಲ್ಲಿ ನಮ್ಮ ಪುಟ್ಟ ಮಾನಸ... ಮುದ್ದಾಗಿ ಕಾಣ್ತಾಳೆ!" ನಾಚಿದ ಅವಳ ಕೆನ್ನೆಗಳು ರಂಗೇರಿದವು. ಮುತ್ತಿಟ್ಟ.

ಅವನ ಕಣ್ಣುಗಳು ಬಯಸಿದ ವಸ್ತುವಿಗಾಗಿ ಹುಡುಕಾಡಿತು. ಕಾತರಿಸಿ ಬಂದಿದ್ದ.

"ಹೇಗಿದ್ದೀರಿ, ಅಳಿಯಂದ್ರು!" ಸ್ವರ ಬಂದತ್ತ ತಿರುಗಿದ. ಕಣ್ಣು ಮಿನುಗಿದವು. ಕೂದಲನ್ನು ಬೆರಳಿನಿಂದ ಹಿಂದಕ್ಕೆ ತಳ್ಳುತ್ತ "ಸ್ವಲ್ಪ ಹಾಗೆ... ಸ್ವಲ್ಪ ಹೀಗೆ!" ಎಂದಾಗ ಫಕಫಕನೇ ನಕ್ಕುಬಿಟ್ಟರು. ಅವರ ನಗುವಿಗೆ ಎಂದೂ ಮುಪ್ಪು ಬಾರದೇನೋ!

"ನೀನು ಬರೋ ವರ್ತಮಾನ ನಿಮ್ಮ ಅತ್ತೆಯವ್ರಿಗೆ ಮೊದ್ಲೇ ಸಿಕ್ಕಿತ್ತೂಂತ ಕಾಣಿಸುತ್ತೆ; ಇಷ್ಟವಾದ ಅಡ್ಗೆ ಸಿದ್ಧ!" ಕೈಯೆತ್ತಿ ಹೇಳಿದರು. ತಮ್ಮ ಮಾತಿಗೆ ರಾಜೀವ್‌ನಿಂದ ಪ್ರತಿಕ್ರಿಯೆ ಸಿಕ್ಕದಾಗ "ನನ್ನ ಮಾತು, ಇರವು ಇಬ್ರಿಗೂ ಬೇಕಾಗಿಲ್ಲ!" ನಕ್ಕು ಒಳ ನಡೆದರು. ರಾಜೀವ್ ನಕ್ಕ. ವಿಜಯಳ ತುಟಿಗಳ ಮೇಲೂ ನಗುವರಳಿತು.

"ಹೌ ಆರ್ ಯು?" ದೀರ್ಘವಾಗಿ ನೋಡಿದ. ಮುಖದ ಮಾರ್ದವತೆಯೇ ನಶಿಸಿಹೋದಂತೆ ಕಂಡಿತು. ಎದೆಯಲ್ಲಿ ಸಲಾಕಿ ಹಾಕಿ ತಿವಿದಂಥ ನೋವು.

ತಲೆಯೆತ್ತಲು ಅವಳಿಂದಾಗಲಿಲ್ಲ. ನೆಲದಿಂದ ನೋಟ ಕೀಳದೇ "ಓ.ಕೆ." ಎಂದಳು ಕಷ್ಟದಿಂದ. ಅಷ್ಟಕ್ಕಿಂತ ಹೆಚ್ಚಾಗಿ ಮಾತಾಡಲು ಅವರುಗಳಲ್ಲಿ ಮಾತುಗಳಿರಲಿಲ್ಲ ವೇನೋ!?

"ಬನ್ನಿ..." ವಿಜಯಳ ಸ್ವರ ಮೃದುವಾಗಿತ್ತು. ತುಂಬು ಮನದಿಂದ ಸ್ವಾಗತಿಸುತ್ತಿದ್ದಾಳೇನೋ! ಬರೀ ಶಿಷ್ಟಾಚಾರಕ್ಕೋ ಸೌಜನ್ಯಕ್ಕೋ!! ಮನ ಮಿಡುಕಿತು. ಸತ್ಯ ಎದುರಿಗಿದ್ದುದ್ದರಿಂದ, ಕೆದಕಲು ಹೋಗುವುದು ಅರ್ಥಹೀನವೆನಿಸಿತು.

ಮಗಳನ್ನು ಎತ್ತಿಕೊಂಡೇ ಅವಳ ಹೆಜ್ಜೆಗಳನ್ನು ಅನುಸರಿಸಿದ. ಅದು ಅವನಿಗೆ ಇಷ್ಟವಾದ ಕೆಲಸ. ಮಾನಸಳನ್ನು ಇಳಿಸಿದ. ಕನಕಮ್ಮನವರು ಬಾಗಿಲ ಮರೆಯಲ್ಲಿ ಕಾಣಿಸಿಕೊಂಡರು. ಅವರ ಕಣ್ಣುಗಳಲ್ಲಿ ಪ್ರೀತಿ, ಅಭಿಮಾನ ತುಂಬಿ ತುಳುಕುತ್ತಿತ್ತು. ಆ ಅರ್ಹತೆ ತನಗಿದೆಯೇ? ವಿಷಯ ತಿಳಿದ ಮೇಲೂ ಆದರಿಸಬಲ್ಲರೆ?

"ಆರೋಗ್ಯನಾ?" ಎಂದಾಗ ಗಂಟಲು ಕಟ್ಟಿಕೊಂಡ ಹಾಗಾಯಿತು. ಬಲವಂತವಾಗಿ "ಆರೋಗ್ಯ..." ಎಂದ ಚುಟುಕಾಗಿ. ಅವರ ಕಣ್ಣುಗಳಲ್ಲಿ ಅಚ್ಚರಿ ಇಣಕಿತು. ಅಷ್ಟು ಚುಟುಕಾಗಿ ಉತ್ತರಿಸುವುದು ಅವನ ಜಾಯಮಾನಕ್ಕೆ ಬಂದದ್ದಲ್ಲ! ವಿಜಯಳ ಸಹವಾಸದಿಂದ ಇವನು ಮೌನಿಯಾದನಾ?

ಅವರು ಸರಿದು ಹೋದಾಗ ನಿರಾಳವಾಗಿ ಉಸಿರಾಡಿದ. ಡ್ರಾಯಿಂಗ್ ರೂಮಿಗೆ ಬಂದಾಗ ಮಧು ಒಂದು ಹೊರೆ ಪುಸ್ತಕಗಳನ್ನು ಹಾಕಿಕೊಂಡು ಕೂತಿದ್ದ. ಅವನ ಪುಟ್ಟ ತಲೆಯಲ್ಲಿ ಇಷ್ಟೆಲ್ಲ ತುಂಬಿಕೊಳ್ಳಲು ಜಾಗವಿದೆಯೇ ಎಂದು ಯಾರಾದರೂ ಆಶ್ಚರ್ಯ ಪಡಬೇಕು.

ರಾಜೀವ್‌ನ ಕಣ್ಣುಗಳಲ್ಲಿ ವಾತ್ಸಲ್ಯ ಇಣಕಿತು. ಎಂತಹುದೋ ಮಧುರ ಚೇತನ ಪುಟಿದು ಮೇಲೆದ್ದು ಬಂತು.

"ಮಧು..." ಎಂದ.

ತಟ್ಟನೇ ತಲೆ ಮೇಲಕ್ಕೆತ್ತಿದ. ಹಠಾತ್ತನೇ ಮುಖ ಕಂಡ ಕೂಡಲೇ ಕಣ್ಣುಗಳಲ್ಲಿ ಕೋಟಿ ಸೂರ್ಯರು ಒಮ್ಮೆಲೇ ಪ್ರಜ್ವಲಿಸಿದರು.

"ಡ್ಯಾಡಿ..." ಬಂದು ರಾಜೀವನ ಕುತ್ತಿಗೆಗೆ ಜೋತುಬಿದ್ದು ಮುಖವೆಲ್ಲ ಸವರಿ "ನಾನು ನಿನ್ನೊಜ್ತೆ... ಬಂದ್ಬಿಡ್ತೀನಿ" ಎಂದಾಗ ರಾಜೀವ್‌ನ ಕಣ್ಣುಗಳಲ್ಲಿ ಹರ್ಷ ಚಿಮ್ಮಿತು.

ಕಾಫೀ ಕಪ್ ಹಿಡಿದ ವಿಜಯ "ಮಧು, ಸ್ವಲ್ಪ ಇಳೀ... ಈಗ ಬಂದಿದ್ದಾರೆ." ಸ್ವರದಲ್ಲಿ ಅಧಿಕಾರವಿತ್ತು. ರಾಜೀವ್‌ಗೆ ಕೋಪ ಬಂತು. ದುರದುರನೆ ನೋಡಿದ.

"ಇನ್ನು ಬಟ್ಟೆ ಬದಲಾಯ್ಸಿ... ರೆಸ್ಟ್ ತಗೋ. ಆಮೇಲೆ ತುಂಬ ಮಾತಾಡ್ಬೇಕೂ" ಎಂದಾಗ ಮಧು, ರಾಜೀವ್ ವಿಜಯಳ ಮುಖದಲ್ಲಿ ಅಭಿಮಾನ ತುಳುಕಿತು.

ಮಧು ಹೋದ ಮೇಲೆ ಅವಳ ಕೈಯಲ್ಲಿನ ಕಾಫೀ ಬಟ್ಟಲನ್ನು ತೆಗೆದುಕೊಂಡ. ಅಡಿಯಿಂದ ಮುಡಿಯವರೆಗೂ ಕಣ್ಣರಳಿಸಿ ನೋಡಿದ. ಹಿಂದಿನ ಮಾರ್ದವತೆ ಇರಲಿಲ್ಲ. ಕಠೋರಭಾವ ತುಂಬಿಕೊಂಡಿತ್ತು. ಉಕ್ಕಿ ಹರಿಯುತ್ತಿದ್ದ ಒಲವಿನ ಹೊಳೆ ಕಣ್ಣುಗಳಲ್ಲಿ ಕಾಣದಾಗಿತ್ತು. ನಿರ್ಲಿಪ್ತತೆ ಎದ್ದು ಕಾಣುತ್ತಿತ್ತು.

"ವಿಜಯ..." ಆ ಕರೆಗೆ ಅವಳ ಹೃದಯ ಕಲ್ಲಾಗಿತ್ತು! ಮೆಲ್ಲಗೆ ತಲೆಯೆತ್ತಿದಳು. ಅವನ ಕಣ್ಣುಗಳು ವೇದನೆಯ ಮಡುಗಳಾಗಿತ್ತು. "ಹೇಗಿದ್ದೀಯಾ? ನಾನು ಬಂದಿದ್ದರಿಂದ ಬೇಸರನಾ?" ಸಾವಿರ ಸಿಡಿಲುಗಳು ಒಟ್ಟಿಗೆ ಅಪ್ಪಳಿಸಿದಂತಾಯಿತು ಅವಳ ತಲೆಯ ಮೇಲೆ. ಪ್ರಜ್ಞೆ ತಪ್ಪಿದಂತಾಯಿತು. ಮೈಯಲ್ಲಿನ ಶಕ್ತಿಯೆಲ್ಲ ಕಾಲುಗಳ ಬುಡದಲ್ಲಿ ಹರಿದುಹೋದಂತಾಯಿತು.

ಮುಖ ಕಿವುಚಿದಳು. ಹೃದಯದ ಅಪಾರ ನೋವು ಮುಖದಲ್ಲಿ ವ್ಯಕ್ತವಾಯಿತು. ಹಣೆಯ ಮೇಲೆ ಬೆವರಿನ ಸೆಲೆಯೊಡೆಯಿತು.

"ನೀವು ಹಾಗೆ ಹೇಳ್ಬಾರ್ದಾಗಿತ್ತು!" ಸೋಫಾ ಹಿಡಿದು ಮೇಲೆ ಕೈಯೊತ್ತಿ ಮೈನ ಭಾರವೆಲ್ಲ ಹಾಕಿದಳು.

"ವಿಜ್ಜು..." ಅವನ ಹುಬ್ಬುಗಳು ಆತಂಕದಿಂದ ಮೇಲೆರಿದವು. ಮೆಲ್ಲಗೆ ಅವನತ್ತ ನೋಡಿದಳು. ಕಣ್ಣಂಚಿನಲ್ಲಿ ಶೇಖರವಾಗಿದ್ದ ಕಂಬನಿಯ ಸೆಲೆಯನ್ನು ಕಂಡು ಅವನೆದೆ ಒಡೆದುಹೋದಂತಾಯಿತು.

"ಬಟ್ಟೆ... ಬದಲಾಯ್ಸಿ." ತೂರಾಡುವಂತೆ ಹೊರಗೆ ಹೋದಳು.

ಕನಕಮ್ಮ ಯಜಮಾನರೊಂದಿಗೆ ಮಾತುಕತೆ ನಡೆಸುತ್ತಿದ್ದರು. ಕಿವಿಗೆ ಬೀಳುತ್ತಿದ್ದರೂ ಏನೆಂದು ಇವಳಿಗೆ ಅರ್ಥವಾಗಲಿಲ್ಲ. ಅದರ ಪ್ರಯತ್ನವನ್ನೂ ಮಾಡಲಿಲ್ಲ.

ಅವಳು ಹೋದ ಮೇಲೆ ರಾಜೀವ್ ಕೂತಲ್ಲಿಯೇ ಶಿಲೆಯಾದ. ಮಾನಸಿಕ ಕ್ಷೋಭೆ ಅನುಭವಿಸಲಾರದೆ ಬಂದಿದ್ದ. ಅವನ ನಿರ್ಧಾರ, ಧೈರ್ಯವೆಲ್ಲವು ವಿಜಯಳ ನೆನಪು ಬಂದ ಕೂಡಲೇ ಪುಡಿಪುಡಿಯಾಗಿ ತೂರಿಹೋಗುತ್ತಿತ್ತು. ತೀರಾ ನೀರಸವಾದ ಬದುಕು ಭಾರವೆನಿಸಿತು. ಬರಲು ಹಿಂಜರಿಕೆಯುಂಟಾದದ್ದು ಸಹಜವೇ; ಪುಟಾಣಿಗಳ ನೆನಪು ಅವನನ್ನು ಒದ್ದು ಓಡಿಸಿತ್ತು.

ಆದರೆ ಈಗ ವಿಜಯಳ ಕಣ್ಣಲ್ಲಿಯ ಕಂಬನಿಯನ್ನು ಕಂಡ ಮೇಲೆ ಬಂದದ್ದು ತಪ್ಪಾಯಿತೇನೋ ಅಂದುಕೊಂಡ. ಕಾಫೀ ಆರಿ ತಣ್ಣಗಾಯಿತು.

"ಡ್ಯಾಡಿ, ಕಾಫೀ ಕುಡಿಲೇ ಇಲ್ಲ." ಮಧು ಬಂದಾಗ ತಣ್ಣಗಾದ ಕಾಫಿಯನ್ನೇ ಕುಡಿದು ಮುಗಿಸಿದ.

"ಬೇಗ ಸ್ನಾನ ಮುಗ್ಸಿ... ತಿಂಡಿ ರೆಡಿಯಾಗಿದೆ" ರಾವ್ ಸ್ವರದಲ್ಲಿ ಶೀತಲತೆ ಇತ್ತು. ಒಂದು ವಿಧವಾದ ಚೇತೋಹಾರಿಯಾಗಿತ್ತು. ರಾಜೀವ್‌ನ ಮುದುರಿದ ಮನ ಅರಳಿತು.

ರಾಜೀವ್ ಬಟ್ಟೆ ಬದಲಾಯಿಸಿ ಸ್ನಾನಕ್ಕೆ ನಡೆದ. ತಿಂಡಿ ರೆಡಿಯಾಗಿತ್ತು. ಮಧು, ಮಾನಸ ಡೈನಿಂಗ್ ಟೇಬಲ್ಲು ಮುಂದೆ ಕೂತಿದ್ದರು.

"ಬರ್ಬೇಕೂ..." ರಾವ್ ಸ್ವಾಗತಿಸಿದರು. "ವಿಜ್ಜೂಗೂ ಕೊಡು." ಹೆಂಡತಿಯತ್ತ ತಿರುಗಿ ಹೇಳಿದರು.

"ನಂಗ್ಯಾಕೆ! ನಂದು... ಆಯ್ತಲ್ಲ!" ವಿಜಯಳ ಮುಖದ ಮೇಲೆ ಗಾಬರಿಯೊಡೆಯಿತು.

ಮಗಳ ಮಾತಿನತ್ತ ಗಮನ ಕೊಡದವರಂತೆ "ನೋಡಪ್ಪ ರಾಜೀವ್... ನಾವು ಹೆಣ್ಣು ಮಕ್ಳನ್ನ ಯಾಕೆ ಕರ್ಕಂಡ್ ಬರೋದು?!" ಅವರ ಪ್ರಶ್ನೆಯಿಂದ ಕಕ್ಕಾಬಿಕ್ಕಿಯಾದ. ಏನೆಂದು ಉತ್ತರಿಸಬೇಕೋ ತೋಚಲಿಲ್ಲ. ಕಣ್ಣುಗಳಲ್ಲಿ ಗಾಬರಿ ಕಾಣಿಸಿಕೊಂಡಿತು.

"ನಾವೇನು ಹಾಯಾಗಿರ್ಲಿಂತ ಕರ್ಕೊಂಡ್ಬಂದ್ರೆ–ರಾತ್ರಿ ನಿದ್ದೆ ಮಾಡೋಕೆ ಬಿಡ್ದೇ... ಕಾಡ್ತಿ! ಊಟ ತಿಂಡಿಯಂತೂ ದೇವರಿಗೇ ಪ್ರೀತಿ! ನಾವೇ ಈ ಕಷ್ಟ ನೋಡಲಾರ್ದೆ... ಕಳ್ಸಿಕೊಟ್ಬಿಡ್ಬೇಕೂ..." ಅರ್ಥಗರ್ಭಿತವಾಗಿ ಹೇಳಿದರು.

ಎಲ್ಲರಿಗೂ ಅರ್ಥವಾಗಲು ಕೆಲವಾರು ನಿಮಿಷಗಳೇ ಹಿಡಿಸಿದವು. ಅರ್ಥವಾದಾಗ ನಗೆಯ ಬುಗ್ಗೆ ಹರಡಿತು. ಬಿಗಿಯಾದ ವಾತಾವರಣ ಸಡಿಲವಾಯಿತು. ರಾಜೀವ್ ಜೋರಾಗಿಯೇ ನಕ್ಕ. ವಿಜಯಳ ಮುಖದ ಮೇಲೆ ರಂಗು ರಾಚಿತು. ಅರ್ಥವಾಯಿತೋ, ಇಲ್ಲವೋ! ಮಧು, ಮಾನಸ ಕೂಡ ಜೋರಾಗಿ ನಕ್ಕರು.

"ನಿಮ್ಮ ತಮಾಷೆ ಮಾತುಗಳಿಗೆ ಸಮಯ, ಸಂದರ್ಭ ಇಲ್ಲ." ನಸು ಮುನಿಸು ತೋರಿಸಿದರು ಕನಕಮ್ಮ.

ರಾತ್ರಿ ಊಟ ಮಾಡದೇ ಪ್ರಯಾಣಿಸಿದ್ದ. ಹಸಿವು ಜೋರಾಗಿತ್ತು. ಆ ನಗುವಿನ ವಾತಾವರಣದಲ್ಲಿ ಸ್ವಲ್ಪ ಹೆಚ್ಚಾಗಿಯೇ ತಿಂದ. ಬಲವಂತಕ್ಕೆ ಕೂತರು. ವಿಜಯ ಸರಾಗ ವಾಗಿ ನಾಲ್ಕು ಇಡ್ಲಿಗಳನ್ನು ಇಳಿಸಿದಳು. ಒಗಟಾಯಿತು. ರಾಜೀವ್‌ನ ಬಗ್ಗೆ ದ್ವೇಷವೇ? ಅಸಹ್ಯವೇ? ಜಿಗುಪ್ಸೆಯೆ? ಯಾವೊಂದು ತೀರ್ಮಾನಕ್ಕೆ ಬರಲು ಸಮರ್ಥಳಾಗಲಿಲ್ಲ.

ರಾವ್ ಕೂದಲಲ್ಲಿ ಕೈಯಾಡಿಸಿಕೊಂಡರು. ಮಗಳನ್ನು, ಅಳಿಯನನ್ನು ಬದಲಿಸಿ, ಬದಲಿಸಿ ನೋಡಿದರು. ಇಬ್ಬರ ಮಧ್ಯೆ ಬಿಗಿಯಿದ್ದದ್ದು ಅರಿವಿಗೆ ಬಂತು. 'ಇರಲಿ... ಇರಲಿ... ಇದೆಲ್ಲ ಮಧ್ಯೆ ಮಧ್ಯೆ ಇರಬೇಕಾದ್ದೆ.'

ಪಟ್ಟಾಗಿ ಹೊಡೆದವನೇ ಹಾಸಿಗೆಯ ಮೇಲೆ ಉರುಳಿದ. ಒಬ್ಬನೇ ಅನುಭವಿಸಿದ ಸಂಕಟ ತಾತ್ಕಾಲಿಕವಾಗಿ ಶಮನವಾಗಿತ್ತು. ಭವಿಷ್ಯದ ಬಗೆಗೆ ಯೋಚಿಸುವುದಕ್ಕೂ ಮನಸ್ಸಿನಲ್ಲಿ ವ್ಯವಧಾನವಿರಲಿಲ್ಲ. ಮನ ಸುಖದ ಲೋಕದಲ್ಲಿ ವಿಹರಿಸುತ್ತಿತ್ತು. ವಿಜಯ ಮಾತ್ರ ಶಾಂತಿ-ಸಮಾಧಾನಗಳ ಹೆಪ್ಪುಗಟ್ಟಿದ ಮೂರ್ತ ರೂಪದಲ್ಲಿ ಇದ್ದಳು.

ಹೊರಟಾಗ ವಿಜಯಳ ಪ್ರತಿಕ್ರಿಯೆಯ ಬಗ್ಗೆ ಯೋಚಿಸಿದ. ಅವಳು ಸುಸಂಸ್ಕೃತೆ; ಅವಮಾನಕರವಾಗಿ ನಡೆದುಕೊಳ್ಳುವುದು ಅವಳ ಸ್ವಭಾವಕ್ಕೆ ಹೊರತು. ಅದರಲ್ಲೂ ರಾಜೀವ್ ಬಗ್ಗೆ ಹಾಗೆ ಮಾಡುವ ಸಾಧ್ಯತೆಯೇ ಇಲ್ಲ. ಪ್ರೀತಿಯ ಮಡುವು ಎಂದಿಗೂ ಹೆಪ್ಪು ಕಟ್ಟದು.

"ಡ್ಯಾಡಿ, ನಿದ್ದೆ ಬರುತ್ತಾ?" ಮಾನಸ ಬಂದು ಮಗ್ಗುಲಲ್ಲಿ ಕೂತಳು. ಅವನ ಕಣ್ಣುಗಳಲ್ಲಿ ಪ್ರೀತಿಯ ಸೆಲೆಯುಕ್ಕಿತು. ಅವಳ ಕೈಹಿಡಿದು ಕೆನ್ನೆಗೆ ಒತ್ತಿಕೊಂಡ. ಹಿತವೆನಿಸಿತು. ಹಾಯಾಗಿತ್ತು. ಮನ ಮುದಗೊಂಡಿತು. ಕಣ್ಣು ಮುಚ್ಚಿದ. ನಿದ್ದೆಗಾಗಿ ಕಾತರಿಸಿದವು. ಕರೆದರೂ ಬಾರದ ನಿದ್ದೆ ತಾನಾಗಿ ಬಂದು ಹಿಂಸೆಪಡಿಸುತ್ತಿತ್ತು.

"ಡ್ಯಾಡಿ..." ಏನೋ ಹೇಳುತ್ತಿದ್ದಳು. ಹೂಗುಟ್ಟುತ್ತಲೇ ನಿದ್ದೆ ಮಾಡಿಬಿಟ್ಟ.

ವಿಜಯ ತಾಯಿಗೆ ಸಹಾಯ ಮಾಡಲು ಅಡಿಗೆಯ ಮನೆ ಸೇರಿಬಿಟ್ಟಿದ್ದಳು. ಅಲ್ಲಿನಷ್ಟು ಶ್ರೀಮಂತಿಕೆ, ಆಳುಕಾಳುಗಳು ಇಲ್ಲಿ ಇರಲಿಲ್ಲ. ಹೊರಗಿನ ಕೆಲಸಕ್ಕೆ ಹೆಣ್ಣಾಳು ಇದ್ದಳು. ಅಡಿಗೆಯನ್ನು ಅವರೇ ಮಾಡುತ್ತಿದ್ದರು. ಅಡಿಗೆಯವನ ಅವಶ್ಯಕತೆ ಇದುವರೆಗೂ ಅವರಿಗೆ ಕಂಡಿರಲಿಲ್ಲ.

"ರಾಜೀವ್, ಸ್ವಲ್ಪ ಬಡವಾದ ಹಾಗೆ ಕಾಣಿಸ್ತಾನಲ್ಲ!" ಕನಕಮ್ಮ ಸಂಡಿಗೆ ಕರೆಯುತ್ತ ಅಂದಾಗ ವಿಜಯ ಮೌನವಹಿಸಿದಳು.

"ಯಾಕಿರಬೋದು?" ಮತ್ತೆ ಪ್ರಶ್ನೆ ಎಸೆದಾಗ ವಿಚಲಿತಳಾದಳು.

"ಆಫೀಸ್ ಕೆಲಸ ಜಾಸ್ತಿ." ತಟ್ಟನೆ ನುಡಿದಳು.

"ನೀನು ಏನೇ ಹೇಳು, ರಾಜೀವ್‌ನಂಥ ಗಂಡ ಸಿಕ್ಕಿದ್ದು ನಿನ್ನ ಪುಣ್ಯ!" ಅವರ

ಕಣ್ಣುಗಳು ಅಳಿಯನ ಬಗೆಗೆ ಮೆಚ್ಚಿಗೆಯನ್ನು ತುಳುಕಿಸಿದಾಗ ತುಟಿ ಕಚ್ಚಿಕೊಂಡಳು. ಒಳಗಿನ ನಿರ್ಧಾರ ಅಲುಗಾಡಿತು.

"ಅದೊಂದು ವಿಷ್ಯದಲ್ಲಿ ನಾವು ಅದೃಷ್ಟವಂತ್ರು!" ಕನಕಮ್ಮ ಗಂಡು ಮಕ್ಕಳನ್ನು ನೆನೆದು ನಿಟ್ಟುಸಿರು ದಬ್ಬಿದರು. ಈಗ ಮಗಳ ಅಚ್ಚುಕಟ್ಟಾದ ಸಂಸಾರವೊಂದೇ ಅವರಿಗೆ ಸಮಾಧಾನ ನೀಡುತ್ತಿತ್ತು.

"ನಾನು ಸ್ವಲ್ಪ ಹೊರ್ಗಡೇ... ನೋಡ್ತೀನಿ." ಮೇಲಕ್ಕೆದ್ದಳು. ಅಲ್ಲಿದ್ದಷ್ಟು ಹೊತ್ತು ಕುಲುಮೆಯಲ್ಲಿ ಕೂತಂತೇ ಆಗಿತ್ತು. ಹೊರಗಡೆ ಬಂದು ನಿರಾಳವಾಗಿ ಉಸಿರಾಡಿದಳು.

"ವಿಜಯ, ಒಂದ್ನಿಮಿಷ ಬಾ" ಮತ್ತೆ ಕನಕಮ್ಮ ಕೂಗಿದಾಗ ಅವಳ ಮುಖದ ಮೇಲೆ ಬೇಸರ ಮೂಡಿತು. ಬಾಯಿ ಮುಚ್ಚಿಕೊಂಡು ಅತ್ತ ನಡೆದಳು.

"ಸ್ವಲ್ಪ ಕೂತ್ಕೊ, ಇದಿಷ್ಟು ಸಾಕಾ! ಇನ್ನೇನಾದ್ರೂ ಮಾಡ್ಲಾ?" ಅಡಿಗೆಯತ್ತ ಅವಳ ಗಮನ ಸೆಳೆದರು. ವಿಜಯ ಬೆಪ್ಪಾದಳು.

ಅಳಿಯನ ಬಗೆಗೆ ಅವರಿಗಿರೋ ಅಕ್ಕರೆ, ಅಭಿಮಾನ ಬೇರೆಯವರು ಅಸೂಯೆ ಪಡುವಂಥದ್ದು. ಮಿದುಳಿನಲ್ಲಿ ಸಿಡಿತ ಷುರುವಾಯಿತು. ಅವಳ ಸಮಸ್ಯೆ ಪ್ರತಿ ಕ್ಷಣಕ್ಕೂ ಹೆಚ್ಚು ಹೆಚ್ಚು ಜಟಿಲವಾಗುತ್ತ ಹೋಗುತ್ತಿತ್ತು. ತನ್ನ ನಿರ್ಧಾರ ತೀರಾ ಅಪಾಯಕಾರಿ ಯೇನೋ!

"ಸಾಕಮ್ಮ..." ಮೆಲುವಾಗಿ ಹೇಳಿದಳು.

ಕನಕಮ್ಮನವರು ನೇರವಾಗಿ ಮಗಳನ್ನು ನೋಡಿದರು. ಯಾಕೋ ಇಂದು ಅವರ ಕಣ್ಣುಗಳಲ್ಲಿ ಬೇಸರ ಇಣಕಿತು. "ವಿಜ್ಜು, ನಾನು ಇಷ್ಟೊಂದು ಮಾತಾಡಿದೆ–ನೀನು ಕಡೆಗೂ ಬಾಯ್ಬಿಟ್ಟು ಏನಾದ್ರೂ ಆಡಿದ್ಯಾ!"

ತಾಯಿ ಬೇಸರಪಟ್ಟುಕೊಂಡಿದ್ದಾರೆಂದು ವಿಜಯಳಿಗೆ ಅರ್ಥವಾಯಿತು. ಮನದ ತುಮುಲ ಅವರಿಗೇನು ಗೊತ್ತು? ತನ್ನ ಸ್ವರವೆತ್ತಿ ಯಾರಿಗೂ ಅವಳು ಹೇಳಲು ಸಿದ್ಧಳಿಲ್ಲ. ಅದು ಸಾಧ್ಯವೂ ಅಲ್ಲ. ಸಾಧುವಾದ ವಿಚಾರವೂ ಅಲ್ಲ. ಬೇಸರ ನಿರಾಶೆಗಳನ್ನು ಮೆಟ್ಟಿ ನಿಲ್ಲುವುದು ಅಭ್ಯಾಸ ಮಾಡಿಕೊಳ್ಳಬೇಕು. ಬೇರೆಯವರಿಗಾಗಿ ಹೇಡಿಯಾಗಬಾರದು.

ಮಗಳ ಸ್ವಭಾವ ಅರಿತಿದ್ದ ಆಕೆ ಪುನಃ ಏನು ಕೇಳಲೂ ಹೋಗಲಿಲ್ಲ.

"ಸ್ವಲ್ಪ ಆ ಡಬ್ಬಿಯಲ್ಲಿರೋ ಏಲಕ್ಕಿ ಪುಡಿ ಕೊಡು." ಪಾಯಸದ ಬಟ್ಟಲಲ್ಲಿ ಸೌಟು ಆಡಿಸುತ್ತ ಹೇಳಿದರು.

ರಾವ್ ಅಡಿಗೆಯ ಮನೆಯಲ್ಲಿ ಬಂದು ಇಣಕಿದರು. ಹೆಂಡತಿಯ ಉತ್ಸಾಹದಿಂದ ಸಂತೋಷವಾದರೂ ಮಗಳ ನಿರ್ಲಿಪ್ತ ಮುಖ ಬೇರೊಂದು ಕತೆಯನ್ನು ಹೇಳುವಂತಿತ್ತು. ಎದೆಯ ಮೇಲೆ ಕೈಯಿಟ್ಟುಕೊಂಡರು. ತಡೆದುಕೊಳ್ಳಬಲ್ಲುದೇ?

"ಏನಾದ್ರೂ ಬೇಕಾ, ಪಪ್ಪ?"

"ಬೇಡಮ್ಮ, ಇವ್ಳ ಅಡ್ಗೇ ವಾಸ್ನೇಗೆ ಮೂಗು ಒಡ್ದುಹೋಗ್ತಾ ಇದೆ." ಅವರ ಕೈ ಸೊಂಟದ ಮೇಲಕ್ಕೆ ಹೋಯಿತು. "ಎಲೇ ಹೆಣ್ಣೆ, ಅಲ್ವೇ ಇವತ್ತೇ ಎಲ್ಲಾ ಮಾಡಿ ಕಳ್ಸಿಬಿಡ್ತೀಯೋ! ಇಲ್ಲ, ನಾಲ್ಕು ದಿನ ಅಳಿಯಂದ್ರನ್ನ ಇರ್ಸಿಕೊಳ್ತೀಯೋ!!"

ವಿಜಯಳಿಗೆ ನಗು ಬಂತು. ಬಾಯಿ ಮೇಲೆ ಕೈಯಿಟ್ಟುಕೊಂಡಳು.

"ನೀವ್ ಸ್ವಲ್ಪ ಸುಮ್ಮನಿದ್ಬಿಡಿ! ನಾನೇನು ಅಂಥ ಅಡ್ಗೇ ಮಾಡಿರೋದು! ಒಂದು ಪಾಯಸ, ಒಂದು ತೊವ್ವೆ ಅಷ್ಟೆ."

ರಾವ್ ತಲೆ ಸವರಿಕೊಂಡು ಹೊರಗೆ ಬಂದರು. ಹೆಂಡತಿ ಇಷ್ಟುಮಟ್ಟಿಗೆ ಉತ್ಸಾಹ ದಿಂದ ಓಡಾಡುತ್ತಿರುವುದು ಅವರಿಗೆ ಸಂತೋಷದ ಸಂಗತಿ. ಪದೇ ಪದೇ ಗಂಡು ಮಕ್ಕಳನ್ನು ನೆನಸಿಕೊಂಡು ಕಣ್ಣೀರು ಹಾಕುವುದೇ ಅವರ ಕೆಲಸವಾಗಿತ್ತು. ಚಿಕ್ಕ ಮಗ ತನ್ನೊಂದಿಗೆ ತಾಯಿಯನ್ನು ಕರೆದೊಯ್ಯಲು ಬಹಳ ಪ್ರಯತ್ನಪಟ್ಟಿದ್ದ. ಖಡಾಖಂಡಿತವಾಗಿ ಬರೋಲ್ಲವೆಂದಿದ್ದರು. ಮಗಳ ಮನೆಗೆ ಆಸೆಯಿಂದ ಹೋದರೂ ಒಪ್ಪೊತ್ತಿಗಿಂತ ಹೆಚ್ಚಾಗಿ ನಿಲ್ಲುತ್ತಿರಲಿಲ್ಲ. ವಿಜಯ ಅಂತಹ ಸಮಯದಲ್ಲಿ ತಾಯಿಯ ಸ್ವಭಾವ ಅರಿತಿದ್ದರಿಂದ ಮೌನ ವಹಿಸುತ್ತಿದ್ದಳು. ಆದರೆ ರಾಜೀವ್ ಕೋಪಿಸಿಕೊಳ್ಳುತ್ತಿದ್ದ, ಒತ್ತಾಯಪಡಿಸುತ್ತಿದ್ದ. ಯಾವ ಪ್ರಯೋಜನವೂ ಆಗುತ್ತಿರಲಿಲ್ಲ. ಇದುವರೆಗಿನ ಜೀವನದಲ್ಲಿ ಬಹುಕಾಲ ಈ ಮನೆಯಲ್ಲಿಯೆ ಕಳೆದಿದ್ದರು. ಮಿಲಿಟರಿ ಆಫೀಸರ್ ಆಗಿ ದೂರದಲ್ಲಿದ್ದ ಗಂಡನಿಗಾಗಿ ಹಗಲು ರಾತ್ರಿ ಪರಿತಪಿಸಿದ್ದರು. ಗೋಡೆ ಗೋಡೆಯೂ ಅವರ ವಿರಹಬಾಧೆಯ ಕತೆಯನ್ನು ಹೇಳುತ್ತಿತ್ತು, ಕೇಳುವವರ ಮನ ಕರಗುವಂತೆ. ಈಗಲೂ ಮಕ್ಕಳಿಂದ ದೂರವಿರಬೇಕಾಯಿತಲ್ಲ ಎಂಬ ಕೊರಗು ತಪ್ಪಿರಲಿಲ್ಲ. ಆದರೆ ಮಗಳ ದಾಂಪತ್ಯ ಜೀವನದ ಬಗ್ಗೆ ಅವರಿಗೆ ಪರಿಪೂರ್ಣ ತೃಪ್ತಿ.

"ಅಡ್ಗೇ ಆಯ್ತು, ರಾಜೀವ್ ಎದ್ದಿದ್ದಾನೇನೋ ನೋಡು" ವಿಜಯಳ ಹೆಜ್ಜೆಗಳು ಹೊರಬಂದವು. ಮುಖದ ಮೇಲಿನ ಬೆವರನ್ನು ತೊಡೆದುಕೊಳ್ಳುತ್ತ ಕನಕಮ್ಮ ಹೊರ ಬಂದರು. ಅಪರೂಪಕ್ಕೆ ಗಂಡನ ಗಂಭೀರ ಮುಖ ನೋಡಿ ಅವರಿಗೆ ಆತಂಕವಾಯ್ತು.

"ಏನಾದ್ರೂ ಪತ್ರ ಬಂತ?" ಎಂದಾಗ "ಎಂಥದ್ದು ಇಲ್ಲ... ನಿನ್ನ ಅಡ್ಗೇ ಬಗ್ಗೆ ಯೋಚಿಸ್ತಿದ್ದೆ." ಹಗುರವಾಗಿ ಅಂದಾಗ ಸಮಾಧಾನಗೊಂಡರು.

ವಿಜಯ ಮುಚ್ಚಿದ್ದ ಕೋಣೆಯ ಬಾಗಿಲನ್ನು ಸದ್ದಾಗದಂತೆ ಸರಿಸಿ ಒಳಗಡಿಯಿಟ್ಟಳು. ಪಾದಗಳು ನೆಲದಲ್ಲೂರಿ ನಿಂತವು. ಸಂಕೋಚಮಿಶ್ರಿತವಾದ ವಿಚಿತ್ರ ಭಾವವೊಂದು ಕಣ್ಣುಗಳಲ್ಲಿ ಸುಳಿಯಿತು.

ರಾಜೀವ್ ಗಾಢ ನಿದ್ದೆಯಲ್ಲಿದ್ದ. ಫ್ಯಾನಿನ ಗಾಳಿಗೆ ಮುಂಗುರುಗಳು ಹಣೆಯ ಮೇಲೆ ನಾಟ್ಯವಾಡುತ್ತಿದ್ದವು. ಮೊದಲ ದಿನ ಕಂಡ ಮುಖದ ಚೆಲುವು ಇಂದಿಗೂ ಅವಳ ಪಾಲಿಗೆ ಮಾಸಿರಲಿಲ್ಲ. ವರ್ಷಗಳು ಕಳೆದಂತೆ ಆಕರ್ಷಣೆ ಹತ್ತು ಪಟ್ಟು ಹೆಚ್ಚಾಗಿ ಬೆಳೆದು ಬಂತು. ದೈಹಿಕ ಆಕರ್ಷಣೆಗಿಂತ ಮಾನಸಿಕ ಒಲವು ನೂರು ಪಟ್ಟು ಹೆಚ್ಚಿತ್ತು.

"ವಿಜ್ಜೂ..." ಕನವರಿಸಿದಂತೆ ಮಗ್ಗುಲು ಬದಲಿಸಿದ. ಕೈ ಹಾಸಿಗೆಯಲ್ಲಿ ತಡಕಾಡಿತು.

ಮನಸ್ಸಿನ ದೃಢತೆ ಕರಗತೊಡಗಿತು. ಮಿದುಳಿಗೆ ಸುತ್ತಿಗೆಯಲ್ಲಿ ಪೆಟ್ಟು ಬಿದ್ದ ಅನುಭವವಾಯಿತು. ಅಸಹಾಯಕತೆಯಿಂದ ತೊಳಲಾಡಿದಳು.

ಅಲ್ಲಿ ನಿಂತರೇ ಪೂರ್ತಿ ಕರಗಿಹೋಗುವೆನೆಂದು ಹೆದರಿದಳು. ತಟ್ಟನೇ ಬಾಗಿಲನ್ನು ಮುಂದಕ್ಕೆ ಮಾಡಿಕೊಂಡು ಹೊರಗೆ ಬಂದಳು. ತಂದೆಯ ಚುರುಕಿನ ಕಣ್ಣುಗಳು ಎದುರಾದಾಗ ತತ್ತರಿಸಿದಳು: ಮುಖ ಬಿಳಿಚಿಕೊಂಡಿತು. ನಟನೆಯಂತೂ ಅವಳ ಸ್ವಭಾವಕ್ಕೆ ಹೊರತಾದದ್ದು.

ರಾವ್ ಕಣ್ಣುಗಳು ಕಿರಿದಾದವು: ಕೈಯಿಂದ ಗಡ್ಡ ತುರಿಸಿದರು. "ಇನ್ನು ಎದ್ದಿಲ್ವಾ? ನಿಧಾನವಾಗಿ... ಎಳ್ಳಿ ಬಿಡು" ತಾವಾಗಿ ಹೇಳಿದರು. ಸ್ವರದಲ್ಲಿ ಸಹಜತೆ ಇರಲಿಲ್ಲ.

"ಇನ್ನೂ ಎದ್ದಿಲ್ಲಾ... ಪ್ರಯಾಣದ ಆಯಾಸ. ಸುಮ್ನೇ ಯಾಕೆ ಎಬ್ಬಿಸ್ಬೇಕೂ...!"

ಮಿದುಳಿಗೆ ಸ್ವಲ್ಪ ಕೆಲಸ ಕೊಡಬೇಕಾಗಿತ್ತು. ಮಗಳು ಎದುರು ನಿಲ್ಲುವುದು ಬೇಡವಾಗಿತ್ತು. "ಹುಡುಗ್ರು ಏನ್ಮಾಡ್ತಾ.... ಇದ್ದಾರೋ ನೋಡು." ಎಲ್ಲಾ ಸಿಕ್ಕು ಸಿಕ್ಕಾಗಿಯೇ ಕಾಣಿಸಿತು ಅವರಿಗೆ.

ವಿಜಯ ಡ್ರಾಯಿಂಗ್ ರೂಮಿನಲ್ಲಿ ಇಣಕಿದಳು. ತುಟಿಯಂಚಿನಲ್ಲಿ ನಗು ಇಣಕಿತು. ಮಧು ಸೋಫಾ ಮೇಲೆ ಠೀವಿಯಾಗಿ ಪುಸ್ತಕ, ಪೆನ್ನು ಹಿಡಿದು ಕೂತಿದ್ದ. ಮಾನಸ ಗೋಡೆಗೆ ಆತು ಒಂಟಿ ಕಾಲಿನಲ್ಲಿ ನಿಂತಿದ್ದಳು. ನಿಲ್ಲಲು ಬಹಳ ಪ್ರಯಾಸ ಪಡುತ್ತಿದ್ದಳು. ಆ ಕಷ್ಟ ನೋಡಿ ವಿಜಯಳ ತುಟಿಯಂಚಿನ ನಗು ಅಳಿಸಿಹೋಯಿತು.

"ಮಧು, ಏನಿದು?" ಗದರಿದಳು.

ಅವನು ಅಳುಕಲಿಲ್ಲ. ಭೂಪ ಗತ್ತಿನಿಂದ ತಲೆಯೆತ್ತಿದ. "ಅವ್ಳು ಇವತ್ತಿನ ಪಾಠ ಒಪ್ಪಿಸ್ಲಿಲ್ಲ. ನಿಲ್ಲಬೇಕಾದ್ದೆ." ಸ್ವರದಲ್ಲಿ ನಿರ್ಧಾರವಿತ್ತು. ವಿಜಯಳ ಕಣ್ಣುಗಳಲ್ಲಿ ಅಭಿಮಾನ ತುಳುಕಿತು. ಹೆಮ್ಮೆಯಿಂದ ನೋಡಿದಳು. ಒಮ್ಮೊಮ್ಮೆ ಬೇಸರಗೊಂಡರೂ ಮಗನ ಸ್ವಭಾವದ ಬಗ್ಗೆ ಅವಳಿಗೆ ಮೆಚ್ಚಿಕೆಯೇ.

"ಅವ್ಳಿಗೆ ತುಂಬ ಕಷ್ಟ ಆಗುತ್ತೆ!" ಕನಿಕರದ ನೋಟ ಮಾನಸಳನ್ನು ಸವರಿತು. ಅವಳು ದೈನ್ಯದಿಂದ ನೋಡಿದಳು. ಅಯ್ಯೋ ಎನಿಸಿತು.

"ಆಗ್ಲಿ ಬಿಡು. ತಪ್ಪು ಮಾಡಿದ್ಮೇಲೆ ಶಿಕ್ಷೆ ಅನುಭವಿಸ್ಬೇಕೂ..." ವಿಜಯ ಗಂಭೀರವಾದಳು. ತಾಯಿಗಿಲ್ಲದ ಧಾರಾಳ ಮಗನಿಗೆಲ್ಲಿ ಬಂದೀತು!

"ಹೌದೌದು... ನಿಲ್ಲಬೇಕಾದ್ದೆ!" ರಾವ್ ಬಂದವರೇ ಮೊಮ್ಮಗನ ಪಕ್ಕ ಕೂತರು, ಗತ್ತು, ಠೀವಿ ನೋಡಿ ಹುಬ್ಬೇರಿಸಿದರು. 'ಭೇಷ್;' ಅವರ ಕೈ ಮಧುವಿನ ಬೆನ್ನ ಮೇಲಾಡಿತು. ಕ್ಷಣ ಕಾಲ ಎಲ್ಲಾ ಮರೆತರು.

ನಗು ಅಲೆ ಅಲೆಯಾಗಿ ರಾಜೀವನ ಕಿವಿಯನ್ನು ಅಪ್ಪಳಿಸಿತು. ಮುಖದ ಮೇಲೆ ಪ್ರಸನ್ನತೆ ಮೂಡಿತು. ಮೈ ಮುರಿದು ಎದ್ದು ಕೂತ. ಬಹಳ ಹೊತ್ತು ನಿದ್ರಿಸಿಬಿಟ್ಟಿದ್ದ. ಮನ ಚೇತೋಹಾರಿಯಾಗಿತ್ತು.

"ಮಧು..." ಸ್ವರವೆತ್ತಿ ಕೂಗಿದ.

ಜಿಂಕೆಯಂತೆ ನೆಗೆದು ಬಂದು "ಡ್ಯಾಡಿ" ಕೈಗಳು ರಾಜೀವನ ಕೊರಳನ್ನು ಬಳಸಿದವು. ಕೆನ್ನೆಯನ್ನು ಸವರುತ್ತಾ "ಡ್ಯಾಡಿ, ತುಂಬ ನಿದ್ದೆ ಅಲ್ವಾ!" ಹಿತವಾಗಿತ್ತು. ಹೌದೆನ್ನುವಂತೆ ತಲೆಯಾಡಿಸಿದ.

"ಅಜ್ಜಿ ಕಾಯ್ತ ಇದ್ದಾರೆ..." ಎಂದಾಗ ಮಧು, ರಾಜೀವ್ ಹುಬ್ಬೇರಿಸಿದ. ಹಸಿವು ಕಾಣಿಸಿಕೊಳ್ಳದಿದ್ದರಿಂದ ಊಟದ ವಿಷಯವನ್ನೇ ಮರೆತುಬಿಟ್ಟಿದ್ದ. "ಊಟಕ್ಕೆ..." ಎಂದ.

"ಓ.. ಮರ್ತೇಬಿಟ್ಟೆ. ಅಜ್ಜಿ ಕೈನ ಇಡ್ಲಿ ಇನ್ನೂ ಕರಗೇ ಇಲ್ಲ!" ಎನ್ನುತ್ತ ಮೇಲಕ್ಕೆದ್ದ. ಚೆನ್ನಾಗಿ ನಿದ್ದೆ ಮಾಡಿದ್ದರಿಂದ ಮೈ ಮನ ಹಗುರವಾಗಿತ್ತು.

ತಂದೆಯ ಕೈಹಿಡಿದೇ ಮಧು ಹೊರಗೆಬಂದ. ಜಂಬದಿಂದ ಮಾನಸಳತ್ತ ನೋಡಿದ. ಅವಳು ಅಳುಮುಖ ಮಾಡಿ ತಾಯಿಯ ಹಿಂದೆ ತಲೆ ಮರೆಸಿಕೊಂಡಳು.

"ಚೆನ್ನಾಗಿ ನಿದ್ದೆ ಬಂತಾ!" ರಾವ್ ಸ್ವರದಲ್ಲಿ ಅಕ್ಕರೆಯಿತ್ತು.

"ಇಡ್ಲಿಯಲ್ಲೆಲ್ಲೋ ನಿದ್ದೆ ಮಾತ್ರೆ ಸೇರ್‍ಸಿರ್ಬೇಕೂ! ಮಲಗಿದ್ದೊಂದೇ ಗೊತ್ತು..." ಅವನ ತುಟಿಗಳ ಮೇಲೆ ನಗುವಿತ್ತು. ರಾವ್ ಜೋರಾಗಿ ನಕ್ಕರು. ಅದರ ಹಿಂದಿನ ದೊಡ್ಡ ಕತೆ ವಿಜಯಳಿಗೊಬ್ಬಳಿಗೇ ಗೊತ್ತು.

"ಅಡ್ಗೇ... ತಣ್ಣಗಾಯ್ತು!" ಕನಕಮ್ಮ ಅಡಿಗೆಯ ಮನೆಯತ್ತ ನಡೆದರು. ಹಿಂದೇನೇ ಬಂದ ವಿಜಯ "ಅಮ್ಮ, ನೀನು ಆಯಾಸ ಮಾಡ್ಕೋಬೇಡ. ನಾನು ಬಡಿಸ್ತೀನಿ..." ಎಂದಳು.

"ಬೇಡ, ನೀನೂ ಕೂತ್ಕೋ... ನಾನೇ ಬಡಿಸ್ತೀನಿ." ಅವಳು ಸ್ವರವೆತ್ತದೆ ಹೊರಗೆ ಬಂದಳು.

ಕೈಯಲ್ಲಾಗದಿದ್ದರೂ ಮಗಳು, ಅಳಿಯನನ್ನು ಒಟ್ಟಿಗೆ ಕೂಡಿಸಿ ಬಡಿಸಿದರು ಕನಕಮ್ಮ. ಅವರ ಹೃದಯ ತುಂಬಿ ಬಂತು. ಜೊತೆಯಲ್ಲಿ ಕುಳಿತ ಜೋಡಿಯನ್ನು ನೋಡಿ ಹರ್ಷಗೊಂಡರು. ಈ ಅಚ್ಚುಮೆಚ್ಚಿನ ಸಂಸಾರಕ್ಕೆ ಯಾರ ಕೆಟ್ಟ ಕಣ್ಣೂ ತಾಗದಿರಲೆಂದು ದೇವರಲ್ಲಿ ಪ್ರಾರ್ಥಿಸಿದರು.

"ಇದೆಂಥ ಊಟ! ಇನ್ನೂ ಸ್ವಲ್ಪ ಕೋಸುಂಬರಿ ಹಾಕಿಸ್ಕೊಳ್ಳಿ" ಅಳಿಯನಿಗೆ ಬಲವಂತ ಮಾಡಿದರು. ಸ್ವಲ್ಪ ಪಾಯಸ ಹಾಕಿಸ್ಕೋ... ಪಾಯ್ಸ ಬೇಡಾನ್ನಬಾರ್‍ದು!" ಮಗಳ ಲೋಟಕ್ಕೆ ಪಾಯಸ ಸುರುವಿದರು. ರಾವ್ ಕಣ್ಣುಗಳು ಸಂತೋಷ, ಉತ್ಸಾಹ ದಿಂದ ಮಿಂಚುತ್ತಿತ್ತು. ಹುಳಿಯನ್ನ ಬಾಯಿಗಿಡುತ್ತ, "ಮಗ್ಳು ಅಳಿಯನ ಉಪಚಾರದಲ್ಲಿ

ನನ್ನೆ ಮರ್ರೆ!" ಸುಕ್ಕು ಬಂದ ಕನಕಮ್ಮನ ಮುಖದಲ್ಲೂ ಲಜ್ಜೆ ಕಾಣಿಸಿಕೊಂಡಿತು. ಊಟ ಭರ್ಜರಿಯಾಗಿ ಸಾಗಿತು. ಮಧು-ಮಾನಸರ ಮುದ್ದು ಮಾತು, ತಂದೆಯ ಅಭಿಮಾನ ತುಳುಕುವ ನೋಟ. ರಾಜೀವ್‌ನ ಪಕ್ಕದಲ್ಲಿ ಕೂತ ವಿಜಯ ತಾಯಿ ಅಕ್ಕರೆಯಿಂದ ಬಡಿಸಿದಾಗ, ಸ್ವಲ್ಪ ಹೆಚ್ಚೆನಿಸುವಷ್ಟೇ ಊಟ ಮಾಡಿದಳು.

ಎದ್ದು ಬಂದಾಗ ಹೊಟ್ಟೆ ಭಾರವೆನಿಸಿತು. ಸ್ವಲ್ಪ ಹೊತ್ತು ಮಲಗಿದ ಹೊರತು ಸರಿಯಾಗದೆಂದುಕೊಂಡಳು. ಯಾವಾಗಲೂ ಅವರಿಗಾಗಿ ಮೀಸಲಾಗಿರುತ್ತಿದ್ದ ಕೋಣೆಗೆ ಪೂರ್ವಭಾವಿ ಯೋಚಿಸದೇ ಬಂದು ಮಲಗಿದಳು. ನೆಮ್ಮದಿಯೆನಿಸಿತು. ಯಾಕೋ... ಏನೋ... ಅವಳಿಗೆ ಅರ್ಥವಾಗಲಿಲ್ಲ. ಕೂಡಲೇ ನಿದ್ದೆ ಬಂದುಬಿಟ್ಟಿತು.

ಸಾಕಾದ ಕನಕಮ್ಮ ಊಟ ಮಾಡಿ ನೆಲದ ಮೇಲೆ ಉರುಳಿಕೊಂಡರು. ರಾವ್ ಮೊಮ್ಮಕ್ಕಳನ್ನು ಅಕ್ಕಪಕ್ಕದಲ್ಲಿ ಮಲಗಿಸಿಕೊಂಡು ಗೊರಕೆಯೊಡೆಯತೊಡಗಿದರು. ರಾಜೀವ್ ಸುಮ್ಮನೇ ಕೂತು ಒಂದೆರಡು ಪತ್ರಿಕೆಗಳನ್ನು ತಿರುವಿ ಹಾಕಿದ. ಹೊಟ್ಟೆಯ ಭಾರಕ್ಕೆ ಕಣ್ಣುಗಳು ಸೋಲತೊಡಗಿದವು. ಬೇಸರದಿಂದ ಕೋಣೆಗೆ ಬಂದ.

ಹೆಜ್ಜೆ ಕಿತ್ತಿಡಲಾರದೇ ನಿಂತುಬಿಟ್ಟ. ವಿಜಯ ಮಲಗಿ ನಿದ್ರಿಸುತ್ತಿದ್ದಳು. ಉಬ್ಬು ತಗ್ಗುಗಳನ್ನು ಅಳೆದ. ನೋಟ ಮುಖದ ಮೇಲೆ ಕೇಂದ್ರೀಕೃತವಾಯಿತು. ನಿರ್ಮಲವಾದ, ಕಪಟರಹಿತ ಸ್ನಿಗ್ಧ ಚೆಲುವೆ. ತುಟಿಯ ಕೆಂಪು ಮೈಯ ಸೊಂಪು ಇಂದಿಗೂ ಆಕರ್ಷಣೆಯನ್ನು ಕಳೆದುಕೊಂಡಿರಲಿಲ್ಲ. ಇಂಥ ಹೆಣ್ಣಿಗೆ ನಂಬಿಕೆ ದ್ರೋಹ. ತನ್ನನ್ನು ತಾನೇ ಅಸಹ್ಯಿಸಿಕೊಂಡ, ಸಮೀಪಿಸಿದ. ಗಾಢವಾದ ನಿದ್ದೆಯಲ್ಲಿದ್ದಳು. ಷಾಕ್ ತಟ್ಟಿದವನಂತೆ ಎರಡೆಜ್ಜೆ ಹಿಂದೆ ಸರಿದ. ಅವಳ ಮೈ ಮುಟ್ಟುವ ಅರ್ಹತೆಯನ್ನು ಕೂಡ ಕಳೆದುಕೊಂಡಿದ್ದ. ದೇಹ ಎರಡಾದರೂ ಜೀವ ಒಂದೆನ್ನುವಂತೆ ಬೆರೆತುಹೋಗಿದ್ದ ದೇಹಗಳು, ಸಂಯಮ ಸಡಿಲವಾಯಿತು. ತುಟಿಯ ಜೇನನ್ನು ಹೀರಲು ಮುಂದಾದ. ತಟ್ಟನೆ ಹಿಂದಕ್ಕೆ ಸರಿದ, ಕಿಟಕಿಯ ಬಳಿ ಹೋಗಿ ನಿಂತ. ಮೈ, ಮುಖವೆಲ್ಲಾ ಬೆವತುಹೋಯಿತು. ಕೋಣೆಯಿಂದ ಹೊರಗೆ ತಳ್ಳಿದಂತಾಯಿತು. ವರಾಂಡದಲ್ಲಿ ಹೋಗಿ ಕೂತ. 'ಮನುಷ್ಯ ದುಡುಕಿ ಮಾಡಿದ ಒಂದು ಸಣ್ಣ ತಪ್ಪಿಗಾಗಿ ಎಷ್ಟೊಂದು ದಂಡನೆಯನ್ನು ತರಬೇಕಾಗುತ್ತೆ!'

ಟೀಪಾಯಿ ಮೇಲಿದ್ದ ಪತ್ರಿಕೆ ಕೈಗೆತ್ತಿಕೊಂಡು ಗಾಳಿಯಲ್ಲಿ ಪುಟಗಳನ್ನು ಮೊಗಚಿದ. ಮನದ ಬೇಸರ ಕಡಿಮೆಯಾಗಲಿಲ್ಲ. ಮುಖ ಮೇಲೆತ್ತಿ ಬಿಸಿಯುಸಿರನ್ನು ದಬ್ಬಿದ.

ರಾವ್ ನಿದ್ದೆ ಮುಗಿದಿರಬೇಕು. ಹೊರಗೆದ್ದು ಬಂದರು. ಅವರದು ಮಧ್ಯಾಹ್ನದ ನಿದ್ದೆ ಬಹಳ ಕಡಿಮೆ. ಮಲಗಿದ್ದ ಶಾಸ್ತ್ರ ಮಾಡಿ ಎದ್ದುಬಿಡುತ್ತಿದ್ದರು. ಚುರುಕಾಗಿದ್ದ ಅವರು ಸೋಮಾರಿಯಾಗಿ ದಿನಗಳನ್ನು ದೂಡಬೇಕೆಂದರೆ ಬಹಳ ಪ್ರಯಾಸಪಡುತ್ತಿದ್ದರು. ಕೆಲವು ಸಲ ಒಂದು ವಿಧವಾದ ದಣಿವು ಉಂಟಾಗುತ್ತಿತ್ತು. ಮಗಳು, ಮೊಮ್ಮಕ್ಕಳು ಬಂದ ಮೇಲೆ ಅದೊಂದು ಇರಲಿಲ್ಲ. ಮನಸ್ಸು ಉಲ್ಲಾಸವಾಗಿತ್ತು. ಆದರೂ ಸಂದೇಹ, ತುಮುಲ ಆಗಾಗ ಕಾಣಿಸಿಕೊಳ್ಳುತ್ತಲೇ ಇತ್ತು.

ಒಮ್ಮೊಮ್ಮೆ ದೀರ್ಘವಾಗಿ ಯೋಚಿಸುತ್ತಿದ್ದರು. ಇದೆಷ್ಟು ದಿನ! ವಿದೇಶದಲ್ಲಿರುವ ಮೊಮ್ಮಕ್ಕಳಾದರೂ ಬಂದು ಇಲ್ಲಿ ಉಳಿದುಬಿಟ್ಟರೇ... ಮುಂದಿನ ದಿನಗಳನ್ನು ಆರಾಮಾಗಿ ಕಳೆದುಬಿಡಬಹುದು.

ಒಂಟಿಯಾಗಿ ಕೂತ ಅಳಿಯನನ್ನು ನೋಡಿದ ಕೂಡಲೇ ಅವರ ಕಣ್ಣುಗಳು ಕಿರಿದಾದವು. ಹುಬ್ಬುಗಳು ಸಂಕುಚಿಸಿದವು. ಮೆಲ್ಲನೆ ತುಟಿಯನ್ನು ನಾಲಿಗೆಯಿಂದ ಸವರಿಕೊಂಡರು.

"ಯಾಕೆ, ನಿದ್ದೆ ಬರಲಿಲ್ವೆ?" ಮೃದುವಾಗಿ ಪ್ರಶ್ನಿಸಿದಾಗ ರಾಜೀವ್ ತಲೆಯೆತ್ತಿ ನಕ್ಕ.

ಅತ್ತಿತ್ತ ನೋಡಿ ಕೂತರು. ಮನೆಯಲ್ಲಿದ್ದವರೆಲ್ಲ ನಿದ್ರಾದೇವಿಯ ಆಲಿಂಗನ ದಲ್ಲಿದ್ದರು. ಈಗ ಮಗನ ವಿಷಯ ತೋಡಿಕೊಂಡು ಹೃದಯ ಹಗುರ ಮಾಡಿಕೊಳ್ಳ ಬೇಕೆನಿಸಿತು. ಅವನಿಗಿಂತ ಹೆಚ್ಚಿನ ಬೇರೆ ಯಾವ ಆತ್ಮೀಯರು ಇಲ್ಲ. ಮಗಳ ವಿಷಯವೇ ಬೇರೆ!

ಅವರ ಮುಖದ ಗಾಬರಿಯನ್ನು ಓದಿಕೊಂಡ. ಈ ವಯಸ್ಸಿನಲ್ಲಿ ಅವರ ಮನಸ್ಸಿಗೆ ನೋವುಂಟುಮಾಡಲು ಅವನಿಗಿಷ್ಟವಿಲ್ಲ. ತಾನಾಗಿ ವಿಷಯ ಹೊರಬೀಳುವ ವರೆಗೂ ಸಂದೇಹಪಟ್ಟು ತಲೆ ಕೆಡಿಸಿಕೊಳ್ಳುವುದು. ರಾಜೀವ್ ನಗುತ್ತ ನುಡಿದ.

"ಆಗ್ಲೇ ಗಡದ್ದು ನಿದ್ರೆ ಆಗಿತ್ತು. ಮತ್ತೆ ನಿದ್ದೆ ಬರೋಲ್ಲ. ಕೋಣೆಯಲ್ಲಿದ್ರೆ ವಿಜಯಳ ನಿದ್ದೆಗೆ ತೊಂದರೆ!" ರಾವ್ ಜೋರಾಗಿ ನಕ್ಕರು. ರಸಿಕತೆಯಲ್ಲಿ ಅಳಿಯಂದ್ರಿಗಿಂತ ಒಂದು ಕೈ ಮೇಲೇನೇ!

"ಒಂದ್ವಿಷ್ಯ... ಮಾತಾಡ್ಬೇಕಿತ್ತು!" ಎಂದಾಗ ರಾಜೀವ್ ಮೆಟ್ಟಿಬಿದ್ದ. "ಇವತ್ತೇ ವಿಜಯ ಕಣ್ತುಂಬ ನಿದ್ದೆ ಮಾಡ್ತಾ ಇರೋದು. ಕನಸ್ನಲ್ಲಿ ಬಂದು ಕಾಡೋದು... ಯಾವ ನ್ಯಾಯ!" ಯಾವುದೋ ಗಂಭೀರವಾದ ವಿಷಯ ಅವನ ಮುಂದಿಟ್ಟಂತೆ ನುಡಿದರು. ರಾಜೀವ್ ಮೈ ಬಿಸಿಯಾಯಿತು. ಈಗ ನಗುವ ಸರದಿ ಅವನದಾಯಿತು.

"ರಜ ಇಲ್ಲ. ಬೆಳಗ್ಗೆ... ಹೊರಡ್ಬೇಕೂ..." ಎಂದಾಗ ಅವರು ಗಾಬರಿಯಾದರು.

"ಸದ್ಯಕ್ಕೆ ವಿಜಯ, ಮಕ್ಕು ಇನ್ನೂ ಸ್ವಲ್ಪ ದಿನ ಇಲ್ಲೇ ಇರಲಿ. ನಿಮ್ಮತ್ತೆ ಗಂಡು ಮಕ್ಳ ಕೊರಗನ್ನು ಹಚ್ಚಿಕೊಂಡು ಹಗ್ಲು, ರಾತ್ರಿ ನರಳುತ್ತಾಳೆ. ಇವ್ರುಗಳು ಬಂದ್ಮೇಲೆ ಅವಳ ಮುಖ ಸ್ವಲ್ಪ ನೋಡೋ ಹಾಗಾಗಿದೆ. ಸ್ವಲ್ಪ ಚೇತರಿಸಿಕೊಳ್ಳಿ." ರಾಜೀವ್ ನಿರುತ್ತರನಾದ.

ತಾನು ಕರೆದೊಯ್ಯಲು ಸಿದ್ಧನಿದ್ದರೂ ವಿಜಯ ಹೊರಡುವುದಿಲ್ಲವೆಂದು ಅವನಿಗೆ ಗೊತ್ತು. ಅದನ್ನು ಹೇಗೆ ಹೇಳಿಯಾನು!?

"ನಿನ್ನ ತೊಂದರೆ ನನ್ಗೇ ಅರ್ಥವಾಗುತ್ತೆ, ಇನ್ನೊಂದ್ವಿಷ್ಯ ನಿಂಗೆ ತಿಳಿಸಬೇಕಾಗಿದೆ. ನಮ್ಮ ಕುಮಾರ್ ಹೆಂಡ್ತೀನ ಡೈವೋರ್ಸ್ ಮಾಡ್ತಾನಂತೆ." ಸ್ವಲ್ಪ ಮುಂದಕ್ಕೆ ಬಗ್ಗಿ ಮೆಲುವಾಗಿ ಹೇಳಿದರು. ರಾಜೀವ್ ಗಾಬರಿಯಾದ. ಆತಂಕದಿಂದ ಅವರತ್ತ ನೋಡುತ್ತ 'ತಿರುಗು ಮುರುಗಾಗಿ ತನ್ನ ಮುಂದೆ ವಿಷ್ಯ ಇಡುತ್ತಿಲ್ಲವಲ್ಲ!' ಬಾಯಲ್ಲಿ ತೇವ

ಆರಿಹೋಯಿತು. ಹಣೆಯ ಮೇಲೆ ಬೆವರಿನ ಸೆಲೆಯೊಡೆಯಿತು. ಕಷ್ಟದಿಂದ ನಾಲಿಗೆಯಿಂದ ತುಟಿಗಳನ್ನು ಸವರಿಕೊಂಡ. ಎದೆಯುಬ್ಬಿಸಿ ನಿಂತು ಗೊತ್ತೇ ವಿನಃ ಅವನಿಗೆ ತಲೆತಗ್ಗಿಸಿ ಗೊತ್ತಿಲ್ಲ. ಈಗ... ಬೇರೆ ಕಡೆ ಮುಖ ಮಾಡಿದ.

"ಅವ್ಳು ಫಾರಿನ್‌ಗೆ ಹೊರಟಾಗ್ಲೇ ನಿಮ್ಮತ್ತೆ ಬೇಡಾಂತ ಬಡಕೊಂಡ್ಳು. ನಮ್ಮ ಅತಿ ಮಮತೆಯಿಂದ ಅವ್ರ ಉತ್ಸಾಹ ಪ್ರತಿಭೆ, ಆಸೆ ಕುಗ್ಗಬಾರದೆಂದು ಅವ್ಳಿಗೆ ಸಮಾಧಾನ ಮಾಡಿ ಕಳ್ಸಿಕೊಟ್ವಿ. ಈಗ ಇವ್ನು ಕಲಿತದ್ದೇನು? ಮೂರು ಮಕ್ಳು ಆದ್ಮೇಲೆ ಈ ನಿರ್ಧಾರಕ್ಕೆ ಬಂದಿರೋದು ಎಂತಹ ಅವಿವೇಕ" ಅವರ ಮುಖದ ಮೇಲೆ ವ್ಯಥೆಯ ನೆರಳಾಡಿತು. ತುಂಬ ದಣಿದವರಂತೆ ಕಂಡರು. ಮತ್ತೆ "ಅವ್ನ ಸ್ವಭಾವ ನಿಂಗೆ ಗೊತ್ತೇ ಇದೆ. ಇವ್ನ ನಿರುತ್ಸಾಹವೇ ಬೇರೆಯವ್ರ ಸ್ನೇಹನ ಅವ್ಳು ಬೆಳೆಸಿಕೊಳ್ಳೋಕೆ ಪ್ರೇರಣೆಯಾಗಿರ್ಬೇಕೂ... ಅಲ್ಲಿನ ಸಮಾಜ, ಪರಿಸರ, ಸಂಸ್ಕೃತಿ ಪೂರಕವಾಗಿತ್ತು. ಹಾಳಾದ್ಳು. ಅಕ್ಷಮ್ಯ ಅಪರಾಧವೇ ಆಗಿರಬೋದು. ವಿಷ್ಯ ತಿಳಿದ್ಮೇಲೆ ತಪ್ಪನ್ನು ಸರಿಪಡ್ಸಿಕೊಂಡು ಅನ್ಯೋನ್ಯವಾಗಿ ಬಾಳೋ ಪ್ರಯತ್ನ ಮಾಡ್ಬೇಕೂ! ಅವ್ರ ನಿರ್ಧಾರದಿಂದ ಯಾರ್ಗೆ ಸುಖಾ? ಮಕ್ಳ ಭವಿಷ್ಯವೇನು? ಛಿ... ಛಿ..." ಎಂದರು.

ಗೌರವ, ಅಭಿಮಾನದಿಂದ ಅವರತ್ತ ನೋಡಿದ. ಸೊಸೆ ಮಾಡಿದ ತಪ್ಪನ್ನು ಕ್ಷಮಿಸಿ ಅರಿತು ಅನ್ಯೋನ್ಯವಾಗಿ ಬಾಳುವಂತೆ ಮಗನಿಗೆ ಹೇಳುವಷ್ಟು ಔದಾರ್ಯ ಅವರಿಗಿತ್ತು. ಅವನ ಮನದ ಮೂಲೆಯಲ್ಲಿ ಬೆಳಕು ಕಾಣಿಸಿಕೊಂಡಿತು.

ಆದರೂ ರಾಜೀವ್ ತನ್ನದೇ ಆದ ಸಮಸ್ಯೆಗೆ ಪರಿಹಾರ ಕಾಣದೇ ತೊಳಲಾಡುತ್ತಿದ್ದ. ಅಂಥದ್ದರಲ್ಲಿ ಇವರಿಗೇನು ಹೇಳಬಲ್ಲ? ಕುಳಿತಲ್ಲೇ ಚಡಪಡಿಸಿದ.

"ಇಷ್ಟು ದಿನ ನಮ್ಮಿಂದ ದೂರವಾಗಿದ್ದಾರಲ್ಲ ಅನ್ನೋ ಕೊರಗು ಮಾತ್ರ ಇತ್ತು. ಇನ್ಮೇಲೆ ಇನ್ನೊಂದು ತರಹ ಕೊರಗಬೇಕಾಗುತ್ತೆ. ವಿಜಯಳ ಸಂಸಾರ ನೋಡ್ಕೊಂಡು ಇದೆಲ್ಲ ಮರೆಯಬೇಕಷ್ಟೆ!"

ಇಂಚು ಇಂಚಾಗಿ ಭೂಮಿಯಲ್ಲಿ ಇಳಿದುಹೋಗುತ್ತಿರುವ ಅನುಭವವಾಯಿತು. ಪೂರ್ತಿ ಇಳಿದುಹೋದಂತೆ ಬಸವಳಿದ.

"ಇದೊಂದು ಹೊಸ ಕೊರಗಾಗಿಬಿಟ್ಟಿದೆ, ನಿಮ್ಮತ್ತೆಗೆ. ನಾನು ತಲೆ ಕೆಡಿಸ್ಕೋಬೇಡವೇ, ಅಂದರೇ ಕೇಳೋಲ್ಲ. ಏಕತಾನತೆಯನ್ನು ಮೈಗೂಡಿಸಿಕೊಂಡವಳು. ಈಗ ಬದಲಾವಣೆ ನಿರೀಕ್ಷಿಸೋದು ತಪ್ಪು. ಒಂದೇ ಮನೆಯಲ್ಲಿ ಮುಖ ತಿರುಗಿಸಿಕೊಂಡು ದ್ವೇಷಿಸುತ್ತ ಬಾಳುವುದಕ್ಕಿಂತ ಬೇರೆಯಾಗುವುದೇ ಸೂಕ್ತ. ಅವಳಿಗೆ ಬೇಕಾದ ದಾರಿಯನ್ನು ಅವ್ಳು ಆಯ್ದುಕೊಂಡಿದ್ದಾಳೆ. ಇವ್ನಿಗೆ ಸರಿ ಜೋಡಿಯಾಗೋ ಹೆಣ್ಣು ಸಿಕ್ರೆ ಇವನು ಮದ್ವೆಯಾಗ್ಲಿ! ಆ ಸಮಾಜ, ಪರಿಸರ, ಸಂಸ್ಕೃತಿಯಲ್ಲಿ ಇದರಿಂದ ಇವರುಗಳ ಸಾಮಾಜಿಕ ಜೀವನಕ್ಕೇನು ಧಕ್ಕೆಯಾಗೋಲ್ಲ!" ರಾಜೀವ್ ಮಿದುಳಿನಲ್ಲಿ ಸಿಡಿತ ಶುರುವಾಯಿತು. ಎಲ್ಲೆಡೆ ಮಂಜು ಮುಸುಕಿದ ಅನುಭವವಾಯಿತು. ದಾರಿ ಕಾಣದು. ತಬ್ಬಿಬ್ಬಾದ.

ಉದ್ವೇಗದಿಂದ ಹಲ್ಲುಗಳನ್ನು ಕಚ್ಚಿ ಹಿಡಿದ. ಗಂಟಲಿನ ನರಗಳು ಉಬ್ಬಿದವು.

ಮುಷ್ಟಿಯನ್ನು ಬಲವಾಗಿ ಹಿಡಿದ. ಈ ಸೂತ್ರ ಅವರ ಮಟ್ಟಿಗೆ ಸರಿ ಇರಬಹುದು. ಖಂಡಿತ ತಮ್ಮ ಸಂಸಾರಕ್ಕೆ ಅನ್ವಯಿಸೋಲ್ಲ! ಸ್ವರವೆತ್ತಿ ಕೂಗುವ ಮನಸ್ಸಾಯಿತು. ಕೈಯೆತ್ತಿ ತಳ್ಳಿಹಾಕಬೇಕೆನಿಸಿತು. ಆದರೆ ಮಾತುಗಳು ಗಂಟಲಿನಲ್ಲಿ ಉಳಿದವು. ಕೈ ಹಿಡಿಯನ್ನು ಕಚ್ಚಿತ್ತು.

"ಈಗ ಪ್ರಬುದ್ಧರು; ಅವರಿಗೆ ನಾನೇನು ಸಲಹೆ ಕೊಡೋಕೆ ಆಗೋಲ್ಲ, ಕೊಡಲೂಬಾರದು. ಕೊಟ್ಟರೂ ಅದನ್ನು ಒಪ್ಪಿಕೊಳ್ಳಲಾರರು. ಅವರುಗಳ ದೃಷ್ಟಿಕೋನವೇ ಬೇರೆಯದಾಗಿರುತ್ತೆ. ಮಕ್ಳು ಮಾತ್ರ ನಮ್ಮ ವಂಶದ ಬಳ್ಳಿಗಳು. ಬಾಡಬಾರದು. ಅವನ್ನು ಬಾಡಿಸೋ ಅಧಿಕಾರ ಅವರಿಗಿಲ್ಲ. ಅವ್ರನ್ನು ನಾವು ಜೋಪಾನ ಮಾಡ್ತೀವಿ. ನಮ್ಮ ಕರ್ತವ್ಯ ಕೂಡ. ಅದಕ್ಕಾಗಿ ಖಡಾ ಖಂಡಿತವಾಗಿ ಕಳ್ಸಿಕೊಡೋ ಏರ್ಪಾಟು ಮಾಡೀಂತ ಬರ್ದಿದ್ದೀನಿ. ಸರಿತೋರಬಹ್ದು. ಸಮಸ್ಯೆಗಳು ಕೂಡ ಸುಲಭವಾಗಿ ಪರಿಹಾರವಾಗುತ್ತೆ." ಅವರ ಸ್ವರದಲ್ಲಿ ವೇದನೆಯಿತ್ತು. ಬಹಳ ಕಷ್ಟದಿಂದ ಹೇಳಿಕೊಂಡಿದ್ದರು. ರಾಜೀವ್ ತಲೆ ಬಿಸಿಯಾಯಿತು.

"ನೀನೇನು... ಹೇಳ್ತೀಯಾ?" ಕೂತಲ್ಲಿಂದಲೇ ಅತ್ತಿತ್ತ ಇಣಕಿ ನೋಡಿದರು. ತಾವು ಹೇಳಿದ್ದು ಹೆಂಡತಿಗೆ ಗೊತ್ತಾಗಬಾರದು.

ರಾಜೀವ್‌ನ ಮೈಯಲ್ಲಿ ಆವೇಶ ಉಕ್ಕಿ ಬಂತು. ತುಟಿ ಕಚ್ಚಿ ಅಣ್ಣನಿಗೆ ಸರ್ಯಾದ ಮೊಂಡು ತಂಗಿ. ಇಬ್ಬರ ದೃಷ್ಟಿಕೋನಗಳು ಒಂದೇ ಎಂದುಕೊಂಡ.

"ಮತ್ತೇನಾದ್ರೂ... ಸಾಧ್ಯನಾ?" ಮತ್ತೆ ಕೇಳಿದಾಗ "ಇದು ಬರೀ ಕುಮಾರ್ ನಿರ್ಣಯವೋ?!" ಎಂದ ಸ್ವರದಲ್ಲಿ ಒರಟಿತ್ತು. ಅವರ ತಲೆ ಬಾಗಿತ್ತು.

ರಾಜೀವ್ ತನ್ನ ಬಗ್ಗೆಯೇ ಯೋಚಿಸಿದ. ಕೆಟ್ಟ ಗಳಿಗೆಯಲ್ಲಾದ ತಪ್ಪಿಗೆ ಪ್ರಾಮಾಣಿಕ ಪ್ರೀತಿಯನ್ನು ಬಲಿ ಕೊಡಬೇಕೇ! ಪ್ರೇಮಳ ಯೌವನ ಕೀಳು ಆಕರ್ಷಣೆ ತನ್ನನ್ನು ಸೆಳೆದಿದ್ದು. ಪ್ರೀತಿ ಎನ್ನುವ ಶಬ್ದದ ಸೊಲ್ಲನ್ನೇ ಅವಳ ಮುಂದೆ ಎತ್ತಿರಲಿಲ್ಲ. ಅದಕ್ಕಾಗಿ ಪಶ್ಚಾತ್ತಾಪ ಪಟ್ಟಮೇಲೂ ಕಳಂಕದಿಂದ ಮುಕ್ತನಾಗುವುದಿಲ್ಲವೇ?

ಮೆಲ್ಲಗೆ ತಲೆಯೆತ್ತಿದ ರಾವ್ "ಇಲ್ಲ, ಸೊಸೆ ಕೂಡ ಪತ್ರ ಬರೆದಿದ್ಲು. ಅವ್ಳಿಗೂ ಅವನ ಜೊತೆ ಸಂಸಾರ ಸಾಗಿಸೋ ಇಷ್ಟವಿಲ್ಲ. ಡೈವೋರ್ಸ್ ತಗೊಂಡ್ಮೇಲೆ ಹೊಸ ಫ್ರೆಂಡ್ ಜೊತೆ ಮದ್ವೆಯಾಗೋ ಉದ್ದೇಶವಿದೆಯೆಂದು ತಿಳಿಸಿದ್ಲು. ಈಗ ಹೆಚ್ಚು ಕಡಿಮೆ ಅವರಿಬ್ರೂ ಜೊತೆಯಲ್ಲೇ ಇದ್ದಾರಂತೆ. ಎಲ್ಲಾ... ವಿಚಿತ್ರ!" ಅವರ ಹೃದಯ ಭಾರ ವಾಯಿತು. ಮಗನ ಬುದ್ಧಿವಂತಿಕೆ ಕಂಡು ಹಿಗ್ಗುತ್ತಿದ್ದ ಮನ ಇಂದು ಕುಗ್ಗಿತ್ತು. ಕುಮಾರ್ ಸಾಧನೆಯ ಜೊತೆ ಇದನ್ನೆಲ್ಲ ಮರೆತಾನು! ಹೊಸ ಗಂಡಿನ ಸಹವಾಸದಲ್ಲಿ ಸೊಸೆ ಕೂಡ ಮರೆಯಬಹುದು! ಆದರೆ... ತಾವು ಮರೆಯಲು ಸಾಧ್ಯವೇ? ಪುಟಾಣಿಗಳ ತಾಯಿ ತಂದೆಯ ಏಕಮುಖವಾದ ಪ್ರೀತಿಯಲ್ಲಿ ನಲಿಯಲು ಸಾಧ್ಯವೇ? ಜೀವನವಿಡೀ ಅನುಭವಿಸಬೇಕು!

ರಾಜೀವ್ ಯೋಚನೆ ಬೇರೆ ದಿಕ್ಕಿನಲ್ಲಿ ನಡೆಯಿತು. ಅವರುಗಳ ನಿರ್ಣಯದ

ಬಗೆಗೆ ಯಾರೂ ಏನೂ ಹೇಳಬೇಕಾಗಿರಲಿಲ್ಲ. ಬರೀ ಆಕರ್ಷಣೆ ವ್ಯವಸ್ಥೆಗೆ ಅಂಟಿಕೊಂಡು ಜೀವನ ಸಾಗಿಸುತ್ತಿದ್ದರು. ಪ್ರೀತಿ, ಸಂಬಂಧದಲ್ಲಿ ಗಟ್ಟಿತನವಿರಲಿಲ್ಲ. ಮೇಲಿನ ಅಲೆಗಳ ಬಡಿತಕ್ಕೆ ಕೊಚ್ಚಿಹೋಗಿದೆ.

ಮುಖವೆತ್ತಿ ಬಿಸಿಯುಸಿರನ್ನು ಹೊರಕ್ಕೆ ದಬ್ಬಿ ಮೆಲುವಾಗಿ ಅಂದ "ಬೇರೆಯವ್ರು ಹೇಳೋದೇನು... ಇದ್ರಲ್ಲಿಲ್ಲ. ಅವ್ರಿಗೆ ಯಾರ ಸಹಾನುಭೂತಿನೂ ಬೇಕಾಗಿಲ್ಲ. ತಮ್ಮ ತಮ್ಮ ಸುಖದ ದಾರಿಗಳನ್ನು ಆರ್ಸಿಕೊಂಡಿದ್ದಾರೆ. ಬೆಸೆತಕ್ಕೆ ಅರ್ಥವೇ ಇಲ್ಲ."

"ನಾನು ಅದೇ ನಿರ್ಣಯಕ್ಕೆ ಬಂದಿದ್ದೀನಿ. ಮಕ್ಳನ್ನ ಮಾತ್ರ ಕರ್ಸಿಕೊಂಡು ಇಲ್ಲೇ ಉಳಿಸಿಕೊಳ್ತೀನಿ!" ನಿರ್ಧಾರದ ಧ್ವನಿಯಲ್ಲಿ ಹೇಳಿದರು.

ಅದು ಅವರಮಟ್ಟಿಗೆ ಸರಿ. ನಿರ್ಧಾರವು ಅವರದೇ. ಕನಕಮ್ಮನ ಗೋಳಂತೂ ನೋಡಲು ಸಾಧ್ಯವಿಲ್ಲದಾಗಿತ್ತು. ಹೇಗಾದರೂ ಇದನ್ನು ತಪ್ಪಿಸಿ ಸೊಸೇನ ಕರೆಸಿಕೊಳ್ಳಬೇಕು. ಛೀಮಾರಿ ಹಾಕಬೇಕು. ಬುದ್ಧಿ ಹೇಳಬೇಕು, ಮಕ್ಕಳನ್ನಾದರೂ ನೋಡಿಕೊಂಡು ಕಾಲ ಹಾಕೂಂತ ತಿಳೀಹೇಳಬೇಕು. ಇದು ಮೊಂಡುತನದ ಪರಮಾವಧಿ. ಇದರಿಂದ ಯಾವ ಪ್ರಯೋಜನವೂ ಇಲ್ಲವೆಂದು ಖಡಾಖಂಡಿತವಾದ ನಿರ್ಧಾರಕ್ಕೆ ಬಂದಿದ್ದರು ರಾವ್.

"ವಿಜಯ ಹುಡುಗ್ರು ಬಂದಾಗ್ನಿಂದ ಸ್ವಲ್ಪ ಗೆಲುವಾಗಿದ್ದಾಳೆ. ಅಷ್ಟು ದಿನ ಇರಲಿ, ತೊಂದರೇಂತ ತಿಳ್ಕೋಬೇಡಿ" ಈ ಒಣ ಸಮಾಧಾನ ಅವನಿಗೆ ಬೇಕಿರಲಿಲ್ಲ.

ಗಂಡಸೆಂಬ ಅಹಂನಿಂದ ವಿಜಯಳನ್ನು ಬಲವಂತದಿಂದ ಕರೆದೊಯ್ಯಲು ಬಂದಿರಲಿಲ್ಲ. ಅಂಥದ್ದರಲ್ಲಿ ಅವನಿಗೆ ಅರ್ಥವೇ ಕಾಣುತ್ತಿರಲಿಲ್ಲ.

"ಪರ್ವಾಗಿಲ್ಲ..." ಮೇಲಕ್ಕೆದ್ದ. ಅವರ ಸಂದೇಹ ಮತ್ತಷ್ಟು ದೃಢವಾಯಿತು. ಎಲ್ಲಿದೆ ಅಪಸ್ವರ? ಯಾವ ತಂತಿ ನುಡಿಯುತ್ತಿದೆ?

ವಿಜಯ ಎದ್ದಾಗ ಆರು ಗಂಟೆಯಾಗಿತ್ತು. ಮುಜುಗರದಿಂದಲೇ ಮುಖ ತೊಳೆದು ಬಂದಳು. ಇಲ್ಲಿಗೆ ಬಂದಾಗಿನಿಂದ ಇಂತಹ ನಿದ್ದೆ ಮಾಡಿರಲಿಲ್ಲ. ನಿದ್ದೆ ಮಾಡಬೇಕೆನ್ನುವ ಸಂಕಲ್ಪ ಶಕ್ತಿಯೇ ಅವಳಲ್ಲಿ ನಾಶವಾಗಿತ್ತು, ಅತಿ ಎಚ್ಚರ ಸ್ಥಿತಿಯಲ್ಲಿ ನಿದ್ದೆ ಮಾಡುತ್ತಿದ್ದಳು. ಇಂದು ಪರಿಪೂರ್ಣವಾದ ನಿದ್ರಾಲೋಕದಲ್ಲಿ ಇಳಿದಿದ್ದಳು.

ಮನೆ ನಿಶ್ಶಬ್ದವಾಗಿತ್ತು. ಹೊರಗೆ ಬಂದಳು. ತಾತ, ಮೊಮ್ಮಕ್ಕಳು ಬಹಳ ಹುರುಪಿನಿಂದ ಕ್ರಿಕೆಟ್ ಆಡುತ್ತಿದ್ದರು. ರಾಜೀವ್ ಕೂಡ ಭಾಗವಹಿಸಿದ್ದ. ಅವಳ ಕಣ್ಣುಗಳು ಅರಳಿದವು. ಪ್ರೇಕ್ಷಕರ ಸಾಲಿನಲ್ಲಿ ನಿಂತಿದ್ದ ತಾಯಿಯ ಪಕ್ಕ ಬಂದು ನಿಂತಳು.

"ಆಯ್ತಾ ನಿದ್ದೆ, ಕಾಫೀ ತಂದ್ಕೊಂಡ್ತೀನಿ" ಮಗಳತ್ತ ನೋಡಿದವರೇ ಒಳಗೆ ನಡೆದರು. "ಅಮ್ಮ, ನಂಗೇನು ಬೇಡ" ಇವಳ ಸ್ವರ ಅವರ ಕಿವಿಗೆ ಬೀಳಲೇ ಇಲ್ಲ.

ಬಿಸಿ ಬಿಸಿಯಾದ ಕಾಫಿ ಹಿಡಿದು ಬಂದರು. "ಅವ್ರದ್ದೆಲ್ಲ ಆಯ್ತು. ಮಧು ಎಬ್ಬಿಸ್ತೀನಿಂದ... ರಾಜೀವ್ ಬೇಡಾಂದ. ಒಳ್ಳೆ ನಿದ್ದೆ ಮಾಡಿದ್ದೀಯಾ" ಭಾರವಾದ ಅವಳ ರೆಪ್ಪೆಗಳನ್ನೇ ನೋಡಿದರು. ನಸುನಕ್ಕಳು.

ಹದವಾದ ಬಿಸಿಯಿದ್ದ ಕಾಫಿ ಗುಟುಕರಿಸಿದಾಗ ನಿದ್ದೆಯ ಜಡತೆಯೆಲ್ಲ ಹರಿದು ಹೋಯಿತು. ಉತ್ಸಾಹಗೊಂಡಳು.

"ಮಮ್ಮಿ..." ಕೈಯಲ್ಲಿ ಚೆಂಡು ಹಿಡಿದೇ ಮಧು ಕೂಗಿದ. ಸ್ವರದಲ್ಲಿ ಅಕ್ಕರೆಯ ನವಿರಿತ್ತು. ಕೈಯೆತ್ತಿ ಆಡಿಸಿದಳು. ಉತ್ಸಾಹಗೊಂಡ.

ಬ್ಯಾಟ್ ಹಿಡಿದ ರಾಜೀವ್ ಹುಬ್ಬೆತ್ತಿ ತುಟಿ ಅರಳಿಸಿದ. ಅವಳ ತುಟಿಗಳ ಮೇಲೆ ನವಿರಾದ ನಗುವಿತ್ತು. ಅವರಿಬ್ಬರೇನು ದ್ವೇಷಿಗಳಲ್ಲ. ಗೌರವ, ನಂಬಿಕೆ, ಅಭಿಮಾನವಿಲ್ಲದ ದಾಂಪತ್ಯ ಜೀವನ ಅರ್ಥಹೀನವೆಂದು ಅವರಿಬ್ಬರ ಒಮ್ಮತವೇನೋ!

"ಔಟ್..." ಮಧು ಬೆರಳೆತ್ತಿದ. ಬ್ಯಾಟ್ ಹಿಡಿದ ರಾಜೀವ್ ಅವನತ್ತ ನೋಡಿದ. ಚುರುಕು ಕಣ್ಣುಗಳಲ್ಲಿ ಅಪಾರ ಬೆಳಕಿತ್ತು. ಕೈಯಲ್ಲಿದ್ದ ಬ್ಯಾಟು ಕೆಳಗೆ ಬಿತ್ತು. ತೋಳು ಚಾಚಿ ಅಪ್ಪಿಕೊಂಡ.

ಫೀಲ್ಡಿಂಗ್ ಮಾಡುತ್ತಿದ್ದ ಮಾನಸ ಉರುಳಿಬಿದ್ದ ವಿಕೆಟ್‌ನತ್ತ ನೋಡಿದಳು. ಕೆಡುಕೆನಿಸಿತು. ಎತ್ತಿ ಸರಿಯಾಗಿ ನೆಡುವ ಪ್ರಯತ್ನ ನಡೆಸಿದಳು. ಅದು ಸರ‍್ಯಾಗಿ ನಿಂತಾಗ ಜೋರಾಗಿ ಚಪ್ಪಾಳೆ ತಟ್ಟಿದಳು. ಎಲ್ಲರ ನೋಟ ಅತ್ತ ಹರಿಯಿತು.

"ಡ್ಯಾಡಿ, ಔಟಿಲ್ಲ..." ಅಂದ ಕೂಡಲೆ ಮಧು ಎದೆಯುಬ್ಬಿಸಿ ಮುಂದೆ ಹೋದ. ನೆಟ್ಟ ವಿಕೆಟ್‌ನತ್ತ ನೋಡಿ ಘೊಳ್ಳನೇ ನಕ್ಕ.

"ಇವ್ಳಿಗೇ ಕ್ರಿಕೆಟ್ ಗೊತ್ತಿಲ್ಲ." ಸ್ವರದಲ್ಲಿ ಹಾಸ್ಯವಿತ್ತು. ಅವಮಾನ ಗೊಂಡವಳಂತೆ ತಲೆ ತಗ್ಗಿಸಿದಳು. ಅವಳ ಕಣ್ಣಂಚಿನಲ್ಲಿ ಕಂಬನಿ ಇಣಕಿತು.

ತಕ್ಷಣ ರಾಜೀವ್ ಮುಖ ಗಂಭೀರವಾಯಿತು. "ಮಧು..." ಗದರಿದ. ಅವನ ಮುಖ ಪೆಚ್ಚಾಯಿತು.

"ಬಾ ಮರಿ, ಅವ್ನಿಗೆ ತುಂಬ ಜಂಬ." ಗಲ್ಲ ಸವರಿ ಕೈಹಿಡಿದು ನಡೆಸಿಕೊಂಡ್ಹೋಗಿ ಮಲ್ಲಿಗೆ ಬಳ್ಳಿಯಡಿಯಲ್ಲಿ ಹಾಕಿದ್ದ ಕಲ್ಲು ಬೆಂಚಿನ ಮೇಲೆ ಕೂತ.

"ಡ್ಯಾಡಿ, ನಂಗೆ ಹೇಳ್ಕೊಡು." ಬೆರಳುಗಳಲ್ಲಿ ಆಟವಾಡಿದಳು. ಎದ್ದು ವಿಜಯಳ ಕೈಯಲ್ಲಿದ್ದ ಚೆಂಡನ್ನು ಎಸೆಯುವಂತೆ ರಾಜೀವ್ ಸನ್ನೆ ಮಾಡಿದ. ಅವಳಲ್ಲಿನ ಚೇತನ ಉಕ್ಕಿ ಹರಿಯಿತು. ಕಣ್ಣುಗಳಲ್ಲಿ ಕ್ಷಣ ಕಾಲ ಕಾಂತಿ ಮಿನುಗಿತು. ಕೈಯಲ್ಲಿನ ಚೆಂಡು ಅವನತ್ತ ಹಾರಿತು. ಚೆಂಡು ಹಿಡಿದ ರಾಜೀವ್ ಗೆಲುವಿನ ನಗೆ ನಕ್ಕ.

"ಈಗ ನಾನೂ ನೀನೂ ಇಬ್ರೇ... ಆಡೋಣ. ಬೇಕಾದ್ರೆ ಮಧು ಫೀಲ್ಡಿಂಗ್ ಮಾಡ್ಲಿ." ಅವನ ಬೆರಳುಗಳು ನಯವಾಗಿ ಚೆಂಡನ್ನು ಸವರಿದವು. ಅದನ್ನೇ ದಿಟ್ಟಿಸಿದ.

ಮಾನಸಳ ಪುಟ್ಟ ಕೈಗಳು ಹೆಚ್ಚು ಹೊತ್ತು ಬ್ಯಾಟು ಹಿಡಿಯದಾಯಿತು. ಕೈಯಿಂದ ಜಾರಿತು. ಅಂಗೈಗಳನ್ನು ಚಾಚಿ ನೋಡಿಕೊಂಡಳು. ಕೆಂಪಾಗಿತ್ತು. ರಾಜೀವ್ ಹುಡುಗನಂತೆ ಚೆಂಡಿಡಿದೇ ಮಗಳ ಬಳಿ ಓಡಿ ಬಂದ.

ಅವಳ ಎರಡು ಕೈಗಳನ್ನು ಹಿಡಿದು ನೋಡಿದ. 'ಚುರುಕ್' ಎಂದಿತು. "ಈ ಬ್ಯಾಟು ಚೆನಾಗಿಲ್ಲ. ನಿಂಗೇ ಬೇರೆ ತಂದ್ಕೊಂಡ್ತೀನಿ" ಬಗ್ಗಿ ನವಿರಾಗಿ ಕೆಂಪಾದ ಅಂಗೈಗಳಿಗೆ ಮುತ್ತಿಟ್ಟ.

ವಿಜಯಳ ಕಣ್ಣುಗಳು ಹನಿಗೂಡಿದವು. ಮನ ಕಸಿವಿಸಿಗೊಂಡಿತು. ಇಷ್ಟು ಪ್ರೀತಿಸುವ ರಾಜೀವ್‌ನಿಂದ ಮಕ್ಕಳನ್ನು ದೂರ ಮಾಡಿ ತಾನು ಪಡೆಯುವುದಾದರೂ ಏನು? ಮನ ರಣರಂಗವಾಯಿತು.

ಎಲ್ಲರೂ ಹೊರಗಡೆಯೇ ಕೂತರು. ತಂಗಾಳಿ ಹಿತವಾಗಿ ಬೀಸುತ್ತಿತ್ತು. ಸೂರ್ಯ ಸಂಧ್ಯೆಯ ಮಡಿಲಿನಲ್ಲಿ ಮುಳುಗಿ ಕತ್ತಲೆಗೆ ಆಹ್ವಾನ ಕೊಟ್ಟುಹೋಗಿದ್ದ.

"ಬೆಳಿಗ್ಗೆ... ಹೋಗ್ಬೇಕೂ..." ಮೃದುವಾಗಿ ಹೇಳಿದ. ಅವಳ ಕಣ್ಣುಗಳನ್ನು ಎದುರಿಸಲು ಹೋಗಲಿಲ್ಲ.

ಕನಕಮ್ಮ ತಕ್ಷಣ "ಬಂದ ಆಯಾಸ ಕೂಡ ಪರಿಹಾರವಾಗ್ಬಾರ್ದಾ! ನಾಲ್ಕು ದಿನ... ಇದ್ಹೋಗಿ..." ಸ್ವರದಲ್ಲಿ ಒತ್ತಾಯ ಇಣಕಿತು. ರಾಜೀವ್ ಕಣ್ಣುಗಳು ಕಿರಿದಾದವು. ಮೆಲ್ಲಗೆ ರೆಪ್ಪೆಯೆತ್ತಿ ವಿಜಯಳತ್ತ ನೋಡಿದ. ಅವಳ ನೋಟ ಬೇರೆತ್ತಲೋ ಇತ್ತು. ಎದೆಯಾಳದ ವೇದನೆಯ ಬಿಸಿ ಹೊರಗೆ ಧುಮುಕಿತು. ಅನಾಹುತವಾಗಬಾರದೆಂದು ತುಟಿ ಕಚ್ಚಿ ಕೂತ.

"ಬರೋದೇ ಅಪರೂಪ... ಎರಡು ದಿನವಾದ್ರೂ ಇದ್ಹೋಗಿ." ಮಾವನವರ ಒತ್ತಾಯ ಸೇರಿದಾಗ ಸ್ವಲ್ಪ ಹಿಂದೆಗೆದ. ಆದರೂ... ಅಲ್ಲಿನ ಪರಿಸ್ಥಿತಿ ತೋಡಿಕೊಂಡ. ಆದರೂ ಅವರುಗಳು ಒಪ್ಪಲಿಲ್ಲ. ಕಡೆಗೆ ಸುಮ್ಮನಾದ.

"ನಾನು ಸ್ವಲ್ಪ ಒಳ್ಗಡೇ... ನೋಡ್ತೀನಿ." ಕನಕಮ್ಮ ಎದ್ದುಹೋದರು. ಮಧು, ಮಾನಸ ತಾತನ ಕೈ ಹಿಡಿದು ಒಳ ಹೋದರು. ಹೊರಗೆ ಉಳಿದವರು ವಿಜಯ, ರಾಜೀವ್ ಮಾತ್ರ.

ತಂಗಾಳಿಗೆ ಹಾರಾಡುತ್ತಿದ್ದ ಅವಳ ಮುಂಗುರುಳುಗಳನ್ನೇ ನೋಡುತ್ತ ಕೂತ. ರೆಪ್ಪೆಗಳು ನಿಶ್ಚಲವಾಗಿದ್ದವು. ಎರಡು ಜೊತೆ ಕಣ್ಣುಗಳ ನೋಟ ಬೆರೆತಾಗ ಧಗೆಯ ರೂಪ ತಾಳಿ ಹೊರ ಹೊಮ್ಮಿತು.

ನೀರವತೆ ಹರಡಿತು. ಸಹಿಸಿ ಸಾಕಾದ ರಾಜೀವ್ ತಾನೇ ಒಡೆದ. "ವಿಜಯ... ಏನಾದ್ರೂ ಮಾತಾಡು..." ಮೆಲುವಾಗಿ ಹೇಳಿದ.

ಅವಳ ಕಣ್ಣುಗಳಲ್ಲಿ ಅಸಹಾಯಕತೆ ಇಣಕಿದಾಗ ನೊಂದ. ಕೂಡಲು ಮನಸ್ಸಾಗದೇ ಮೇಲಕ್ಕೆದ್ದ. "ನಿಂಗೆ ತುಂಬ ಕಷ್ಟವಾಗಿರ್ಬಹ್ದು–ಬೆಳಿಗ್ಗೆ ಹೊರಡ್ತೀನಿ!" ತುಟಿ ಕಚ್ಚಿಕೊಂಡ. ಮಾತು ಜಾರಿತ್ತು.

ಅವಳ ಗಂಟಲುಬ್ಬಿತು. ಇಲ್ಲಿಗೆ ಬಂದರೇ ನೂರು ಕಣ್ಣಿಂದ ಅವನ ಬರುವನ್ನು ಎದುರು ನೋಡುತ್ತಿದ್ದಳು. ಇಂದು ದೊಡ್ಡ ಕಂದಕ; ಆಚೀಚೆ ನಿಂತಿದ್ದರು. ಮುಚ್ಚಲಾರದಷ್ಟು ಆಳವೇನೊ! ಪ್ರಯತ್ನಪಟ್ಟರೇ ಮುಚ್ಚಿ ಯಾರೇನೋ!

"ಬೇಡ..." ತಟ್ಟನೇ ನುಡಿದಳು.

ಬಹಳ ಹೊತ್ತು ಇಬ್ಬರು ಮೌನವಾಗಿ ಕೂತಿದ್ದರು. ಮನ ಬಿಚ್ಚಿ ಮಾತನಾಡಲಾರರು. ಎಲ್ಲಿ ದೊಡ್ಡ ಅಗ್ನಿಸ್ಫೋಟವಾಗುವುದೋ ಎನ್ನುವ ಭಯ.

ಕಡೆಗೆ "ಮಕ್ಳ ಬಗ್ಗೆ ಯಾವ ತೀರ್ಮಾನಕ್ಕೆ ಬಂದಿದ್ದೀಯಾ?" ಅವನ ಅರಿವಿಗೆ ಬಾರದಂತೆ ಧ್ವನಿ ಗಡುಸಾಯಿತು. ಅರಗಿಸಿಕೊಂಡಳು.

"ಏನೂ ತೋಚ್ತಾ ಇಲ್ಲ; ನಿಮ್ಗೇ ಏನಾದ್ರೂ... ಹೊಳೆದಿದ್ರೆ ಹೇಳಿ." ಮೃದುವಾದ ಸ್ವರ ಮುತ್ತಿಟ್ಟಾಗ ಗಡಸುತನ ಬಿಸಿಲಿಗೆ ಸೋಕಿದ ಮಂಜಿನಂತೆ ಕರಗಿಹೋಯಿತು.

"ನಾನು ಆ ಅರ್ಹತೇನ ಕಳ್ಕೊಂಡಿದ್ದೀನಿ. ತೀರ್ಮಾನ... ನಿನ್ದೇ..." ಪ್ಯಾಂಟು ಜೇಬಿನಲ್ಲಿ ಕೈಯಿಳಿಯಿತು. ತಕ್ಷಣ ಅವಳ ನೋಟ ಅತ್ತ ಹರಿಯಿತು. ಬೆರಳಿನಿಂದ ಮೇಲಕ್ಕೆ ಚಿಕ್ಕದಾಗಿ ಪ್ಲಾಸ್ಟರ್ ಬಿದ್ದಿತ್ತು. ಅವಳೆದೆ ಹಾರಿತು. ಇದ್ದ ಅಡ್ಡಗೋಡೆ ನುಚ್ಚು ನೂರಾಗಿ ಚದುರಿಹೋಯಿತು. ಕೈ ಅತ್ತ ಸರಿಯಿತು, "ಇದೇನಿದು?" ಅವಳ ಹುಬ್ಬುಗಳು ಸಂಕುಚಿಸಿದವು. ಕಣ್ಣುಗಳಲ್ಲಿ ಗಾಬರಿ ಮೂಡಿತು. ಬೆರಳು ಪ್ಲಾಸ್ಟರ್ ಮೇಲಾಡಿತು.

"ಗಾಬ್ರಿಯಾಗೋಂಥದ್ದಲ್ಲ, ಸಣ್ಣ ಪೆಟ್ಟು." ಉದಾಸೀನವಾಗಿ ಹೇಳಿ ಕೈ ನಿಧಾನವಾಗಿ ಹಿಂದಕ್ಕೆ ಸರಿಯಿತು.

"ಡ್ಯಾಡಿ... ಇಲ್ಬಾ" ಸ್ವರ ಬಂದತ್ತ ಹುಡುಗನಂತೆ ಉತ್ಸಾಹದಿಂದ ಓಡಿದ. ಅವಳ ಇಡೀ ಮೈನ ಚೇತನ ಬತ್ತಿಹೋಯಿತು. ಮೌನವಾಗಿ ಕೂತುಬಿಟ್ಟಳು.

ರಾಜೀವ್ ತಪ್ಪು ಮಾಡಿದ್ದ. ಆದರೂ ಪ್ರಾಮಾಣಿಕವಾಗಿ ಒಪ್ಪಿಕೊಂಡಿದ್ದ. ತಪ್ಪು ಕ್ಷಮಾರ್ಹವಾದದ್ದು. ಆದರೆ ಅದರಿಂದ ಚೇತರಿಸಿಕೊಳ್ಳಲು ವಿಜಯಳಿಗಾಗಲಿಲ್ಲ. ಪ್ರೇಮ ರಾಜೀವನ ಬಾಹುಗಳಲ್ಲಿ ಭೂತಾಕಾರವಾಗಿ ಬೆಳೆದು ನಿಂತಂತೇ ಕಾಣುತ್ತಿದ್ದಳು. ಈ ಮನೋ ಭಾವದ ನಡುವೆ ಒಟ್ಟಿಗೆ ಬಾಳುವೆ ಮಾಡುವುದು ಅರ್ಥಹೀನವೆನಿಸಿತ್ತು.

* * *

ಆಫೀಸ್‌ಗೆ ಬಂದು ಪತ್ರಗಳಿಗೆ ಕೈ ಹಾಕಿದ. ಕೂಡಲೇ ಅವನಿಗೆ ಸಿಕ್ಕಿದ್ದು ಪ್ರೇಮಾಳ ರಾಜೀನಾಮೆಯ ಪತ್ರ. ಬೇಸರದಿಂದ ಅತ್ತ ಎಸೆದ. ಅವಳ ಬಗ್ಗೆ ಯಾವ ಭಾವನೆಗಳೂ ಇರಲಿಲ್ಲ. ಕೆಲವೊಮ್ಮೆ ಸಹಾನುಭೂತಿಯಿಂದ ಯೋಚಿಸುತ್ತಿದ್ದ. ದೌರ್ಬಲ್ಯಕ್ಕಾಗಿ ಮರುಗುತ್ತಿದ್ದ.

ಕೆಲಸ ಬಿಟ್ಟು ಹೋದ ಕಾರಣದ ಬಗ್ಗೆ ಯೋಚಿಸಿದ. ಆದರೆ ತಲೆ ಕೆಡಿಸಿಕೊಳ್ಳಲು ಹೋಗಲಿಲ್ಲ.

ಊಟಕ್ಕೆ ಒಂದು ಗಂಟೆ ತಡವಾಗಿಯೇ ಬಂದ. ಮಾತು, ಕತೆ, ನಗುವಿಲ್ಲದ ಸಪ್ಪೆ ವಾತಾವರಣದಲ್ಲಿ ಊಟದ ರುಚಿಯೇ ತಗ್ಗಿಹೋಗಿತ್ತು. ಹೊಟ್ಟೆ ತುಂಬಬೇಕೆಂಬ ಛಲದಿಂದ ತಿಂದ.

ಕೋಣೆಗೆ ಬಂದಾಗ ನೆನಪು ದಟ್ಟವಾಯಿತು. ಕಾರ್ನರ್ ಸ್ಟ್ಯಾಂಡ್‌ನಲ್ಲಿದ್ದ ಜೋಡಿ ಫೋಟೋದಲ್ಲಿ ವಿಜಯ ಗಂಭೀರವಾಗಿ ನಗುತ್ತಿದ್ದಳು. ಹತ್ತಿರಕ್ಕೆ ಹೋಗಿ ತುಟಿಯ ಮೇಲೆ ಕೈಯಾಡಿಸಿದ.

'ಏಯ್... ವಿಜ್ಜು...' ಮೆಲುವಾಗಿ ಹೇಳಿದ.

ಕೋಪದಿಂದ ಅವನ ಮುಖ ಗಂಟಾಯಿತು. ಎದೆಯಲ್ಲಿ ವೇದನೆ ಧಗಧಗನೇ ಹತ್ತಿಕೊಂಡು ಉರಿಯಿತು. ಅವುಡು ಕಚ್ಚಿದ. ಕೋಪದಿಂದ ಮೂಗಿನ ತುದಿ ಕೆಂಪಾಯಿತು. ಕೈಯೆತ್ತಿ "ಮಕ್ಳೂ ನಿನ್ನವರೇ ಅಲ್ಲ; ನನ್ನವರು ಕೂಡ. ಮರೀಬೇಡ" ತುಟಿಗಳು ನಡುಗುತ್ತಿದ್ದವು.

ಹಾಸಿಗೆಯ ಮೇಲೆ ಉರುಳಿಕೊಂಡು ಹೊರಳಾಡಿದ. ಯೋಚಿಸಿದ. ತನ್ನ ತಪ್ಪು ಅಗಾಧವಾಗಿ ಕಂಡಿತು. ವಿಜಯ ನನಗೇನು ಕಮ್ಮಿ ಮಾಡಿದ್ದಳು? ಥೂ... ದೌರ್ಬಲ್ಯದ ಬಗೆಗೆ ಹೇಸಿಗೆಪಟ್ಟುಕೊಂಡ.

ಹೊರಟು ನಿಂತಾಗ ಮಾನಸ ತೋಳು ಕಚ್ಚಿ "ಡ್ಯಾಡಿ, ನಾನ್ಬರ್ತೀನಿ." ಗೋಗರೆದಾಗ ಅವನ ಕಣ್ಣುಗಳ ಮುಂದೆ ಮಂಜು ಹರಡಿಕೊಂಡಿತ್ತು. ನೆನಪಾದಾಗ ಎದೆ ಭಾರವಾಯಿತು. ತಕ್ಷಣ ಹೋಗಿ ಕರೆತಂದುಬಿಡಲೇ? ತಾಯಿ ಮಮತೆಯ ಒಡಲಲ್ಲಿ ಬೆಳೆಯಬೇಕಾದವಳು.

ಸುಮ್ಮನೇ ಎದ್ದು ಬಂದು ವರಾಂಡದಲ್ಲಿ ಕೂತ. ಅನಾಥಪ್ರಜ್ಞೆ ಮರುಕಳಿಸುತ್ತಿತ್ತು. ಮುಂದೆ ಬದುಕಿನ ಬಗೆಗೆ ಆಸ್ಥೆ, ಆಸಕ್ತಿ ಏನಿದೆ? ಯಾಕಾಗಿ ಬದುಕಬೇಕು?!

ತೆರೆದ ಬಾಗಿಲಿನಿಂದ ಪ್ರೇಮ ಬಂದಾಗ ಅವನ ಹುಬ್ಬುಗಳು ಗಂಟಾಯಿತು. ದುರದುರನೆ ನೋಡಿದ. ಅಂದು ಸುಂದರವಾಗಿ ಕಂಡ ಹೆಣ್ಣು ಸುಂದರ ಬಾಳಿನ ನಂದನಕ್ಕೆ ಬೆಂಕಿಯಿಟ್ಟ ಕೊಳ್ಳಿಯಂತೆ ಕಂಡಳು.

ಕಣ್ಣಲ್ಲಿ ಪ್ರಶ್ನಿಸಿದ. ಅವಳ ಕಣ್ಣುಗಳ ಮಾದಕತೆ ಹೆಚ್ಚಿತು. ಸೆರಗಿನ ತುದಿ ನೆಲವನ್ನು ಸೋಕಿತು. ಅವಳ ಮುಖ ಕಾಣದಾದಾಗ ಸಹಾನುಭೂತಿಯಿಂದ ಯೋಚಿಸಿದರೂ, ಮುಖ ಕಂಡ ಕೂಡಲೇ ಸಿಡಿದುಬೀಳುವ ಮನಸ್ಸಾಗುತ್ತಿತ್ತು.

ವಿಷ್ ಮಾಡಿದಳು. ಕೆಂಡಗಳು ಉಗುಳುವ ಕಣ್ಣುಗಳಿಂದಲೇ ಸ್ವೀಕರಿಸಿದ್ದ.

"ಯಾಕೆ ಬಂದಿದ್ದು?" ಸ್ವರ ಗಡುಸಾಗಿತ್ತು. ಹುಬ್ಬೆತ್ತಿ ನೋಡಿದಳು. ಶಕ್ತಿಯಿದ್ದಿದ್ದರೇ ಅವನ ಕಣ್ಮುಗಳ ತೀಕ್ಷ್ಣತೆಯ ಪ್ರಖರತೆಯಲ್ಲಿಯೇ ಸುಟ್ಟುಬಿಡುತ್ತಿದ್ದನೇನೋ!

"ಬರಬಾರದಾಗಿತ್ತಾ?" ಅವಳ ಸ್ವರದಲ್ಲಿ ಪರಿಹಾಸ್ಯ ಕಂಡಾಗ ಸಿಡುಕಿದ. "ಅವಶ್ಯಕತೆಯಿರಲಿಲ್ಲ." ಅವಳಿಗೆ ನಗು ಬಂತು.

ಗಂಟಾದ ಅವನ ಹುಬ್ಬುಗಳು ಸಡಿಲವಾಗಲಿಲ್ಲ. ಹೆಚ್ಚು ಹೊತ್ತು ನಿಲ್ಲುವುದು ಅವನಿಗೆ ಬೇಕಾಗಿರಲಿಲ್ಲ. ಅವಳಿಂದ ಇಂದು ಎಲ್ಲವನ್ನು ಕಳೆದುಕೊಂಡು ಚಿತ್ರಹಿಂಸೆಗೆ

ಗುರಿಯಾಗಿದ್ದ. ಅದನ್ನು ಹೇಗೆ ಮರೆತಾನು? ತನ್ನ ತಪ್ಪು ಸಹ ಇದೆಯೆಂದುಕೊಂಡರೂ ಬೇರೆಯವರ ತಪ್ಪು ದೊಡ್ಡದಾಗಿ ಕಾಣಿಸುವುದು ಸಹಜ.

"ಏನು ವಿಷ್ಯ? ಮನೆಗೆ ಬರಬೇಕಾದ ಅಗತ್ಯವಿರಲಿಲ್ಲ. ಆಫೀಸ್‌ಗೆ ಬೇಕಾದ್ರೆ... ಬಂದ್ನೋಡು!" ಪ್ರೇಮ ನಿಂತಲ್ಲಿಯೇ ಉಗುಳು ನುಂಗಿದಳು.

ಪ್ರೇಮ ನೇರವಾಗಿ ಅವನನ್ನು ದಿಟ್ಟಿಸಿದಳು. ನೆನಪು ಕಚಗುಳಿ ಇಟ್ಟಿತು. ಮೈಯೆಲ್ಲ ಬಿಸಿಯಾಯಿತು. ಕಣ್ಣುಗಳು ಮಿಂಚಿದವು. ಈಗಲೂ ಕರಗಿಹೋಗುವ ಇಚ್ಛೆ! ಮುಖದಲ್ಲಿದ್ದ ಕಠೋರ ಛಾಯೆ ಗಮನಿಸಿ, ತನ್ನೊಡನೆ ಮತ್ತಿನಿಂದ ಜಾರಿ ಹೋಗುತ್ತಿದ್ದ ಗಂಡೇನಾ... ಅನುಮಾನಿಸಿದಳು. ಒಂದು ಕ್ಷಣ ವಿಜಯಳ ಮೇಲೆ ಅಸೂಯೆಯಾಯಿತು. ಎಲ್ಲಕ್ಕಿಂತ ಹೆಚ್ಚಾಗಿ ರಾಜೀವ್‌ನೊಡನೇ ಕಳೆದ ಕ್ಷಣಗಳು ತೃಪ್ತಿಯನ್ನು ತಂದಿದ್ದುವು. ಮತ್ತೆ ಯೋಚಿಸಿದಾಗ ಸುಖವೆನಿಸಲಿಲ್ಲ. "ನಾನು ನಿಮ್ಮ ಶ್ರೀಮತಿಯವ್ರನ್ನ ನೋಡೋ ಸಲುವಾಗಿ ಬಂದೆ." ಅಳುಕಿಲ್ಲದೇ ಹೇಳಿದಾಗ ಹುಬ್ಬೇರಿಸಿದ. ದೃಷ್ಟಿ ತಗ್ಗಲಿಲ್ಲ.

ಈಗ ಅವಳು ಸ್ವತಂತ್ರಳು. ಬಾಸ್ ಎಂಬ ಅಂಜಿಕೆ ಇಲ್ಲ. ಇವನನ್ನು ಮೀರಿಸೋ ಕುಳವನ್ನೇ ಬುಟ್ಟಿಗೆ ಹಾಕಿಕೊಂಡಿದ್ದಳು.

"ಊರಲ್ಲಿ ಇಲ್ಲ. ತವರುಮನೆಗೆ ಹೋಗಿದಾಳೆ!" ಸೋಫಾ ಬೆನ್ನಿಗೆ ಜಾರಿ ಕುಳಿತ. ಟೀಪಾಯಿ ಮೇಲಿನ ಪೇಪರು ಕೈಗೆ ಬಂತು. ಮುಖದಲ್ಲಿ ಉದಾಸೀನ ಭಾವ ವ್ಯಕ್ತವಾಯಿತು. ತುಟಿ ಕಚ್ಚಿದಳು.

"ಬಂದವಳಿಗೆ ಕೂತ್ಕೋ ಅಂತ್ಹೇಳಿ... ಒಂದ್ಲೋಟ ಕನಿಷ್ಟ ಪಕ್ಷ ನೀರಾದ್ರೂ ಕೊಡಿಸೋ ಸೌಜನ್ಯ ಇಲ್ವಾ!" ಸ್ವರದಲ್ಲಿ ಕಾವೇರಿಸಿ ವ್ಯಂಗ್ಯದಿಂದ ಅವನನ್ನ ಇರಿದಳು.

ತಟ್ಟನೆ ಕೈಯ್ಯಲ್ಲಿದ್ದ ಪೇಪರನ್ನು ರೊಯ್ಯನೆ ಎಸೆದು ಎದ್ದು ನಿಂತ. ಕೋಪದಿಂದ ಅವನ ಮುಖ ಕೆಂಪಾಯಿತು. ನಿಲ್ಲಲಾರದೆ ಹೋದ.

"ಪ್ರೇಮ ನನ್ಮುಂದೆ ನಿಂತ್ಕೊಬೇಡ. ಮೊದ್ಲು ಇಲ್ಲಿಂದ ಹೊರ್ಗೆ ನಡೀ." ಸಹನೆಗೆಟ್ಟು ಅಬ್ಬರಿಸಿದ.

ಪ್ರೇಮ ಜೋರಾಗಿ ನಕ್ಕಳು. ಮತ್ತೂ ನಕ್ಕಳು. ಹುಚ್ಚಿಯಂತೆ ಗಹಗಹಿಸಿ ನಕ್ಕಳು. ಅವಳ ಜೀವನದಲ್ಲಿ ಬಂದುಹೋದ ಗಂಡುಗಳಲ್ಲಿ ರಾಜೀವ್‌ಗೆ ಮಾತ್ರ ತನ್ನನ್ನು ಮನಃಪೂರ್ವಕವಾಗಿ ಸಮರ್ಪಿಸಿಕೊಂಡಿದ್ದಳು. ಅವನಿಂದ ಪಡೆದಿದ್ದು ಮಾತ್ರ ಅಲ್ಪಸ್ವಲ್ಪ. ಪೂರ್ಣವಾಗಿ ಅದನ್ನು ನೀಡಿರಲಿಲ್ಲ. ಅದೇ ಅವಳಿಗೆ ಎಷ್ಟೋ ತೃಪ್ತಿಯನ್ನು ನೀಡಿತ್ತು.

"ಎಲ್ಲಿಗೆ... ಹೋಗ್ಲಿ!" ಹುಚ್ಚಿಯಂತೆ ನಕ್ಕಳು. ಕಣ್ಣುಗಳಲ್ಲಿ ಕಂಬನಿ ತುಂಬಿಕೊಂಡಿತು. ಕೆನ್ನೆಗಳ ಮೇಲೆ ಧಾರೆಯಾಗಿ ಇಳಿಯಿತು.

ವಿಜಯನ ನೋಡಿ ತಾನು ಮನೆಯವರ ಬಗೆಗೆ ಹೆಚ್ಚಿನ ಮುತುವರ್ಜಿ ವಹಿಸುತ್ತಿರುವ ಬಗೆಗೆ ತಿಳಿಸಿ ಹೋಗಲು ಬಂದಿದ್ದಳು. ಅವಳ ಹೃದಯದಲ್ಲಿ ವಿಜಯಳಿಗೆ ಪ್ರತ್ಯೇಕ ಸ್ಥಾನವನ್ನು ನೀಡಿದ್ದಳು. ಬೇರೆ ಹೆಣ್ಣುಗಳಂತೆ ನಡೆಸಿಕೊಂಡಿರಲಿಲ್ಲ. ಗೌರವದಿಂದ

ನಡೆಸಿಕೊಂಡಿದ್ದಳು. ಆದರೆ ರಾಜೀವ್‌ನ ಮುಂದೆ ನಿಂತಾಗ ವಿಜಯ ಮರೆಯಾಗಿ ಹೋಗಿದ್ದಳು. ಸಿಕ್ಕಿದರೇ ಅವಳದೆಲ್ಲ ಬಾಚುವ ಸನ್ನಾಹ ಮನದಲ್ಲೆದ್ದು ಚೂರು ಚೂರಾಗಿ ಹೋಗಿತ್ತು.

"ಪ್ಲೀಸ್ ಪ್ರೇಮಾ, ಹೊರಟ್ಹೋಗು... ಎಲ್ಲಿಗಾದ್ರೂ ಹೋಗು... ನಿನ್ನ ಮುಖ ನಂಗೆ ತೋರಿಸ್ಬೇಡ!" ಒಳ ನಡೆದ.

ಅವನ ಮುಖದಲ್ಲಿ ಉಂಟಾದ ಅಸಹ್ಯ ಭಾವವನ್ನು ನೋಡಿ ಅವಳಿಗೆ ಬಿಕ್ಕಿ ಬಿಕ್ಕಿ ಅಳಬೇಕೆನಿಸಿತು. ಇಡೀ ಪರಿಸರವೇ ಅವಳನ್ನು ಹೊರಗೆ ದಬ್ಬಿದಂದತಾಯಿತು.

ಕಂಬನಿ ತೊಡೆದುಕೊಳ್ಳುತ್ತ ಹೊರ ಬಂದಳು. ಇಲ್ಲಿಗೆ ಬರುವ ಮುನ್ನ ರಾಜೀವ್‌ನ ನೋಡುವ ಉದ್ದೇಶವೇ ಅವಳಿಗಿರಲಿಲ್ಲ. ಒಂದು ರೀತಿಯಲ್ಲಿ ನೋಡಿದ್ದು ಒಳ್ಳೆಯದೆನಿಸಿತು.

ಜೀವನದ ಬಗ್ಗೆ ಅಸಹ್ಯಿಸಿಕೊಂಡಳು. ಪ್ರೀತಿ, ಅಭಿಮಾನ, ಗೌರವ ಏನಿಲ್ಲ. ಯಾರೂ ತನ್ನನ್ನು ಪ್ರೀತಿಸೋಲ್ಲ. ಅವನಿಗೆ ಉಂಟಾಗಿದ್ದು ತಾತ್ಕಾಲಿಕ ವ್ಯಾಮೋಹ. ಅಯ್ಯೋ... ಕುಸಿಯುವಂತಾಯಿತು. ರೂಪ, ಯೌವನದಿಂದ ಎಲ್ಲಾ ಸಂಪಾದನೆ ಮಾಡ ಬಹುದೆಂದಿದ್ದ ಅವಳ ಹಂಬಲ ವ್ಯರ್ಥವೆನಿಸಿತು. ಬೇರೆಯವರನ್ನು ಹಾಳುಮಾಡುವ ನೆವದಲ್ಲಿ ಅವಳೇ ಹಾಳಾಗಿದ್ದಳು. ನೈತಿಕವಾಗಿ ಪತನ ಹೊಂದಿದ ಹೆಣ್ಣಿನ ಬಗೆಗೆ ಸಮಾಜವು ಎಂದೂ ಕ್ರೂರ ದೃಷ್ಟಿಯನ್ನೇ ಬೀರುವುದು–ಇದಂತೂ ಸತ್ಯ!

ಎದುರಾದದ್ದು ಸೀತಮ್ಮ. ಮುಖ ತಿರುಗಿಸಿ ಹೊರಡುವ ಪ್ರಯತ್ನ ಮಾಡಿದಳು. ತಕ್ಷಣ "ಅಯ್ಯೋ... ನೀನೂ ಪ್ರೇಮ ಅಲ್ವಾ!" ಹುಬ್ಬೆತ್ತಿ ಹೌದೆನ್ನುವಂತೆ ಗೋಣಾಡಿಸಿದಳು.

"ಬಾಮ್ಮ... ಅಪರೂಪಕ್ಕೆ ಬಂದಿದ್ದೀಯಾ!"

ಅಂತೂ ಎಲ್ಲಾದರೂ ಒಂದು ಗಳಿಗೆ ಕೂಡಬೇಕೆನಿಸಿತು. ಮುಂದಕ್ಕೆ ಹೆಜ್ಜೆಯಿಡಲಾರದಷ್ಟು ಕಾಲುಗಳು ನಿಶ್ಶಕ್ತವಾಗಿದ್ದುವು.

"ಬರ್ತೀನಿ..." ಸ್ವರದಲ್ಲಿ ಸೋಲಿತ್ತು.

ಅವರ ಮನೆಯತ್ತ ಹೆಜ್ಜೆ ಹಾಕಿದಳು. ಅವರು ಕೇಳಿದ್ದಕ್ಕೆಲ್ಲ "ಹಾ... ಹೂ..." ಎನ್ನುತ್ತಿದ್ದಳು. ಬಾಗಿಲಿನ ಬೀಗ ಸ್ವಾಗತಿಸಿತು.

"ಒಂದ್ನಿಮಿಷ... ಬಂದೆ." ಪಕ್ಕದ ಮನೆಯತ್ತ ಆಕೆ ನಡೆದಾಗ ದೀರ್ಘವಾಗಿ ನೋಡಿದಳು. ಎಲ್ಲಾ ಮಂಜು... ಮಂಜು... ಬಾಳಿನ ದಾರಿಯೇ ಮಸುಕು ಮಸುಕಾಯಿತು. ಕಲ್ಪನೆಯಲ್ಲಿ ತೇಲಿ ಬಂದಳು ವಿಜಯ. ತುಟಿ ಕಚ್ಚಿದಳು. ಮೈ ಬೆಂಕಿಯಾಯಿತು. ಆ ಮುಖದ ಗಂಭೀರ ಭಾವದಲ್ಲಿ ಕರಗಿಹೋದಳು.

"ಬಾಮ್ಮ..." ಎಂದ ಸ್ವರಕ್ಕೆ ಬೆಚ್ಚಿ ವಾಸ್ತವಕ್ಕೆ ಬಂದಳು. ಹೆಜ್ಜೆ ಕಿತ್ತಿಟ್ಟಳು. ನಿಂತು ಹಿಂದಿರುಗಿ ರಾಜೀವ್ ಮನೆ ಗೇಟಿನತ್ತ ನೋಡಿದಳು. ಮುಚ್ಚಿತ್ತು. ಅವನ ಹೃದಯ ವಿಜಯಳನ್ನು ಎಲ್ಲರ ಪಾಲಿಗೂ ಮುಚ್ಚಿದೆ. ತುಟಿಗಳ ಮೇಲೆ ನೋವಿನ ನಗೆ ತುಳುಕಿತು.

"ಹೇಗಿದ್ದಾರೆ, ನಿಮ್ಮಮ್ಮ?" ಪ್ರಶ್ನೆ ಎದುರಾದಾಗ ಕಣ್ಣುಗಳನ್ನು ಸಂಕುಚಿಸಿದಳು. ಆ ಪ್ರಶ್ನೆಯನ್ನು ಕೂಡ ಅರ್ಥಮಾಡಿಕೊಳ್ಳುವ ಸ್ಥಿತಿಯಲ್ಲಿರಲಿಲ್ಲ. "ಏನು... ಕೇಳಿದ್ರಿ?" ಅವಳ ಹುಬ್ಬುಗಳು ಸಂಕುಚಿಸಿದವು.

"ಏನಿಲ್ಲ, ಬಿಡು" ಒಳ ನಡೆದರು.

ಸೋತವಳಂತೆ ಕೂತಳು. ಬೆವರಿನಿಂದ ತೊಯ್ದುಹೋದ ಅಂಗೈಯನ್ನು ಬಿಡಿಸಿ ನೋಡಿದಳು.

"ಕುಡಿ..." ಸೀತಮ್ಮನವರು ಅವಳ ಮುಂದೆ ಒಂದ್ಲೋಟ ಪಾನಕ ತಂದಿಟ್ಟವರೇ ಸೋತವರಂತೆ ಕೂತರು. ಎತ್ತಿ ಗಟಗಟನೆ ಕುಡಿದಳು. ಸ್ವಲ್ಪ ಜೀವ ಬಂದಂತಾಯಿತು.

"ಥ್ಯಾಂಕ್ಸ್, ಕಣ್ರಿ..." ಸೀತಮ್ಮನ ಕಣ್ಣುಗಳು ಸೂಕ್ಷ್ಮವಾಗಿ ಅವಳ ಮೈ ಮೇಲಿನ ಚಿನ್ನವನ್ನು ನಿರುಕಿಸುತ್ತಿತ್ತು. ಅಸೂಯೆಯಿಂದ ಕಂಗಾಲಾದರು.

"ನೀನು ತುಂಬ ಜಾಣೆ. ಅಷ್ಟಿಷ್ಟು ಸಂಬಳದಲ್ಲಿ ಮಿಗ್ಸಿ ಚಿನ್ನ ಮಾಡ್ಕೊಂಡಿದ್ದೀಯಾ!" ಎಂದಾಗ ಅವಳಿಗೆ ನಗಬೇಕೆನಿಸಿತು. ತಾವಾಡಿದ್ದದ್ದು ಸುಳ್ಳೆಂದು ಅವರಿಗೂ ಗೊತ್ತು.

ಜೋರಾಗಿ ನಕ್ಕೇಬಿಟ್ಟಳು.

ಸೀತಮ್ಮ ಕಣ್ಣರಳಿಸಿದರು. "ಯಾಕೆ ನಗ್ತಿ?" ಎಂದು ಕೇಳಿದಾಗ ಅವಳ ಮುಖ ಗಂಭೀರವಾಯಿತು. "ನಗ್ದೇ ಇನ್ನೇನು ಮಾಡ್ಲಿ! ನನ್ನ ಸಂಬಳದಲ್ಲಿ ಇದೆಲ್ಲ ಮಾಡ್ಸೋಕಾಗೋಲ್ಲಾಂತ ನಿಮ್ಗೂ ಗೊತ್ತು!!" ಸ್ವರದಲ್ಲಿ ಕಾವಿತ್ತು. ಆ ವಿಷಯದ ಬಗೆಗೆ ಮಾತಾಡುವುದು ಸೀತಮ್ಮನವರಿಗೆ ಬೇಡವೆನಿಸಿತು.

"ಹೋಗ್ಲಿ ಬಿಡು, ಹೇಗಿದ್ದಿ?"

ನವಿರಾಗಿ ನಕ್ಕಳು. ಬಳೆ, ಸರ ನೋಡಿಕೊಂಡು, ಉಟ್ಟ ಸೀರೆಯ ಸೆರಗಿನ ಅಂಚನ್ನು ಮೃದುವಾಗಿ ಬೆರಳಿನಿಂದ ಸವರುತ್ತ "ಹೇಗೆ ಕಾಣ್ತೀನಿ?" ಸವಾಲೆಸೆದಂತೆ ಕೇಳಿದಳು.

"ನಿಂಗೇನು ಲಕ್ಷಣವಾಗಿದ್ದಿ!"

"ಪ್ರೇಮ ತಟ್ಟನೇ ಎದ್ದವಳೇ ಬರ್ತೀನಿ..." ಎಂದಳು. ಸೀತಮ್ಮ ಅವಾಕ್ಕಾದರು. ಅವಳಿಂದ ಅಷ್ಟಿಷ್ಟು ವಿಷಯ ತಿಳಿಯುವ ಸಲುವಾಗಿ ಮನೆಯವರೆಗೂ ಆಹ್ವಾನಿಸಿ ಒಂದು ಲೋಟ ಪಾನಕವನ್ನು ಧಾರಾಳವಾಗಿ ಕೊಟ್ಟಿದ್ದರು. ಆದರೆ ಈಗ... ಆದದ್ದೇನು!?

"ಕೂತ್ಕೊ... ಏನೂ ಇಷ್ಟು ದೂರ ಬಂದಿದ್ದು?" ಕುತೂಹಲ ತಡೆಯಲಾರದೆ ಪ್ರಶ್ನಿಸಿಬಿಟ್ಟಾಗ ವ್ಯಂಗ್ಯವಾಗಿ "ಸ್ವಲ್ಪ, ವಿಜಯ ಅವರನ್ನು ನೋಡ್ಬೋಣಾಂತ್ಬಂದೆ. ಅವ್ರು... ಇಲ್ಲಿಲ್ಲ." ಸೆರಗು ಹಾರಿಸುತ್ತ ಹೊರಟೇಬಿಟ್ಟಳು. ಸೀತಮ್ಮ ಗರಬಡಿದವರಂತೆ ನಿಂತುಬಿಟ್ಟರು. ಅವರ ತಲೆಯಲ್ಲಿ ಸಮಸ್ಯೆಯಾಗಿ ನಿಂತು ಕಾಡಿದಳು.

ಬಹಳ ಹೊತ್ತಿನ ಮೇಲೆ ರಾಜೀವ್ ಹೊರಗೆ ಬಂದ. ತಲೆ ರಣರಂಗವಾಗಿತ್ತು. ತಾನು ಅಷ್ಟು ಕಠಿಣವಾಗಿ ವರ್ತಿಸಬಾರದಾಗಿತ್ತೇನೋ! ಅವನ ಪಾಲಿಗೆ ಅವಳ ಜೊತೆ ಕಳೆದ ನೆನಪುಗಳು ನುಂಗಲಾರದ ತುತ್ತುಗಳು.

ಕಾಂಪೌಂಡಿನಲ್ಲೆಲ್ಲ ಕಣ್ಣಾಡಿಸಿದ. ಎಲ್ಲೆಡೆ ವಿಲಕ್ಷಣ ನೀರವತೆ ಮುಸುಕಿದೆ ಯೆನಿಸಿತು. ವಿಜಯಳಿಲ್ಲದ ಅನಾಥ ಪ್ರಜ್ಞೆ ಮರುಕಳಿಸಿತು.

'ವಿಜಯ, ನಿನ್ನಂಥ ಮೃದು ಹೆಣ್ಣಿನ ಹೃದಯ ಇಷ್ಟೊಂದು ಕಠಿಣವಾಗಬಾರದು.' ಮನ ಹೊರಳಿ ಹೊರಳಿ ನರಳಿತು. ಮುಖವೆತ್ತಿ ಬಿಸಿಯುಸಿರನ್ನು ಹೊರದಬ್ಬಿ ಒಳಗೆ ಬಂದ. ಟೀಪಾಯಿ ಮೇಲಿದ್ದ ಪತ್ರ ಅಣಕಿಸಿತು. ಎತ್ತಿ ಕೈಯಲ್ಲಿಡಿದ. ವಿಜಯಳ ಕೈ ಬರಹ. ಅವನೆದೆ ತಿಪ್ಪರಲಾಗ ಹಾಕಿತು.

ಕೂತು ಸಮಾಧಾನದಿಂದ ಬಿಡಿಸಿ ನೋಡಿದ. ವಿಜಯ ಒಂದೆರಡು ಸಾಲು ಗಳಲ್ಲಿಯೇ ತನ್ನ ನಿರ್ಧಾರ ಅವನ ಮುಂದಿಟ್ಟಿದ್ದಳು. ತಾನು ಅಣ್ಣನ ಬಳಿಗೆ ಹೋಗುವುದಾಗಿ-ಹುಡುಗರ ಬಗ್ಗೆ ಇಬ್ಬರೂ ಯೋಚಿಸಬೇಕಾದ್ದೆ. ನೀವು ಒಪ್ಪಿಗೆ ಕೊಟ್ಟರೇ ಜೊತೆಯಲ್ಲಿ ಕರೆದೊಯ್ಯುವ ಉದ್ದೇಶವಿದೆ-ಕೈಯಲ್ಲಿದ್ದ ಪತ್ರ ಜಾರಿತು. ತುಟಿಯನ್ನು ಹಲ್ಲಿಸಡಿಯಲ್ಲಿ ಕಚ್ಚಿ ಹಿಡಿದ. ಅವನ ತಲೆಯಲ್ಲಿ ಭೂತ ಹೊಕ್ಕಂತೆ ಆಯಿತು. ಅತ್ತಿಂದಿತ್ತ ಇತ್ತಿಂದತ್ತ ಪರದಾಡಿದ. ಮುಖದ ಮೇಲೆ ಕರಾಳ ಛಾಯೆ ಮಿನುಗಿತು. ನೋವಿನಿಂದ ತತ್ತರಿಸುವವನಂತೆ ಒಂದೆಡೆ ಕೂತ. ಇಡೀ ಜಗತ್ತೇ ಅವನಿಂದ ದೂರ ಸರಿದು ಹೋಗುವ ಸನ್ನಾಹದಲ್ಲಿದ್ದಂತೆ ಕಾಣಿಸಿತು.

ಕೋಪದಿಂದ ಭುಸುಗುಟ್ಟಿದ. ಈಗ ಮಧು, ಮಾನಸರ ಮುದ್ದು ಮುಖಗಳು ಅವನ ಕಣ್ಮುಂದೆ ಸುಳಿಯಿತು. ಹೃದಯ ಕಿತ್ತು ಬಂದಂತಾಯಿತು. ಮುಷ್ಟಿ ಬಿಗಿ ಹಿಡಿದ. ಹಣೆಯ ನರ ಎದ್ದು ಕಾಣಿಸಿತು. ಯಾವೊಂದು ತೀರ್ಮಾನಕ್ಕೂ ಬರಲಾರದೇ ಒದ್ದಾಡಿದ.

* * *

ರಾವ್ ಒಂದೆರಡು ದಿನಗಳಿಂದ ಮಂಕಾಗಿದ್ದರೂ ಮೊದಲಿನ ಉತ್ಸಾಹವೇ ಅವರಲ್ಲಿ ಇರಲಿಲ್ಲ. ಮುಪ್ಪಡರಿದಂತಾಯಿತು. ವಿಜಯ ತಾನೇ ತಾನಾಗಿ ಏನು ಹೇಳದಿದ್ದರೂ, ಅವರು ಆತಂಕಗೊಂಡಿದ್ದರು. ವಿಜಯಳ ವಿಲಕ್ಷಣ ಮೌನ ಅವರೆದೆಯನ್ನೇ ನಡುಗಿಸುತ್ತಿತ್ತು.

ಕನಕಮ್ಮ ಬಂದಾಗ ರಾವ್ ಶೂನ್ಯದಲ್ಲಿ ದೃಷ್ಟಿ ನೆಟ್ಟು ಕೂತಿದ್ದರು. ಅವರಿಗೆ ಭಯವಾಯಿತು. ಒಂದೆರಡು ದಿನದಿಂದ ಅವರ ಮಾನಸಿಕ ತೊಳಲಾಟ ಗಮನಿಸಿದ್ದರೂ ಮೌನವಾಗಿದ್ದರು. ಮಗನ ವಿಷಯ ಮನಸ್ಸಿಗೆ ಹಚ್ಚಿಕೊಂಡು ಕೊರಗುತ್ತಿದ್ದಾರೆಂದು ಕೊಂಡಿದ್ದರು.

"ನಂಗೆ ಧೈರ್ಯ ಹೇಳ್ತಾ ಇದ್ದವರೂ, ನೀವ್ಯಾಕೆ ಸುಮ್ನೆ ತಲೆ ಕೆಡ್ಸಿಕೊಳ್ತೀರಾ...!"

ಆಕೆಯ ಗಂಟಲು ಕಟ್ಟಿತು. ಎಷ್ಟೇ ಸಮಾಧಾನ ಮಾಡಿಕೊಂಡರೂ ಮನ ಸಮಾಧಾನವಾಗಲೊಲ್ಲದು.

ಸಹಾನುಭೂತಿಯಿಂದ ಹೆಂಡತಿಯ ಕಡೆ ನೋಡಿದರು. ಬಾಯಿ ಬಿಟ್ಟು ಏನೂ ಹೇಳಲಾರರು. ಎದೆಯೊಡೆದುಕೊಂಡಾಳು!

"ಎಂಥದ್ದೂ ಇಲ್ಲ. ಒಂದು ತರಹ ಮೈಗೆ ಆಲಸ್ಯ ಅಷ್ಟೆ." ಹಿಂದಕ್ಕೆ ಒರಗಿದರು. ಹೆಂಡತಿಯ ಮುಖವನ್ನೇ ನೇರವಾಗಿ ನೋಡಿದರು. 'ಸುಖಪಡುವುದು ಇವಳ ಹಣೆಬರಹದಲ್ಲಿಲ್ಲ' ಎಂದುಕೊಂಡರು.

"ಇಷ್ಟು ದಿನ ವಿಜಯ, ಮಕ್ಳು ಇದ್ದರು. ಹೇಗೋ ವೇಳೆ ಸರಿದುಹೋಗುತ್ತಿತ್ತು. ಅವ್ರುಗಳು... ಹೋದ್ಮೇಲೆ" ವೇದನೆ ಒತ್ತಿಕೊಂಡು ಬಂದು ಗಂಟಲು ಬಿಗಿಯಿತು.

ರಾವ್ ಅಲ್ಲಿಂದ ಎದ್ದರು. 'ಬಾಯಿ ಬಿಟ್ಟು ಏನಾದರೂ ಆಡಿ... ಪ್ರಮಾದ ಘಟಿಸಿಬಿಟ್ಟರೇ...?' ಅವರೆದೆ ಹೊಡೆದುಕೊಂಡಿತು.

ಹೊರಗಡೆ ಬಂದರು. ಮಲ್ಲಿಗೆ ಬಳ್ಳಿಯ ಕಾಂಡಕ್ಕೆ ಒರಗಿ ನಿಂತ ಮಗಳನ್ನು ನೋಡಿದರು. ಹೆಜ್ಜೆಗಳು ಅತ್ತ ಸರಿದವು. ಅವಳ ನೋಟ ಶೂನ್ಯದಲ್ಲಿ ನೆಟ್ಟಿತ್ತು. ಅವರೆದೆ ಭಾರವಾಯಿತು. ಅಯ್ಯೋ ಎನಿಸಿತು. ಮನದಲ್ಲಿ ಯಾವುದೋ ಆಘಾತ. ಬಚ್ಚಿಟ್ಟುಕೊಂಡು ದಿನಗಳನ್ನು ದೂಡುತ್ತಿದ್ದಾಳೆ. ಇದು ಖಂಡಿತ ಒಳ್ಳೆಯದಲ್ಲ. ಆತ್ಮೀಯರಿಗೆ ಹೇಳಿಕೊಂಡರೆ ಮನವೆಷ್ಟೋ ಹಗುರವಾಗುತ್ತೆ. ಸಮಸ್ಯೆಗೆ ಪರಿಹಾರವೂ ಸಿಕ್ಕಬಹುದು. ಯಾಕೆ ಈ ಹುಡ್ಗಿ... ಏನೂ ಹೇಳೋಲ್ಲ?!

"ವಿಜಯ..." ಸ್ವರ ನಡುಗಿತು. ಉಗುಳು ನುಂಗಿದರು. ತಟ್ಟನೇ ವಿಜಯ ತಿರುಗಿದಳು. ತಂದೆಯ ಮುಖದ ಮೇಲಿನ ಗೆರೆಗಳನ್ನು ಅಳೆದಳು. ಅರ್ಥ ಮಾಡಿಕೊಂಡಳು. ತುಟಿಗಳ ಮೇಲೆ ಅರೆಮುಗುಳ್ನಗೆ ಅರಳಿತು.

"ಯಾಕೆ ಪಪ್ಪ... ಮತ್ತೇನಾದ್ರೂ ಪತ್ರ ಬಂತಾ?" ವಿಷಯವನ್ನು ಸದ್ಯಕ್ಕೆ ಬದಲಾಯಿಸುವ, ಮರೆಸುವ ಪ್ರಯತ್ನ ಮಾಡಿದಳು. ಅವರ ಕಣ್ಣುಗಳು ಕಿರಿದಾದವು. ನೋವು ತುಳುಕಿತು. ಬಿಸಿಯುಸಿರನ್ನು ದಬ್ಬಿದಳು.

"ಆ ವಿಷ್ಯ ಬೇಡ. ಪೂರ್ತಿ ನಿರ್ಧಾರವಾಗಿದೆ. ಯಾಕೆ ತಲೆ ಕೆಡಿಸ್ಕೋಬೇಕು! ವಿಜಯ... ನೀನೂ ಮೊದ್ಲಿನಂತಿಲ್ಲ." ಅವಳೆದೆ ನಡುಗಿತು. ತತ್ತರಿಸಿದಳು. ಅವರ ತೀಕ್ಷ್ಣ ನೋಟ ಅವಳೆದೆಯನ್ನು ಬಗೆಯುವಂತಿತ್ತು. ತಲೆ ತಗ್ಗಿಸಿದಳು. ಕೆಳ ತುಟಿಯನ್ನು ಹಲ್ಲಿನಡಿ ಕಚ್ಚಿ ಹಿಡಿದಳು.

"ನಿನ್ನ ಮತ್ತು ರಾಜೀವ್ ನಡುವೆ ಏನೋ ನಡೆದಿದೆ; ಬಾಯ್ಬಿಟ್ಟು... ಹೇಳೋಲ್ಲ ಅಷ್ಟೆ!" ನಿರ್ಧಾರದ ಸ್ವರದಲ್ಲಿ ಹೇಳಿದಾಗ ಗಂಭೀರವಾಗಿ ನಿಂತಳು.

ಹುಬ್ಬೆತ್ತಿ ತಂದೆಯತ್ತ ನೋಡಿದಳು. ಮುಖದ ಮೇಲೆ ಅಪಾರವಾದ ನೋವಿತ್ತು. ಗಂಟಲು ಒತ್ತಿಕೊಂಡು ಬಂತು. ಹುಬ್ಬುಗಳು ಸಂಕುಚಿಸಿದವು. ಮುಖ ಬಿಳಿಚಿಕೊಂಡಿತು.

ಹಣೆಯ ಮೇಲೆ ಬೆವರಿನ ಸೆಲೆಯೊಡೆಯಿತು. ಅವರು ಪೂರ್ಣವಾಗಿ ವಿಷಯ ತಿಳಿದರೇ ಕುಸಿಯುವರೇನೋ! ಎದೆಯ ಮೇಲೆ ಬಂಡೆಯೇರಿದಂತಾಯಿತು.

"ನಿನ್ನ ಜೀವನದಲ್ಲಿ ಎಲ್ಲೋ ಅಪಸ್ವರ..."

ಇಲ್ಲವೆಂದು ಸಾಧಿಸಲು ವಿಜಯಳಿಂದಾಗಲಿಲ್ಲ. ಇದ್ದ ವಿಷಯ ತಿಳಿಸಲು ಅವಳಿಂದಾಗದು. ಮಕ್ಕಳ ಶಾಲೆ ತೆರೆಯುವ ದಿನಗಳು ಹತ್ತಿರಕ್ಕೆ ಬರುತ್ತಿದ್ದವು. ನಿಜ ಸಂಗತಿ ಆದಷ್ಟು ಬೇಗ ತಿಳಿಸಬೇಕು. ಪ್ರೇಮ... ಸುಲಭವಾಗಿ ತಲೆಯಿಂದ ಹೊರಹೋಗ ಲಾರಳು. ಸಹಜ ಜೀವನ ಅಸಾಧ್ಯ. ಅವರನ್ನು ನೋಡಿದಾಗಲೆಲ್ಲ ಹೇಳಿದ ಘಟನೆಗಳ ಸರಮಾಲೆ ಚಲನ ಚಿತ್ರದಂತೆ ಕಣ್ಮುಂದೆ ಸುಳಿಯುತ್ತೆ. ಮನವನ್ನು ಕುಟುಕುತ್ತೆ. ಅಸಹ್ಯದಿಂದ ಮುಖ ಕಿವಿಚಿ ಮನ ಭಾರವಾಗುತ್ತೆ. ಪರಕೀಯತೆ ಗಾಢವಾಗಿ ಉಸಿರಾಡಲೇ ಕಷ್ಟ. ಮೊದಲಿನ ಸಲಿಗೆ ತೋರಲು ರಾಜೀವ್‌ನಿಂದ ಕೂಡ ಸಾಧ್ಯವಿಲ್ಲ. ಬಿಗಿ ವಾತಾವರಣದಲ್ಲಿ ಬದುಕು ಕಷ್ಟ. ನಿಮಿಷಗಳು ಗಂಟೆಗಳಾಗಬಹುದು. ಗಂಟೆಗಳು ದಿನಗಳಾಗಬಹುದು. ಅಂತಹ ಬದುಕು ಬೇಡ. ಬೇರೆ ದಾರಿ ಕಂಡುಕೊಳ್ಳಬೇಕು. ಹೇಗೂ ಕುಮಾರಣ್ಣ ಪ್ರತಿಭಾವಂತ ಸೈಂಟಿಸ್ಟ್. ಎಲ್ಲಾದರೊಂದು ಕೆಲಸ ದೊರಕಿಸಿಕೊಟ್ಟಾನು. ಅಲ್ಲೇ ಹೋಗಿ ಉಳಿದುಬಿಡುವುದು. ಎದೆ ಭಾರವಾಯಿತು. ಕಣ್ಣಲ್ಲಿ ನೀರು ತುಂಬಿ ಕೊಂಡಿತು. ಗಂಟಲು ಕಟ್ಟಿತು. ರಾಜೀವ್ ಮೇಲೆ ಹೇಳಲು ಅವಳ ನಾಲಿಗೆ ಏಳಲಿಲ್ಲ.

ನಿಧಾನವಾಗಿ ತಲೆಯೆತ್ತಿದಳು. ಅವರ ನೋಟದ ಕೆಳಗೆ ತನ್ನ ನೋಟವನ್ನು ಅಡಗಿಸಿಕೊಂಡಳು. "ಕುಮಾರಣ್ಣನನ್ನು ನೋಡ್ಬೇಕೆನಿಸಿದೆ. ಅವರಿಗೂ ಪತ್ರ ಬರ್ದೀದ್ದೀನಿ. ಸದ್ಯಕ್ಕೆ ಅಮೇರಿಕಾಗೆ ಹೋಗುವ ತೀರ್ಮಾನ... ನನ್ದೂ!" ರಾವ್ ವಿಸ್ಮಿತರಾದರು. ಕನಸಿನಲ್ಲೂ ಕಾಣದ ನಿರ್ಧಾರ!

ಕುಮಾರ್ ಹಿಂದೆ ಬಂದಿದ್ದಾಗ ಅವಳನ್ನು ಜೊತೆಯಲ್ಲಿ ಕರೆದೊಯ್ಯುವ ಪ್ರಯತ್ನ ಮಾಡಿದ್ದ. ಇಬ್ಬರೂ ಜೊತೆಯಲ್ಲಿಯೇ ಬರುತ್ತೇವೆಂದು ಹೇಳಿ ತಪ್ಪಿಸಿಕೊಂಡಿದ್ದಳು. ವಿಜಯ ಪ್ರತಿಭಾವಂತೆ. ಅಲ್ಲವೆನ್ನುವುದಕ್ಕೆ ಕಾರಣವಿರಲಿಲ್ಲ. ರಾವ್ ಕಣ್ಣುಗಳು ಕಿರಿದಾದವು. ಎದೆಯ ಮೇಲೆ ಬಿದ್ದ ಭಾರಕ್ಕೆ ತತ್ತರಿಸುವಂತೆ ಕಂಡರು.

"ವಿಜಯ..." ಎಂದರು ನಡುಗುವ ಸ್ವರದಲ್ಲಿ.

"ನನ್ನ ಏನೂ... ಕೇಳ್ಬೇಡಿ, ಪಪ್ಪ" ಸ್ವರದಲ್ಲಿ ನಿಸ್ಸಹಾಯಕತೆ ಇಣಕಿತು. ಭರ್ಜಿಯಿಂದ ತಿವಿದಂತಾಯಿತು ರಾವ್‌ಗೆ. ಸಿಡಿಲೆರಗಿದಂತೆ ನಿಂತುಬಿಟ್ಟರು.

ವಿಜಯ ನಿಲ್ಲಲಾರದಾದಳು. ಹೆಜ್ಜೆಗಳು ಸರಿದವು. ಬಹಳ ಕಷ್ಟದಿಂದ ಕೋಣೆಯೊಳಕ್ಕೆ ಹೋಗಿ ಸೋಫಾ ಮೇಲೆ ಕುಸಿದಳು. ಅವಳ ಚೇತನವೇ ಕುಗ್ಗಿಹೋಗಿತ್ತು.

"ವಿಜಯ..." ರಾವ್ ಹೃದಯ ನರಳಿತು. ಬೀದಿಯಲ್ಲಿ ಬಾರಿಸಿಕೊಂಡು ಹೋಗುತ್ತಿದ್ದ ಅಪಸ್ವರದ ನಾಗಸ್ವರ ಕೇಳಲಾರದೇ ಕಿವಿಗಳನ್ನು ಮುಚ್ಚಿಕೊಂಡರು. ಬದುಕಿನ ಬಗೆಗೆ ತೀರಾ ನಿರಾಶರಾದರು. ಎಷ್ಟೋ ಹೊತ್ತು ಅಲ್ಲಿಯೇ ಕೂತುಬಿಟ್ಟರು.

"ಏನೂಂದ್ರೆ... ಸ್ವಲ್ಪ ಬನ್ನಿ" ಸ್ವರ ಬಂದತ್ತ ಆತಂಕದಿಂದ ನೋಡಿದರು. ಕನಕಮ್ಮನ ಮುಖದ ಮೇಲೆ ಗಾಬರಿ ಇತ್ತು. "ವಿಜಯ..." ಮುಂದೆ ಸ್ವರ ಹೊರಡದಾದಾಗ, ನಿಂತಲ್ಲಿಯೇ ರಾವ್‌ಗೆ ಕುಸಿಯುವಂತಾಯಿತು.

ಹೇಗೆ ಒಳಗೆ ಹೋದರೋ ಅವರಿಗೇ ಗೊತ್ತಾಗಲಿಲ್ಲ. ವಿಜಯ ಪ್ರಜ್ಞಾರಹಿತ ಸ್ಥಿತಿಯಲ್ಲಿದ್ದಂತೆ ನಿಶ್ಚೇಷ್ಟಿತಳಾಗಿ ಸೋಫಾಕ್ಕೆ ಒರಗಿದ್ದಳು. ಎದೆ ಧಸಕ್ಕೆಂದಿತು.

"ಏನಾಯ್ತು ಈ ಹುಡ್ಗಿಗೇ!" ಕನಕಮ್ಮ ಕಣ್ಣುಗಳ ಮುಂದೆ ಕಂಬನಿ ಹರಡಿಕೊಂಡಿತು. ಕರಗಲು ಬಹಳ ಹೊತ್ತು ಬೇಕಿರಲಿಲ್ಲ.

"ಏನಿಲ್ಲ, ಬಿಡು" ಸ್ವರದಲ್ಲಿ ನಡುಕವಿದ್ದರೂ ಮೇಲ್ನೋಟಕ್ಕೆ ಸಮಾಧಾನವಾಗಿರುವಂತೆ ರಾವ್ ತೋರಿಸಿಕೊಂಡರು.

ಸ್ವಲ್ಪ ಹೊತ್ತಿನ ಮೇಲೆ ವಿಜಯ ಕಣ್ಣು ಬಿಟ್ಟಾಗ ಅವಳ ತಲೆ ತಾಯಿಯ ತೊಡೆಯ ಮೇಲಿತ್ತು. ನಿಧಾನವಾಗಿ ಎದ್ದು ಕೂತಳು. ದೇಹದಲ್ಲಿ ಶಕ್ತಿಯಿದ್ದಂತೆ ಕಾಣಲಿಲ್ಲ. ಬಳಲಿಕೆ ತಲೆದೋರಿತ್ತು.

"ಏನಾಯ್ತು ವಿಜಯ... ಏನಾಯಿತಮ್ಮ?" ಕನಕಮ್ಮ ಕೈ ಬೆರಳುಗಳು ಬೆನ್ನನ್ನು ಸವರುತ್ತಿತ್ತು. ವಿಜಯಳಿಗೆ ಹಿಂಸೆಯೆನಿಸಿತು. ಕ್ಷೀಣವಾಗಿ "ಏನಿಲ್ಲ, ಎಚ್ಚರವಾಗಿದ್ದೀನಿ. ಗಾಬ್ರಿಯೇನು ಇಲ್ಲ. ಸ್ವಲ್ಪ... ತಲೆ ಸುತ್ತು..." ಮೆಲ್ಲಗೆ ಹುಬ್ಬೆತ್ತಿ ತಂದೆಯ ಕಡೆ ನೋಡಿದಳು. ಆತಂಕ, ಮಮತೆ ಬೆರೆತ ನೋಟದಿಂದ ಮಗಳ ಮೈ ಸವರುತ್ತಿತ್ತು ರಾವ್ ಕಣ್ಣೋಟ.

ಅವಳ ನೋಟ ತಗ್ಗಿತು. ವಿಷಯದ ಹಿಂದು ಮುಂದನ್ನೆಲ್ಲ ಬಿಡಿಸಿ ಬಿಡಿಸಿ ತಾರ್ಕಿಕವಾಗಿ ಯೋಚಿಸಿ ಬಗೆ ಹರಿಯದೆ ಪೂರ್ಣವಾಗಿ ಸೋತುಹೋಗಿದ್ದಳು.

"ಮೊದ್ಲು ರಾಜೀವ್‌ಗೆ ಟ್ರಂಕಾಲ್ ಮಾಡಿ" ಎಂದಾಗ ವಿಜಯ ಗಾಬರಿಗೊಂಡಳು. ತಾಯಿಯತ್ತ ನೋಡಿ ಉಗುಳು ನುಂಗಿದಳು. "ನಂಗೇನು ಆಗಿಲ್ಲ, ಅವ್ರು ಸುಮ್ನೇ ಗಾಬ್ರಿ ಮಾಡ್ಕೋತಾರೆ!" ಎಂದಳು.

ರಾವ್ ಹೌದೆನ್ನುವಂತೆ ತಲೆಯಾಡಿಸಿದರು. ವಿಜಯ ತನ್ನ ನಿರ್ಧಾರ ಬಿಡಿಸಿ ಹೇಳಿದಾಗಿನಿಂದ ಪ್ರಪಂಚ ತೀರಾ ಅರ್ಥಹೀನವೆನಿಸಿತ್ತು. ವಿಷಯ ಪೂರ್ತಿಯಾಗಿ ತಿಳಿಯದೇ ಮಿದುಳು ಸಿಡಿಯುತ್ತಿತ್ತು.

"ಸ್ವಲ್ಪ ಬಿಸಿ ಕಾಫೀ ತಂದ್ಕೊಡು" ಹೆಂಡತಿಗೆ ಹೇಳಿದರು. ಮಧು, ಮಾನಸರ ಕೈಗಳನ್ನು ಹಿಡಿದು ಹೊರಗೆ ನಡೆದರು. ಪ್ರೀತಿಯ ಜೊತೆ ಸಹಾನುಭೂತಿಯೂ ಸೇರಿಕೊಂಡಿದ್ದರಿಂದ ಮೊಮ್ಮಕ್ಕಳನ್ನು ಎದೆಗೆ ಒತ್ತಿಕೊಂಡರು.

ಕಾಫೀ ಕುಡಿದ ವಿಜಯ "ಅಮ್ಮ, ನಾನು ಸ್ವಲ್ಪ ಹೊತ್ತು ಮಲಕ್ಕೋತೀನಿ." ಹಾಸಿಗೆಯ ಮೇಲೆ ಉರುಳಿದಳು. ತಲೆ ವಿಪರೀತ ಭಾರವೆನಿಸಿತು. ಕೈನಿಂದ ಒತ್ತಿಕೊಂಡಳು.

ರಾಜೀವ್‌ಗೆ ಪತ್ರ ಬರೆದ ಮೇಲೆ ಅವಳೆದೆಯ ದುಗುಡ ಅಧಿಕಗೊಂಡಿತ್ತು. ಎಷ್ಟು ಯೋಚಿಸಿದರೂ ನಿರ್ಜೀವವಾದ ಒಣಗಿದ ಕಾಷ್ಠದಂತಹ ಯೋಚನೆಗಳೆ ಬರುತ್ತಿದ್ದವು. ತಂದೆ ಪ್ರಯತ್ನ ಪಟ್ಟರೇ ಮಗಳನ್ನು ಅಮೇರಿಕಾಗೆ ಕಳುಹಿಸಿಕೊಡಲು ಅವರಿಗೆ ಕಷ್ಟವಾದ್ದು ಏನು ಇಲ್ಲ. ಆದರೆ ಇಬ್ಬರು ಗಂಡು ಮಕ್ಕಳನ್ನು ದೂರದೇಶಕ್ಕೆ ಕಳಿಸಿ ಕೊರಗೋ ತಾಯಿ ಸಾಧಾರಣವಾಗಿ ಒಪ್ಪಿಕೋತಾರಾ? ಖಂಡಿತ ಇಲ್ಲ. ರಾಜೀವ್ ಎಂದೂ ತನ್ನ ಮಾತುಗಳನ್ನು ಗೌರವಿಸುತ್ತಾರೆ. ಅಡ್ಡಿ ಮಾಡಿ ಮನಸ್ಸಿಗೆ ನೋವುಂಟು ಮಾಡಲಾರರು. ರಾಜೀವ್ ಎತ್ತರಕ್ಕೆ ಬೆಟ್ಟಕ್ಕೂ ಮಿಕ್ಕಿ ಆಕಾಶದಷ್ಟು ಅವಳ ಮುಂದೆ ಬೆಳೆದು ನಿಂತ. ಕಣ್ಣಾಲಿಗಳು ತುಂಬಿ ಬಂದವು. ಪ್ರೀತಿ ಮಮತೆಗಳ ಮುಂದೆ ಯಾವ ಅಪರಾಧವೂ ಬೃಹದಾಕಾರ ತಾಳಿ ನಿಲ್ಲಲಾರದು!

ಗೋಡೆಯ ಕಡೆಗೆ ಬೆನ್ನಾಗಿ ಇತ್ತ ಹೊರಳಿದಳು. ಮಧು, ಮಾನಸ ಮಂಕು ಕವಿದವರಂತೆ ನಿಂತಿದ್ದರು. ಮಧು ಕೈ ತಂಗಿಯ ಬೆನ್ನನ್ನು ಬಳಸಿತ್ತು. ಪುಟಾಣಿಗಳ ಚಂಚಲ ನೋಟದಲ್ಲೂ ಆತಂಕ. ಎದೆಯೊಡೆದಂತಾಯಿತು.

"ಇಲ್ಬನ್ನಿ..." ಕೈಯೆತ್ತಿ ಸನ್ನೆ ಮಾಡಿ ಕರೆದಳು. ಒಬ್ಬರ ಮುಖವನ್ನೊಬ್ಬರು ನೋಡಿಕೊಂಡರು. ನಿಧಾನವಾಗಿ ಬಂದರು. ಅವರ ಕಣ್ಮುಂದೆ ಮುಸುಕಿದ್ದ ಮಂಜು ಕರಗಿತು. ಬಿಕ್ಕಿ ಬಿಕ್ಕಿ ಅಳತೊಡಗಿದರು.

ಇಬ್ಬರನ್ನು ಅಪ್ಪಿಕೊಂಡಳು. ದೃಢ ನಿರ್ಧಾರವನ್ನು ಛಿದ್ರ ಛಿದ್ರ ಮಾಡಿ ಎಸೆಯುವ ಬಲ ಆ ಪುಟಾಣಿಗಳ ಕಣ್ಣೀರಿಗಿದೆಯೆನಿಸಿತು.

"ಮಧು, ನೀನೂ ತೀರಾ ಸೆಂಟಿಮೆಂಟಲ್. ಅಲೋಕೆನಾಯ್ತು? ಮಾನಸ ಅಂತೂ ಚಿಕ್ಕೋಳು..." ರಮಿಸುವ ಧ್ವನಿಯಲ್ಲಿ ಹೇಳಿದಳು!

ಮಾನಸ ಮೆಲ್ಲಗೆ ತಲೆಯೆತ್ತಿ "ಮಮ್ಮಿ, ನಿಂಗೆ ಏನಾಗಿತ್ತು?" ಎಂದು ಪ್ರಶ್ನಿಸಿದಾಗ ವಿಜಯಳ ತುಟಿಯಂಚಿನಲ್ಲಿ ನೋವಿನ ನಗೆ ಇಣಕಿತು. "ಏನಿಲ್ಲ, ಸ್ವಲ್ಪ... ತಲೆ ಸುತ್ತಿದಂಗಾಯ್ತು. ಈಗ ಸರ್ರ್ಯಾಗಿದ್ದೀನಿ!" ಎಂದಳು.

"ಡ್ಯಾಡಿಯತ್ರ ಹೊರ್ಟೋಗೋಣ; ಅಲ್ಲಿಗೆ ಹೋದ್ಮೇಲೆ ನೀನೂ ಸರಿಯಾಗ್ತೀಯಾ!" ಮಧು ಸ್ವರದಲ್ಲಿ ದೃಢತೆ ಇತ್ತು; ಕಣ್ಣರಳಿಸಿದಳು. "ಹೋಗೋಣ..." ಅವಳ ಸ್ವರ ನಡುಗಿತು. ರಾಜೀವ್ ಬಗ್ಗೆ ಮಕ್ಕಳಿಗಿರೋ ಅಭಿಮಾನ, ಗೌರವ, ಪ್ರೀತಿ ಕುಗ್ಗಿಸಲು ಅವಳಿಗಿಷ್ಟವಿಲ್ಲ.

"ಈಗ ಡಾಕ್ಟ್ರಿಗೆ ಫೋನ್ ಮಾಡ್ಲಾ?" ಜವಾಬ್ದಾರಿ ಅರಿತ ಹಿರಿಯನಂತೆ ಮಧು ಕೇಳಿದಾಗ ಅಭಿಮಾನದಿಂದ ಇವನನ್ನು ನೋಡಿದಳು. ಎದ್ದು ಅವನ ಮೃದುವಾದ ಕೆನ್ನೆ ತಟ್ಟಿ "ಏನು ಬೇಡ; ನಾನೀಗ ಸರ್ರ್ಯಾಗಿದ್ದೀನಿ. ನೀವಿಬ್ರೂ ಆಡ್ಕೋ ಹೋಗಿ" ಪ್ರಯಾಸದಿಂದ ಅವರಲ್ಲಿ ಉತ್ಸಾಹ ತುಂಬಿ ಹೊರಗೆ ಕಳಿಸಿದಳು. ಅವಳಿಗೀಗ ಏಕಾಂತ ಬೇಕಾಗಿತ್ತು.

ಮಕ್ಕಳ ಬಗ್ಗೆ ಯೋಚಿಸಿದಷ್ಟೂ ಅವಳ ಸಮಸ್ಯೆ ಜಟಿಲವಾಗುತ್ತಿತ್ತು. ಹುಡುಗರನ್ನು ರಾಜೀವ್ ತನ್ನೊಡನೆ ಕಳುಹಿಸಿಕೊಡಲು ಒಪ್ಪಲಾರ! ತಲೆ ಚಿಟ ಚಿಟ ಎಂದಿತು.

ಮಗಳನ್ನು ಕೇಳಿ ತಿಳಿಯುವುದು ರಾವ್‌ಗೆ ಬೇಕಾಗಲಿಲ್ಲ. ರಾಜೀವ್ ಪ್ರಾಮಾಣಿಕತೆಯ ಬಗ್ಗೆ ಪರಿಪೂರ್ಣ ನಂಬಿಕೆ. ಎಂದೂ ತನ್ನ ಮುಂದೆ ಸುಳ್ಳಾಡುವುದಿಲ್ಲ. ತೀರಾ ಕೊನೆಯ ಹಂತ ಮುಟ್ಟಿದ ಮೇಲೆ ಅವಳ ದೃಢ ನಿರ್ಧಾರದಿಂದ ವಿಚಲಿತಳನ್ನಾಗಿ ಮಾಡುವುದು ಕಷ್ಟ. ಈಗ ವಿಷಯ ತಿಳಿಯುವ ಪ್ರಯತ್ನವಾದರೂ ಮಾಡಬೇಕು.

ಸಂಜೆಯ ವೇಳೆಗೆ ವಿಜಯ ಮೇಲ್ನೋಟಕ್ಕೆ ಮಾಮೂಲಿನಂತಾದಳು. ವಿಮನಸ್ಕಳಾಗಿ ಕಾಣಲಿಲ್ಲ. ಕನಕಮ್ಮನ ಮನ ಹಗುರವಾಯಿತು.

ಸೇರಿದಷ್ಟು ಊಟ ಮಾಡಿ ಹಾಸಿಗೆ ಸೇರಿದಳು. ರಾವ್ ಮೊಮ್ಮಕ್ಕಳನ್ನು ಪಕ್ಕದಲ್ಲಿ ಮಲಗಿಸಿಕೊಂಡು ಕತೆ ಹೇಳುತ್ತಿದ್ದರು. ಅಸ್ಪಷ್ಟವಾಗಿ ವಿಜಯಳ ಕಿವಿಗೂ ಬೀಳುತ್ತಿತ್ತು. ಸದ್ದಡಗಿ ನೀರವತೆ ವ್ಯಾಪಿಸಿದಾಗ ಹೊರಳಾಡಿ ಎದ್ದು ಕೂತಳು. ಉಸಿರುಗಟ್ಟು ವಂತಾಯಿತು. ಹೊರಗಿನ ಹಾಲಿನಂಥ ಬೆಳದಿಂಗಳು ಕಿಟಕಿಯ ಮೂಲಕ ಒಳಗೆ ಪ್ರಸರಿಸಿತ್ತು. ಬಾಗಿಲು ತೆರೆದು ವರಾಂಡಕ್ಕೆ ಬಂದಳು. ತಿಳಿ ನೀಲಿಯ ಆಕಾಶದಲ್ಲಿ ಮಂದಗತಿಯಿಂದ ಚಲಿಸುತ್ತಿದ್ದ ದ್ವಾದಶಿ ಚಂದ್ರನನ್ನು ನೋಡಬೇಕೆನಿಸಿತು. ಬೋಲ್ಟ್ ತೆಗೆದು ಸದ್ದಾಗದಂತೆ ಕಾಂಪೌಂಡಿನೊಳಕ್ಕೆ ಇಳಿದಳು. ತಂಗಾಳಿಗೆ ತಪ್ತಗೊಂಡ ಮನ ಮುದಗೊಂಡಿತು. ಬಿರಿದ ಮಲ್ಲಿಗೆ ಮೊಗ್ಗಿನ ಪರಿಮಳ ಆಹ್ಲಾದಕರವಾಗಿತ್ತು. ಶಾಂತವಾಗಿದ್ದ ಆಕಾಶದಲ್ಲಿ ನಕ್ಷತ್ರಗಳು ವಿರಳವಾಗಿ ಮಿನುಗುತ್ತಿದ್ದವು. ಬಾನಿನಲ್ಲಿ ಸ್ನಿಗ್ಧ ಶಾಂತಿ ನೆಲೆಸಿತ್ತು. ತುಂಬು ಚಂದಿರನನ್ನು ನೋಡುತ್ತಲೇ ಕುಳಿತಳು. ನೆನಪಿನಂಗಳಕ್ಕೆ ಜಾರಿದಳು. ರಾಜೀವ್ ತುಂಬು ಬೆಳದಿಂಗಳ ರಾತ್ರಿಗಾಗಿ ಕಾತರಿಸುತ್ತಿದ್ದ. ಸುಪ್ತವಾಗಿ ಎಲ್ಲಿಂದಲೋ ತೇಲಿ ಬಂದ ತನ್ಮಯತೆ ಬಯಕೆಯಾಗಿ ಬಾಯಿ ತೆರೆಯಿತು. ತಂಬೂರಿಯ ಝೇಂಕಾರದೊಂದಿಗೆ ಹೊರ ಹೊಮ್ಮುವ ಗಾಯಕಿಯ ಕೊರಳಿನಂತೆ ಮಧುರವಾದ ಭಾವನೆಗಳು ಹೊಮ್ಮಿದವು. ಕಣ್ಮುಚ್ಚಿ ತನ್ಮಯತೆಯಿಂದ ಅನುಭವಿಸಿದಳು.

"ನಿದ್ದೆ ಬರಲಿಲ್ವೇನಮ್ಮ?" ರಾವ್ ಸ್ವರ ಅವಳನ್ನು ಎಚ್ಚರಿಸಿತು. ಹುಬ್ಬೆತ್ತಿ ಅವರತ್ತ ನೋಡಿದಳು. ಕಣ್ಣುಗಳು ಭಾರವಾಗಿದ್ದವು. ಅವರಿಗೂ ನಿದ್ದೆ ಬಂದಂತಿರಲಿಲ್ಲ. ಹೊರಳಾಡಿ ಎದ್ದು ಬಂದಿದ್ದರು.

"ಮಧ್ಯಾಹ್ನ ಮಲಗಿದ್ದೆ. ಬೇಗ ನಿದ್ದೆ ಬರಲಿಲ್ಲ. ಬೆಳದಿಂಗಳು ಚೆನ್ನಾಗಿತ್ತು." ಬಾನಿನಲ್ಲಿ ಬೆಳಗುತ್ತಿದ್ದ ಚಂದ್ರನಲ್ಲಿ ದೃಷ್ಟಿ ನೆಟ್ಟಳು.

"ವಿಜ್ಜು, ಒಂದ್ಮಾತು..."

"ಏನೂ... ಪಪ್ಪ?" ಅವರತ್ತ ತಿರುಗಿದಳು. ಮಗಳನ್ನು ಅಡಿಯಿಂದ ಮುಡಿಯವರೆಗೂ ನೋಡಿದರು. ಆಕ್ಷೇಪಿಸಲು ಮನ ಬರಲಿಲ್ಲ. "ನೀನು ಹೇಳ್ದಾ ವಿಷಯನ ಯೋಚ್ನೆ ಮಾಡೋಣ. ಯಾವ್ದಕ್ಕೂ ತಲೆ ಕೆಡಿಸ್ಕೋಬೇಡ. ಎಂತಹ

ಸಂದರ್ಭದಲ್ಲೂ ನನ್ನ ಮಗ್ಳು ತಾಳ್ಮೆ ವಿವೇಕದಿಂದ ವರ್ತಿಸ್ತಾಳೆ." ಸ್ವರದಲ್ಲಿ ಅಭಿಮಾನ ತುಳುಕಿದಾಗ ಅವಳ ಮನ ಭಾರವಾಯಿತು.

"ಪಪ್ಪ..." ಏನೋ ಹೇಳಲು ಮುಂದಾದಳು. ತುಟಿಗಳು ನಡುಗಿದವು. ರಾವ್ ಅವಳ ಕಷ್ಟವನ್ನು ಅರಿತರು. ಮಗಳ ತುಟಿಯ ಮೇಲೆ ಬೆರಳಿಟ್ಟು "ಸದ್ಯಕ್ಕೆ ಏನೂ... ಹೇಳ್ಬೇಡ" ಎಂದರು. ಮಗಳ ಭುಜ ತಟ್ಟಿ ಧೈರ್ಯ ತುಂಬಿದರು.

ಇಬ್ಬರು ಒಳಕ್ಕೆ ಬಂದರು. ಕೋಣೆಯ ಬಳಿಗೆ ಹೋದ ರಾವ್ ಹಿಂದಕ್ಕೆ ಬಂದರು. "ನಿಮ್ಮಮ್ಮನಿಗೆ ಅನುಮಾನ ಬಂದಿಲ್ಲ..." ತಟ್ಟನೇ ಹಿಂದಿರುಗಿಬಿಟ್ಟರು. ವಿಜಯ ನಿಂತಲ್ಲೇ ಶಿಲೆಯಾದಳು. ಕಾಲುಗಳಲ್ಲಿನ ಶಕ್ತಿಯೆಲ್ಲ ನಿಂತ ನೆಲದಲ್ಲಿ ಹರಿದುಹೋದ ಅನುಭವವಾಯಿತು.

ಬಹಳ ಹೊತ್ತಿನ ಮೇಲೆ ಚೇತರಿಸಿಕೊಂಡು ಕೋಣೆಗೆ ಬಂದಳು. ಹಾಸಿಗೆಯ ಮೇಲೆ ಉರುಳಿ ಕಣ್ಮುಚ್ಚಿದಳು. ನಿದ್ದೆಯೇನೋ ಬಂತು. ಆದರೆ ಅದು ನಿದ್ದೆಯೋ ಅರೆ ಪ್ರಜ್ಞಾವಸ್ಥೆಯೋ ಅವಳಿಗೆ ಗೊತ್ತಾಗಲಿಲ್ಲ.

ಬೆಳಿಗ್ಗೆ ಎದ್ದು ಬಂದಾಗ ಎಂದಿನ ಗದ್ದಲವಿರಲಿಲ್ಲ. ನೀರವತೆ ವ್ಯಾಪಿಸಿಕೊಂಡಿತ್ತು. ಹುಬ್ಬೇರಿಸಿದಳು. ತಂದೆಯ ನಗುಮುಖದ ಸ್ವಾಗತವಿಲ್ಲ. ಮಲಗಿರಬಹುದೇನೋ... ಎಂದು ಅವರ ಕೋಣೆಯಲ್ಲಿ ಇಣಕಿದಳು. ಹಾಸಿಗೆ ಖಾಲಿಯಾಗಿತ್ತು. ಅವಳ ಕಣ್ಣುಗಳಲ್ಲಿ ಆತಂಕ ಕಾಣಿಸಿಕೊಂಡಿತು. ಅವರದು ಶಿಸ್ತಿನ ಜೀವನ. ಎಂದೂ ಬಿಸಿಲೇರುವವರೆಗೂ ನಿದ್ರಿಸಿ ಅಭ್ಯಾಸವಿಲ್ಲ. ಇದುವರೆಗೆ ಬೆಳಗಿನ ವಾಕ್ ಮುಗಿಸಿಕೊಂಡು ಮನೆಗೆ ಬರಬೇಕಾಗಿತ್ತು. ಅವಳ ಕಣ್ಣುಗಳು ಕಿರಿದಾದವು. ದಾರಿಯಲ್ಲಿ ಯಾರು ಮಾತಿಗೆ ಸಿಕ್ಕರೋ...?

ಹಗುರವಾದ ಮನದಿಂದ ಸ್ನಾನ ಮಾಡಲು ಹೋದಳು. ಮುಗಿಸಿಬಂದರೂ ಅವರ ಸುಳಿವಿಲ್ಲ.

"ಅಮ್ಮ, ಪಪ್ಪ ಎಲ್ಲಿ?" ಅವಳ ಮುಖ ಕಪ್ಪಿಟ್ಟಿತು.

ತರಕಾರಿ ಹೆಚ್ಚುತ್ತಿದ್ದ ಕನಕಮ್ಮ ತಲೆಯೆತ್ತಿದರು. "ಅವ್ರ ಸ್ನೇಹಿತರನ್ನು ನೋಡೋ ಸಲುವಾಗಿ ಹೇಳಿದ್ರು... ಅದೇನೋ... ಹೇಳಿದ್ರು! ಒಂದೂ ಜ್ಞಾಪಕಕ್ಕೆ... ಬರಲೊಲ್ಲದು. ಈಚೆಗಂತೂ ತೀರಾ ಮರೆವು!" ವಿಜಯಳ ಮುಖದಲ್ಲಿ ಅನುಮಾನ ಇಣಕಿತು. ಇದು ನಿಜವೇ!?

"ನಿಂಗೇನು ಅವ್ರ ಸ್ವಭಾವ ಹೊಸ್ದಾ!" ಎಂದಾಗ ವಿಜಯಳ ಮಂಕು ಮುಖ ಸ್ವಲ್ಪ ಗೆಲುವಾಯಿತು. ನಕ್ಕು ಹೊರನಡೆದಳು.

ರಾವ್‌ಗೆ ಹತ್ತೆಂಟು ಜನ ಗೆಳೆಯರು ಇರುವ ಸಂಗತಿ ಅವಳಿಗೆ ಗೊತ್ತು. ಜ್ಞಾಪಕ ಬಂದರೆ ಇದ್ದಕ್ಕಿದ್ದಂತೆ ನೋಡಿ ಬರಲು ಹೋಗಿಬಿಡುತ್ತಿದ್ದರು. ಅದೇನು ಅವಳಿಗೆ ಹೊಸ ವಿಷಯವಲ್ಲ. ಹುಡುಗರ ಜೊತೆ ತಾಯಿ ಕೊಟ್ಟ ತಿಂಡಿಯನ್ನು ತಿಂದು ಪೋಸ್ಟ್‌ಮನ್‌ಗಾಗಿ ವರಾಂಡದಲ್ಲಿ ಕಾದು ನಿಂತಳು. ಕುಮಾರನಿಂದ ಪತ್ರ ಬರಬೇಕಾಗಿತ್ತು. ಸದ್ಯಕ್ಕೆ ತಾನು

ಅಲ್ಲೇ ಉಳಿಯುವ ವಿಷಯ ತಿಳಿಸಿ, ತನಗಾಗಿ ಕೆಲಸದ ಪ್ರಯತ್ನ ಮತ್ತು ಮಿಕ್ಕ ಏರ್ಪಾಟುಗಳನ್ನು ಮಾಡಬೇಕೆಂದು ಪತ್ರ ಬರೆದಿದ್ದಳು. 'ಯಾಕೆ?' ಎಂದು ಯೋಚಿಸುವ ಸ್ವಭಾವ ಅವನದಲ್ಲ. ಅವನ ರೀತಿಯೇ ವಿಚಿತ್ರ. ಬೇರೆ ಪ್ರಪಂಚ ಸೃಷ್ಟಿಸಿಕೊಂಡಿದ್ದ. ವ್ಯಾಸಂಗ, ಪ್ರಯೋಗಗಳನ್ನು ಬಿಟ್ಟರೆ ಬೇರೆ ವಿಷಯಗಳ ಕಡೆ ಗಮನ ಕೊಡುವ ಮನುಷ್ಯನೇ ಅಲ್ಲ. ಪತ್ರದ ವಿಷಯ ಮರೆತರೂ ಹೆಚ್ಚಲ್ಲ. ಇನ್ನು ಗೋಪಿ ಅವನಿಗಿಂತ ಭಿನ್ನ ಸ್ವಭಾವದವ. ರಾಜೀವನ ವಿಷಯದಲ್ಲಿ ಅಪಾರವಾದ ಅಭಿಮಾನ. ತಿಳಿದರೂ ಹಗುರವಾಗಿ ನಕ್ಕುಬಿಡುವವನೇ. ಇವಳ ನಿರ್ಧಾರಕ್ಕೆ ಅವನು ಒಪ್ಪುವ ಸಾಧ್ಯತೆಯೇ ಇರಲಿಲ್ಲ. ಅವನಿಂದ ಯಾವ ಪ್ರಯೋಜನವೂ ಇಲ್ಲ. ವಿಮನಸ್ಕಳಾದಳು. "ಮಮ್ಮಿ..." ಮಧು ಓಡಿ ಬಂದ. ನಡಿಗೆಯಲ್ಲಿ ಹಿಂದಿನ ಉತ್ಸಾಹ ಕಾಣದೇ ಪೆಚ್ಚಾದಳು. ಕಣ್ಣಲ್ಲಿ ಹೊಳಪಿಲ್ಲ. ಗಾಬರಿಯಾದಳು.

ಅವನೊಂದು ರೀತಿ ಹಟವಾದಿ. ತಾತನ ಒಡನಾಟವಿಲ್ಲದಿದ್ದರೆ ತಾನು ಹೋಗಿ ರಾಜೀವ್ ಬಳಿ ಉಳಿಯುವವನೆಂದು ಹಟ ಮಾಡಲೂ ಹಿಂಜರಿಯುತ್ತಿರಲಿಲ್ಲ. ನಿರ್ಧಾರ ಮಾಡಿದ ಮೇಲೆ ಒಂದು ಹೆಜ್ಜೆ ಹಿಂದೆ ಇಡಲಾರ. ಅವಳ ಮಿದುಳಿನಲ್ಲಿ ಸಿಡಿತ ಶುರುವಾಯಿತು.

"ಯಾವಾಗ ಊರಿಗೆ ಹೋಗೋದು?" ಅವಳ ನೀಳ ಬೆರಳಿನೊಂದಿಗೆ ಆಡಿದ. ವಿಜಯಳಿಗೆ ಗಂಟಲಲ್ಲಿ ಏನೋ ಸಿಕ್ಕಿಹಾಕಿಕೊಂಡಂತಾಯಿತು. ಉಗುಳು ಬಲವಂತದಿಂದ ನುಂಗಿದಳು.

"ತುಂಬ ಬೋರ್ ಮಮ್ಮಿ. ಡ್ಯಾಡಿಯತ್ರ... ಹೋಗ್ಬೇಕೂ. ಡ್ಯಾಡಿಗೆ ಪತ್ರ ಬರ್ದಿದ್ದೀನಿ." ಕಣ್ಣು ಕಿರಿದು ಮಾಡಿ ನೋಡಿದಳು. ಮಧು ಸಮಸ್ಯೆಯಾಗಿ ಕಾಡಿದ. "ಮಾವನ ಹತ್ರಕ್ಕೆ ಹೋಗೋಣ್ವಾ?" ಎಂದಾಗ ಬೇಡವೆಂದು ಖಡಾಖಂಡಿತವಾಗಿ ಕೈಯೆತ್ತಿ ತಳ್ಳಿಹಾಕಿದ.

"ಡ್ಯಾಡಿ ನಾವಿಲ್ದೇ ಎಷ್ಟೊಂದು ಬೇಜಾರುಪಟ್ಕೊಂಡಿರ್ಬೇಕೂ! ಕೂಡ್ಲೆ ಬಾಂತ ಬರ್ದಿದ್ದೀನಿ. ಬಂದ ಕೂಡ್ಲೆ ಹೋಗ್ಬಿಡೋಣ...!" ಇದಕ್ಕೆ ಪ್ರತಿರೋಧವೇ ಇಲ್ಲವೆನ್ನುವಂತೆ ನುಡಿದ. ಮೌನವಾಗಿ ನುಂಗಿದಳು.

"ನಾನು ಮಾವನತ್ರ ಹೋಗ್ಲಾ?"

ಮಧು ಮುಖ ಕೋಪದಿಂದ ಕೆಂಪಾಯಿತು. "ಬೇಡ..." ತಟ್ಟನೇ ಹೇಳಿದ. ಸ್ವರದಲ್ಲಿ ಅಧಿಕಾರವಿತ್ತು. ವ್ಯಕ್ತಿತ್ವದ ಮೇಲಿದ್ದ ಅಭಿಮಾನ ಕುಸಿದಂತಾಯಿತು. ಹಲವಾರು ಮುಖಗಳು ಅದರ ಹಿಂದೆ ವ್ಯಾಪಕವಾಗಿ ಕೆಲಸ ಮಾಡುತ್ತೆ. ಬಿಸಿಯುಸಿರನ್ನು ಹೊರದಬ್ಬಿದಳು.

"ಡ್ಯಾಡಿ ಜೊತೆ ನಾವೆಲ್ಲ ಹೋಗೋಣ. ಈಗ... ಬೇಡ." ಮಧು ಹಿರಿಯವನಂತೆ ನುಡಿದ.

ಅವನು ಹೇಳುತ್ತಿದ್ದುದನ್ನೆಲ್ಲ ಮೌನವಾಗಿ ಕೇಳುತ್ತ ಗಂಭೀರವಾಗಿ ಯೋಚಿಸುತ್ತಾ ಕೂತಳು. ತನ್ನ ನಿರ್ಧಾರದ ಹಿನ್ನೆಲೆಯಲ್ಲಿ ತೀರಾ ಅಪಾಯವಿದೆಯೆಂದು ಎಂದೋ ಮನಗಂಡಿದ್ದಳು. 'ತನ್ನತನದ ಸರ್ವನಾಶ!' ಮೇಲಕ್ಕೆದ್ದಳು.

"ವಿಜಯ, ಸ್ವಲ್ಪ ಬಾ" ಕನಕಮ್ಮ ಕೂಗಿದಾಗ ಅಪರೂಪಕ್ಕೆ ಮುಖ ಗಂಟಿಕ್ಕಿದಳು. ಎರಡು ನಿಮಿಷದ ನಂತರ ಹುಬ್ಬುಗಳು ಸಡಿಲವಾದವು. ಮೆಲ್ಲಗೆ ತಾಯಿಯ ಬಳಿ ಹೋದಳು.

"ಸ್ವಲ್ಪ, ಕೂತ್ಕೋ..." ಎಂದರು.

ಅವರ ಸನಿಹದಲ್ಲಿಯೇ ಕೂತಳು. ಮೇಲೆದ್ದು ಭುಸುಗುಟ್ಟಿದ ವೇದನೆಯ ತರಂಗಗಳಿಂದ ಮುಖದ ಗೆಲುವು ಮುಚ್ಚಿಹೋಗಿತ್ತು.

"ಒಂದು ಉಪಕಾರ ಮಾಡು. ಕುಮಾರ್‌ಗೆ ಒಂದು ಪತ್ರ ಬರೀ..." ಅವಳ ಹುಬ್ಬೇರಿತು. ಕಣ್ಣುಗಳು ಸಂಕುಚಿಸಿದವು.

"ಯಾಕಮ್ಮ?" ಮೃದುವಾಗಿ ಕೇಳಿದಳು.

ಒಂದು ನಿಮಿಷ ಯೋಚಿಸುತ್ತ ಕೂತ ಕನಕಮ್ಮ ಮೇಲಕ್ಕೆ ಉಸಿರು ಎಳೆದುಕೊಂಡರು. "ಕುಮಾರ್ ಸಂಸಾರ ಹಾಳಾಯ್ತು. ನಿನ್ನತ್ತಿಗೆ ಯಾವೋನನ್ನೋ ಕಟ್ಕೋತಾಳಂತೆ!" ಮಗಳ ಪ್ರತಿಕ್ರಿಯೆಗೆ ಕಾದರು.

"ಪಪ್ಪ, ಹೇಳಿದ್ರು." ನಿಧಾನವಾಗಿ ನುಡಿದಳು.

"ನಿನ್ನ ಮಂಕುತನ ನೋಡ್ಕೊಂಡೇ... ಅಂದ್ಕೊಂಡೆ-ಅವ್ರು ನಿನ್ಹತ್ರ ಹೇಳೇ ಇರ್‍ತಾರೇಂತ. ಅವ್ರು ತಾನೇ ಮತ್ಯಾರಿಗೆ ಹೇಳ್ಕೋಬೇಕು!" ಸ್ವರ ನರಳಿತು.

ಕನಕಮ್ಮ ವ್ಯಥೆಯ ಹಿಂದಿನ ಕತೆಯನ್ನು ಅವಳೇನು ಓದಿಕೊಳ್ಳ ಬೇಕಾಗಿರಲಿಲ್ಲ. ಆಕೆಯ ಮನಸ್ಸತ್ವ ಬಲ್ಲವಳು. ಹೇಗೆಂದು ಸಮಾಧಾನಿಸಿಯಾಳು!?

"ಮಕ್ಳಾದ್ಮೇಲೆ ಇಬ್ರೂ ತಮ್ಮ ಸುಖಗಳ್ನ ಮರ್‍ತು, ಅವ್ರುಗಳ ಭವಿಷ್ಯದ ಬಗೆಗೆ ಯೋಚಿಸ್ಬೇಕೂ! ಅದ್ನ ಬಿಟ್ಟು ಇದೆಂಥ... ಹಾಳು ಬುದ್ಧಿಗೇಡಿ... ಕೆಲ್ಸಗಳು...!" ಕೋಪ, ಅಸಹನೆಯಿಂದ ಅವರ ಮುಖ, ಮೂಗು ಕೆಂಪಗಾಯಿತು. ಸತ್ಯವನ್ನು ಒದರಿ ಅವಳ ಮುಂದೆ ಬಿಚ್ಚಿಟ್ಟಂತಾಯಿತು. ಈಗ ಅವಳ ಕಣ್ಮುಂದೆ ತೇಲಿದ್ದು ಮಧು, ಮಾನಸರ ಮುಖಗಳು.

"ನಿಮ್ಮಣ್ಣ, ಅತ್ತಿಗೆಗೆ ಕಾಗ್ದ ಬರ್‍ಸಿದ್ದೀನಿ. ಅವರವ್ರ ದಾರಿಗಳ್ನ ನೋಡ್ಕೊಂಡ್ಮೇಲೆ ಮಕ್ಳು ಮೇಲಿನ ಹಕ್ಕು ಕಳ್ಕೊಂಡ್ರೂ..." ನಿಬ್ಬೆರಗಾದಳು. ಕಣ್ಣು ಪಿಳುಕಿಸದೇ ತಾಯಿಯತ್ತ ನೋಡಿದಳು. ಕಿವಿಗಳು ಚುರುಕಾದವು. "ಅವ್ರುಗಳು ಸಾಕೋದೇನು ಬೇಡ. ಈ ವಂಶದ ಬಳ್ಳಿಗಳು, ನಾವೇ ಸಾಕ್ತೀವಿ." ಸ್ವರದಲ್ಲಿ ದೃಢ ನಿರ್ಧಾರವಿತ್ತು.

ಕಡೆಗೆ ಅತ್ತೇಬಿಟ್ಟರು. ಜೀವನದ ಬಗೆಗೆ ಸ್ಪಷ್ಟವಾದ ನಿಲುವಿಲ್ಲದ ಮನುಷ್ಯರನ್ನು

ಬೀದಿಯ ನಾಯಿಗಳಿಗೆ ಹೋಲಿಸಿದರು. ಸಾಕಷ್ಟು ಬೈದಾಡಿದರು. ಸೊಸೆಗೆ ಹಿಡಿ ಶಾಪ ಹಾಕುವುದನ್ನು ಮರೆಯಲಿಲ್ಲ.

"ಸುಮ್ನೇ ಯಾಕಮ್ಮ ಅಂತೀಯಾ! ಕುಮಾರಣ್ಣನ ಬುದ್ಧಿ ನಿಂಗೇ ಗೊತ್ತಿಲ್ಲಾ!!"

ಮಗಳ ಮಾತಿನಿಂದ ಆಕೆಗೆ ರೇಗಿತು.

"ಅಲ್ಲ ಕಣೇ, ಪ್ರಪಂಚದಲ್ಲಿರೋ ಜನವೆಲ್ಲ ಒಂದೇ ತರ ಇರ್ತಾರ! ಒಬ್ಬರಿಗೊಬ್ಬರು ಸಹಜೀವನದಲ್ಲಿ ಅಷ್ಟಿಷ್ಟು ಬದಲಾವಣೆ ಮಾಡ್ಕೊಂಡು ನಡ್ಕೋಬೇಕು" ರೇಗೇಬಿಟ್ಟರು.

ವಿಜಯ ಸುಮ್ಮನೇ ಎದ್ದು ಹೋದಳು. ಮಧು, ಮಾನಸ ಕೆಲವು ಪುಸ್ತಕಗಳನ್ನು ಮುಂದೆ ಹಾಕಿಕೊಂಡು ಕೂತಿದ್ದರು. ಮೊದಲಿನ ಗೆಲುವು, ಉತ್ಸಾಹ ಇರಲಿಲ್ಲ. ಇದು ತನ್ನ ಭ್ರಮೆಯೇನೋ!

ತಾಯಿಯನ್ನು ನೋಡಿದ ಕೂಡಲೇ ಮಾನಸ ಎದ್ದು ಬಂದಳು. ಸೆರಗಿನ ತುದಿ ಹಿಡಿದಳು. "ಡ್ಯಾಡಿಯತ್ರ... ಹೋಗ್ಬೇಕೂ..." ಬಗ್ಗಿ ಅವಳನ್ನು ಎತ್ತಿಕೊಂಡಳು. ಮಾನಸಳ ಕಣ್ಣಂಚಿನಲ್ಲಿ ಜಿನುಗಿದ ಕಂಬನಿ ಕಂಡಾಗ ಅವಳೆದೆಯೊಡೆದಂತಾಯಿತು. ನಿರ್ಧಾರ ಬಿರುಗಾಳಿಗೆ ಸಿಕ್ಕ ತರಗೆಲೆಯಂತೆ ಅಲುಗಾಡಿತು, ನಿಮಿಷ ಕಾಲ.

"ಅಜ್ಜಿ ಬೇಡ್ವಾ?" ಕಣ್ಣಲ್ಲಿ ಕಣ್ಣಿಟ್ಟು ಕೇಳಿದಳು. "ಬೇಡಾ... ಡ್ಯಾಡಿ ಬೇಕೂ" ಕಣ್ಣಂಚಿನ ಕಂಬನಿ ಮುದ್ದು ಕೆನ್ನೆಗಳ ಮೇಲೆ ಹರಿಯಿತು. ಬಿಕ್ಕಳಿಸತೊಡಗಿದಳು. ಬಿಗಿಯಾಗಿ ಅಪ್ಪಿ ಕಣ್ಮುಚ್ಚಿದಳು.

"ಅಳ್ಬೇಡ, ಡ್ಯಾಡಿಗೆ ಕಾಗ್ದ ಬರ್ದಿದ್ದೀನಿ, ಬರ್ತಾರೆ..." ಮಧು ಹೇಳಿದಾಗ ಅವಳ ಕಣ್ಣಲ್ಲಿ ಮಿಂಚು ಕಂಡಿತು. ಕೆಳಗಿಳಿಸಿ ಹೊರಗೆ ನಡೆದಳು. ಮಧು ಅವಳನ್ನು ಸಮಾಧಾನಗೊಳಿಸಿದ.

* * *

ರಾವ್ ಮನೆಯಲ್ಲಿ ಕಾಲಿಟ್ಟ ಕೂಡಲೇ ಭಯಂಕರ ನೀರವತೆಯನ್ನು ಎದುರಿಸಬೇಕಾಯಿತು. ಮುಂದಕ್ಕೆ ಕಾಲಿಡದಾದರು. ಹೆಣ್ಣಿಲ್ಲದ ಮನೆ ಭಯಂಕರ! ಸಾವಕಾಶವಾಗಿ ಹೋಗಿ ವರಾಂಡದಲ್ಲಿದ್ದ ಬೆತ್ತದ ಛೇರಿನ ಮೇಲೆ ಕುಸಿದರು. ಅವರು ಬಂದ ಸದ್ದಿಗೂ ಯಾರೂ ಹೊರಗೆ ಬರಲಿಲ್ಲ. ಮನೆಯಲ್ಲಿ ಯಾರೂ ಇಲ್ಲವೇ? ಹೇಗೆ ಬಾಗಿಲು ತೆರೆದಿತ್ತು? ಅವರೆದೆ ಹಾರಿತು. ಮೆಲ್ಲಗೆ ಒಳಗೆ ಇಣುಕಿದರು. ಅವರ ನೋಟ ಅತ್ತಿತ್ತ ಹರಿದಾಡಿ ಒಂದು ಕಡೆ ನಿಂತಿತು. ಮನೆಯ ಆಳು ನೆಲದ ಮೇಲೆ ಕೂತು ಸೋಫಾಕ್ಕೆ ಒರಗಿ ತೂಕಡಿಸುತ್ತಿದ್ದ. ಅವರ ಕಣ್ಣುಗಳು ಕಿರಿದಾದವು. ವಿಜಯ ಇಲ್ಲದ ದಿನಗಳಲ್ಲಿ ಎಂದೂ ಬಂದಿರಲಿಲ್ಲ. ಅವಳಿದ್ದಾಗ ಚಟುವಟಿಕೆಯಿಂದ ಕೆಲಸ ಮಾಡುತ್ತಿದ್ದವನು ಇವನೇನಾ? ಒದ್ದು ಹೊರಗೆ ಹಾಕಬೇಕೆನಿಸಿತು.

'ಕೊಕ್ ಕೊಕ್' ಎಂದು ಕೆಮ್ಮಿ ಸದ್ದು ಮಾಡಿದರು. ದಢಾರನೇ ಎದ್ದು ಕೂತ.

ಮುಖದ ಮೇಲೆ ಗಾಬರಿಯಿತ್ತು. ಟವಲನ್ನು ಕೊಡವಿ ಭುಜದ ಮೇಲೆ ಹಾಕ್ಕೊಂಡು ಎರಡಿಂಚು ಬಗ್ಗಿ ನಿಂತ. ನೋಟ ನೆಲದತ್ತ ಇತ್ತು. ತಪ್ಪಿತಸ್ಥನಾಗಿದ್ದ.

"ಸಾಹೇಬ್ರು ಇಲ್ವಾ ಮನೆಯಲ್ಲಿ?" ಅವರ ಸ್ವರ ಏರಿತ್ತು. ಮುಖ ಬಿಗಿದುಕೊಂಡಿತ್ತು.

ನೋಟವೆತ್ತದೇ "ಆಫೀಸ್‌ಗೆ ಹೋಗಿದ್ದಾರೆ" ವಿನಯದಿಂದ ಹೇಳಿದ.

ರಾವ್ ಬಿಸಿಯುಸಿರನ್ನು ಹೊರಗೆ ದಬ್ಬಿ ಕೋಣೆಗೆ ಹೋದರು. ಕೋಟು ಬಿಚ್ಚಿ ಹ್ಯಾಂಗರ್‌ಗೆ ನೇತುಹಾಕಿದರು. ಸೊಂಟದ ಬೆಲ್ಟನ್ನು ಸಡಿಲಿಸುತ್ತ ಬಾಗಿಲಿನತ್ತ ನೋಡಿದರು. ಅಡಿಗೆಯವನ ಪತ್ತೆ ಇಲ್ಲ. ಯಾಕೋ ಅವರಿಗೆ ನಗು ಬಂತು. ಸ್ವಲ್ಪ ಏರುಪೇರಾದರೂ ಸಂಪೂರ್ಣ ವ್ಯವಸ್ಥೆಯೇ ಕೆಡುತ್ತೆ.

ಹಗುರವಾಗಿ ಪಂಚೆಯುಟ್ಟು ಹೊರಗೆ ಬಂದರು. ಅವನಿನ್ನೂ ಅದೇ ಜಾಗದಲ್ಲಿ ನಿಂತಿದ್ದ. ಒಂದಿಂಚು ಅಲ್ಲಾಡಿರಲಿಲ್ಲ. ಮುಖ ನೋಡಿ ಬೇರತ್ತ ತಿರುಗಿಸಿ ಕೂತರು. ಐದು ನಿಮಿಷ ಸಹನೆಯಿಂದ ಕಾದರು. ಅವನ ಉಸಿರಾಟದ ಹೊರತು ಬೇರೆ ಶಬ್ದವೇ ಇಲ್ಲ.

"ಮನೆಯಲ್ಲಿ ಬೇರೆ ಯಾರೂ ಇಲ್ವಾ?" ಎಂದು ಕೇಳಿದಾಗ ಅವನ ಸ್ವರವೇ ಉಡುಗಿಹೋಯಿತು. ಗಂಟಲು ನಾಲಿಗೆಯಲ್ಲಿನ ತೇವ ಆರಿಹೋಯಿತು. ಈ ನಡುವೆ ರಾಜೀವ್ ಮಧ್ಯಾಹ್ನದ ಊಟಕ್ಕೆ ಬರುತ್ತಿರಲಿಲ್ಲ. ಅವನು ಹೇಳೋಕೆ ಮುನ್ನವೇ "ಅರ್ಥವಾಯ್ತು ಬಿಡು" ಬಾತ್ ರೂಂ ಕಡೆ ನಡೆದರು.

ಹೊರಗೆ ಬಂದವರೇ ಫೋನ್ ಕೈಗೆತ್ತಿಕೊಂಡು ಡಯಲ್ ತಿರುಗಿಸಿದರು "ಹಲೋ..." ಎಂದರು. ಅತ್ತಲಿಂದ "ಹಲೊ... ನಾನು ರಾಜೀವ್" ಎಂದಾಗ ಅವರ ಆಯಾಸ ಪರಿಹಾರವಾದಂತಾಯಿತು. ಆದರೆ ಅತ್ತ ರಾಜೀವ್‌ನ ಎದೆ ಹಾರಿತು. "ನಾನಪ್ಪ..." ಎಂದಾಗ ಅವನ ಸ್ವರವೇ ಉಡುಗಿಹೋದ ಅನುಭವವಾಯಿತು. "ಯಾವಾಗ ಬಂದಿದ್ದು? ಪತ್ರ ಬರೀಬಹುದಾಗಿತ್ತು. ನಾನೇ ಬರ್ತಾ ಇದ್ದೆ!" ಒಂದೇ ಸಮನೆ ತೊದಲಿದ. "ಈಗ... ಬರ್ತೀನಿ" ಎಂದಾಗ "ಬೇಡಪ್ಪ, ಎಲ್ಲಾ ಮುಗ್ಸೇ ಬಾ" ಎಂದು ಹೇಳಿದರು.

ಅವರು ಸಮಾಧಾನವಾಗಿ ಮಾತಾಡಿದರೂ ಅವನ ಆತಂಕವೇನು ಕಡಿಮೆಯಾಗಲಿಲ್ಲ. ಒಂದು ರೀತಿಯ ಹರ್ಷದ ಉದ್ವೇಗವುಂಟಾಯಿತು. ವಿಜಯಳ ನೆನಪಾದ ಕೂಡಲೇ ಬಿಗಿದುಕೊಂಡೇ ಇರುತ್ತಿದ್ದ ಮುಖ ಪ್ರಸನ್ನವಾಯಿತು. ಕೂಡಲೇ ಮನೆಯತ್ತ ಧಾವಿಸಿದ. ಕಾರು ನಿತ್ಯದ ವೇಗಕ್ಕಿಂತ ಅಧಿಕವಾಗಿ ಮನೆಯತ್ತ ಹಾರಿತು.

ಮನೆಯ ಮುಂದೆ ಕಾರು ನಿಂತಾಗ ಪೂರ್ಣವಾಗಿ ಬೆವತುಹೋಗಿದ್ದ. ಸ್ಟೀರಿಂಗ್ ಹಿಡಿದ ಕೈ ಮೃದುವಾಗಿ ಕಂಪಿಸುತ್ತಿತ್ತು. ಅದರತ್ತಲೇ ನೋಡಿದ. ಮನದ ದುರ್ಬಲತೆಯೇ ಯಾವುದೋ ಒಂದು ರೀತಿಯಲ್ಲಿ ಪ್ರಕಟವಾಗುತ್ತೆ. ಕೀಯನ್ನು ಅದರಲ್ಲೇ ಬಿಟ್ಟು ಇಳಿದು ಬಂದ. ಕಣ್ಣು, ಕಿವಿ, ಹೃದಯ ಕಾತರಿಸಿತು. ಅವರೊಬ್ಬರೇ ಬಂದ ಸಂಗತಿ ಅರಿತ

ಕೂಡಲೇ ನಿರಾಶನಾದ. ಮನದಲ್ಲಿದ್ದ ಆಸೆ ಕಮರಿಹೋಯಿತು. ಬಂದ ಕಾರಣವನ್ನು ಸುಲಭವಾಗಿ ಊಹಿಸಿಕೊಂಡ. ಮಗಳ ನಿರ್ಧಾರ ಸಮರ್ಥಿಸಿಕೊಂಡು ಬುದ್ಧಿ ಹೇಳಲು ಬಂದಿರಬೇಕು! ಆದರೆ ಅದನ್ನು ವಿರೋಧಿಸಿ ತನ್ನ ತಪ್ಪನ್ನು ಸಮರ್ಥಿಸಿಕೊಳ್ಳುವ ಹೀನ ಬುದ್ಧಿ ಅವನಲ್ಲಿಲ್ಲ. ಹಣೆಯುಜ್ಜಿದ.

"ಹೇಗಿದ್ದೀಯಾ?" ರಾವ್ ತಾವೇ ಮೊದಲು ಪ್ರಶ್ನಿಸಿದರು. ಅವನ ಮುಖದ ಬಣ್ಣವೇ ಬದಲಾಗಿತ್ತು. ಅವರ ಮನ ಕಹಿಯಾಯಿತು.

"ಓಹೋ... ನಂಗೇನು! ಅಲ್ಲಿ ಹೇಗಿದ್ದಾರೆ?" ಗಂಟಲು ಒತ್ತಿದಂತಾಯಿತು. 'ಮಧು, ಮಾನಸನಾದ್ರೂ ಕರ್ಕೊಂಡ್ಬರ್ಬೇಕಾಗಿತ್ತು!' ಎಂದು ಕೇಳಬೇಕೆನಿಸಿತು. ಸ್ವರ ಹೊರಡಲಿಲ್ಲ. ಕಷ್ಟದಿಂದ "ಟ್ರಂಕಾಲ್ ಮಾಡಿ ಬರಬೋದಿತ್ತು. ನಾನು ಬಂದು ರಿಸೀವ್ ಮಾಡ್ಕೋತಾ... ಇದ್ದೆ" ಎಂದಾಗ ಅವರ ಹೃದಯ ತುಂಬಿ ಬಂತು. ಎದೆಯಲ್ಲಿನ ಕಹಿ ಬಾಯಿಗೆ ಬಂತು.

"ಏನೂ ಪರ್ವಾಗಿಲ್ಲ." ಅವರ ಸ್ವರದಲ್ಲಿ ಸಂಕೋಚ ತೇಲಿದಾಗ ಹುಬ್ಬೇರಿಸಿದ. ತಾನೇ ಸಮಾಧಾನ ಮಾಡಿಕೊಂಡ.

ತುಟಿ ಕಚ್ಚಿ ಅಷ್ಟು ದೂರದಲ್ಲಿ ನಿಂತ ಆಳಿನತ್ತ ನೋಡಿದ. ಅವನು ತಲೆ ಬಗ್ಗಿಸಿ ನಿಂತಾಗ ಕೋಪದಿಂದ ಕೆಂಪಾದ. ರಾವ್ ಹಗುರವಾಗಿ ವಿಷಯ ತಿಳಿಸಿ ನಕ್ಕರೂ ಅವನ ಕಣ್ಣುಗಳು ಕೆಂಡಗಳನ್ನು ಉಗುಳಿದವು.

"ಸಮಾಧಾನ ಇರಲಿ. ಏನ್ಮಾಡೋಕಾಗುತ್ತೆ. ಇಂಥದ್ದೆಲ್ಲ ಇದ್ದಿದ್ದೆ!" ತಾವೇ ಸಮಾಧಾನ ಹೇಳಿದರು ರಾವ್ ಅಳಿಯನಿಗೆ.

ಆದರೂ ರಾಜೀವ್ ಅಸಹನೆಯಿಂದ ಬಟ್ಟೆ ಬದಲಾಯಿಸಲು ಕೋಣೆಗೆ ಎದ್ದು ಹೋದ. ರಾವ್‌ಗೆ ಸದ್ಯಕ್ಕೆ ಏನಾದರೂ ಬೇಕಾಗಿತ್ತು. ಮಾಡುವವರಿಲ್ಲ, ತಾವೇ ಅಡಿಗೆ ಮನೆಯತ್ತ ನಡೆದರು. ಎಲ್ಲಾ ಅಸ್ತವ್ಯಸ್ತ. ಮುಖ ಕಹಿಯಾಯಿತು. ಹೀಟರ್ ಮೇಲೆ ಕಾಫೀಗೆ ನೀರಿಟ್ಟರು. ಅವರು ಬರೀ ಕಾಫೀ ಮಾಡೋದೇನು, ರುಚಿಕಟ್ಟಾದ ಅಡಿಗೆಯನ್ನೂ ಮಾಡುತ್ತಿದ್ದರು. ಹೆಂಡತಿ ಅನಾರೋಗ್ಯದಿಂದ ಮಲಗಿದ ದಿನ ಅವರದೇ ಅಡಿಗೆ. ಆ ದಿನ ವಿಶೇಷವಾದ ಅಡಿಗೆ ತಯಾರು ಮಾಡುತ್ತಿದ್ದರು. ಇಲ್ಲಿ ರಾಜೀವನ ವಿರೋಧ ಇಲ್ಲದಿದ್ದರೇ ಲಕ್ಷಣವಾಗಿ ಪಂಚೆಯನ್ನೆತ್ತಿ ಮೇಲಕ್ಕೆತ್ತಿ ಕಟ್ಟಿ ರುಚಿಕಟ್ಟಾದ ಅಡಿಗೆ ಮಾಡಿ ಬಿಡುವವರೇ.

"ತಗೋಪ್ಪ..." ಕಾಫಿಯ ಬಟ್ಟಲನ್ನು ಅವನ ಮುಂದೆ ಇಟ್ಟರು. ರಾಜೀವ್ ಮುಜುಗರಪಟ್ಟುಕೊಂಡು "ಛೆ! ನೀವ್ಯಾಕೆ... ತೊಂದರೇ ತಗೊಂಡ್ರಿ...?" ಎಂದ.

"ಇರ್ಲಿ ಬಿಡು. ನನ್ನ ಕೈ ಕಾಫೀ ರುಚಿ ನೋಡೋ ಅವಕಾಶ ಮತ್ತೆ ಯಾವಾಗ ಸಿಕ್ಕೇಕೂ..." ಒಂದು ಗುಟುಕು ಹೀರಿ ಚಪ್ಪರಿಸಿ "ಕುಡ್ಡು... ನೋಡು... ನಿಮ್ಮತ್ತೆಗಿಂತ ರುಚಿಯಾಗಿ ಮಾಡಿದ್ದೀನಿ."

ರಾಜೀವ್ ನಕ್ಕು ಕಾಫೀ ಗುಟುಕರಿಸಿದ. ಅದಕ್ಕೆ ವಿಶೇಷವಾದ ರುಚಿ ಇದ್ದಂತೆ ಕಂಡಿತು. ವಿಜಯಳ ಪ್ರೀತಿಯ ತಂದೆಯ ಕೈಯಿಂದ ಬಂದುದಕ್ಕೇ ಇರಬಹುದು!

"ತುಂಬ ಚೆನ್ನಾಗಿದೆ" ಎಂದಾಗ ಗೆಲುವಿನಿಂದ ನಕ್ಕರು.

ರಾವ್ ಎಂತಹ ಬಿಗಿಯಾದ ವಾತಾವರಣವನ್ನಾದರೂ ತಮ್ಮ ಮಾತುಗಳಿಂದ ಹಗುರ ಮಾಡಬಲ್ಲರು. ಅದು ಅವರ ಹುಟ್ಟುಗುಣ. ಜೀವನವನ್ನು ನೋಡುವ ರೀತಿಯು ಸೇರಿತ್ತು. ರಾಜೀವ್ ಅದನ್ನು ಬಹಳವಾಗಿ ಮೆಚ್ಚುತ್ತಿದ್ದ.

"ನೋಡಿದ್ಯಾ! ಆದ್ರೆ... ನಿಮ್ಮತ್ತೇ ಒಪ್ಪಿಕೊಳ್ಳೋಲ್ಲ! ನಾವು ಎಷ್ಟೋಸಲ ಈ ವಿಷ್ಯಕ್ಕಾಗಿ ಜಗಳ ಆಡಿದ್ದೀವಿ. ಅವ್ಳಿಗೆ ಒಣ ಪ್ರತಿಷ್ಠೆ ಹೆಚ್ಚು. ನಾನು ಎಷ್ಟೇ ಚೆನ್ನಾಗಿ ಶ್ರದ್ಧೆಯಿಂದ ಚಪ್ಪರಿಸುವಂಥ ರುಚಿಕಟ್ಟಾದ ಕಾಫೀ ಮಾಡಿಕೊಟ್ಟರೂ ಮುಲಾಜಿಲ್ಲದೇ ಚೆನ್ನಾಗಿಲ್ಲ ಅಂದ್ಬಿಡ್ತಾಳೆ. ಈ ಕೆಟ್ಟ ಒಣಪ್ರತಿಷ್ಠೆ ನಮ್ಮ ವಿಜಯಗಿಲ್ಲ ಬಿಡು. ನೀನು ಈ ಸಲ ಬಂದಾಗ ಕಾಫೀ ವಿಷ್ಯ ತೀರ್ಮಾನ ಮಾಡ್ಬಿಡ್ತೀನಿ. ಅವ್ಳು ಹಾಗಾದರೂ ನನ್ನ ಕಾಫೀನೇ ರುಚೀಂತ... ಒಪ್ಕೋತಾಳೋ ಇಲ್ಲವೋ ನೋಡೋಣ! ಅಬ್ಬಬ್ಬ... ಅವ್ಳು ಸಾಧಾರಣವಾಗಿ ಒಪ್ಪೋಂತ ಹೆಣ್ಣಲ್ಲ!"

ಮಾತನಾಡುವುದಕ್ಕೆ ವಿಷಯವಿಲ್ಲ ಎಂದು ತೊಳಲಾಡುವ ಜನ ಇವರಿಂದ ಕಲಿಯಬೇಕು. ಆಗ ಜೀವನ ತೀರಾ ಭಾರವಾಗದು. ಕಹಿ–ಸಿಹಿಯನ್ನು ಅರಗಿಸಿಕೊಂಡು ನಗುನಗುತ್ತಾ ಬಾಳಬಹುದೆಂದುಕೊಂಡ ರಾಜೀವ್.

"ನೀನು ನನ್ನ ಪರ ಮಾತಾಡ್ಬೇಕೂ" ಕರಾರು ಹಾಕಿದರು.

"ಅವ್ರ ಕಾಫೀಗಿಂತ ನಿಮ್ಮ ಕೈ ಕಾಫೀ ಖಂಡಿತವಾಗಿ ರುಚಿಯಾಗಿದೆ. ಆದ್ರೆ..." ಕಣ್ಣು ಮುಚ್ಚಿ ತೆಗೆದು "ಅವ್ರ ಮುಂದೆ ಬಾಯಿ ಬಿಡ್ಲಾ!" ಎಂದಾಗ ಘೊಳ್ಳನೇ ನಕ್ಕುಬಿಟ್ಟರು. ರಾಜೀವ್ ತುಟಿಗಳ ಮೇಲೂ ನಗು ಅರಳಿತು.

ರಾವ್‌ಗೆ ಸಮಾಧಾನವಾಯಿತು. ಯಾವ ವಿಷಯವನ್ನು ಪ್ರಸ್ತಾಪಿಸಬೇಕಾದರೂ ಬಿಗಿಯ ವಾತಾವರಣ ಸಲ್ಲದು; ಹಗುರವಾಗಿರಬೇಕು. ಅದಕ್ಕೆ ಮುಂಚಿನ ಸಿದ್ಧತೆಗಳು ಅವಶ್ಯಕ. ಯಾವ ರೀತಿಯಿಂದಲೂ ಅವರ ಸಮರಸ ದಾಂಪತ್ಯ ಕೆಡಬಾರದು, ಕೆಡಕೂಡದು. ಅದಕ್ಕೆ ಅವರ ಮನ ಒಪ್ಪದು.

"ಮಧು ಪತ್ರ ಬರೆದಿದ್ದನಲ್ಲ!" ಷರಟಿನ ಕಾಲರ್ ಸರಿ ಮಾಡಿಕೊಂಡರು. ರಾಜೀವ್ ಮುಖದಲ್ಲಿ ಗೆಲುವು ತುಂಬಿಕೊಂಡಿತು. ಮಕ್ಕಳ ಸುದ್ದಿ ಎತ್ತಿದರೇ ಪ್ರಾಮಾಣಿಕ ತಂದೆಯ ಹೃದಯ ಅರಳುತ್ತದೆಯೆಂದು ರಾವ್ ನಂಬಿಕೆ.

ರಾಜೀವ್ ಕಣ್ಣುಗಳು ಮಿಂಚಿದವು; "ಹೌದು..." ತಟ್ಟನೇ ಎದ್ದುಹೋದ.

ಬೆಳಗ್ಗೆ ಬಂದ ಪತ್ರವನ್ನು ಪ್ರತ್ಯೇಕವಾಗಿ ತೆಗೆದಿಟ್ಟು ಪ್ಯಾಂಟ್ ಜೇಬಿಗೆ ಸೇರಿಸಿದ್ದ. ಫ್ಯಾಕ್ಟರಿ ಡೈರೆಕ್ಟರ್‌ಗಳ ವಾರ್ಷಿಕ ಮೀಟಿಂಗ್‌ಗಾಗಿ ಕೆಲವು ಸಿದ್ಧತೆಗಳು ಮಾಡಬೇಕಾಗಿತ್ತು. ಉದಾಸೀನ ಮಾಡುವಂತಿರಲಿಲ್ಲ. ಹೆಚ್ಚು ಕಡಿಮೆಯಾದರೆ ತಲೆ ತಗ್ಗಿಸಬೇಕು.

ಅನಾಯಾಸವಾಗಿ ಕೆಟ್ಟ ಹೆಸರು. ಅದಕ್ಕಾಗಿ ಸ್ವತಃ ಮುತುವರ್ಜಿ ವಹಿಸಿದ್ದ. ಅಂತಹ ಸಮಯದಲ್ಲಿ ಪತ್ರ ಓದಿ ಮನವನ್ನು ಪ್ರಕ್ಷುಬ್ಧ ಸ್ಥಿತಿಗೆ ಒಯ್ಯಲಾರದೆ ಜೇಬಿಗೆ ಸೇರಿಸಿದ್ದ.

ಪತ್ರ ಕೈಗೆ ಬಂದಾಗ ಮನ ತಳಮಳಗೊಂಡಿತು. ಮಧು ಕಣ್ಣುಗಳ ಮುಂದೆ ತೇಲಿಹೋದ. ಮನ ಭಾರವಾಯಿತು. ಕೈ ಕಂಪಿಸಿತು. ಪತ್ರ ಬಿಚ್ಚಿದ. ಅಕ್ಷರಗಳು ಹುಂಡಾಗಿತ್ತು. ಒಂದು ಪುಟದಷ್ಟು ಬರೆದಿದ್ದ. ಮನ ಹಗುರಾಗಿ ಆಕಾಶಕ್ಕೆ ಹಾರಿ ತೇಲಾಡಿತು. ಪ್ರತಿಯೊಂದನ್ನೂ ತನ್ನದೇ ದಾಟಿಯಲ್ಲಿ ಹೇಳಿದ್ದ. ವಿವರಿಸಿದ್ದ. 'ತೀರಾ ಬೋರಾಗಿದೆ. ಬೇಗ್ಬಂದು ಕರ್ಕೊಂಡ್ಹೋಗಿ–ಇಲ್ಲದಿದ್ರೆ ತಾತನ ಜೊತೆ ನಾವೇ ಬಂದ್ಬಿಡ್ತೀವಿ.' ಮೃದುವಾಗಿ ಬೆರಳುಗಳಿಂದ ಅಕ್ಷರಗಳನ್ನು ಸವರಿದ. ಆಸೆ ಭರವಸೆಗಳ ಅಸ್ಪಷ್ಟ ಸ್ಥಿತಿ ತೇಲಿತು. ಎಂಥ ಸಮಯದಲ್ಲಾದರೂ ಚಿತ್ತದ ಸಮತೋಲನ ಸ್ಥಿತಿ ಕಾಪಾಡಿಕೊಳ್ಳುವುದು ಅನಿವಾರ್ಯ. ಪತ್ರ ಮಡಚಿ ಕೈಯಲ್ಲಿಡಿದು ಹೊರಬಂದ.

ಪತ್ರವನ್ನು ಅವರ ಮುಂದೆ ಟೀಪಾಯಿ ಮೇಲಿಟ್ಟ. ಹಣೆಯ ನರ ಎದ್ದು ಕಾಣಿಸಿತು. ಕಣ್ಣುಗಳು ಸಂಕುಚಿಸಿದವು. ಮನ ತಡೆಯದಾಯಿತು.

"ಮಧು, ಮಾನಸನ ಕರ್ಕೊಂಡ್ಬರ್ಬೇಕಾಗಿತ್ತು!" ನವಿರಾಗಿ ಹೇಳಿದ.

ಈಗಾಗಲೇ ಪ್ರಸ್ತಾಪಿಸುವುದು ರಾವ್‌ಗೆ ಬೇಡವೆನಿಸಿತು. ಅವನ ಪ್ರತಿಕ್ರಿಯೆಗೆ ಕಾಯುವುದು ಒಳ್ಳೆಯದೆನಿಸಿತು. ಹಣೆಯ ಮೇಲಿನ ನೆರಿಗೆಗಳು ಆಳವಾದವು.

"ನಾನು ಬರೋ ವಿಷ್ಯ ಅವ್ರಿಗೆ ಗೊತ್ತಿಲ್ಲ. ಇಲ್ಲದಿದ್ರೆ ನಿಲ್ತಾ ಇರ್ಲಿಲ್ಲ. ತಾಯಿಗಿಂತ ಅವ್ರಿಗೆ ತಂದೆಯ ಮೇಲಿನ ಅಕ್ಕರೆಯೇ ಜಾಸ್ತಿ!" ಎಂದಾಗ ರಾಜೀವ್‌ನ ಕಣ್ಣುಗಳಲ್ಲಿ ಅಭಿಮಾನ ಬೆರೆತ ಗೆಲುವು ತುಳುಕಿತು.

ಸ್ವರ, ಮಾತು ಬದಲಾಯಿಸಿದರು. ಆಫೀಸ್, ಫ್ಯಾಕ್ಟರಿ, ಅಲ್ಲಿನ ರಾಜಕೀಯದ ಬಗೆಗೆ ಪ್ರಸ್ತಾಪಿಸಿದರು. ತಿಂಡಿ ಬಂದಿತ್ತು. ಇಬ್ಬರು ತಿಂದರು. ಸದ್ಯಕ್ಕೆ ಬೇರೆ ಅಡಿಗೆಯವ ಬಂದಿದ್ದ.

"ಸ್ವಲ್ಪ ವಿಶ್ರಾಂತಿ ತಗೋ." ಎದ್ದು ಕೋಣೆಯತ್ತ ನಡೆದರು. ತಟ್ಟನೇ ಆಸ್ಫೋಟಗೊಳ್ಳಬಹುದಾದ ಮನ ಶಾಂತಗೊಳ್ಳಲೆಂಬುದೇ ಅವರ ಉದ್ದೇಶ.

ರಾಜೀವ್ ಪತ್ರವನ್ನು ಎತ್ತಿಕೊಂಡ. ಹೃದಯದ ನೂರು ಮಾತುಗಳನ್ನು ಮಧುವಿಗೆ ಹೇಳಲಾರದಂಥದನ್ನು ಅವರ ಮುಂದೆ ತೋಡಿಕೊಳ್ಳಬೇಕೆನಿಸಿತು.

ಕೋಣೆಗೆ ಬಂದು ಮತ್ತೊಮ್ಮೆ ಪತ್ರ ಓದಿದ. ಎದೆಯಲ್ಲಿ ತಾಳಲಾರದ ಬೇಗೆ. ಕೈಯಿಟ್ಟುಕೊಂಡು ನರಳಿದ. ಮಧು, ಮಾನಸರನ್ನು ದೂರ ಮಾಡಿಕೊಂಡು ಬದುಕಬೇಕಾದರೂ ಯಾಕೆ? ಸಾಧ್ಯವಿಲ್ಲ. ಮನ ಕೆರಳಿ ಘರ್ಜಿಸಿತು. ಮುಖದ ಮೇಲೆ ಬೆವರಿನ ಸೆಲೆಯೊಡೆಯಿತು. ವಿಜಯಳ ಗಂಭೀರ ಮುಖ ಕಣ್ಮುಂದೆ ತೇಲಿತು. ನಿಮಗೆ ಆ ಅಧಿಕಾರವಿದೆಯೇ? ಯಾವ ತಪ್ಪಿಗೆ ನನಗೆ ಈ ಶಿಕ್ಷೆ!? ಪ್ರಶ್ನಿಸಿದಳು. ಇಲ್ಲ ವಿಜಯ. ತಪ್ಪೆಲ್ಲ ನಂದು, ಮಧು ಮಾನಸನ ನಿನ್ನಿಂದ ಕಿತ್ತುಕೊಳ್ಳೋ ಅಧಿಕಾರ ನಂಗಿಲ್ಲ! ಪೂರ್ತಿ

ಬೆವತುಹೋದ... ಎಷ್ಟೋ ಹೊತ್ತು ಅದೇ ಸ್ಥಿತಿಯಲ್ಲಿದ್ದ. ಆಫೀಸ್‌ಗೆ ಕೂಡ ಹೋಗಲು ಮನಸ್ಸಾಗಲಿಲ್ಲ. ಫೋನ್ ಮಾಡಿ ಬಂದು ಸೋಫಾ ಮೇಲೆ ಕುಸಿದ. ಟೀಪಾಯಿ ಮೇಲಿದ್ದ ಮಧು ಪತ್ರ ಅಣಕಿಸುತ್ತಿತ್ತು. ನಿಸ್ಸಹಾಯಕನಾಗಿದ್ದ.

ಎಷ್ಟೋ ಹೊತ್ತಿನ ಮೇಲೆ ಎದ್ದು ಹೋಗಿ ಮುಖ ತೊಳೆದ. ಹೊರಗೆದ್ದು ಬಂದಾಗ ರಾವ್ ಕಾಣಲಿಲ್ಲ. ಕಾಂಪೌಂಡಿನಲ್ಲಿದ್ದ ಲಾನ್ ಮೇಲೆ ಹಾಕಿದ್ದ ಬೆತ್ತದ ಛೇರ್ ಮೇಲೆ ಕೂತು ಆಕಾಶದ ಕಡೆ ನೋಡುತ್ತಿದ್ದರು. ಮಂದವಾದ ಶೀತಲ ಗಾಳಿ ಬೀಸುತ್ತಿತ್ತು. ಆಕಾಶದಲ್ಲಿ ಮೋಡಗಳು ಆವೃತವಾಗಿದ್ದವು. ಮುಜುಗರವೆನಿಸಲಿಲ್ಲ; ಉಲ್ಲಾಸವೆನಿಸಿತು.

ಸದ್ದಿಗೆ ತಟ್ಟನೇ ನೋಟ ತಗ್ಗಿಸಿ "ಕೂತ್ಕೋಪ್ಪ... ನನ್ನ ನಿದ್ದೆ ವಿಷ್ಯ ನಿಂಗೆ ಗೊತ್ತಲ್ಲ!" ನಕ್ಕರು. ಆದರೆ ರಾಜೀವ್ ನಗಲಿಲ್ಲ. ಮುಖವೆತ್ತಿ ಆಕಾಶದ ಕಡೆ ನೋಡಿದ.

ಇಬ್ಬರು ಮೌನವಾಗಿ ಕೂತರು. ರಾವ್ ಹೇಗೆ ಮಾತು ಪ್ರಾರಂಭಿಸಬೇಕೆಂದು ಯೋಚಿಸುತ್ತಿದ್ದರು. ವಿಷಯದ ಬಗ್ಗೆ ಸ್ಪಷ್ಟ ಕಲ್ಪನೆಯಿರಲಿಲ್ಲ. ಹೇಗೆ ವಿಚಾರಿಸುವುದು? ರಾಜೀವ್‌ನತ್ತ ನೋಡಿದರು. ಮ್ಲಾನವದನನಾಗಿದ್ದ. ಕಣ್ಣಲ್ಲಿ ಮಿಂಚಿರಲಿಲ್ಲ. ಕಹಿಯನ್ನು ನುಂಗಿದರು.

"ರಾಜೀವ್..." ಎಂದರು. ಅವನ ನೋಟ ಅವರತ್ತ ತಿರುಗಿತು. "ಏನೂ?" ನವಿರಾಗಿ ಕೇಳಿದ. ಅವರು ಪ್ರಸ್ತಾಪಿಸಬಹುದಾದ ವಿಷಯದ ಸ್ಪಷ್ಟ ಕಲ್ಪನೆಯಿತ್ತು. ತಾನಾಗಿ ಹೇಳಲು ಮಾತ್ರ ಸಂಕೋಚಿಸುತ್ತಿದ್ದ, ಹಿಂದೆಗೆಯುತ್ತಿದ್ದ.

"ನನ್ನ ತಪ್ಪು ತಿಳ್ಕೋಬೇಡಪ್ಪ. ಯಾಕೋ, ಅನುಮಾನ ಅಷ್ಟೆ. ಬರೀ ಮನದ ಭ್ರಮೆಯಾಗಿದ್ರೆ... ಸಾಕು." ಸ್ವರ ಅನುಮಾನವನ್ನು ಮಿಡಿಯಿತು. ತಟ್ಟನೇ "ವಿಜಯ-ನಿನ್ನ ಮಧ್ಯೆ ಏನೋ ನಡೆದಿದೆಯೆನಿಸುತ್ತೆ. ವಿಷಯದ ಕಲ್ಪನೆ ಕೂಡ ಇಲ್ಲ. ಆದರೆ ವಿಜಯಳ ಮುಖದ ಮೇಲಿನ ಗೆಲುವೇ ಮಾಸಿಹೋಗಿದೆ. ಸದಾ ಯೋಚಿಸುತ್ತ ಕೂತಿರ್ತಾಳೆ. ನನ್ನ ಮಕ್ಕಳಲ್ಲಿ ವಿಜಯ ಹೆಣ್ಣೆಂದು ಯಾವ ವಿಷಯದಲ್ಲೂ ತಾರತಮ್ಯ ಮಾಡಿಲ್ಲ. ಅವ್ಳು ಅದರ ದುರುಪಯೋಗ ಮಾಡಿಕೊಳ್ಳಲಿಲ್ಲ. ನನ್ನ ಪ್ರಕಾರ ವಿಜಯ ಒಳ್ಳೆ ಹುಡುಗಿನೇ..." ಎಂದಾಗ ರಾಜೀವ್ ತುಟಿಗಳ ಮೇಲೆ ನೋವಿನ ನಗೆ ಅರಳಿತು. ಮುಖ ಮೇಲೆತ್ತಿ ಬಿಸಿಯುಸಿರನ್ನು ಹೊರಗೆ ದಬ್ಬಿದ. ರಾವ್ ಕಣ್ಣುಗಳು ಕಿರಿದಾದವು.

"ಇವತ್ತಿಗೂ ವಿಜಯಳ ಒಳ್ಳೆಯತನದ ವಿಷ್ಯದಲ್ಲಿ ಅನುಮಾನ ಬೇಡ! ಅವಳ ವ್ಯಕ್ತಿತ್ವದ ಬಗೆಗೆ ಇಂದಿಗೂ ಗೌರವವೇ..."

ರಾವ್ ಎದೆಯ ಮೇಲಿದ್ದ ದೊಡ್ಡ ಬಂಡೆಯನ್ನು ಕೆಳಗಿಳಿಸಿದಂತಾಯಿತು. ಸರಾಗವಾಗಿ ಉಸಿರಾಡಿದರು. ಸೂಕ್ಷ್ಮವಾಗಿ ರಾಜೀವ್‌ನ ಕಡೆ ನೋಡಿದರು. ವಿಜಯ ಎಂದೂ ತಪ್ಪು ಮಾಡುವುದು ಸಾಧ್ಯವೇ ಇಲ್ಲ.

"ಆದರೆ... ಅರ್ಥವಾಗ್ಲಿಲ್ಲ! ವಿಜಯ ತಾನು ಅಮೇರಿಕಾಗೆ ಹೋಗ್ಬೇಕು ಎಂದಿರುವ ವಿಷ್ಯ ಮಾತ್ರ ತಿಳಿಸಿದ್ಲು. ಕೆದಕಿ ತಿಳಿಯಲು ಹೋಗಲಿಲ್ಲ. ಅವಳು ಈ ನಿರ್ಧಾರಕ್ಕೆ

ಬರಬೇಕಾದ್ರೆ–ಪ್ರಬಲವಾದ ಕಾರಣವೇ ಇರ್ಬೇಕೂ. ಎಲ್ಲಾ ಕಳೆದುಕೊಂಡವಳ ಹಾಗೇ ಕಾಣಿಸ್ತಾಳೆ. ನೆನ್ನೆ ಪ್ರಜ್ಞೆ ತಪ್ಪಿಹೋಗಿತ್ತು. ಮಿದುಳಿನಲ್ಲಿ ವಿಪರೀತ ಸಿಡಿತ ಇರಬೇಕು!"

ರಾಜೀವ್ ಮುಖದ ಮೇಲೆ ಗಾಬರಿ ಕಾಣಿಸಿಕೊಂಡಿತು. ಎದೆಯಲ್ಲಿ ಈಟಿಯಿಂದ ಇರಿದಂಥ ನೋವು. ಮೈಯಲ್ಲಿನ ಚೇತನವೆಲ್ಲಾ ಕರಗಿ ನೀರಾಗಿ ಹರಿದುಹೋದ ಅನುಭವವಾಯಿತು. ಅವನ ಮೂಲ ಶಕ್ತಿಯೇ ಅವಳಾಗಿದ್ದಳು. ಈಗ ಬದುಕು ನಿರ್ಜೀವ ವಾಗಿತ್ತು. ರಕ್ತ ಮಾಂಸಗಳಿಂದ ಕೂಡಿ ಶ್ವಾಸೋಚ್ಛ್ವಾಸ ಮಾಡುವುದೇ ಜೀವಂತ ಲಕ್ಷಣವಾಗಿ ಕಾಣಲಿಲ್ಲ. ಅವಳಿಲ್ಲದೇ ಬದುಕಲಾರೆನೆಂದು ಹೇಳುವಷ್ಟು ದುರ್ಬಲನಾಗಿದ್ದ.

"ಏನೂ ಗಾಬ್ರಿ ಇಲ್ಲ. ವಿಷ್ಯ ತಿಳ್ಯೋವರ್ಗೂ ಸಮಾಧಾನವಿಲ್ಲ. ವಿಜಯ ಅಂತೂ ಬಾಯ್ಬಿಟ್ಟು ಏನೂ ಹೇಳ್ಲಾರಳು! ಅದಕ್ಕೆ ಬಂದೆ..." ನಿನ್ನದೇನಾದರೂ ಆಕ್ಷೇಪಣೆ ಇದೆಯೇ ಎನ್ನುವಂತೆ ಅವನೆಡೆ ನೋಡಿದರು.

ಅವನ ನೋಟ ಕುಂಡದಲ್ಲಿ ಅರಳಿದ ಗುಲಾಬಿಯತ್ತ ಇತ್ತು. ಮೈಯನ್ನು ದಹಿಸುತ್ತಿದ್ದ ಕಿಚ್ಚನ್ನು ಹೊರಗೆ ಉಗುಳಿದ ಹೊರತು ಸಮಾಧಾನವಿಲ್ಲ. ಗಾಳಿ ತಣ್ಣಗೆ ಬೀಸುತ್ತಿತ್ತು. ಕ್ರಾಪ್‌ನ ಕೂದಲನ್ನು ಬೆರಳಿನಿಂದ ಹಿಂದಕ್ಕೆ ತಳ್ಳಿದ. ನಿಶ್ಚಲನಾಗಿ ಎದೆಯ ಮೇಲೆ ಕೈ ಕಟ್ಟಿ ಹಿಂದಕ್ಕೆ ಒರಗಿ ಕೂತ. ಹೆಚ್ಚೆನಿಸುವಷ್ಟು ಮುಖ ಗಂಭೀರವಾಗಿತ್ತು. ಮೊದಲು ಸ್ವರ ತಡಬಡಿಸಿದರೂ ಆಮೇಲೆ ಸರಾಗವಾಗಿ ಹರಿಯಿತು. ಏನೂ ಮುಚ್ಚಿಡ ಲಿಲ್ಲ. ಅದರ ಅವಶ್ಯಕತೆ ಕಾಣಲಿಲ್ಲ. ಪದರ ಪದರವಾಗಿ ಬಿಚ್ಚಿಟ್ಟ. ಕೂಡಲಾಗಲಿಲ್ಲ. ಯೋಚಿಸಲು ಅವಕಾಶ ಕೊಟ್ಟು ನಿರ್ಧಾರವನ್ನು ಅವರಿಗೆ ಬಿಟ್ಟು ಕಷ್ಟದಿಂದ ಎದ್ದು ಹೋದ.

ತಲೆ ತಿರುಗಿಸಿ ರಾಜೀವ್ ಹೋದತ್ತಲೇ ನೋಡಿದರು. ಕರಗಿಹೋದರು. ಮುಖದ ಮೇಲಿನ ಸುಕ್ಕುಗಳು ಆಳವಾದವು. ಹಿಂದಿನ ನೆನಪು ಒಸರಿತು. ಮಗಳ ಮನೋ ಯಾತನೆಯನ್ನು ಅರ್ಥ ಮಾಡಿಕೊಳ್ಳಲು ಸಮರ್ಥರಾದರು. 'ವಿಜ್ಜು...' ಮನದಲ್ಲಿಯೇ ನರಳಿದರು.

ಇಬ್ಬರೂ ಒಂದೇ ಬೆಂಕಿಯಲ್ಲಿ ಬೇಯುತ್ತಿದ್ದರು; ಒಂದೇ ನೋವಿನಿಂದ ನರಳುತ್ತಿದ್ದರು; ನೋವಿನಲ್ಲಿ ಮಾತ್ರ ಸಾಮ್ಯವಿರಲಿಲ್ಲ. ರಾಜೀವ್ ಶುದ್ಧ ಅಂತಃಕರಣದಿಂದ ವಿಜಯಳನ್ನು ಪ್ರೀತಿಸುತ್ತಿದ್ದ. ಅಂದು ಉಂಟಾದದ್ದು ಮೋಹ ಮಾತ್ರ, ಸೆಕ್ಸ್ ಜೀವನದ ಒಂದು ಭಾಗ ಮಾತ್ರ; ಅದೇ ಜೀವನವಲ್ಲ. ದೀರ್ಘವಾಗಿ ಯೋಚಿಸಿದರು. ಸ್ವರದಲ್ಲಿ ಮಿಡಿದ ನೋವನ್ನು ಅರ್ಥ ಮಾಡಿಕೊಂಡಿದ್ದರು. ವಿಜಯಳ ಸ್ಥಾನದಲ್ಲಿ ಬೇರೆ ಯಾವ ಹೆಣ್ಣನ್ನು ಇರಿಸಿ ನೋಡಲಾರ. ವಿಜಯ ಆಘಾತದಿಂದ ನರಳುತ್ತಿದ್ದರೇ, ರಾಜೀವ್ ಭಯ, ಸಂಕೋಚ ಹಿಂಜರಿಕೆಯಲ್ಲಿ ಕುದಿಯುತ್ತಿದ್ದ. ಸಮಸ್ಯೆಯ ಮಂಥನದಲ್ಲಿ ರಾವ್ ಮೆತ್ತಗಾದರು.

ಅವುಡುಗಳು ಬಿಗಿದುಕೊಂಡವು. ಪ್ರಾಮಾಣಿಕವಾಗಿ ತಪ್ಪು ಮಾಡಿದ್ದನ್ನು ರಾಜೀವ್ ಒಪ್ಪಿಕೊಂಡಿದ್ದ. ಶಿಕ್ಷಾರ್ಹನಲ್ಲ. ಅಪರಾಧ ಅವನೊಬ್ಬ ಮಾಡಿದ್ದರೂ ಶಿಕ್ಷೆಯನ್ನು ಇಬ್ಬರೂ

ಅನುಭವಿಸಬೇಕು. ನಿರಪರಾಧಿ ಹೆಣ್ಣು ಇದರಿಂದ ಪಾರಾಗಲಾರಳು. ಜೀವನದ ಪರ್ಯಂತ ನೆನಪಿನಲ್ಲಿ ಬದುಕಬೇಕೇ ವಿನಃ ಎಂದೂ ಸುಖಿಗಳಾಗುವ ಸಾಧ್ಯತೆ ಇಲ್ಲ. ಇವರಿಬ್ಬರ ನಡುವೆ ಮಕ್ಕಳು ಏಕಮುಖವಾದ ಪ್ರೀತಿ ಕಾಣದೆ ತರಗೆಲೆಗಳಂತೆ ನಡುಗಬೇಕು. ಈಗ ಅವರ ಕಣ್ಮುಂದೆ ಇದ್ದಿದ್ದು ಮಧು, ಮಾನಸರ ಭವಿಷ್ಯ. ಮುಖ ಕಠೋರವಾಯಿತು. ಕೈಯೆತ್ತಿ ವಿಜಯಳ ನಿರ್ಧಾರವನ್ನು ಆ ಕ್ಷಣದಲ್ಲಿ ತಳ್ಳಿ ಹಾಕಿದರು.

"ಸಾಹೇಬ್ರು ಕರೀತಾರೆ." ಸ್ವರ ಬಂದತ್ತ ಹುಬ್ಬೆತ್ತಿ ನೋಡಿದರು. ಆಳು ವಿನಯ ದಿಂದ ಕೈ ಕಟ್ಟಿ ನಿಂತಿದ್ದ. ಬರುವುದಾಗಿ ಕೈಯಿಂದಲೇ ಸನ್ನೆ ಮಾಡಿ ಕಳುಹಿಸಿದರು.

ಒಳಗೆದ್ದು ಬಂದರು. ರಾಜೀವ್ ಭರವಸೆಯನ್ನೆ ಕಳೆದುಕೊಂಡು ನಿರ್ಲಿಪ್ತನಂತೆ ಕೂತಿದ್ದ.

"ಊಟ ಮಾಡೋಣ್ವಾ!" ತಲೆಯೆತ್ತಿ ಮೃದುವಾಗಿ ಕೇಳಿದ. ಕಣ್ಣುಗಳಲ್ಲಿನ ಅಸಹಾಯಕತೆಗಾಗಿ ರಾವ್ ಕರಗಿಹೋದರು.

ರಾಜೀವ್ ಮುಖದ ಮೇಲೆ ದುಗುಡ ಮಡುವುಗಟ್ಟಿತ್ತು. ಮನ ಕಳೆದುಹೋದ ಘಟನೆಗಳನ್ನು ಪುನರ್ವಿಮರ್ಶಿಸತೊಡಗಿತ್ತು. 'ಎಂತಹ ಅಸಹಾಯಕತೆ' ಕೆಳ ತುಟಿಯನ್ನು ಹಲ್ಲಿನಡಿ ಕಚ್ಚಿ ಹಿಡಿದ.

"ಬಾರಪ್ಪ ಮಾಡೋಣ. ಹೊಟ್ಟೆ ತಾಳ ಬಜಾಯಿಸ್ತ ಇದೆ!" ಹುಬ್ಬೇರಿಸಿ ಅಚ್ಚರಿಯಿಂದ ಅವರತ್ತ ನೋಡಿದ. ಮೊದಲಿನ ಅಭಿಮಾನವೇ ಕಣ್ಣುಗಳಲ್ಲಿ ತುಳುಕುತ್ತಿತ್ತು. ಎದೆಯ ಭಾರ ಎಷ್ಟೋ ಕಡಿಮೆಯಾಗಿದೆಯೆನಿಸಿತು.

ಮೌನವಾಗಿ ಡೈನಿಂಗ್ ಹಾಲ್‌ನತ್ತ ಹೆಜ್ಜೆ ಹಾಕಿದರು. ಇವನ ಕಲ್ಪನೆ ಸುಳ್ಳೆನ್ನುವಷ್ಟರ ಮಟ್ಟಿಗೆ ನಡೆದುಕೊಂಡರು. ಊಟದ ಮಧ್ಯೆ ತಮ್ಮ ಸರ್ವಿಸ್‌ನಲ್ಲಿ ನಡೆದ ಜೋಕ್‌ಗಳನ್ನೆಲ್ಲ ಹೇಳಿ ಸರಾಗವಾಗಿ ತಟ್ಟೆಯಲ್ಲಿದ್ದಿದ್ದು ಹೊಟ್ಟೆಗೆ ಸೇರುವಂತೆ ಮಾಡಿದ್ದರು.

"ತೃಪ್ತಿಯಾದ ಹೊಟ್ಟಾಸುರ!" ಸಣ್ಣ ಜೋಕ್ ಎಗರಿಸಿದರು. ಕೈ ಹೊಟ್ಟೆಯ ಮೇಲಾಡಿತು. ರಾಜೀವ್‌ನ ಗಂಭೀರವಾಗಿದ್ದ ಮುಖದ ಮೇಲೂ ನಗು ತೇಲಿತು.

ಹೊರಗೆದ್ದು ಬಂದರು. ಮೋಡಗಳು ಮತ್ತಷ್ಟು ಸಾಂದ್ರವಾಗಿತ್ತು. ಮಳೆ ಬರುವ ಸೂಚನೆ ಇತ್ತು. 'ಎಲ್ಲಾ ಸುರಿದರೆ ಆಕಾಶ ನಿರ್ಮಲವಾಗುತ್ತೆ' ತಮ್ಮಲ್ಲೇ ಅಂದು ಕೊಂಡರು.

"ರಾಜೀವ್, ಅಷ್ಟು ದೂರ ವಾಕ್ ಹೋಗ್ಬರ್ತೀನಿ. ಇಲ್ಲದಿದ್ರೆ... ನಿದ್ದೆ ಬಲು ಪ್ರಯಾಸ." ರೇಗಿದರು.

"ನಾನೂ ಬರ್ತೀನಿ."

ಇಬ್ಬರೂ ನಡೆದು ಹೋದರು. ರಾವ್ ಮೈಗೆ ಸೋಮಾರಿತನ ಅಂಟಿದ್ದಲ್ಲ. ಸದಾ ಚುರುಕಾಗಿರುವ ಜೀವ. ರಾವ್ ದಾರಿಯುದ್ದಕ್ಕೂ ಏನೋ ಹೇಳುತ್ತಿದ್ದರು. ರಾಜೀವ್

ತುಟಿ ಬಿಚ್ಚದೇ ಮೌನವಾಗಿ ಹೂಗುಟ್ಟುತ್ತಿದ್ದ. ಅವನ ಮನ ಪರಿಪರಿಯಾಗಿ ಯೋಚಿಸುತ್ತಿತ್ತು.

ತಟ್ಟನೇ "ನಾನೊಬ್ಬನೇ ಮಾತಾಡ್ಬೇಕಾ!" ಎಂದಾಗ ಬೆಚ್ಚಿದ. ಸುಮ್ಮನೆ ನಕ್ಕುಬಿಟ್ಟ. "ಸದ್ಯಕ್ಕಂತೂ ನನ್ಮಾತು ಮುಗಿದಿದೇ!" ರಾವ್ ಮುಖ ಚಿಕ್ಕದಾಯಿತು. ಅವರ ತುಟಿಗಳು ಬಿಚ್ಚಿಕೊಳ್ಳಲಿಲ್ಲ.

ಹಿಂದಿರುಗಿದರು. ಡ್ರಾಯಿಂಗ್ ರೂಮಿನಲ್ಲಿ ಎದುರು ಬದುರಾಗಿ ಕೂತರು.

"ಬೆಳಿಗ್ಗೆ ಹೊರಡ್ಬೇಕೂ.... ವಿಜಯಗೇನಾದ್ರೂ ಹೇಳೋದಿದ್ಯಾ!" ಎಂದಾಗ ಮುಖ ಕಿವುಚಿದ. ಸಣ್ಣತನ ಅವನನ್ನು ಬಾಧಿಸಿತು. "ಏನಿಲ್ಲ" ಸರಾಗವಾಗಿ ನುಡಿದ.

"ಶಾಲೆಗೆ ರಜ ದಿನಗಳು ಮುಗೀತು. ಮಧು, ಮಾನಸನ ಕಳ್ಸಿಕೊಡಿ!" ನಿರ್ಧಾರದ ಸ್ವರದಲ್ಲಿ ನುಡಿದ. ದಿಢೀರನೆ ಬಂದ ನಿರ್ಧಾರಕ್ಕೆ ತುಟಿಕಚ್ಚಿಕೊಂಡ.

"ಆಯ್ತು, ಕಳ್ಸಿಕೊಡೋಣ" ಹುಬ್ಬೆತ್ತಿ ಅವರ ಮುಖ ನೋಡಿದ. ವ್ಯಂಗ್ಯವಿರಲಿಲ್ಲ. ಸಹಜವಾಗಿದ್ದರು.

"ರಾಜೀವ್, ಜೀವನದಲ್ಲಿ ಎಡವೋದು ಸಹಜ. ಹಾಗೆಂದು ಎಡವೋದಲ್ಲ. ಒಂದು ತಪ್ಪಿನಿಂದ ನಾಲ್ಕಾರು ಆಘಾತಗಳು ಘಟಿಸಬಾರದಲ್ಲ! ವಿಜಯಳ ನಿರ್ಣಯ ಯೋಚಿಸಿದರೇ ನನ್ನೆದೆ ಒಡೆದುಹೋಗುತ್ತೆ. ಮಕ್ಳ ಭವಿಷ್ಯ ಯೋಚಿಸ್ಬೇಕಾದ್ದು ನಿಮ್ಮ ಕರ್ತವ್ಯ. ಇಲ್ಲದಿದ್ದರೇ ಪ್ರೀತಿ, ಅಭಿಮಾನ, ಗೌರವ ಕಡಿಮೆಯಾಗುತ್ತೆ. ವಿಜಯ ಆತ್ಮಹತ್ಯೆ ಮಾಡಿಕೊಳ್ಳುವಂಥ ದುರ್ಬಲ ಹೆಣ್ಣಲ್ಲ. ನಿಮ್ಮ ಹಿಂಜರಿಕೆಯಿಂದಲೇ ನಿಮ್ಮ ಬಗ್ಗೆ ನಿಮಗೆ ನಂಬಿಕೆ ಇಲ್ಲ ಅನ್ನೋ ತೀರ್ಮಾನಕ್ಕೆ ಬಂದಿರ್ಬೇಕೂ... ಮಾಡಿದ ತಪ್ಪಿನ ಅರಿವು ನಿಮಗಿದೆ. ಪಶ್ಚಾತ್ತಾಪದ ದಳ್ಳುರಿಯಲ್ಲಿ ಬೆಂದುಹೋಗಿದ್ದೀರಿ. ಗಂಗೆಯನ್ನು ಸೋಕಿದ ಕೂಡಲೇ ಕಲ್ಮಷಗಳು ತೊಡ್ದುಹೋಗುತ್ತೆ!"

ಬೆಕ್ಕಸ ಬೆರಗಾಗಿ ಅವರನ್ನು ದಿಟ್ಟಿಸಿದ. ಅವರು ಬಹಳ ಹೇಳಿದರು. ಕಡೆಗೆ ಅವರ ಮಾತಿಗೆ ಸಮ್ಮತಿಸಿದ. ಜೀವನದ ಸೋಲು, ವ್ಯಥೆ, ದುಃಖದಿಂದ ರಕ್ಷಿಸಿಕೊಳ್ಳಲು ಆತ್ಮಶಕ್ತಿಗೆ ಮೊರೆಯಿಟ್ಟ.

* * *

ಬೇಸರದಿಂದ ಮುಖ ಮುದುಡಿದ್ದ ಮಧು, ಮಾನಸರು ತಾತನ ಜೊತೆ ತಂದೆಯನ್ನು ನೋಡಿ ಕುಣಿದಾಡಿಬಿಟ್ಟರು. ರಾಜೀವ್‌ನ ಕಣ್ಣುಗಳು ಪ್ರೀತಿಯ ವರ್ಷವನ್ನೇ ಕರೆದವು. ವಿಜಯ ಬಂದು ಬಾಗಿಲಿಗೆ ಒರಗಿ ನಿಂತಿದ್ದಳು. ಹುಬ್ಬೆತ್ತಿ ಪ್ರಜ್ವಲಿಸುವ ಕಣ್ಣುಗಳಿಂದ ಒಮ್ಮೆ ನೋಡಿದಳು. ಅವಳ ದೃಷ್ಟಿಯನ್ನು ಎದುರಿಸಲಾರದೆ ನೋಟವನ್ನು ಕೆಳಗೆ ಚೆಲ್ಲಿದ. ಕಣ್ಣುಗಳು ಕಳಾಹೀನವಾದವು.

ರಾವ್ ಮಗಳನ್ನೂ ಅಳಿಯನನ್ನೂ ಬದಲಿಸಿ ಬದಲಿಸಿ ನೋಡಿದರು. ಎಷ್ಟೇ ಧೈರ್ಯ ತಂದುಕೊಂಡರೂ ಎದೆಯಾಳದಲ್ಲಿ ಅಪಸ್ವರದ ಕೂಗು.

"ವಿಜ್ಜು, ಮೊದ್ಲು ಹೊಟ್ಟೆ ಹಸಿವು. ವಿಷಯ ಯೋಚ್ಸು... ನಿಮ್ಮಮ್ಮ ಎಲ್ಲಿ?" ಹೆಜ್ಜೆಗಳು ಸರಿದವು. ವಿಜಯ ನಿಂತಲ್ಲೇ ಶಿಲೆಯಾಗಿದ್ದಳು. ಭಾವನೆಗಳೆಲ್ಲ ಮುರುಟಿ ಕೊಂಡಿತ್ತು. ಇದು ಅತಿಯಾದ ಭಾವುಕತೆಯೆ? ಸಾಮಾನ್ಯ ಓದುಬರಹ ತಿಳಿಯದ ಹಳ್ಳಿಯ ಹೆಣ್ಣಿಗೂ ತನಗೂ ವ್ಯತ್ಯಾಸವೇನು? ಅವಳ ದೃಷ್ಟಿ, ವಿಚಾರಗಳೇ ಬೇರೆ.

"ವಿಜಯ, ಹೇಗಿದ್ದೀಯಾ?" ರಾಜೀವನ ಸ್ವರಕ್ಕೆ ಬೆಚ್ಚಿದಳು. ವೇದನೆ ಮುಖದ ಮೇಲೆ ಕಣ್ಣಾಮುಚ್ಚಾಲೆಯಾಡಿತು. ನವಿರಾಗಿ ನಕ್ಕಳು. ನಡೆದುಹೋದ ಘಟನೆಗಳು ಮುಚ್ಚಲಾರದ ಅಧ್ಯಾಯಗಳೇನೋ!

ಅವಳಲ್ಲಿನ ಚಲನೆಯೇ ನಿಂತುಹೋಗಿತ್ತು. ಸುಮ್ಮನೆ ನಿಂತೇ ಇದ್ದಳು. ರಾಜೀವ್ ಗಾಬರಿಗೊಂಡ. ಹತ್ತಿರಕ್ಕೆ ಬಂದು "ವಿಜಯಾ..." ಎಂದ. ಅವನ ಮುಖದಲ್ಲಿ ಗಾಬರಿಯೊಡೆದು ಮೂಡಿತು.

"ಬಂದೆ..." ಒಳಗೆ ಹೋದಳು. ಎಷ್ಟೋ ಹೊತ್ತಿನ ಮೇಲೆ ಹೊರಬಂದಳು. ಉಡುಪು ಬದಲಾಯಿಸಿ ರಾಜೀವ್ ಕೂತಿದ್ದ. ಮಧು, ಮಾನಸ ಅವನನ್ನು ಬಿಟ್ಟು ಅಲ್ಲಾಡಿರಲಿಲ್ಲ.

ರಾವ್ ತಳಮಳಗೊಂಡರು. ಯೋಚಿಸಿ ಒಂದು ನಿರ್ಧಾರಕ್ಕೆ ಬಂದರು. ಆದರೂ ಮಗಳಿಗೆ ಬುದ್ಧಿ ಹೇಳಲು ಅಳುಕು.

"ವಿಜ್ಜು... ಇಲ್ಬಾ." ತಲೆಯೆತ್ತಿ ಅವರತ್ತ ನೋಡಿದಳು. ಕರುಣೆ, ಸಹಾನುಭೂತಿ ಇತ್ತು. ಸಹಿಸಲಾರದೇ ಮುಖ ತಿರುಗಿಸಿದಳು. ಅವಳ ಮನದಲ್ಲಿ ಆಗುತ್ತಿದ್ದ ಪ್ರಚಂಡ ಭಾವನೆಗಳ ಸಂಘರ್ಷವನ್ನು ಅವರು ಅರ್ಥಮಾಡಿಕೊಂಡರು.

ತಂದೆಯ ಜೊತೆಯಲ್ಲಿ ವರಾಂಡ ದಾಟಿ ಕಾಂಪೌಂಡಿಗೆ ಇಳಿದಳು. ಮನ ರಣರಂಗವಾಗಿತ್ತು. ಜಯ-ಅಪಜಯಗಳ ಮಧ್ಯೆ ನಿಂತು ತೊಳಲಾಡುತ್ತಿದ್ದಳು.

"ಏನೂ ಪಪ್ಪ?" ಹುಬ್ಬೆತ್ತಿ ಕೇಳಿದಳು.

"ರಾಜೀವ್ ಎಲ್ಲಾ ಹೇಳ್ದಾ..." ನಿಂತಲ್ಲಿಯೇ ಅವಳಿಗೆ ಕುಸಿಯುವಂತಾಯಿತು. ಹಣೆಯ ಮೇಲೆ ಬೆವರೊಡೆಯಿತು. ನಿಂತ ನೆಲದಲ್ಲಿಯೇ ಇಂಚು ಇಂಚಾಗಿ ಇಳಿಯುತ್ತಿರುವ ಅನುಭವ. ಮುಖವೆತ್ತಿ ಅಭಿಮಾನದಿಂದ ನಡೆಯಬಹುದಾದ ವ್ಯಕ್ತಿ ತಲೆ ತಗ್ಗಿಸಿ ನಿಲ್ಲುವುದು-ತಲೆಯಲ್ಲಿ ಭಯಂಕರ ಅಗ್ನಿಸ್ಫೋಟ.

"ವಿಜ್ಜು, ನಿನ್ನ ಮನದ ನೋವು ನಂಗೆ ಅರ್ಥವಾಗುತ್ತೆ. ನಿನ್ನ ದೃಷ್ಟಿ, ನಿರ್ಧಾರ ಒಪ್ಪತಕ್ಕುದೇ; ಆದರೆ ಮುಂದೆ ಸಾಲು ಸಾಲಾಗಿ ಆಘಾತಗಳನ್ನು ಎದುರುಗೊಳ್ಳ ಬೇಕಾಗುತ್ತೆ. ಅದು ಬುದ್ಧಿವಂತಿಕೆಯ ಲಕ್ಷಣವಲ್ಲ. ವಿವೇಚನೆ ಅಗತ್ಯ. ದುರ್ಬಲತೆಯ ಕ್ಷಣದಲ್ಲಿ ತಪ್ಪು ಮಾಡಿರಬೋದು, ಪ್ರಜ್ಞಾಪೂರ್ವಕವಾಗಿ ವರ್ತಿಸಿಲ್ಲ?"

ಕುಲುಮೆಯ ಮಧ್ಯೆ ಕಾಯುತ್ತಿದ್ದ ಕಬ್ಬಿಣದಂತೆ ನಿಂತಲ್ಲಿಯೇ ಕುದಿದಳು. ತಂದೆಯ ತಣ್ಣನೆಯ ಕೈ ಭುಜದ ಮೇಲೆ ಬಿತ್ತು.

"ನೀನು ತಾಯಿಯಾಗಿ ಯೋಚ್ಸು. ಮಕ್ಕಳ ಭವಿಷ್ಯದಲ್ಲಿ ನಿನ್ನ ಕರ್ತವ್ಯವೇನು? ರಾಜೀವ್ ಪ್ರಾಮಾಣಿಕ ವ್ಯಕ್ತಿ; ಮುಂದೆ ಪಶ್ಚಾತ್ತಾಪ ಪಡ್ತೀಯಾ!" ಭುಜ ತಟ್ಟಿ, ಯೋಚಿಸಲು ಬಿಟ್ಟು ಹೊರಗೆ ನಡೆದರು.

ಎಂದೂ ಕೂತು ಮಗಳಿಗೆ ಬುದ್ಧಿ ಹೇಳಿರಲಿಲ್ಲ. ಅವಳ ನಿರ್ಧಾರಕ್ಕೆ ಗೌರವ ಕೊಡುತ್ತಿದ್ದರು. ಇಂದು ಪರಿಸ್ಥಿತಿ ಬೇರೆಯಾಗಿತ್ತು. ಮಗನ ಸಂಸಾರವು ಈ ದೆಸೆಯಲ್ಲಿ ಸಾಗಿ ಒಡೆದುಹೋಗಿತ್ತು. ಆ ಮಕ್ಕಳ ನೆನಪಾದರೆ ಅವರ ಹೃದಯ ಒಡೆದುಹೋಗುತ್ತಿತ್ತು. ಆ ದಿಕ್ಕಿನತ್ತ ಮಗಳ ಸಂಸಾರ ಸಾಗುವುದು ಬೇಡವಾಗಿತ್ತು. "ವಿಜಯ, ನಿನ್ನ ದೃಷ್ಟಿ ಬದಲಿಸ್ಕೊ; ಬೇಗ ಬದಲಾಯಿಸು. ಯಾವ ಸಮಸ್ಯೆಯೂ ಉಳಿಯೋಲ್ಲ." ಮಿದುಳಿನಲ್ಲಿ ಸುತ್ತಿಗೆಯ ಪೆಟ್ಟುಗಳು. ಹುಚ್ಚು ಹಿಡಿದಂತಾಯಿತು. ಸುತ್ತಲೂ ನೀರವತೆ, ಮಧು, ಮಾನಸ ಅವಳತ್ತ ಸುಳಿಯಲಿಲ್ಲ. ಭಯಂಕರ ಏಕಾಂಗಿತನ ಅವಳನ್ನು ಬಾಧಿಸಿತು.

ರಾತ್ರಿ ಬಹಳ ಬೇಗನೇ ಮಲಗಿಬಿಟ್ಟಳು. ಕೋಣೆಯ ನೀರವತೆ ಭೀಕರವೆನಿಸುವಷ್ಟು ತೀವ್ರವಾಗಿತ್ತು. ಎಲ್ಲಾ ಮಂಕು.... ಮಂಕು... ಸ್ಪಷ್ಟವಾಗಿ ಯಾವುದೂ ಗೋಚರಿಸದು. ಎಲ್ಲಾ ಕಲಸುಮೇಲೋಗರ. ತೀವ್ರತರನಾದ ಹೋರಾಟ. ಹೊರಳಾಡಿದಳು. ಸಿಹಿ. ನೆನಪುಗಳು ಹಸಿರಾದವು. ಬಾಗಿಲು ತೆರೆದ ಸದ್ದಾಯಿತು. ಕಣ್ಣುಗಳು ಕಿರಿದಾದವು. ಮಬ್ಬು ಬೆಳಕಿನಲ್ಲಿ ರಾಜೀವ್‌ನ ಮುಖ... ಬುದ್ಧಿ ವಿಶ್ಲೇಷಣಾ ಶಕ್ತಿಗಳನ್ನು ಮೀರಿದ ಆಕರ್ಷಣೆಗೆ ಒಳಪಟ್ಟಳು. ನಾಲಿಗೆ ಪೂರ್ಣವಾಗಿ ಕಟ್ಟಿಹೋಗಿತ್ತು.

"ವಿಜ್ಜು..." ಕೆನ್ನೆಯ ಬಳಿ ಉಸುರಿದಾಗ ಬಿಸಿಯಾಯಿತು. ತುಟಿಗಳು ಕಂಪಿಸಿದವು. ಪ್ರೀತಿಯ ಮಹಾನ್ ಶಕ್ತಿ ಸ್ವಯಂಚಾಲಿತವಾಗಿ ನಿರ್ದೇಶಿಸಿತು. ಗಂಗೆಯಲ್ಲಿ ಮಿಂದು ಪುನೀತನಾದಂತೆ ತೃಪ್ತಿಭಾವದಲ್ಲಿ ಮಲಗಿ ನಿದ್ರಿಸಿದ. ಅವಿಚ್ಛಿನ್ನ ಸುಖದ ಛಾಯೆ ರಾಜೀವನ ಮುಖದ ಮೇಲೆ ಮಿನುಗಿತು.

ಬೆಳಿಗ್ಗೆ ಎದ್ದಾಗ ವಿಜಯಳ ಮುಖದ ಮೇಲೆ ಸೋಲಿನ ಛಾಯೆ ಸ್ಪಷ್ಟವಾಗಿತ್ತು. ಅರಿತೂ ಅರಿಯದ ಕಠೋರತೆ ಕಣ್ಣುಗಳಲ್ಲಿ, ರಾಜೀವ್ ಬೆಚ್ಚಿದ.

"ವಿಜಯ..." ಅವನ ಹುಬ್ಬುಗಳು ಸಂಕುಚಿಸಿದವು. ಕಣ್ಣುಗಳಲ್ಲಿ ಕಾತರ. ಕಿವಿ ಚುರುಕಾಯಿತು.

ಪೂರ್ತಿ ಸಹನೆಗೆಟ್ಟವಳಂತಾಗಿದ್ದಳು. ವಿಜಯಳ ವಿವೇಕ ಸತ್ತಿತ್ತು. ಅವಮಾನದ ದಳ್ಳುರಿ ಎದೆಯಲ್ಲಿ ಹತ್ತಿ ಉರಿಯುತ್ತಿತ್ತು.

"ವಿಜಯ..." ನವಿರಾಗಿ ಕರೆದ. ತಲೆ ಮೇಲೆಕ್ಕೆತ್ತಿದಳು. ಅರಳು ಕಣ್ಣುಗಳಲ್ಲಿ ಕಂಬನಿ. ಅವನೆದೆಯೊಡೆದಂತಾಯಿತು. ಮಾತಾಡಲು ಸ್ವರವೇ ಹೊರಡದಂತಾಯಿತು. "ನಂಗೂ, ಪ್ರೇಮಳಿಗೂ ವ್ಯತ್ಯಾಸ ಗೋಚರಿಸಲಿಲ್ವಾ!!" ದಿಗ್ಮೂಢನಾದ. ಅರ್ಥವಾಗಲಿಲ್ಲ. ಮುಖ ಮುಚ್ಚಿ ಬಿಕ್ಕಿದಳು. ಅವನ ತಲೆ ತಗ್ಗಿತು. ಶಿಲೆಯಂತೆ ನಿಂತ. ಕಣ್ಣೀರು ತೊಡೆಯಬೇಕಾದ ಕೈ ಕೊರಡಾಗಿತ್ತು.

"ಎಕ್ಸ್‌ಕ್ಯೂಜ್ ಮಿ..." ಭಾರವಾದ ಹೆಜ್ಜೆಗಳನ್ನು ಎತ್ತಿಟ್ಟ. ತಲೆ ಗೊಂದಲದ ತಾಣವಾಗಿತ್ತು. ಕೂಡಲೇ ಹೊರಡಲು ನಿಶ್ಚಯಿಸಿದ.

ರಾವ್ ಎದುರು ಬಂದು ನಿಂತರು. ಮುಖ ಗಂಭೀರವಾಗಿತ್ತು. ಹಣೆಯ ನರ ಉಬ್ಬಿತ್ತು.

"ಅರ್ಜೆಂಟಾಗಿ... ಹೋಗ್ಬೇಕಾಗಿದೆ. ವಿಜಯ ವೀಕಾಗಿದ್ದಾಳೆ. ಅವಳಾಗಿ ಪ್ರಸ್ತಾಪ ಮಾಡುವವರೆಗೂ ಇಲ್ಲೇ ಇರಲಿ." ಸ್ವರದಲ್ಲಿ ಗಡಸುತನ ಇಣಕಿತು.

ರಾವ್ ತುಟಿಗಳು ಬಿಗಿದು ಕುಳಿತವು. ಸರಸರನೇ ಬಟ್ಟೆ ತೊಟ್ಟು ಬೂಟು ಎಳೆದುಕೊಂಡ.

"ಡ್ಯಾಡಿ..." ಬೇಯುವ ಮೈಗೆ ಮಾನಸಳ ಸ್ವರದ ಶೀತಲ ಸ್ಪರ್ಶ. ತಲೆ ಎತ್ತಿದ. ಹೃದಯ ಭಾರ. ಗಂಟಲು ಬಿಗಿದುಕೊಂಡಿತು. ಕೈ ಚಾಚಿದ. ಓಡಿ ಬಂದಳು. ಹೃದಯಕ್ಕೆ ಬಲವಾಗಿ ಅಪ್ಪಿಕೊಂಡ. ಕಗ್ಗತ್ತಲೆಯಲ್ಲಿ ಭರವಸೆಯ ಹೊಂಗಿರಣ ಗೋಚರಿಸಿ ದಂತಾಯಿತು.

ಕ್ರಾಪ್‌ನ ಕೂದಲನ್ನು ಹಣೆಯ ಮೇಲೆ ಹರಡುತ್ತ "ಡ್ಯಾಡಿ ಎಲ್ಲಿಗೆ ಹೋಗೋದು?" ಬೆಚ್ಚಿದ. ನಿಧಾನವಾಗಿ "ಆಫೀಸ್‌ನಲ್ಲಿ ಅರ್ಜೆಂಟ್ ಕೆಲ್ಸ ಇದೆ!" ಅಷ್ಟು ದೂರ ಸರಿದು ನಿಂತು, "ನಾನೂ... ಬರ್ತೀನಿ" ಎಂದಾಗ ತಳಮಳಿಸಿದ. ಹೇಗೆ ಇವಳನ್ನು ಸಮಾಧಾನಿಸುವುದು? ಅಂದಿನ ತಪ್ಪು ಹಂತ ಹಂತವಾಗಿ ಆಕಾಶದೆತ್ತರ ಬೆಳೆದು ನಿಂತಿತ್ತು. ಅತ್ತ ವಿಜಯ, ಇತ್ತ ರಾಜೀವ್... ಮಧ್ಯೆ ಇಬ್ಬರ ಕರುಳು ಕುಡಿಗಳು. ಮುಖ ಮೇಲೆತ್ತಿ ನಿಟ್ಟುಸಿರು ದಬ್ಬಿದ.

"ಇನ್ನೂ ನಿಂಗೆ ರಜಾ ಇದ್ಯಲ್ಲ! ತಾತನ... ಜೊತೆ ಬಾ." ಬಹಳ ಕಷ್ಟದಿಂದ ಹೇಳಿದ. ಪೂರ್ತಿಯಾಗಿ ಅಂಟಿಕೊಂಡು "ಇಲ್ಲಪ್ಪ, ನಾನಿರೋಲ್ಲ, ಬರ್ತೀನಿ..." ಸ್ವರದಲ್ಲಿ ನವಿರಾದ ಹಟವಿತ್ತು.

ಮಧು ಅಲ್ಲಲ್ಲಿದ್ದ ತನ್ನ ಬಟ್ಟೆಗಳನ್ನು ಸೂಟುಕೇಸಿಗೆ ಸೇರಿಸಿ ಹಿಡಿದೇ ಬಂದ. "ನಾನು ರೆಡಿ ಡ್ಯಾಡಿ" ರಾಜೀವ್ ಸುಸ್ತಾದ. ಯಾಕೆ? ಈ ವಾತಾವರಣ ಅವರಿಗೆ ಬೇಸರವಾಯಿತೇ? ಹೇಗೆ ಮನಸ್ಸಿಗೆ ವಿರುದ್ಧವಾಗಿ ತಡೆಯಬಲ್ಲ! ರಾಜೀವನ ತಲೆ ಬಿಸಿಯಾಯಿತು.

"ಇಲ್ಲೇ ಇರೀ... ಬರ್ತೀನಿ." ಹೊರಗೆ ನಡೆದ. ಭಾರವಾದ ಮನ, ಭಾರವಾದ ಹೃದಯ, ಚೇತನ ಕಳೆದುಕೊಂಡ ದೇಹ ಎಲ್ಲಾ ಜಡವೆನಿಸಿತು.

ಕೋಣೆಗೆ ಬಂದ. ಅವಳೊಬ್ಬಳನ್ನೇ ನಿರೀಕ್ಷಿಸಿದ. ವಿಜಯ ಒಬ್ಬಳೇ ಶೂನ್ಯದಲ್ಲಿ ನೋಟ ನೆಟ್ಟು ಕೂತಿದ್ದಳು. ಕಠೋರ ಮಿಶ್ರಿತ ವೇದನೆಯ ಭಾವ ಮುಖದಲ್ಲಿ. ಎದೆಗೆ ಕೊಳ್ಳಿ ಇಟ್ಟಂತಾಯಿತು.

"ವಿಜಯ, ಹುಡಗ್ರು ಹೊರಟು ನಿಂತಿದ್ದಾರೆ. ನಿನ್ನಿಂದ ಅವ್ರನ್ನು ಬೇರೆ ಮಾಡೋ

ಉದ್ದೇಶ ನಂಗಿಲ್ಲ. ಎದ್ದು ಸಮಾಧಾನ ಮಾಡು." ಎತ್ತಲೋ ನೋಡುತ್ತ ಹೇಳಿದ. ಕೈಗಳನ್ನು ಪ್ಯಾಂಟು ಜೇಬಿನಲ್ಲಿ ತುರುಕಿದ. ಅವಳು ತುಟಿ ಬಿಚ್ಚದಾಗ ಹೊರಗೆದ್ದು ಬಂದ.

ರಾವ್ ವರಾಂಡದಲ್ಲಿ ಕೂತಿದ್ದರು. ಒಂದೇ ಮಾತಲ್ಲಿ ಹೊರಡುವ ನಿರ್ಧಾರ ತಿಳಿಸಿದ. ನಿಲ್ಲದೇ ವರಾಂಡ ದಾಟಿ ಕಾಂಪೌಂಡಿಗೆ ಇಳಿದ. ಮಧು ಸೂಟ್‌ಕೇಸ್ ಹಿಡಿದು ಓಡಿ ಬಂದ. ಮಾನಸ ಪೆಚ್ಚಾಗಿ ನಿಂತಾಗ ಅವನ ಮನ ಕರಗಿಹೋಯಿತು.

"ಬಾ, ಮರಿ" ಕರೆದ. ಯಾವುದೋ ನಿರ್ಧಾರ ಅವನನ್ನು ಅಚಲನನ್ನಾಗಿ ಮಾಡಿತು. ಮಧು ಕೈಯಲ್ಲಿನ ಸೂಟುಕೇಸನ್ನು ತನ್ನ ಕೈಗೆ ಬದಲಾಯಿಸಿಕೊಂಡು "ಮಮ್ಮಿಗೆ ಹುಷಾರಿಲ್ಲ, ಸದ್ಯಕ್ಕೆ ಇಲ್ಲೇ ಇರ್ತಾಳೆ. ನೀವುಗಳು ಹೋಗಿ ಹೇಳಿ ಬಂದ್ಬಿಡಿ." ಹಣೆಯುಜ್ಜಿದ.

ರಾವ್ ಕಾಲುಗಳಲ್ಲಿ ಶಕ್ತಿಯನ್ನು ಕಳೆದುಕೊಂಡವರಂತೆ ನಿಧಾನವಾಗಿ ಬಂದರು. ಏನು ಹೇಳಬೇಕೆಂಬುದೇ ತೋಚಲಿಲ್ಲ. ಮಗಳ ಮೇಲೆ ಮೊದಲ ಬಾರಿಗೆ ಕೋಪಿಸಿಕೊಂಡರು.

"ರಾಜೀವ್..." ಅವನ ಎರಡು ಕೈಗಳನ್ನು ಹಿಡಿದುಕೊಂಡರು. ನೇರವಾಗಿ ಅವನ ಕಣ್ಣುಗಳನ್ನು ನೋಡಿದರು. ಹೇಳಿದ ಕತೆಯನ್ನು ನಿಧಾನವಾಗಿ ಓದಿಕೊಂಡರು.

"ವಿಜಯ ವ್ಯಕ್ತಿತ್ವದ ವಿಷಯದಲ್ಲಿ ನಂಗೆ ಈಗ್ಲೂ ಗೌರವವಿದೆ. ಅವ್ಳಿಗೆ ಮನಃಶ್ಶಾಂತಿ ಅವಶ್ಯಕ. ನಾನು ಮತ್ತೇನು ಹೇಳ್ಲಾರೆ!" ಅವನ ಸ್ವರದಲ್ಲಿ ನಿರಾಶೆ ಇಣಕಿತು.

ಮಧು, ಮಾನಸ ಓಡಿ ಬಂದಾಗ ವಿಜಯ ಅದೇ ಸ್ಥಿತಿಯಲ್ಲಿ ಕೂತಿದ್ದಳು. ಹೂವಂಥ ಮನ ಕಲ್ಲಾಯಿತಾ!?

"ಮಮ್ಮಿ, ನೀನೂ ಬಾ... ಹೋಗೋಣ" ಮಾನಸಳ ಕೈ ಅವಳ ಕೈಯನ್ನು ಒತ್ತಿದಾಗ ಅದರತ್ತ ನೋಡಿದಳು. ಕಣ್ಣು ಮುಂದೆ ಮಂಜು ಹರಡಿಕೊಂಡಿತ್ತು. ಮಬ್ಬು ಮಬ್ಬು; ಯಾವುದೂ ಸ್ಪಷ್ಟವಾಗಿ ಕಾಣಲೊಲ್ಲದು.

"ನೀನು ಹುಷಾರಾದ್ಮೇಲೆ ತಾತನ ಜೊತೆ ಬಾ. ನಾವು ಹೋಗ್ತೀವಿ..." ತಾಯಿ ಮಂಕಾದ ಮುಖ ನೋಡಿ ಮಧು ಗಾಬರಿಗೊಂಡ. ಆದರೂ ತಂದೆಯ ಜೊತೆ ಹೊರಡಲೇಬೇಕು. ರಾಜೀವ್ ಹೊರಟುಬಿಟ್ಟಾನೆಂಬ ಭಯ "ನಾವು... ಹೋಗ್ತೀವಿ..." ಮಾನಸಳ ಕೈ ಹಿಡಿದು ಓಡಿಯೇಬಿಟ್ಟ. ವಿಜಯ ನಿಟ್ಟುಸಿರನ್ನು ದಬ್ಬಿದಳು. ಒಂದು ರೀತಿಯಲ್ಲಿ ಅದು ಸರಿಯೆನಿಸಿತು.

ರಾವ್ ಮೊಮ್ಮಕ್ಕಳು, ಅಳಿಯನನ್ನು ಕಳುಹಿಸಿಕೊಟ್ಟು ನಿಧಾನವಾಗಿ ಒಳಗೆ ಬಂದರು. ಎಡಭಾಗದ ಎದೆಯಲ್ಲಿ ನೋವು ಕಾಣಿಸಿಕೊಂಡಿತು. ಒಂದು ಕಡೆ ಕೂತು ಕೈಯಿಂದ ನಿಧಾನವಾಗಿ ನೀವಿಕೊಂಡರು. ಇಂಥದ್ದನ್ನೆಲ್ಲ ತಡೆಯಲಾರದಷ್ಟು ಹೃದಯ ದುರ್ಬಲವಾಗಿರಬೇಕು! ಕಣ್ಮುಚ್ಚಿ ಹಿಂದಕ್ಕೆ ಒರಗಿಕೊಂಡರು. ನೋವು ನಿಧಾನವಾಗಿ ಕಡಿಮೆಯಾಯಿತು.

"ಯಾಕೆ?" ಹೆಂಡತಿಯ ಗಾಬರಿ ಸ್ವರ ಕೇಳಿ ಕಣ್ತೆರೆದರು. ಲಕ್ಷ್ಮಿಗೆ ಅಷ್ಟೋತ್ತರ ಮಾಡುತ್ತಿದ್ದ ಆಕೆಗೆ ಯಾವ ವಿಷಯವೂ ಗೊತ್ತಿಲ್ಲ. ಮಧ್ಯಾಹ್ನ ಅಳಿಯನಿಗಾಗಿ ಮಾಡಬೇಕಾದ ವಿಶೇಷ ಔತಣದ ಅಡಿಗೆಯ ಲೆಕ್ಕಾಚಾರ ಹಾಕಿಟ್ಟಿದ್ದರು.

"ಏನಿಲ್ಲ, ಸೋಮಾರಿತನ..." ನಿಧಾನವಾಗಿ ಉಸಿರನ್ನು ಮೇಲಕ್ಕೆಳೆದುಕೊಂಡರು.

"ಸದ್ಯ, ನಂಗೆ ಭಯ ಆಯ್ತು. ಹುಡುಗ್ರು ಎಲ್ಲಿ?" ಎಂದು ಕೇಳಿದಾಗ, ನಿರುತ್ತರರಾದರು. ಮತ್ತೆ ಚೇತರಿಸಿಕೊಂಡು "ರಾಜೀವ್ ಹೊರ್ಗಡೆ... ಕರ್ಕೊಂಡ್ಹೋದ..." ಮೆಲ್ಲನುಸುರಿದರು.

ಕನಕಮ್ಮ ಮಗಳ ಕೋಣೆಯತ್ತ ಹೊರಟಾಗ ಅವರೆದೆ ಹೊಡೆದುಕೊಂಡಿತು. ಮುಂದೆ ಎದುರಿಸಬೇಕಾದುದನ್ನು ಕಲ್ಪಿಸಿಕೊಂಡು ಹೆದರಿದರು. ಹೊರಡೋ ಉತ್ಸಾಹದಲ್ಲಿ ಅಜ್ಜಿಗೆ ಕೂಡ ಹೇಳಿ ಹೋಗಲಿಲ್ಲ! ರಾಜೀವ್‌ನ ಮೇಲಿನ ಅವರ ಪ್ರೀತಿಯನ್ನು ಮನಗಂಡರು. ಸದ್ಯಕ್ಕೆ ಅವರುಗಳು ಅಲ್ಲಿಯೇ ಇರಲಿ ಎನ್ನುವ ನಿರ್ಧಾರಕ್ಕೆ ಬಂದರು.

"ವಿಜಯ, ಹುಡುಗ್ರು, ರಾಜೀವ್ ಎಲ್ಲಿಗೆ ಹೋದ್ರು?" ವಿಜಯ ಸ್ವರ ಬಂದತ್ತ ತಿರುಗಿ "ಊರಿಗೆ ಕರ್ಕೊಂಡ್ಹೋದ್ರು" ಎಂದಾಗ ವಿಸ್ಮಿತರಾದರು. ತಕ್ಷಣ ನಕ್ಕು "ಸಾಕು ತಮಾಷೆ; ಎಲ್ಲಿಗ್ಹೋದ್ರು?" ಮತ್ತೆ ಪ್ರಶ್ನಿಸಿದಾಗ ಎರಡು ನಿಮಿಷ ಮೌನವಾಗಿದ್ದಳು.

ರಾವ್ ಅವಳ ಸಹಾಯಕ್ಕೆ ಧಾವಿಸಿದರು.

"ಅರ್ಜೆಂಟ್ ಕಾಲ್ ಬಂದಿತ್ತು. ಅಳಿಯಂದ್ರು ಕೂಡ್ಲೆ ಹೊರಟರು. ನಿನ್ನ ಮೊಮ್ಮಕ್ಳು ನಿಲ್ಲಲ್ಲ; ಕರ್ಕೊಂಡ್ಹೋದ್ರು. ನಿಂಗೆ ಹೇಳಿದ್ರೆ ಸುಮ್ನೇ ಗೋಣಗಾಡ್ತೀಯಾಂತ ನಾನೇ ಕಳ್ಸಿಕೊಟ್ಟೆ."

ಕನಕಮ್ಮನ ಕಣ್ಣುಗಳು ಕಿರಿದಾದವು. ಅನುಮಾನಿಸಿದರು.

"ಹೌದು ಕನಕಮ್ಮನೋರೆ... ವಿಜಯನ್ನ ಕರ್ಕೊಂಡೋಗ್ತೀನೀಂದ್ರು. ನಾನೇ ನಾಲ್ಕು ದಿನ ಇರ್ಲೀಂದೆ!" ವಾತಾವರಣ ಹಗುರ ಮಾಡುವ ಪ್ರಯತ್ನ ಮಾಡಿದರು ರಾವ್.

ವಿಜಯ ಯೋಚಿಸಿ ಒಂದು ನಿರ್ಧಾರಕ್ಕೆ ಬಂದಳು. ದುರ್ಬಲತೆ ಹೆಣ್ಣಿಗೆ ಶಾಪವೇನೋ! ಎದ್ದು ಗೆಲುವಿನಿಂದ ಓಡಾಡಿದಳು. ಸಂಜೆ ಮಲ್ಲಿಗೆ ಬಳ್ಳಿಯ ಬಳಿ ಬಂದು ನಿಂತಾಗ ಅವಳೆದೆ ಭಾರವಾಯಿತು. ಪಕ್ಕದಲ್ಲಿ ಬುಟ್ಟಿ ಹಿಡಿದು ನಿಲ್ಲುವ ಮಾನಸ ಇಲ್ಲ. ತುಟಿಯಂಚಿನಲ್ಲಿ ನೋವಿನ ನಗೆ ಮಿನುಗಿತು.

ಒಂದೊಂದೇ ಮೊಗ್ಗು ಬುಟ್ಟಿಗೆ ಬೀಳುತ್ತಿದ್ದರೂ ಮನಸ್ಸೆಲ್ಲೋ ಇತ್ತು. ಕೈ ಮಾತ್ರ ಯಾಂತ್ರಿಕವಾಗಿ ಕೆಲಸ ಮಾಡುತ್ತಿತ್ತು. ಸ್ಪಂದನವಿಲ್ಲದ ನಿರ್ವಿಕಾರಚಿತ್ತ.

"ಸಾಕ್ಬಿಡು..." ಸ್ವರ ಬಂದತ್ತ ತಿರುಗಿದಳು.

"ಮಾನಸನಾದ್ರೂ ಇದ್ದಿದ್ರೆ..." ಅವರ ಕೊರಳುಬ್ಬಿತು. ಮಗಳ ಕೈಯಲ್ಲಿದ್ದ ಬುಟ್ಟಿಯನ್ನು ತೆಗೆದುಕೊಂಡರು.

ರಾಜೀವ್‌ಗೆ ಹುಡುಗರು ಬಂದ ಮೇಲೆ ಒಂದು ತರಹ ಉತ್ಸಾಹ ಮೂಡಿಬಂತು. ಆದರೆ ಎರಡೇ ದಿನದಲ್ಲಿ ಕರಗಿಹೋಯಿತು. ಮಾನಸ ಪೂರ್ತಿಯಾಗಿ ಪೆಚ್ಚಾದಳು. ಸದಾ ಅವಳಿಗೆ 'ಮಮ್ಮಿ'ಯ ಜಪವೇ. ಹೊಸ ನಿರ್ಧಾರ ಮಿದುಳಿನಲ್ಲಿ ಸತ್ತಿತ್ತು.

ಆಫೀಸ್‌ನಲ್ಲಿ ಕೂತಿದ್ದ. ಮಧ್ಯೆ ಫೋನ್ ಬಂದಾಗ ಫೈಲ್‌ಗಳ ಮಧ್ಯೆ ಹುದುಗಿದ್ದವನು ತಲೆಯೆತ್ತಿದ. ಬೇಸರದಿಂದ ಎತ್ತಿಕೊಂಡು "ಹಲೋ..." ಎಂದ. ಅತ್ತಲಿಂದ ಮಧು ಸ್ವರ ಕೇಳಿಸಿತು. "ಡ್ಯಾಡಿ... ಯಾವಾಗ್ಬರ್ತಿ? ಮಾನಸ ಅಳ್ತಾ ಇದ್ದಾಳೆ." ಅವನ ಮಿದುಳಿನಲ್ಲಿ ಸಿಡಿತ ಷುರುವಾಯಿತು. ಹುಬ್ಬುಗಂಟಿಕ್ಕಿ "ಅವ್ಳ ಕೈಗೆ ಫೋನ್ ಕೊಡು" ಎಂದ. ಮಾನಸ ಫೋನ್‌ನಲ್ಲಿಯೇ ಬಿಕ್ಕಿದಳು. "ಡ್ಯಾಡಿ, ಮಮ್ಮಿನ ಕರ್ಕೊಂಡ್ಬಾ..." ಪೂರ್ತಿಯಾಗಿ ಸೋತ. ಆ ಸ್ವರಕ್ಕೆ ಪೂರ್ತಿಯಾಗಿ ಕರಗಿಹೋದ. "ಈಗ ಅಳ್ಬೇಡ. ನಾನು ಮನೆಗೆ ಬರ್ತೀನಿ." ಫೋನ್ ಇಟ್ಟು ಹಿಂದಕ್ಕೆ ಒರಗಿದ. ಬಹಳ ಹೊತ್ತು ಯೋಚಿಸಿದ. ಸಮಸ್ಯೆ ಬಗೆ ಹರಿಯಲಿಲ್ಲ. ಬರೀ ಗೊಂದಲ.

ದಿನಕ್ಕಿಂತ ಮೊದಲೇ ಮನೆಗೆ ಬಂದ. ಕಾರು ಸದ್ದಾದ ಕೂಡಲೇ ಮಧು ಮಾನಸ ಹೊರಗೆ ಬಂದರು. ಅವರ ಮುಖಗಳಲ್ಲಿನ ಉತ್ಸಾಹ ಬತ್ತಿಹೋಗಿತ್ತು. ಮಧು ಹಿರಿಯನಂತೆ ಗಂಭೀರವಾಗಿ ಯೋಚಿಸುವಂತೆ ಕಂಡ. ರಾಜೀವ್‌ನ ಮನ ಗತವನ್ನು ಮೆಲಕು ಹಾಕಿತು. ಹತ್ತಿರಕ್ಕೆ ಹೋಗಿ ಮಧು ಕೆನ್ನೆ ಸವರಿದ. ಅವನ ಪ್ರತಿಕ್ರಿಯೆ ಸೊನ್ನೆ. ಕ್ರಾಪ್‌ನ ಕೂದಲು ಹಣೆಯ ಮೇಲೆ ಹರಡಿಕೊಂಡಿತ್ತು. ಮೃದುವಾಗಿ ಹಿಂದಕ್ಕೆ ತಳ್ಳಿದ.

"ಮಾನಸ ತುಂಬ ಗಲಾಟೆ ಮಾಡಿದ್ಲಾ?" ಎಂದು ಕೇಳಿದಾಗ ಮುಖ ಮೇಲೆತ್ತಿ "ಡ್ಯಾಡಿ, ಮಮ್ಮಿನ ಕರ್ಕೊಂಡ್ಬಾ" ಎಂದ ಅವನ ಕಣ್ಣುಗಳಲ್ಲಿ ಕಂಬನಿ ಒಸರಿತು. ತಂದೆಯ ಕೈ ಹಿಡಿದು ಅತ್ತೇಬಿಟ್ಟ. ರಾಜೀವ್‌ನ ಕೈ ಬೆರಳು ಅವನ ಕೂದಲಲ್ಲಾಡುತ್ತಿತ್ತು.

"ಆಯ್ತು, ನಡೀರಿ" ಕೈ ಹಿಡಿದು ಒಳಗೆ ಕರೆದೊಯ್ದ. ಹಿಮ ಕಣ್ಣುಗಳ ಮುಂದೆ ಹರಡಿಕೊಂಡಿತು.

ಸೋತವನಂತೆ ಸೋಫಾ ಮೇಲೆ ಕುಳಿತ. ಕಣ್ಣುಗಳು ಕಿರಿದಾದವು. ಮಧು, ಮಾನಸರತ್ತ ನೋಡಿದ. ಮುಖ ಮೇಲೆತ್ತಿ ವೇದನೆಯ ಉಸಿರನ್ನು ದಬ್ಬಿದ. ಹೇಗೆ ಪರಿಹಾರ?

"ಮಮ್ಮಿ ಹತ್ರ ಹೋಗ್ತೀರಾ?" ಮಧು ತಲೆಯಾಡಿಸಿದ. "ಮಮ್ಮಿ ಇಲ್ಲೇ... ಬರ್ಲಿ..." ಹೇಗೆ ಬಿಡಿಸಿ ಹೇಳುವುದು? ಕಣ್ಣುಗಳಲ್ಲಿ ಕರುಣೆ ಉಕ್ಕಿತು. ತುಟಿ ಕಚ್ಚಿದ.

"ತಟ್ಟೆ ಹಾಕಿದೆ." ಅಡಿಗೆಯವನು ಬಂದು ಕೋಣೆಯ ಬಳಿ ಇಣಕಿದಾಗ ಮೇಲಕ್ಕೆದ್ದ. "ಮೊದ್ಲು ಊಟ ಮಾಡೋಣ." ಮಾನಸಳ ಕೆನ್ನೆ ಸವರಿ ಮೇಲಕ್ಕೆದ್ದ.

ಅಡಿಗೆಯವನು ಮುಖ ಚಿಕ್ಕದು ಮಾಡಿಕೊಂಡು "ಅಮ್ಮಾವ್ರನ್ನ ಕರ್ಕೊಂಡ್ಬಂದ್ಬಿಡಿ. ಹುಡುಗ್ರು ಸರ್ಯಾಗಿ ಊಟ ತಿಂಡಿ ಮಾಡ್ತೋಲ್ಲ!" ರಾಜೀವ್‌ನ ಕೈಯಲ್ಲಿನ ತುತ್ತು ತಟ್ಟೆಗೆ ಬಿತ್ತು. ಆಮೇಲೆ ಅವನಿಂದ ಊಟ ಮಾಡಲಾಗಲಿಲ್ಲ.

ಸುಮ್ಮನೇ ಬಂದು ಮಲಗಿಬಿಟ್ಟ. ಮನೆಯ ಚೇತನವೇ ಬತ್ತಿಹೋಗಿತ್ತು. ಅತ್ತಿತ್ತ ಹೊರಳಾಡಿದ. ವಿಜಯಳ ಗಂಭೀರ ಮುಖ ಬಂದು ಎದುರುನಿಂತಿತು. ಆ ಕಣ್ಣುಗಳಲ್ಲಿದ್ದ ನಿರ್ಧಾರಕ್ಕೆ ಬೆಚ್ಚಿದ. ಎದ್ದು ಫೋನ್ ಬಳಿಬಂದ. ಟ್ರಂಕ್‌ಕಾಲ್ ಬುಕ್ ಮಾಡಲು ಯೋಚಿಸಿದ. ಮನ ಮಂಜಿನಂತೆ ಕೊರೆಯಿತು. ಸುಮ್ಮನೆ ಇಟ್ಟುಬಿಟ್ಟ.

ಎರಡೆಜ್ಜೆ ಫೋನ್‌ಗೆ ಬೆನ್ನು ಹಾಕಿ ಸಾಗಿದ. ಮತ್ತೆ ಬೇಸರದಿಂದ ಕೈಗೆತ್ತಿಕೊಂಡ. ರಾವ್ ಸ್ವರಕ್ಕೆ ಬೆಚ್ಚಿದ. "ಹುಡುಗ್ರು ಹ್ಯಾಗಿದ್ದಾರೆ? ನೀನು ಹೇಗಿದ್ದಿ?" ತಟ್ಟನೆ ಎರಡು ಪ್ರಶ್ನೆಗಳನ್ನು ಎಸೆದಾಗ, ಕಣ್ಣುಗಳ ಮುಂದೆ ನಿರ್ಲಿಪ್ತತೆ ಹರಡಿಕೊಂಡಿತು. "ಚೆನ್ನಾಗಿದ್ದಾರೆ." ತಣ್ಣನೆಯ ಸ್ವರಕ್ಕೆ ರಾವ್ ಬೆಚ್ಚಿದರು. ಮುಖದ ಮೇಲಿನ ಸುಕ್ಕುಗಳು ಆಳವಾದವು. ಎದುರು ಕೂತಿದ್ದ ಮಗಳತ್ತ ನೋಡಿದರು. ಕಣ್ಣುಗಳಲ್ಲಿ ಅಸಹನೆ ಕಾಣಿಸಿಕೊಂಡಿತು. "ವಿಜಯ... ಮಾತಾಡ್ತಾಳೆ." ಕೂತ ವಿಜಯ ಬೆಚ್ಚಿದಳು. "ಮಾತಾಡು..." ಸೋತವಳಂತೆ ಎದ್ದು ಬಂದು ಫೋನನ್ನು ತೆಗೆದುಕೊಂಡಳು. ಅಂಗೈ ಪೂರ್ಣವಾಗಿ ಬೆವತಿತ್ತು. "ಹಲೋ..." ಸ್ವರ ಕ್ಷೀಣವಾಯಿತು. "ವಿಜಯ ಹೇಗಿದ್ದಿ?" ಅತ್ತಲಿಂದ ಸ್ವರ ಕೇಳಿದಾಗ ತಡಬಡಿಸಿದಳು. "ಹಾ..." ಎಂದಳು. ರಾಜೀವ್‌ನ ಬೇಸರದ ಮುಖ ಅವಳ ಕಣ್ಮುಂದೆ ತೇಲಿತು. ಸುಮ್ಮನೆ ನಿಂತುಬಿಟ್ಟಳು. "ಮಮ್ಮಿ..." ಮಾನಸಳ ಸ್ವರ ಕೇಳಿದಾಗ ಅವಳ ಮೈ ಪುಳಕಿತಗೊಂಡಿತು.

"ಹೇಗಿದ್ದಿ, ಮರಿ?" ಕಣ್ಣುಗಳ ಮುಂದೆ ದಟ್ಟವಾಗಿ ಮಂಜು ಹರಡಿಕೊಂಡಿತು. "ಯಾವಾಗ್ಬರ್ತಿ....?" ಪ್ರಶ್ನೆಗೆ ಅವಳಲ್ಲಿ ಉತ್ತರವಿಲ್ಲ. ಕಹಿ ಉಗುಳನ್ನು ಬಲವಂತದಿಂದ ನುಂಗಿದಳು. "ಬರ್ತೀನಿ..." ಸ್ವರ ನಡುಗಿತು. ಆಮೇಲೆ ಅವಳ ನಾಲಿಗೆಯೇ ಹೊರಳಲಿಲ್ಲ. ಸುಮ್ಮನೇ ಫೋನ್ ಇಟ್ಟು ಕೋಣೆಯತ್ತ ನಡೆದಳು.

ಮಗಳ ಮಂಕಾದ ಮುಖ ನೋಡಿಯೇ ಕನಕಮ್ಮ ಭಯಗ್ರಸ್ಥರಾದರು. ಈಗಲೇ ಅರ್ಧ ಭೂಮಿಗೆ ಕುಸಿದಿದ್ದರು. ಈಗ ಅವಳ ನಿರ್ಧಾರ ತಿಳಿದರೇ ನೇರವಾಗಿ ಪಾತಾಳಕ್ಕೆ ಹೋಗಿಬಿಡುವವರೇ!

"ಯಾಕೆ ವಿಜಯ ಮಂಕಾಗಿದ್ದಾಳೆ?" ಮುಖವೆತ್ತಿ ಗಂಡನ ಕಡೆ ನೋಡಿದರು. ರಾವ್ ಹಿಡಿದ ಪೇಪರ್ ಅಡ್ಡವಾಯಿತು. ಪುನಃ "ಅಬ್ಬಬ್ಬ..." ಎಂದು ಅವರ ಕೈಯಲ್ಲಿನ ಪೇಪರ್ ಕಿತ್ತು ಟೀಪಾಯಿ ಮೇಲಿಟ್ಟರು.

"ಸ್ವಲ್ಪ ಪೇಪರ್ ಓದೋಕೆ ಬಿಡು."

"ಆಮೇಲೆ ಓದೀರಂತೆ. ವಿಜಯ ಯಾಕೆ ಮಂಕಾಗಿದ್ದಾಳೆ? ಕರ್ಕೊಂಡ್ಹೋಗಿ ಬಿಟ್ಟು ಬಂದ್ಬಿಡಿ. ದೂರವಿದ್ರೂ ನಗ್ತಾ ನಗ್ತಾ ಇರೋದ್ಬೇಕೂ..." ಆಕೆಯ ಸ್ವರ ಹಿಮದಂತೆ ಕೊರೆಯುತ್ತಿತ್ತು.

"ಆಯ್ತು, ಆಯ್ತು" ಮೇಲಕ್ಕೆದ್ದರು.

ಹೊರಗೆ ಬಂದು ನಿಂತರು. ಬದುಕೇ ಅರ್ಥಹೀನವೆನಿಸಿತು. ಎದೆಯಲ್ಲಿನ ವೇದನೆ ಒಳಗೇ ಬೇಯಿಸುತ್ತಿತ್ತು. ಎಷ್ಟು ದಿನ ಬೇಯಬೇಕು?

ಆ ರಾತ್ರಿ ವಿಜಯಳ ಪಾಲಿಗೆ ತಾಳಲಾರದ ಹಿಂಸೆಯೆನಿಸಿತು. ಮಧು, ಮಾನಸ, ರಾಜೀವ್‌ನ ಸ್ವರ ಅವಳ ಕಿವಿಯಲ್ಲಿ ಗುಂಯ್ ಗುಡುತ್ತಿತ್ತು. ಕಾದಸೀಸ ಸುರಿದಂಥ ನೋವು. ಎರಡು ಕೈಯಲ್ಲೂ ಕಿವಿಗಳನ್ನು ಮುಚ್ಚಿಕೊಂಡಳು. ಆದರೂ ಆ ಸ್ವರಗಳ ಬೊಬ್ಬೆ ನಿಲ್ಲಲಿಲ್ಲ. ಎದ್ದು ಕೂತಳು. ಆ ಸ್ವರಗಳಿಗೆ ಅಂತಹ ಶಕ್ತಿ ಎಲ್ಲಿಂದ ಬಂತು.

ಹೊಟ್ಟೆಯಲ್ಲಿ ವಿಪರೀತ ಸಂಕಟ. ನೀರು ಕುಡಿದಳು. ನಿಲ್ಲಲಿಲ್ಲ. ಅಧಿಕವೆನಿಸಿತು. ತೆಣ್ಣನೆಯ ಹಾಲು ಕುಡಿದಳು. ಕಡೆಗೆ ಷರಬತ್ತು ಮಾಡಿಕೊಂಡು ಕುಡಿದಳು; ಶಮನವಾಗಲಿಲ್ಲ. ಇದು ಹೆತ್ತ ಕರುಳಿನ ಸಂಕಟ. ಸ್ವಿಚ್ ಹಾಕಿ ಕೋಣೆಯನ್ನು ಬೆಳಕು ಮಾಡಿದಳು. ಆದರೆ ಮನದ ಕತ್ತಲೆ ಸರಿದು ಹೋಗಲಿಲ್ಲ. ಈ ಸಂಕೋಲೆಗಳು ಬಿಗಿಯದಿದ್ದರೇ ಪೂರ್ತಿಯಾಗಿ ವ್ಯವಸ್ಥೆಯೇ ಬದಲಾಗಿಬಿಡುತ್ತಿತ್ತೇನೋ? ಅದಕ್ಕಂಥ ಶಕ್ತಿ!

ಇಡೀ ರಾತ್ರಿ ನಿದ್ದೆ ಇಲ್ಲದಿದ್ದರಿಂದ ಬೆಳಗಿನ ಜಾವಕ್ಕೆ ಸ್ವಲ್ಪ ಜೊಂಪು ಬಂದಂತೆ ಆಯಿತು. ಅದು ನಿದ್ದೆಯಲ್ಲ; ಅರೆ ಪ್ರಜ್ಞಾವಸ್ಥೆ. ಸ್ಪಷ್ಟ, ಅಸ್ಪಷ್ಟ ಚಿತ್ರಗಳು ರೀಲ್‌ನಂತೆ ಬಿಚ್ಚಿಕೊಳ್ಳುತ್ತಿತ್ತು.

"ವಿಜಯ..." ಸ್ವರ ಅವಳನ್ನು ಯಾವುದೋ ಲೋಕದಿಂದ ಸೆಳೆದಂತಾಯಿತು. ಮೆಲ್ಲಗೆ ಕಣ್ಣು ಬಿಟ್ಟಳು.

ಕನಕಮ್ಮ ಎದುರು ನಿಂತಿದ್ದರು. ಮುಖದ ಮೇಲೆ ಆತಂಕದ ಗೆರೆಗಳು ಸ್ಪಷ್ಟವಾಗಿದ್ದವು. ಮೆಲ್ಲಗೆ ಎದ್ದು ಕೂತಳು. ದೇಹ ಅಸಾಧ್ಯ ಭಾರವೆನಿಸಿತು. ಇಷ್ಟು ದಿನ ಹೇಗೆ ಹೊತ್ತೆ? ನೋಟ ಅತ್ತಿತ್ತ ಹರಿಸಿದಳು. ಬಿಸಿಲು ತೆರೆದ ಕಿಟಕಿಯ ಮೂಲಕ ಕೋಣೆಯೊಳಕ್ಕೆ ಪ್ರಸರಿಸಿತು.

"ತುಂಬ ಹೊತ್ತು ಮಲ್ಗಿಬಿಟ್ಟೆ."

"ಏನಾಗಿದ್ಯೇ ವಿಜಯ ನಿಂಗೆ?" ಬೆಚ್ಚಿ ಕತ್ತೆತ್ತಿದಳು. ತಾಯಿಯ ಕಣ್ಣುಗಳಲ್ಲಿ ಸೋಲು ಕಾಣಿಸಿಕೊಂಡಾಗ ಅವಳದೆ ಬಿರಿದಂತಾಯಿತು.

"ಯಾಕಮ್ಮ?" ತುಟಿಯಂಚಿನಲ್ಲಿ ಕಿರುನಗೆ ಬಿರಿಯಿತು.

"ನಂಗೊಂದು ಅರ್ಥವಾಗೋಲ್ಲ!" ಸುಮ್ಮನೆ ನಡೆದುಬಿಟ್ಟರು. ಅವರು ಹೋದತ್ತಲೇ ಅವಳ ನೋಟವರಿಯಿತು.

ಎದ್ದು ಹೋಗಿ ಸ್ನಾನ ಮಾಡಿ ಬಂದಳು. ಬೇಸರದ ಮನಕ್ಕೆ ಕುಮಾರನ ಪತ್ರ ಚೈತನ್ಯ ನೀಡಿತು. ತುಂಬು ಭರವಸೆಯನ್ನಿತ್ತಿದ್ದ. ಆದಷ್ಟು ಬೇಗ ಎಲ್ಲಾ ಏರ್ಪಾಟುಗಳನ್ನು ಮಾಡಿ ಕರೆಸಿಕೊಳ್ಳುವುದಾಗಿ ತಿಳಿಸಿದ್ದ. 'ನಿನ್ನ ಬರುವು ನನಗೆ ಅತ್ಯಂತ ಸಂತೋಷವನ್ನುಂಟುಮಾಡಿದೆ. ನನ್ನ ಕೆಲ್ಸಕ್ಕೆ ನಿನ್ನಿಂದ ಬಹಳ ನೆರವು ಸಿಗಬಹುದೆಂಬ ಆಸೆಯಿಟ್ಟುಕೊಂಡಿದ್ದೇನೆ. ಆದಷ್ಟು ಬೇಗ ಏರ್ಪಾಟು ಮಾಡಿ ಪತ್ರ ಬರೆಯುತ್ತೇನೆ.' ಒತ್ತಿ ಹೇಳಿದ್ದ. ಎರಡು ಸಲ ಓದಿದಳು. ಒಂದೇ ಒಂದು ಪ್ರಶ್ನೆಯಾದರೂ ಇಲ್ಲ. ಅದು ಅವನ ಸಹಜ ಸ್ವಭಾವ.

ಆದರೆ ರಾವ್ ತಮಗೇ ಪ್ರತ್ಯೇಕವಾಗಿ ಬರೆದಿದ್ದ ಪತ್ರವನ್ನಿಡಿದು ಹಾರಾಡಿಬಿಟ್ಟರು.

"ಅಂತೂ ಅವ್ನ ಸ್ವಭಾವ ಬದ್ಲಾಗ್ಲಿಲ್ಲ! ಇಂಥ ಜನ ಕೂಡ ಪ್ರಪಂಚದಲ್ಲಿದ್ದಾರಲ್ಲ!" ಸ್ವರವೇರಿಸಿದ್ದರು.

ಕನಕಮ್ಮನಿಗೆ ತಲೆಬುಡ ಅರ್ಥವಾಗಲಿಲ್ಲ. ರಾವ್ ಆವೇಶ, ಆರ್ಭಟ ಅಪರೂಪ. ಜೀವನದ ಜೊತೆ ರಾಜಿಯಾಗಿಬಿಡುವುದು ಅವರ ಸ್ವಭಾವಕ್ಕೆ ಕರಗತವಾದದ್ದು.

'ಕುಮಾರ್ ಪತ್ರನಾ? ಏನಂತ ಬರ್ದಿದ್ದಾನೆ?' ನಿಧಾನವಾಗಿ ಕನಕಮ್ಮ ಕೇಳಿದಾಗ, ರಾವ್ ಸುಮ್ಮನಾದರು, ಮುಖ ಕೆಂಪಾಗಿತ್ತು. ತುಟಿಗಳು ನಡುಗುತ್ತಿದ್ದವು.

ಕನಕಮ್ಮ ತಾವೇ ಪತ್ರ ಓದಿಕೊಂಡರು. ಗೋಣಗಾಡಿ ಅತ್ತು ಕರೆದು ರಂಪ ಮಾಡಲು ಹೋಗಲಿಲ್ಲ.

"ಅವರಿಷ್ಟ... ಬಿಡಿ" ಎಂದಾಗ ರಾವ್ ಕಣ್ಣರಳಿಸಿದರು. ಅಚ್ಚರಿ ಮಿನುಗಿತು. "ಬೋರ್ಡಿಂಗ್‌ನಲ್ಲೇ ಬಿಟ್ಟು ಓದ್ಸಿಕೊಳ್ಳಿ. ಇಷ್ಟಕ್ಕೂ... ಸುಮ್ನೇ ತಲೆ ಕೆಡ್ಸಿಕೊಳ್ಳೋದ್ರಿಂದ ಯಾವ ಪ್ರಯೋಜನ!" ತಣ್ಣನೆಯ ಸ್ವರದಲ್ಲಿ ನುಡಿದರು.

ರಾವ್ ಮೌನವಹಿಸಿದರು. ಮಿದುಳಿನಲ್ಲಿದ್ದ ಆಸೆ ಸತ್ತಿತ್ತು. ನಿರ್ಲಿಪ್ತರಾದರು. ಈಗ ಎಲ್ಲಾ ವಿಷಯಗಳು ಹಿಂದೆ ಸರಿದರೂ ವಿಜಯಳ ಸಮಸ್ಯೆ ಬೃಹದಾಕಾರವಾಗಿ ಬೆಳೆದು ನಿಂತಿತು.

"ಕುಮಾರ್ ಪತ್ರ ಬರ್ದಿದ್ದಾನೆ. ನನ್ನ ಅಲ್ಲೇ ಕರಸ್ಕೋತಾನಂತೆ!" ಎಂದಾಗ ಸ್ವಲ್ಪ ಜೋರಾಗಿಯೇ. ನಕ್ಕುಬಿಟ್ಟರು. "ನಿನ್ನಿಷ್ಟ..." ಎದ್ದುಹೋದರು. ಈಗ ಅವಳ ಬಳಿಯಲ್ಲೂ ಹೆಚ್ಚು ಮಾತಾಡುತ್ತಿರಲಿಲ್ಲ.

ಮನೆಯ ನೀರವತೆ ಅವಳನ್ನು ಹೊರಗೆ ದಬ್ಬುತ್ತಿತ್ತು. ಸಿಡಿಯುವ ಮಿದುಳನ್ನು ಸಮಾಧಾನಿಸುವುದು ಅವಳಿಂದಾಗಲಿಲ್ಲ. ಮಧ್ಯ ರಾತ್ರಿಯಲ್ಲಿ ಫೋನ್ ಕಿರಿಚಿತು. ತಾನೇ ಹೋಗಿ ಎತ್ತಿಕೊಂಡಳು. "ಹಲೋ..." ರಾಜೀವನ ತಣ್ಣನೆಯ ಸ್ವರಕ್ಕೆ ಬೆಚ್ಚಿದಳು. "ವಿಜಯಾ..." ಎಂದಾಗ "ನೋಡು ವಿಜಯ, ನನ್ನ ಬಲವಂತವೇನು ಇಲ್ಲ. ಮಧು ಬಿದ್ದು ಪೆಟ್ಟು ಮಾಡ್ಕೋಂಡಿದ್ದಾನೆ. ನೀನೂ ಇಷ್ಟಪಟ್ರೆ... ಬಂದ್ನೋಡ್ಬೋದು!" ಫೋನ್ ಇಟ್ಟೇಬಿಟ್ಟ. ವಿಜಯಳ ಎದೆ ನಗಾರಿಯಾಯಿತು. ಮುಖ, ಮೈ ಬೆವರಿನಿಂದ ತೊಯ್ದು ಹೋಯಿತು. ನಿಂತಲ್ಲಿಯೇ ನಡುಗಿದರು.

"ಪಪ್ಪ, ಮಧು ಬಿದ್ದು ಪೆಟ್ಟು ಮಾಡ್ಕೊಂಡಿದ್ದಾನಂತೆ." ರಾವ್ ಮುಂದೆ ಉಸುರಿದಳು. "ಹೌದಾ! ಏನ್ಮಾಡೋಕಾಗುತ್ತೆ! ಹಣವಂತ ಅಪ್ಪನಿದ್ದಾನೆ. ಸಾಕಷ್ಟು ಮಂದಿ ಡಾಕ್ಟ್ರುಗಳು ಸಿಕ್ತಾರೆ!" ನಿರ್ಲಿಪ್ತರಂತೆ ನುಡಿದಾಗ ವಿಜಯಳ ಮುಖ ಚಿಕ್ಕದಾಯಿತು. ಏನಾದರೂ ಹೇಳುವ ಮುನ್ನ "ಹೋಗಿ ಮಲಕ್ಕೋ; ನೀನ್ಯಾಕೆ ತಲೆ ಕೆಡ್ಸಿಕೊಳ್ತಿ! ಹೇಗೂ ನಿನ್ನ ನಿರ್ಧಾರ ಅಚಲ. ಅಮೇರಿಕಾಗೆ ಹೊರಟು ನಿಂತಿದ್ದೀಯಾ. ಮತ್ಯಾಕೆ... ಆ ವ್ಯಾಮೋಹ!"

ರಾವ್ ಹೆಜ್ಜೆಗಳು ಸರಿದು ಹೋದವು. ಬಲವಂತದಿಂದ ಕಹಿಯನ್ನು ನುಂಗಿದರು. ಎದೆ ಭಾರವಾಯಿತು. ಮಧು, ಮಾನಸರ ಚಿತ್ರ ಎದುರು ಬಂದು ನಿಂತಂತಾಯಿತು. ಮನ ಕೇಕೆಹಾಕಿ ನಕ್ಕಿತು. ಬಂಧನದ ಒಂದೊಂದು ಕೊಂಡಿಗಳು ನಿಧಾನವಾಗಿ ಕಳಚಿಕೊಂಡು ಬೀಳಲಾರಂಭಿಸಿತು. ವ್ಯವಸ್ಥೆಗೆ ತುಕ್ಕು ಹಿಡಿಯಲು ಷುರುವಾಗಿದೆ. ಎಲ್ಲಿಗೆ ಮುಟ್ಟುವುದೋ? ಮನ ಮುದುರಿತು. ಸಂವೇದನೆ ಇಲ್ಲದ ಅರ್ಥಹೀನ ಬದುಕು.

ವಿಜಯ ಕರುಳಿನ ಇರಿತ ಸಹಿಸದಾದಳು. ನಿಮಿಷ ನಿಮಿಷಗಳು ಅವಳ ಪಾಲಿಗೆ ವರ್ಷಗಳಾದವು. ಬೆಳಕು ಹರಿಯುವ ಮುನ್ನವೇ ಸ್ನಾನ ಮಾಡಿ ರೆಡಿಯಾದಳು. 'ಮಧು'ಗಾಗಿ ಅವಳ ಕರುಳು ಬಾಧಿಸುತ್ತಿತ್ತು.

"ಪಪ್ಪ..." ಕೋಣೆಯ ಬಾಗಿಲಲ್ಲಿ ನಿಂತು ಕೂಗಿದಳು. ಎಚ್ಚೆತ್ತೇ ಇದ್ದ ರಾವ್ ಎದ್ದುಬಂದರು "ನಾನು ಹೊರಡ್ತೀನಿ. ಯಾವುದಕ್ಕೂ ಫೋನ್ ಮಾಡ್ತೀನಿ." ಹೊರಟೇಬಿಟ್ಟಳು. ಮೊದಲು ಗಾಬರಿಯಾದರೂ ಆ ಮೇಲೆ ಚೇತರಿಸಿಕೊಂಡರು. ಮನವನ್ನು ಕಲ್ಲು ಮಾಡಿಕೊಂಡರು.

ಬಸ್ಸಿಳಿದು ಆಟೋ ಮಾಡಿಕೊಂಡು, ಮನೆಯ ಬಳಿ ಬಂದಳು. ವರಾಂಡದಲ್ಲಿ ಕೂತ ರಾಜೀವ್ ಮುಖವೆತ್ತಿದ. ಕಣ್ಣುಗಳು ಕಿರಿದಾದವು. 'ಇವಳು ನನ್ನ ವಿಜಯನಾ?' ಯೋಚಿಸಿದ. ಕೆಲವೇ ದಿನಗಳಲ್ಲಿ ಎಷ್ಟೊಂದು ಬದಲಾವಣೆ. ಬಂದವಳೇ ಕೋಣೆಗೆ ನುಗ್ಗಿದಳು. ಮಧು ಹಾಸಿಗೆಯ ಮೇಲೆ ಕಣ್ಮುಚ್ಚಿ ಮಲಗಿದ್ದ. ಹಣೆಯಿಂದ ಸ್ವಲ್ಪ ಮೇಲಕ್ಕೆ ಬ್ಯಾಂಡೇಜ್ ಕಟ್ಟಲಾಗಿತ್ತು. ಅವಳ ಗಂಟಲು ಕಟ್ಟಿತು.

ಮುಖದ ಬಳಿ ಬಗ್ಗಿ "ಮಧು..." ಎಂದಳು. ಸ್ವರದಲ್ಲಿ ಅಪಾರವಾದ ತಾಯಿಯ ಮಮತೆಯ ಅಂತಃಕರಣ ಮಿಡಿಯುತ್ತಿತ್ತು. ಮೆಲ್ಲಗೆ ಕಣ್ತೆರೆದ. "ಮಮ್ಮಿ..." ಎರಡು ಕೈ ಚಾಚಿ ಅವಳ ಕೊರಳನ್ನು ತಬ್ಬಿದ.

'ನೀನೂ ತಾತನ ಮನೆಗೆ ಹೋಗ್ಬಾರ್ದು!" ಎಂದಾಗ ತುಟಿ ಕಚ್ಚಿಕೊಂಡಳು. "ನೋವು... ಇದ್ಯಾ?" ಹಣೆ ಪಟ್ಟಿಯ ಮೇಲೆ ಕೈಯಾಡಿಸಿದಳು. 'ಅಬ್ಬ...' ಎಂದು ನರಳಿದ.

ಕೂತಲ್ಲಿಯೇ ರಾಜೀವ್ ಸಮಾಧಾನದ ಉಸಿರನ್ನು ಚೆಲ್ಲಿದ. ಬೆಂದ ಮನ ಒಂದು ನಿರ್ಧಾರಕ್ಕೆ ಬಂದಿತ್ತು. ಮಕ್ಕಳನ್ನು ತನ್ನೊಂದಿಗೆ ಇರಿಸಿಕೊಳ್ಳಬೇಕು. ಮೊದಲು ಕಷ್ಟವಾಗಬಹುದು. ಆಮೇಲೆ ಒಗ್ಗಿಕೊಳ್ಳುತ್ತಾರೆ ಪರಿಸ್ಥಿತಿಗೆ.

"ಡ್ಯಾಡಿ...." ಮಾನಸಳ ಸ್ವರ ಕೇಳಿದಾಗ ಸಿಡಿಯುತ್ತಿದ್ದ. ಮೈ ಮೇಲೆ ಮಂಜಿನ ಸಿಂಪರಣೆಯಾಯಿತು. "ಮಮ್ಮಿ... ಬಂದಿದ್ದಾರೆ, ನೋಡ್ಹೋಗು...." ರಾಜೀವ್ ತಣ್ಣನೆಯ ಧ್ವನಿಯಲ್ಲಿ ಹೇಳಿದ.

ಮಾನಸ ಬಂದವಳೇ ಗೊಂಬೆಯಂತೆ ನಿಂತಳು. ಸೊರಗಿದ್ದಳು. ಅವಳ ಕಣ್ಣುಗಳು ಕಿರಿದಾದವು. ನೋವುಂಡ ದುಂಬಿಗಳಂತೆ ಕಂಡವು. ಪುಟ್ಟ ಮಾನಸ ಎತ್ತರಕ್ಕೆ ಬೆಳೆದಂತೆ ಕಂಡಳು.

"ಬಾ..." ಕೈಯೆತ್ತಿದಳು. ಮಾನಸ ಒಂದು ಹೆಜ್ಜೆ ಮುಂದಿಡಲಿಲ್ಲ. ಗೊಂಬೆಯಂತೆ ನಿಂತಿದ್ದಳು. ತಟ್ಟನೇ ಹಿಂತಿರುಗಿಬಿಟ್ಟಳು. ವಿಜಯಳ ಹುಬ್ಬೇರಿತು.

"ಮಮ್ಮಿನ... ಮಾತಾಡಿಸ್ಲಿಲ್ವಾ?" ಬಿಕ್ಕುವ ಸದ್ದು ಕೇಳಿಸಿತು. ರಾಜೀವನ ಸಮಾಧಾನದ ನುಡಿಗಳು ಕಿವಿಗೆ ಬಿದ್ದವು. ಕೂತಲ್ಲಿ ಕಲ್ಲಾದಳು.

"ಅಮ್ಮಾವರೇ, ಕಾಫೀ" ಅಡಿಗೆಯವನು ತಂದಿಟ್ಟಾಗ ಅದರತ್ತಲೇ ನೋಡಿದಳು. ಪರಕೀಯತೇ ಕುಟುಕಿ ನೋಯಿಸಿತು. ಲೋಟದ ಬಳಿ ಹೋಗಲು ಕೈ ಮುಂದಾಗಲಿಲ್ಲ.

"ತಗೋ ವಿಜಯ ಕಾಫೀ" ಸ್ವರ ಬಂದತ್ತ ನೋಡಿದಳು. ರಾಜೀವ್ ನಿಂತಿದ್ದ. ಗಂಭೀರವಾಗಿದ್ದ. ಮೊದಲಿನ ತುಂಟತನವಿಲ್ಲ ಕಣ್ಣುಗಳಲ್ಲಿ.

"ರಾತ್ರಿನೇ ತಿಳಿಸಿದ್ರೆ....ನಾನೇ ಬರ್ತಾ ಇದ್ದೆ." ನೋಟವನ್ನು ಬೇರೆಲ್ಲಿಯೋ ನೆಟ್ಟು ಅರ್ಥಗರ್ಭಿತವಾಗಿ ಹೇಳಿದ.

"ಏನೂ ತೊಂದರೆ ಆಗ್ಲಿಲ್ಲ !" ಮೇಲೆದ್ದಳು.

ಹೊರಗಡೆ ಬಂದಳು. ಮಾನಸ ಪುಸ್ತಕ ಜೋಡಿಸಿಡುತ್ತಿದ್ದಳು. ಕಣ್ಣುಗಳು ಕಿರಿದಾದವು.

"ಮಾನಸ..." ಮುಖ ಮೇಲೆತ್ತಿದಳು. ಕಣ್ಣುಗಳಲ್ಲಿ ವಿಚಿತ್ರ ತುಮುಲ ಕಂಡಾಗ ಬೆಚ್ಚಿದಳು. "ನನ್ಮೇಲೆ... ಕೋಪಾನ?" ಪ್ರೀತಿಯ ಮುಂದೆ ಸ್ವಾಭಿಮಾನ ಸತ್ತಿತು.

ಮಾನಸಳ ಕಣ್ಣಂಚಿನಲ್ಲಿ ಜಿನುಗಿದ ಕಂಬನಿ ಕೆನ್ನೆಗಳ ಮೇಲೆ ಜಾರಿತು. ಮುಂಗೈನಿಂದ ತೊಡೆದುಕೊಂಡಳು. ತುಟಿ ಎರಡು ಮಾಡದೇ ಪುಸ್ತಕಗಳನ್ನು ಜೋಡಿಸಿಟ್ಟುಕೊಂಡು ಎದ್ದುಹೋದಳು. ವಿಜಯಳ ಎದೆಗೆ ಗುದ್ದಿದಂತಾಯಿತು. ಇವಳು ನನ್ನ ಮಾನಸನಾ? ಅವಳ ನಿರಾಶೆ, ಈ ಬದಲಾವಣೆಗೆ ಕಾರಣವಿರಬಹುದೇ?

"ತಿಂಡಿ ಬೇಡಾ" ಒಂದೇ ಉಸುರಿಗೇ ಹೇಳಿ ಹೊರ ಹೋದಳು. ಅವಳು ಹೋದತ್ತಲೇ ನೋಡಿದಳು. ನಿಬ್ಬೆರಗಾದಳು. ಕಲ್ಪಿಸಿಕೊಳ್ಳದ, ಕನಸ್ಸಿನಲ್ಲೂ ಕಾಣದ ಬದಲಾವಣೆ !

ರಾತ್ರಿಯವರೆಗೂ ಮಾನಸ ಅವಳತ್ತ ಸುಳಿಯಲಿಲ್ಲ. ಮಧು ಬಳಿಕೂತೇ ವಿಜಯ ವೇಳೆ ಕಳೆದಳು. ಕತ್ತಲು ಹರಡಿಕೊಂಡ ಮೇಲೆ ಹೊರಬಂದಳು. ರಾಜೀವ್ ಲಾನ್ ಮೇಲೆ ಹಾಕಿದ್ದ ಬೆತ್ತದ ಛೇರ್ ಮೇಲೆ ಕೈಕಟ್ಟಿ ಮುಖ ಮೇಲೆತ್ತಿ ಕೂತಿದ್ದ. ಹೆಜ್ಜೆಗಳು ಅತ್ತ ಸರಿದವು. ಎಚ್ಚೆತ್ತ ರಾಜೀವ್ ಕಾಲುಗಳನ್ನು ಹಿಂದಕ್ಕೆಳೆದುಕೊಂಡು ಸರಿಯಾಗಿ ಕೂತ.

"ಕೂತ್ಕೋ... ವಿಜಯ; ಅತ್ತೆ ಮಾವ ಹೇಗಿದ್ದಾರೆ?" ಸಹಜವಾಗಿ ಪ್ರಶ್ನಿಸಿದ. ಸ್ವರದಲ್ಲಿ ಯಾವ ಸ್ಪಂದನವೂ ಇರಲಿಲ್ಲ.

ಕೂತವಳು ನಿಧಾನವಾಗಿ ತಲೆ ಮೇಲೆತ್ತಿ "ಚೆನ್ನಾಗಿದ್ದಾರೆ. ಮಧು ಹೇಗೆ ಪೆಟ್ಟು ಮಾಡ್ಕೊಂಡ? ಗಾಯ ತುಂಬ ಆಳವಾಗಿದ್ಯ?" ಎಂದು ಕೇಳಿದಳು.

"ಶಾಲೆ ಬಸ್ಸಿನಿಂದ ಇಳಿಯುವಾಗ ಬಿದ್ದನಂತೆ. ಆರು ಸೂಚರ್ ಹಾಕಿದ್ದಾರೆ. ನಾನು ತೊಂದರೆ ಕೊಟ್ಟೇಂತ ಕಾಣುತ್ತೆ, ಎಕ್ಸ್‌ಕ್ಯೂಜ್ ಮಿ..." ಹೃದಯಕ್ಕೆ ಭಾರಿ ಪೆಟ್ಟು ಬಿದ್ದಂತಾಯಿತು. ವಿಲಿವಿಲಿ ಒದ್ದಾಡಿದಳು. "ಕುಮಾರ್‌ನಿಂದ ಪತ್ರ ಬಂದಿತ್ತಾ? ಏನು ಬರೆದಿದ್ದಾ?" ಮೆಲ್ಲಗೆ ವಿಜಯ ತಲೆಯೆತ್ತಿದ್ದಳು. ರಾಜೀವನ ನೋಟ ನೇರವಾಗಿತ್ತು. ತೀಕ್ಷ್ಣತೆಯ ಕಾವಿರಲಿಲ್ಲ. ತಣ್ಣನೆಯ ಮಂಜಿನ ಸ್ಪರ್ಶವಿತ್ತು. "ಬರೆದಿದ್ದ." ಕೆಮ್ಮಿದಳು. ರಾಜೀವ್ ಸ್ವಲ್ಪ ಮುಂದಕ್ಕೆ ಬಾಗಿದ. ಅವನ ಕಿವಿಗಳು ಚುರುಕಾದವು. "ಆದಷ್ಟು ಬೇಗ ಏರ್ಪಾಟು ಮಾಡ್ತಾನಂತೆ" ಎಂದಾಗ ದೀರ್ಘವಾಗಿ ನೋಡುತ್ತ "ವಿಷ್ ಯು ಬೆಸ್ಟ್ ಆಫ್ ಲಕ್" ಎಂದ.

"ಡ್ಯಾಡಿ..." ಮಾನಸ ಓಡಿಬಂದು ಅವನ ಕತ್ತಿಗೆ ಜೋತುಬಿದ್ದಳು. ಅಸೂಯೆಯಿಂದ ವಿಜಯಳ ಮನ ಚೀರಾಡಿತು. ಇಂತಹ ಸಂದರ್ಭಗಳಲ್ಲಿ ಹಿಂದೆ ಅವಳ ಕಣ್ಣುಗಳು ಅರಳುತ್ತಿದ್ದವು. ಈಗ...?

ಪರಕೀಯತೆ ಹಿಂಸಿಸಿತು. ಮಾನಸಳತ್ತ ನೋಡಿದಳು. ಕಿರುಗಣ್ಣಿಂದ ಇವಳತ್ತ ನೋಡುತ್ತಿದ್ದಳು.

ರಾಜೀವ್ ಅವಳ ಭುಜ ಸವರಿ "ಮಧು ಎದ್ದಿದ್ದಾನೇನೋ ನೋಡ್ಕೊಂಡ್ಬಾ"... ಎಂದು ಹೇಳಿ ಕಳಿಸಿದ.

ವಿಜಯಳ ಬಳಿ ಏಕಾಂತದಲ್ಲಿ ಆಡಬೇಕಾದ ಕೆಲವು ಮಾತುಗಳಿದ್ದವು. ಅನಿರೀಕ್ಷಿತವಾಗಿ ಸಂದರ್ಭ ಒದಗಿಬಂದಿತ್ತು. ಮತ್ತೆಂದೋ ಹೇಳುವುದು ಕಷ್ಟ.

"ವಿಜಯ, ನಿನ್ನ ದೃಢ ನಿರ್ಧಾರಕ್ಕೆ ಅಭಿವಂದನೆಗಳು..." ಸ್ವರ ನಡುಗಿತು. ತಲೆಯೆತ್ತಿದಳು. ರಾಜೀವ್‌ನ ಕತ್ತಿನ ನರಗಳು ಉಬ್ಬಿದವು "ಹುಡುಗ್ರು ಇಲ್ಲೇ ಇರಲಿ..." ಅವಳೆದೆಗೆ ಭರ್ಜಿ ಇರಿದಂತಾಯಿತು. ಹೆತ್ತು ಹೊತ್ತು ಪ್ರೀತಿಯಿಂದ ಬೆಳೆಸಿದ್ದಳು. ಕರುಳಿನಲ್ಲಿ ವಿಚಿತ್ರವಾದ ಸಂಕಟ. ಉಸಿರಾಡುವುದೇ ಕಷ್ಟವೆನಿಸಿತು. ಕಣ್ಣು ಗುಡ್ಡೆಗಳು ಕಂಬನಿಯ ಸರೋವರದಲ್ಲಿ ತೇಲಿತು.

"ಹೆತ್ತ ಕರುಳಿನ ಸಂಕ್ಟ ನಂಗೆ ಅರ್ಥವಾಗುತ್ತೆ. ದಯವಿಟ್ಟು... ದೊಡ್ಡ ಮನಸ್ಸು ಮಾಡಿ ಕ್ಷಮ್ಸಿಬಿಡು."

ವಿಜಯ ಮೌನವಾಗಿ ಕೂತಳು. ತುಟಿಗಳು ಬಿಗಿದುಕೊಂಡಿದ್ದವು. ಖಂಡಿತ ಇದನ್ನು ಒಪ್ಪಲೂ ಅವಳ ಮನ ಸಿದ್ಧವಿಲ್ಲ. ಅದನ್ನು ಬಾಯಿ ಬಿಟ್ಟು ಆಡಲಾರದಷ್ಟೂ ಎದೆ ಭಾರವಾಗಿತ್ತು.

"ಏನಾದ್ರೂ... ಮಾತಾಡು, ವಿಜಯ ಸುಮ್ನೇ ಕೂತರೆ ಬೇಸರ. ನಮ್ಮಿಬ್ಬರ ಬಂಧನನ ಸುಲಭವಾಗಿ ಬಿಡಿಸ್ಕೊಳ್ಳೋಕೆ ಸಿದ್ಧವಾಗಿದ್ದಿ. ಆದರೇನು, ಸ್ನೇಹಿತರಂತೆ ಮುಂದುವರ್ಯೋಕೆ ಅಭ್ಯಂತರವೇ!"

ಅವಳು ಮುಖ ಕಿವುಚಿದಳು. ಬಾಯಿ ಬಿಟ್ಟು ಏನಾದರೂ ಹೇಳಬೇಕೆಂದು ಎಷ್ಟೋ ಪ್ರಯತ್ನಪಟ್ಟಳು; ಸ್ವರ ಹೊರಡಲಿಲ್ಲ.

"ಸ್ವರವೆತ್ತಿದ್ದರೇ, ತುಟಿಗಳು ಬಿಚ್ಚಿದರೇ ತಾನಾಗಿ ಮಾತಿನ ಪ್ರವಾಹ ಹೊರಡುತ್ತೆ. ಮನ ಕೂಡ ಹಗುರವಾಗುತ್ತೆ!" ಮುಖ ಮೇಲೆತ್ತಿ ನಿಟ್ಟುಸಿರನ್ನು ಹೊರದಬ್ಬಿದ.

"ಡ್ಯಾಡಿ, ಮಧು ಕರೆಯುತ್ತೆ." ಮಾನಸ ಸ್ವರವೆತ್ತಿ ಕೂಗಿದಾಗ ಅತ್ತ ನಡೆದ. ಅನ್ಯಮನಸ್ಕಳಾಗಿ ಕೂತಳು.

ತಪ್ಪು ರಾಜೀವನದಾಗಿದ್ದರೂ ಶಿಕ್ಷೆ ಭಾರ ಪೂರ್ಣವಾಗಿ ಇವಳ ಮೇಲೆ ಬಿದ್ದಂತಾಗಿತ್ತು. ಮಧು, ಮಾನಸ ಅವನಿಗೆ ಪೂರ್ತಿಯಾಗಿ ಅಂಟಿಕೊಂಡಿದ್ದರು. ಅವನೆದೆಯ ಪ್ರೀತಿಯ ಬಟ್ಟಲು ಅವರಿಗಾಗಿ ತುಡಿಯುತ್ತಿತ್ತು.

ಬಹಳ ಹೊತ್ತಿನ ಮೇಲೆ ಎದ್ದು ಬಂದಳು. ಕೊಂಡಿಗಳು ಒಂದೊಂದೇ ಕಳಚಿಕೊಳ್ಳುವ ಅನುಭವವಾಯಿತು.

"ಮಮ್ಮಿ..." ನಿಂತಲ್ಲಿಯೇ ತಲೆ ತಿರುಗಿಸಿದಳು. ಮಧು ಆಸೆಯ ಕಣ್ಣುಗಳು ಮಿಂಚಿದವು ಸಮ್ಮೋಹನಶಕ್ತಿಗೆ ಒಳಗಾದಂತೆ ಹೆಜ್ಜೆಗಳು ಅತ್ತಸರಿದವು.

"ಮಮ್ಮಿ... ಇರ್ತಾರೆ" ರಾಜೀವ್ ಹೊರಗೆ ನಡೆದ.

ಮಧು ತಾಯಿಯ ಕೈಯನ್ನು ತನ್ನ ಹಿಡಿಯಲ್ಲಿ ತೆಗೆದುಕೊಂಡ. ಬೆಂದ ವಿಜಯಳ ಮನಕ್ಕೆ ಚೈತನ್ಯ ತುಂಬಿದಂತಾಯಿತು.

"ಮಮ್ಮಿ, ಎಲ್ಲೂ ಹೋಗ್ಬೇಡ." ಸ್ವರದಲ್ಲಿ ಅಳು ಬೆರೆತ್ತಿತ್ತು. ತಲೆಯನ್ನು ಮೃದುವಾಗಿ ಸವರಿದಳು. ನೂರೆಂಟು ವಿಷಯಗಳನ್ನು ಹೇಳಿದ. ಮಾನಸ ಮಾತ್ರ ಅವಳ ಬಳಿ ಸುಳಿಯಲಿಲ್ಲ. ಚಿಂತಿತಳಾದಳು.

ಬಹಳ ಅವಳಿಗೆ ಅಂಟಿಕೊಂಡು ಬೆಳೆದಿದ್ದಳು. ರಾಜೀವ್ ತನ್ನಿಂದ ಅವಳನ್ನು ಸೆಳೆದುಕೊಳ್ಳುವ ಪ್ರಯತ್ನ ನಡೆಸಿದ್ದಾನೆಯೋ! ಮನ ಒಪ್ಪಲಿಲ್ಲ. ಕಪಟವರಿಯದ ಕಲ್ಮಷರಹಿತ ಹೃದಯ ಅವನದು. ಆದರೆ... ಕಹಿಯಾದ ಉಗುಳನ್ನು ನುಂಗಿದಳು.

"ನೀನೆ.... ಊಟ ಮಾಡ್ಸು" ಮಧು ಗೋಗರೆದ.

ವಿಜಯಳ ತಾಯ್ತನ ತಂಪಾಯಿತು. ತಾನೇ ತಿನ್ನಿಸಿದಳು. ಅವನ ಪಕ್ಕವೇ ಮಲಗಿದಳು. ಹಾಯಾದ ನಿದ್ದೆ ಬಂತು. ಇಂತಹ ಸಮಯದಲ್ಲೂ ರಾಜೀವ್ ಕೆಮ್ಮು ಅವಳನ್ನು ಎಚ್ಚರಿಸಿತು. ಎದೆಯೊಡೆಯುವಂಥ ಕೆಮ್ಮು. ತಟ್ಟನೇ ಎದ್ದಳು. ಮುಖದಲ್ಲಿ ಗಾಬರಿ ಕಾಣಿಸಿಕೊಂಡಿತು.

ಮಂಚವಿಳಿದು ಕೋಣೆಯ ಬಾಗಿಲಿಗೆ ಬಂದಳು. ಒಂದೇ ಸಮನೆ ಕೆಮ್ಮುತ್ತಿದ್ದ. ವರಾಂಡದ ಕತ್ತಲಿನಲ್ಲಿ ಕೂತ ಅವನ ಆಕಾರ ಸ್ಪಷ್ಟವಾಯಿತು. ಸ್ವಿಚ್ ಅದುಮಿ ಬೆಳಕು ಮಾಡಿದಳು.

ಮುಖವೆಲ್ಲ ಕೆಂಪಗಾಗಿತ್ತು. ಮೇಲುಸಿರು ಬಿಡುತ್ತಿದ್ದ. ಅವನ ಕಣ್ಣುಗಳು ಕಿರಿದಾದವು.

"ಯಾಕೆ ಕೆಮ್ಮು?" ಕೆಮ್ಮಿನ ನಡುವೆಯೇ ನಕ್ಕ.

"ಸ್ವಲ್ಪ ಕೋಲ್ಡ್ ಆಗಿತ್ತು. ಕೆಮ್ಮು ಷುರುವಾಯ್ತು. ಈಗ ಪರ್ವಾಗಿಲ್ಲ!" ಮತ್ತೆ ಕೆಮ್ಮಿದ. ಆ ಸದ್ದು ಸುತ್ತಿಗೆಯ ಪೆಟ್ಟಿನಂತೆ ಅವಳ ಹೃದಯದ ಮೇಲೆ ಬಿತ್ತು.

"ಮಲಕ್ಕೋ ಹೋಗು, ವಿಜಯ" ಅವನ ಹಣೆಯ ಮೇಲೆ ಮುತ್ತಿನ ಹನಿಗಳಂತೆ ಸಾಲುಗಟ್ಟಿನಿಂತ ಬೆವರಿನ ಬಿಂದುಗಳನ್ನು ನೋಡಿದಳು. "ಈಗ ಮಾತ್ರೆ ತಗೋತೀನಿ, ಸರ್ಯೋಗುತ್ತೆ" ಎಂದು ಕೋಣೆಗೆ ಹೋಗಿ ಮಾತ್ರೆ ಹಿಡಿದು ಬಂದ. ತಾನೇ ಲೋಟಕ್ಕೆ ನೀರು ಬಗ್ಗಿಸಿಕೊಂಡು ಮಾತ್ರೆ ನುಂಗಿದ.

"ಮಾನಸಗೆ ಎಚ್ಚರವಾಗುತ್ತೇಂತ ಇಲ್ಲಿಗೆ ಬಂದೆ. ನಿನ್ನ ನಿದ್ದೆಗೆ ಡಿಸ್ಟರ್ಬ್ ಆಯ್ತು!" ಮತ್ತೆ ಕೆಮ್ಮಿ ಮುಖ ಉಜ್ಜಿದ. ಕೆಂಪಾಯಿತು.

"ಮಮ್ಮಿ... ಮಮ್ಮಿ..." ಮಾನಸ ನಿದ್ದೆಯಲ್ಲಿಯೇ ನರಳಿದಳು. ರಾಜೀವ್ ನೋವಿನ ನಗೆ ನಕ್ಕ.

ವಿಜಯಳ ಕಾಲುಗಳು ಅತ್ತ ಧಾವಿಸಿದವು. ಬಾಗಿಲಲ್ಲಿ ನಿಂತಳು. ಮುದ್ದು ಬರಿಸುವ ಮುಖ. ಸಮೀಪಕ್ಕೆ ಹೋಗಿ ಕೂತು ಅವಳ ಗಲ್ಲ ಸವರಿದಳು.

ಮಮ್ಮಿ, "ಡ್ಯಾಡಿ.... ಬೇಕೂ..." ಕಣ್ಮುಚ್ಚಿಯೇ ಗೋಗರೆದಳು. ಹತ್ತಾರು ಪ್ರಶ್ನೆಗಳು ಸಾಲಾಗಿ ವಿಜಯಳ ಮುಂದೆ ನಿಂತವು.

"ಮಾನಸ...." ಸ್ವರ ತೀರಾ ಮೃದುವಾಯಿತು. ಮೆಲ್ಲಗೆ ಕಣ್ಣು ಬಿಟ್ಟಳು.

ತಾಯಿಯ ಕುತ್ತಿಗೆಯನ್ನು ಅಪ್ಪಿ ಬಿಕ್ಕಿದಳು. ಕೋಪ ಕಣ್ಣೀರಿನಲ್ಲಿ ಕರಗಿ ಹೋಗಿರಬೇಕು. "ತಾತನ ಊರಿಗೆ ಹೋಗ್ಬೇಡ" ಸ್ವರದಲ್ಲಿದ್ದ ಅಧಿಕಾರದ ಗತ್ತಿಗೆ ಕಣ್ಣರಳಿಸಿದಳು.

"ನಿನ್ನ ಕರ್ಕೊಂಡ್ಹೋಗ್ತೀನಿ..." ಮೆಲುವಾಗಿ ಹೇಳಿದಳು. ಅಷ್ಟು ದೂರ ಸರಿದು "ಬೇಡ, ನಾನು ಬರೋಲ್ಲ." ಮೂತಿ ಉದ್ದವಾಯಿತು ಕೆನ್ನೆಯನ್ನು ಮೃದುವಾಗಿ ತಟ್ಟಿದ ವಿಜಯ "ಈಗ ಮಲಕ್ಕೊ" ಎಂದು ಮಲಗಿಸಿ ಬೆನ್ನ ಮೇಲೆ ತಟ್ಟುತ್ತಾ ಕೂತಳು.

ರಾಜೀವ್ ಸ್ವಲ್ಪ ಹೊತ್ತು ಬಿಟ್ಟು ಬಿಟ್ಟು ಕೆಮ್ಮುತ್ತಿದ್ದ. ಆಮೇಲೆ ಮಲಗಲಿಲ್ಲ. ವಿಜಯ ಮಗಳನ್ನು ತಟ್ಟುತ್ತಲೇ ಕೂತಳು. ಪ್ರೇಮ ಕಣ್ಮುಂದೆ ತೇಲಿದಳು. ಮುಖ ಕಠೋರವಾಯಿತು. ಕೆನ್ನೆ ಬಿಗಿದುಕೊಂಡವು. 'ನೀವು ತುಂಬ ಅದೃಷ್ಟವಂತ್ರು. ಅವರ ಹೃದಯದ ಪ್ರೀತಿಯ ಬಟ್ಟಲಿನಲ್ಲಿ ಒಂದು ಹನಿ ಪಡೆದಿದ್ರೂ ನನ್ನ ಜನ್ಮ ಸಾರ್ಥಕವಾಗ್ತ ಇತ್ತು. ಏನೂ ಸಿಗ್ಲಿಲ್ಲ!' ಅವಳ ಕಣ್ಣಿನ ನಿರಾಶೆ ಮತ್ತೆ ಮತ್ತೆ ಒತ್ತಿ ಹೇಳಿತು.

ಬೆಳಕು ಹರಿದ ಮೇಲೆ ಎದ್ದು ಹೊರಗೆ ಬಂದಳು. ರಾಜೀವ್ ಕೂತು ಸೋಫಾಕ್ಕೆ

ಒರಗಿ ಕಣ್ಮುಚ್ಚಿದ್ದ. ಬಳಲಿಕೆ ಎದ್ದು ಕಾಣುತ್ತಿತ್ತು. ಅವಳ ಹೃದಯ ಕಿತ್ತು ಬಾಯಿಗೆ ಬಂದಂತಾಯಿತು.

ಅವಳ ಕೈ ರಾಜೀವ್‌ನ ಬೆನ್ನ ಮೇಲೆ ಬಿದ್ದಾಗ ತಟ್ಟನೇ ಎಚ್ಚರಗೊಂಡ. "ಓ..." ಅಡಿಯಿಂದ ಮುಡಿಯವರೆಗೂ ಕಣ್ಣರಳಿಸಿ ನೋಡಿದ. "ಒಳ್ಗಡೇ.... ಮಲಕ್ಕೊಳ್ಳಿ." ತಣ್ಣನೆಯ ಸ್ವರ ಎರಚಾಡಿತು. ತಲೆ ತಗ್ಗಿಸಿ ಎದ್ದು ಹೋದ. ಮಲಗಿದ.

ಎರಡು ದಿನದಲ್ಲಿ ಮಧು ಸ್ವಲ್ಪ ಚೇತರಿಸಿಕೊಂಡ. ಸೂಚರ್ ಬಿಚ್ಚಿದರು. ಬ್ಯಾಂಡೇಜ್ ಜಾಗವನ್ನು ಪ್ಲಾಸ್ಟರ್ ಆಕ್ರಮಿಸಿತು. ಆದರೆ ರಾವ್ ಟ್ರಂಕಾಲ್ ಮಾಡಿ ಅವನ ಯೋಗಕ್ಷೇಮ ವಿಚಾರಿಸಿದ್ದು ವಿಜಯಳಿಗೆ ಗೊತ್ತಾಗಲೇ ಇಲ್ಲ.

"ಮಮ್ಮಿ..." ಮಾನಸಳ ಸ್ವರ ಕೇಳಿ ಅವಳತ್ತ ತಿರುಗಿದಳು. ಕಣ್ಣುಗಳು ಕಿರಿದಾದವು. ಕೈಯಲ್ಲಿ ದೊಡ್ಡ ಲಕೋಟೆ ಇತ್ತು. "ಏನದು?" ಹತ್ತಿರಕ್ಕೆ ಹೋದಳು. ಅವಳ ಹೆಸರಿಗೆ ಬಂದಿತ್ತು. ಕುಮಾರ್‌ನಿಂದ ಬಂದ ಪತ್ರದ ಲಕೋಟೆಯನ್ನು ತೆರೆಯದೆ ರಾವ್ ನೇರವಾಗಿ ಇಲ್ಲಿಗೆ ಕಳಿಸಿದ್ದರು.

"ನಾನು ಶಾಲೆಗೆ ಹೋಗ್ತೀನಿ." ಪುಟ್ಟ ಹೆಜ್ಜೆಗಳು ಬಾಗಿಲತ್ತ ಸರಿದವು. ನೋಟ ಆ ಹೆಜ್ಜೆಗಳನ್ನು ಹಿಂಬಾಲಿಸಿತು.

ನಿಧಾನವಾಗಿ ಕೂತು ಒಡೆದಳು. ಪತ್ರದ ಜೊತೆ ಒಂದು ಅಪ್ಲಿಕೇಷಿನ್ ಫಾರಂ ಕೂಡ ಇಟ್ಟಿದ್ದ. ಎದೆ ಭಾರವಾಯಿತು. ನಿರ್ಧಾರ ಬುಡ ಕಡಿದು ಉರುಳಿದ ಮರದಂತಾಯಿತು. ಕೈಯಲ್ಲಿನ ಪತ್ರ ಕೆಳಗೆ ಬಿತ್ತು. ಬಗ್ಗಿ ಎತ್ತಿ ಕೊಳ್ಳಬೇಕೆನಿಸಲಿಲ್ಲ.

ಫೋನ್ ಕಿರಿಚಿತ್ತು. ಅತ್ತ ಹೆಜ್ಜೆ ಹಾಕಿದಳು. ರಾಜೀವ್ ಕೆಮ್ಮುತ್ತ ಒಳಗೆ ಬಂದ.

"ನೋಡಿ...." ಅವನತ್ತ ಹಿಡಿದಳು. ಬೇಸರದಿಂದ ಮುಖ ಗಂಟಾಕಿ ಏನೋ ಒದರಿ ಕೆಳಗಿಟ್ಟುಬಿಟ್ಟ. ಹುಬ್ಬೇರಿಸಿದಳು.

ವಿಜಯ ಬಂದ ದಿನದಿಂದ ಅವನನ್ನು ಗಮನಿಸುತ್ತಿದ್ದಳು. ಆಫೀಸ್‌ಗೆ ಹೋಗು ವಂತೆ ಕಾಣುತ್ತಿರಲಿಲ್ಲ. ಆಗಾಗ ಹೊರಗಡೆ ಹೋಗಿ ಬರುತ್ತಿದ್ದ. ಮಧುವನ್ನು ಕ್ಲಿನಿಕ್‌ಗೆ ಕರೆದೊಯ್ಯತ್ತಿದ್ದ. ಮಿಕ್ಕ ವೇಳೆಯಲ್ಲಿ ಮಲಗಿರುತ್ತಿದ್ದ. ಮಾತು ಪೂರಾ ಕಡಿಮೆಯಾಗಿತ್ತು. ವಿಜಯ ತಾನಾಗಿ ಮಾತಾಡಿಸಿದರೂ ಚುಟುಕಾಗಿ ಉತ್ತರಿಸಿ ಸುಮ್ಮನಾಗುತ್ತಿದ್ದ.

"ಏನಾದ್ರೂ.... ಕುಡೀತೀರಾ?" ಇವಳತ್ತ ತಿರುಗದೆಯೇ ಬೇಡವೆಂದು ಸನ್ನೆ ಮಾಡಿ ಹೋಗಿ ಮಲಗಿಬಿಟ್ಟ. ಅವಳೆದೆಗೆ ಕೊಳ್ಳಿ ಇಟ್ಟಂತಾಯಿತು. ಮುಖ ಮೇಲೆತ್ತಿ ನಿಟ್ಟುಸಿರು ಚೆಲ್ಲಿದಳು.

ಪ್ರೇಮಳ ಛಾಯೆ ಎದುರು ನಿಂತು ಗರ್ವದಿಂದ ಅಣಕಿಸಿದಂತಾಯಿತು. ಹಲ್ಮುಡಿ ಕಚ್ಚಿದಳು. ಕೋಪದಿಂದ ಅವಳ ಮೈ ಉರಿದುಹೋಯಿತು. ನೀನು ಸೋತೆ... ನೀನು ಸೋತೆ... ಜಯ ನನ್ದೇ. ರಾಜೀವ್... ದೂರ... ಬಹುದೂರ... ಬೆವರಿನಿಂದ ಪೂರ್ಣ ವಾಗಿ ತೊಯ್ದುಹೋದಳು.

ಕುಸಿದು ಕೂತಳು. ಗಂಭೀರ ಮುಖದಲ್ಲಿ ಚಿಂತೆಯ ಕಾರ್ಮೋಡಗಳು. ಮನದ ಯೋಚನೆಗಳೆಲ್ಲ ಚಲ್ಲಾಪಿಲ್ಲಿ. ಮಿದುಳಿನಲ್ಲಿ ಭಯಂಕರ ಸಿಡಿತ. ಮಂಕಾಗಿ ಬಹಳ ಹೊತ್ತು ಕೂತುಬಿಟ್ಟಳು.

"ಮಮ್ಮಿ..." ಮಧು ಕೈ ಅವಳ ಬೆನ್ನ ಮೇಲೆ ಬಿತ್ತು. ತಲೆ ತಿರುಗಿಸಿದಳು "ಬಾ... ಊಟ ಮಾಡೋಣ" ತಟಕ್ಕನೇ ಮೇಲೆದ್ದಳು. ಅವಳ ಕೈ ಹಿಡಿದು ಮಧು "ಡ್ಯಾಡಿ ನೀನೂ ಎನಿಮಿಗಳಾ?" ನಡುಗಿದಳು. ಸಿಡಿಲು ಅಪ್ಪಳಿಸಿದಂತಾಯಿತು. ಅವನ ಈ ಸಮಸ್ಯೆಗಾಗಿಯೇ ದೂರ ಹೋಗಲು ನಿಶ್ಚಯಿಸಿದ್ದು.

"ಏನೇನೋ ಹೇಳ್ತಿ! ನಡೀ... ಊಟ ಮಾಡೋಣ." ಬೇಸರದಿಂದ ಮುಖ ಗಂಟಿಕ್ಕಿದಳು. "ಬೇಡ..." ತಂದೆಯ ಕೋಣೆಯತ್ತ ಓಡಿದ. ವಿಜಯ ನಿಂತಲ್ಲಿ ಶಿಲೆಯಾದಳು. ಇಡೀ ವ್ಯವಸ್ಥೆ ಶಿಥಿಲವಾಗುವ ಮಟ್ಟಕ್ಕೆ ಹೋಗಿತ್ತು.

ರಾಜೀವ್ ಮಗನೊಂದಿಗೆ ಹೊರಗೆ ಬಂದ. ನೋಟಕ್ಕೆ ನೋಟ ಬೆರೆತಾಗ ಅಲ್ಲಿದ್ದಿದ್ದು ಒಂದು ತರಹ ಸಂಕೋಚ.

"ವಿಜಯ... ಊಟ ಮಾಡೋಣ ನಡೀ." ಸ್ವರ ತಣ್ಣಗೇ ಮಂಜಿನಂತೆ ಕೊರೆಯುತ್ತಿತ್ತು. ಬೆಚ್ಚಿದಳು.

ರಾಜೀವ್ ಸ್ವಲ್ಪ ತಿಳಿಸಾರು, ಅನ್ನ ತಿಂದು ಎದ್ದು ಹೋದ. ಆದರೆ ಮಧುವಿನೊಂದಿಗೆ ತಮಾಷೆಯಾಗಿ ಮಾತಾಡಿದ. ತಾನೂ ಬಾಯಿ ತುಂಬ ನಕ್ಕ. ಇವೆಲ್ಲ ಶುದ್ಧ ನಟನೆಯೆನಿಸಿತು ವಿಜಯಳಿಗೆ.

ನಾಲ್ಕು ದಿನಗಳಲ್ಲಿ ಮಧು ಸ್ವಲ್ಪ ಚೇತರಿಸಿಕೊಂಡ. ಮಾನಸಳ ಜೊತೆ ಶಾಲೆಗೆ ಹೋಗತೊಡಗಿದ. ರಾಜೀವ್ ಆಫೀಸಿನ ವೇಳೆಗೆ ಹೋದವನು ಮಧ್ಯಾಹ್ನ ಹಿಂತಿರುಗಿದ. ಕಣ್ಣುಗಳಲ್ಲಿ ಭರವಸೆ ಇಣಕಿದಂತೆ ಕಾಣಿಸಿತು.

"ವಿಜಯ, ಸ್ವಲ್ಪ ಬಾ...." ಸ್ವರದಲ್ಲಿ ಚೇತರಿಕೆ ಕಂಡುಬಂದಿತು.

ವಿಜಯ ನಿಧಾನವಾಗಿ ಹಿಂಬಾಲಿಸಿದಳು. ರಾಜೀವ್ ಕಿಟಕಿಯ ಬಳಿನಿಂತು ಹೊರಗೆ ನೋಡುತ್ತಿದ್ದ. ತಟ್ಟನೇ ತಿರುಗಿದ. ವಿಜಯ ನಿಂತಿದ್ದಳು. ಅವನ ಮುಖದ ಮೇಲೆ ಮಾರ್ದವತೆ ಹರಡಿಕೊಂಡಿತು.

"ಕುಮಾರ್‌ಗೆ ಪತ್ರ ಬರೆದ್ಯಾ?" ಎಂದು ಮೆಲುಗಾಗಿ ಕೇಳಿದ. ಪತ್ರವೇನೋ ಬರೆದಿಟ್ಟಿದ್ದಳು. ಆದರೆ ಫೋಸ್ಟ್‌ಗೆ ಕಳುಹಿಸಿರಲಿಲ್ಲ. ಕನಿಷ್ಠ ಪಕ್ಷ ಐದು ವರ್ಷಗಳು ಆ ಕಂಪನಿಯಲ್ಲಿ ದುಡಿಯುತ್ತೀನಿ ಎನ್ನುವ ಪ್ರಮಾಣ ಪತ್ರ ಕಳುಹಿಸಬೇಕಾಗಿತ್ತು. ಮನ ಹಿಂದೆಗೆಯುತಿತ್ತು. ಎಲ್ಲಕ್ಕಿಂತ ಕುಮಾರ್ ಹುಡುಗರನ್ನು ಅಲ್ಲೇ ಬಿಟ್ಟು ಬರಲು ಸೂಚಿಸಿದ್ದ.

"ಇಲ್ಲ.." ಸ್ವರ ಕಂಪಿಸಿತು.

"ನೀನೂ ಒಪ್ಪಿಕೊಂಡ್ರೆ..." ಸ್ವಲ್ಪ ನಿಧಾನಿಸಿದ. "ಉತ್ತರ ಪ್ರದೇಶದಲ್ಲಿ ನಮ್ಮ ಆಫೀಸ್‌ನ ಸೋದರ ಬ್ರಾಂಚ್‌ನ ಓಪನ್ ಮಾಡಲು ಡೈರೆಕ್ಟರ್‌ಗಳು ತೀರ್ಮಾನ ಮಾಡಿದ್ದಾರೆ. ಅಲ್ಲಿಗೆ ಈಗ ಒಬ್ಬ ನುರಿತ ಪ್ರಾಮಾಣಿಕ ಅಧಿಕಾರಿಯ ಅವಶ್ಯಕತೆ ಇದೆ. ನಾನು ಹೋಗ್ಬೇಕೂಂತ ತೀರ್ಮಾನಿಸಿದ್ದೀನಿ."

ವಿಜಯಳ ತಲೆಯಲ್ಲಿ ದೊಡ್ಡ ಆಸ್ಫೋಟನೆ. ನಾಲಿಗೆ, ತುಟಿ, ಗಂಟಲು ಎಲ್ಲಾ ಒಣಗಿಹೋಯಿತು. ಯಾಕೆ? ಪ್ರಶ್ನೆಗೆ ಅವಳಲ್ಲಿ ಉತ್ತರವಿಲ್ಲ.

"ಮಕ್ಳ ಭವಿಷ್ಯದ ಬಗೆಗೆ ಯೋಚಿಸ್ಬೇಕಾಗಿದೆ. ಸದ್ಯಕ್ಕೆ ನಾನು ಅಲ್ಲಿಗೆ ಹೋಗೋದ್ರಿಂದ ಸಮಸ್ಯೆ ಸರಳವಾಗಿ ಪರಿಹಾರವಾಗುತ್ತೆ. ನಾನು ತಪ್ಪು ಮಾಡಿರಬೋದು. ಆದರೆ ಮಕ್ಳು ನಿರಪರಾಧಿಗಳು. ಅವುಗಳ ನ್ಯಾಯವಾದ ಹಕ್ಕುಗಳನ್ನು ಕಸಿದುಕೊಳ್ಳಲು ನಿನಗೂ ಅಧಿಕಾರವಿಲ್ಲ. ಮಧು, ಮಾನಸರ ತಾಯಿಯಾಗಿ ನೀನು ಇಲ್ಲೇ ಉಳಿಯಬೇಕು." ನಿರ್ಧಾರ ಅಚಲವಾಗಿತ್ತು.

ವಿಜಯಳ ತಲೆ ಸುತ್ತಿತು. ಕುರ್ಚಿ ಹಿಡಿಯನ್ನು ಭದ್ರವಾಗಿ ಹಿಡಿದು ನಿಂತಳು. ಈಗ ರಾಜೀವ್ ಆಕಾಶದೆತ್ತರಕ್ಕೆ ಬೆಳೆದು ನಿಂತಿದ್ದ. ಮುಖ ಹೆಚ್ಚು ಚೈತನ್ಯಪೂರ್ಣವಾಗಿ ಕಂಡಿತು. ಪಶ್ಚಾತ್ತಾಪದ ಅಗ್ನಿಯಲ್ಲಿ ಬೆಂದು ಶುದ್ಧವಾಗಿದ್ದ.

"ಯೋಚ್ನೇ ಮಾಡು." ಹೊರಗೆ ನಡೆದ. ಮತ್ತೆ ಒಳಗೆ ಬಂದ. "ನಾಲ್ಕಾರು ದಿನ ಮಾತ್ರ ನಾನು ಇಲ್ಲಿರೋದು. ಹುಡುಗ್ರ ಎದುರು ಹಾಸ್ಯಾಸ್ಪದವಾಗೋದ್ಬೇಡ. ಮೇಲ್ನೋಟಕ್ಕಾದ್ರೂ–ಮೊದಲಿನ ವಿಜಯ ಆಗು..." ಸ್ವರದಲ್ಲಿ ದೈನ್ಯವಿತ್ತು.

ವಿಜಯ ಒಂದು ಗಂಟೆ ಕೂತು ಕೇಳಿದಳು. ರಾಜೀವ್‌ನ ಸ್ವಭಾವ ತುಲನೆ ಮಾಡಿದಳು. ಒಮ್ಮೆ ರಾಜೀವ್ ಹೇಳಿದ್ದ "ವಿಜಯ, ಮನುಷ್ಯ ತಪ್ಪು ಮಾಡೋದು ಸಹಜ. ತಪ್ಪು ಒಪ್ಪಿಕೊಂಡು ಪಶ್ಚಾತ್ತಾಪದಲ್ಲಿ ಬೆಂದರೂ ಕ್ಷಮಿಸದಿರೋದು ಮಾನವತೆಯಲ್ಲ; ಅದೊಂದು ದೊಡ್ಡ ಅಪರಾಧ." ಆ ಮಾತುಗಳು ಈಗ ಸತ್ಯವೆನಿಸಿತು.

"ಊಟ ಮಾಡೋಣ..." ಜ್ಞಾಪಿಸಿದ. ಮುಖ ಮೇಲೆತ್ತಿದಾಗ ನಸುನಕ್ಕ. ಅರಿವಿಗೆ ಬರದಂತೆ ಅವಳ ತುಟಿಯಂಚಿನಲ್ಲಿ ಕಿರುನಗು ಕಾಣಿಸಿಕೊಂಡಿತು.

"ಥ್ಯಾಂಕ್ ಯು..." ಮುಂದೆ ನಡೆದ.

ಊಟಕ್ಕೆ ಕೂತಾಗ ನಿತ್ಯಕ್ಕಿಂತ ನಾಲ್ಕು ಮಾತುಗಳನ್ನು ಜಾಸ್ತಿಯಾಗಿಯೇ ಆಡಿದ. ವಿಜಯಳ ಕಡೆಗೆ ಕುಡಿನಗು ಚಿಮ್ಮಿಸಿ ಕ್ರಾಪ್ ಹಾರಿಸಿದ. "ಸಂಜೆ ಎಲ್ಲಾದ್ರೂ ಹೋಗೋಣ." ಒದ್ದೆ ಕೈಯನ್ನು ಟವಲಿಗೊರೆಸುತ್ತ ಎದ್ದು ಹೋದ.

ಮಂಚದ ಮೇಲೆ ಉರುಳಿದ. ಸದ್ಯಕ್ಕೆ ವಿಜಯ ಒಪ್ಪಿಗೆ ನೀಡಬಹುದು. ಆದರೆ ನಾನೇ ಸೋತಂತಾಯಿತು. ಮಗಳ ಅಂತಃಕರಣ ಚಿಮ್ಮುವ ಸುಖದ ಹೊನಲು ಅವಳ ಪಾಲಿಗೇನೇ. ಸಮರಸದ ಜೀವನದಲ್ಲಿ ಸೋಲು ಗೆಲುವಿನ ಅಂತರವಿಲ್ಲ.

ಬಾಗಿಲ ಪರದೆ ಅಲುಗಾಡಿದಾಗ ಅತ್ತ ನೋಟವರಿಸಿದ. ವಿಜಯ ಕೈಯಲ್ಲಿ

ನೀರಿನ ಲೋಟ, ಪಿಲ್ಸ್ ಇತ್ತು. ಕಣ್ಣುಗಳಲ್ಲಿ ಇಣುಕಿ ನೋಡಬೇಕೆನಿಸಿತು. ಆದರೆ ತಳ್ಳಿ ಹಾಕಿದ.

"ಮೈ ಗಾಡ್... ಮರ್ತೇಬಿಟ್ಟೆ... ಸಾರಿ." ಅಂಗೈ ಚಾಚಿದ. ವಿಜಯಳ ಬೆರಳುಗಳು ಕಂಪಿಸಿದವು. ನೋಟ ಅವನ ಅಂಗೈನತ್ತಲೇ ಇತ್ತು. ಈ ಕೈ ಹಿಡಿದೇ ಇದುವರೆಗೂ ನಡೆದು ಬಂದಿದ್ದಳು.

"ಕೊಡು..." ರೆಪ್ಪೆಯೆತ್ತಿದ ಅವಳ ಕಣ್ಣೆವೆಗಳು ನಿಶ್ಚಲವಾಗಿದ್ದವು. "ವಿಜಯ..." ಎಂದ. ಸ್ವರ ಮೃದುವಾಗಿತ್ತು. ಕಣ್ಣುಗಳು ಸಹಾನುಭೂತಿಯನ್ನು ಮಿಡಿಯಿತು. ಮಾತ್ರೆ ಬಿಡಿಸಿ ಕೈಯಲ್ಲಿಟ್ಟಳು.

ಮಾತ್ರೆ ನುಂಗಿ ಲೋಟ ಅಲ್ಲಿಟ್ಟ. ಆ ಜಾಗದಿಂದ ಕದಲಲು ಎಷ್ಟೋ ಪ್ರಯತ್ನಿಸಿದಳು. ಹೆಜ್ಜೆಗಳು ನೆಲವೂರಿ ನಿಂತಿದ್ದವು. ಒಂದಿಂಚು ಅಲುಗಾಡದು. "ಕೂತ್ಕೋ..." ಮುಂದಾದ ಅವನ ಕೈ ಹಿಂದೆಗೆಯಿತು. ಅಂದು ವಿಜಯಳ ಕಣ್ಣುಗಳಲ್ಲಿ ಕಂಡ ನೋವು, ಅವಮಾನವನ್ನು ಮರೆಯಲಾರ. ಬಹಳ ಕಷ್ಟದಿಂದ ಹೆಜ್ಜೆಗಳು ಕಿತ್ತಿಟ್ಟಳು. ನಿಧಾನವಾಗಿ ಬಂದು ವರಾಂಡದಲ್ಲಿ ಛೇರ್ ಮೇಲೆ ಕೂತಳು. ಮತ್ತೊಮ್ಮೆ ಕುಮಾರ್‌ನ ಪತ್ರದ ಸಾರಾಂಶವನ್ನು ಮೆಲಕು ಹಾಕಿದಳು. ಮಡದಿಯಿಂದ ದಾಂಪತ್ಯ ವಿಚ್ಛೇದನ ಪಡೆದ ಅವನು ಯಾವ ಬಗೆಯ ಭಾವನೆಯನ್ನೂ ತೋಡಿಕೊಂಡಿರಲಿಲ್ಲ. ಮೈನ ಎತ್ತರಕ್ಕೆ, ನಿಲುವಿಗೆ ಸರಿಯಾಗಿ ಅಪ್ಪಿಕೊಳ್ಳದ ಉಡುಪನ್ನು ಪಕ್ಕಕ್ಕೆ ಸರಿಸಿದಂತೆ ಮಡದಿಯಿಂದ ಬಿಡುಗಡೆ ಪಡೆದಿದ್ದ. ಮಾನಸ, ಮಧು ಬಂದು ಎಚ್ಚರಿಸಿದಾಗಲೇ ಅವಳು ವಾಸ್ತವ ಪ್ರಪಂಚಕ್ಕೆ ಅವಳ ಯೋಚನಾ ಪ್ರಪಂಚದಿಂದ ಮರಳಿದ್ದು.

"ಮಮ್ಮಿ, ಬೇಗ ರೆಡಿಯಾಗೋಣ..." ಮಧು ಎಂದಾಗ ರಾಜೀವ್ ಮಧ್ಯಾಹ್ನ ಹೇಳಿದ್ದು ಜ್ಞಾಪಕಕ್ಕೆ ಬಂತು. ಉತ್ಸಾಹದಿಂದ "ಓ.ಕೆ." ಎಂದಳು. ಮಾನಸ ಹಿಂದೆ ತನ್ನ ಕೆಲಸಗಳಿಗೆಲ್ಲ ತಾಯಿಯನ್ನು ಕಾಯುತ್ತಿದ್ದಳು. ಈಗ ಮಧುವಿಗಿಂತ ಬೇಗ ಸಿದ್ಧವಾದಳು.

"ಡ್ಯಾಡಿ...." ರಾಜೀವ್‌ನ ಕೊರಳಿಗೆ ಅವನ ಕೈಗಳು ಹಾರವಾಯಿತು. ಅವನೆದೆ ಭಾರವಾಯಿತು. ಈ ಸುಖ ಇನ್ನು ನಾಲ್ಕು ದಿನಗಳು ಮಾತ್ರ. ಆ ಮೇಲೆ ತನ್ನಿಂದ ಇವೆಲ್ಲ ಬಹಳ ದೂರ, ಒಂಟಿ ಬದುಕು. ಭಾರವಾದ ಉಸಿರನ್ನು ದಬ್ಬಿದ.

"ಗುಡ್... ಮಮ್ಮಿ ರೆಡಿಯಾದ್ರೇನೋ.... ನೋಡ್ಹೋಗು."

ಕೊಂಡಿಗಳಿಂದ ಕಳಚಿಕೊಳ್ಳಬೇಕೆನಿಸಿತು. ಆದರೆ ಅಷ್ಟು ಸುಲಭವೆನಿಸಲಿಲ್ಲ. ಇಲ್ಲಿನ ರೂಢಮೂಲ ಪರಂಪರೆ ಬದುಕಿಗೆ ವಿಶೇಷವಾದ ಅರ್ಥವಿದೆ. ಸಾಮಾಜಿಕ ಜೀವನ ಕೂಡ ಬಂಧನಗಳಿಗೆ ಬಿಗಿಯಾದ ಕೊಂಡಿಯಾಗಿರುತ್ತೆ.

"ಮಮ್ಮಿ.... ರೆಡಿ..."

ಮೆಲ್ಲನೆದ್ದು ಕನ್ನಡಿಯ ಮುಂದೆ ನಿಂತು ಬಾಚಣಿಗೆಯಿಂದ ನವಿರಾಗಿ ಕೂದಲನ್ನು

ಬಾಚಿದ. ತುಟಿಗಳ ಮೇಲೆ ನೋವಿನ ನಗೆ ಅರಳಿತು. ಬಾಚಣಿಗೆಯನ್ನು ನವಿರಾಗಿ ಎಸೆದು ಹೊರ ಬಂದ. ವಿಜಯಳ ಮುಖ ಕಂಡಾಗ ಸಣ್ಣಗೆ ನಕ್ಕ.

"ಹೋಗೋಣ್ವಾ ?" ಎತ್ತಲೋ ನೋಟವರಿಸಿದ.

ವಿಜಯ ಅಡಿಯಿಂದ ಮುಡಿಯವರೆಗೂ ಅವನನ್ನು ನೋಡಿದಳು. ಹಗುರಾದ. ಸೌಂದರ್ಯಪ್ರಜ್ಞೆ ಇಲ್ಲದಿದ್ದರೂ ಉದಾಸೀನವನ್ನು ಸಹಿಸಲಾರಳು.

"ಒಂದ್ನಿಮಿಷ...ಬನ್ನಿ..." ರಾಜೀವ್ ಬೆರಳುಗಳು ಕೂದಲಲ್ಲಾಡಿತು. ಮಾನಸ ನಕ್ಕಾಗ ಅವನ ದೇಹಕ್ಕೆ ಚಲನೆ ಬಂದಂತಾಯಿತು. ನಕ್ಕು ಒಳನಡೆದ.

ಹ್ಯಾಂಗರ್‌ನಲ್ಲಿದ್ದ ಉಡುಪನ್ನು ಅವನ ಮುಂದಿಡಿದಳು. ರಾಜೀವ್ ಮುಖದ ಮೇಲೆ ಬೇಸರವೊಡೆಯಿತು. ಆದರೂ "ಎಕ್ಸ್‌ಕ್ಯೂಜ್ ಮಿ... ನಾನೇ ಮಾತಿಗೆ ತಪ್ತಾ ಇದ್ದೀನಿ!" ಕೈ ಮುಂದೆ ಚಾಚಿದ.

"ನೀವು ಬೇರೆ ಕಡೆ ಹೋಗೋದು ನಂಗಿಷ್ಟವಿಲ್ಲ" ಎಂದಾಗ ರಾಜೀವ್‌ನ ಹುಬ್ಬುಗಳು ಮೇಲೇರಿದವು. ಕಣ್ಣುಗಳಲ್ಲಿ ನೋವು ಇಣಕಿತು. "ನಿನ್ನಿಷ್ಟ... ವಿಜಯ...." ಭಾರವಾದ ಉಸಿರನ್ನು ಹೊರದಬ್ಬಿದ. ಅವನ ಊಹೆಯೇ ಬೇರೆಯಾಗಿತ್ತು.

ಮೆಲ್ಲಗೆ ತಲೆಯೆತ್ತಿ ಅವಳ ಕಣ್ಣುಗಳಲ್ಲಿ ಇಣಕಿದ. ಅಲ್ಲಿ ಕಂಡಿದ್ದೇನು? ಒಲವಿನ ಪ್ರಖರತೆಯಲ್ಲಿ ಮಿಂದ ಪ್ರೇಮಳ ಪ್ರೇತ ಅವನ ಕಣ್ಮುಂದೆ ಕರಗಿ ಹೋಗಿತ್ತು. ಮಧು, ಮಾನಸರ ನಡುವೆ ರಾಜೀವ್ ನಿಂತಿದ್ದ. ಶುಭ್ರ ನೈದಿಲೆ ಹೃದಯ ಸರೋವರದಲ್ಲಿ ಬಿರಿದಿತ್ತು.

"ವಿಜಯ..." ಅವನ ಮನ ಕುಪ್ಪಳಿಸಿ ಆಕಾಶಕ್ಕೆ ಏರಿ ಹಾರಾಡಿತು. ಗಂಭೀರ ಮೊಗದ ಚೆಲುವೆಯ ಕಣ್ಣುಗಳಲ್ಲಿ ಇಣಕಿ ನೂತನ ಲೋಕವನ್ನು ಕಂಡ.

●
●